அம்பேத்கரும் சாதி ஒழிப்பும்

கிறிஸ்தோஃப் ஜாஃப்ரிலா

பிரெஞ்சு நாட்டு அரசியல் ஆய்வாளர். தெற்காசிய நிகழ்வுகளில் கவனம் செலுத்தி ஆராய்ந்து வருகிறார். கிங்ஸ் இந்தியா இன்ஸ்டிட்யூட்டில் பேராசிரியராக இருக்கிறார். 'தி இந்தியன் எக்ஸ்பிரஸ்', 'எகனாமிக் அண்ட் பொலிடிகல் வீக்லி' என்று தொடங்கி பல இதழ்களில் தொடர்ச்சியாக எழுதி வருகிறார். பத்துக்கும் மேற்பட்ட நூல்கள், தொகுப்புகள் வெளிவந்துள்ளன. வட இந்திய அரசியலில் தாழ்த்தப்பட்டவர்களின் எழுச்சியை விரிவாகப் பதிவு செய்யும் இவருடைய *India's Silent Revolution* எனும் நூல் குறிப்பிடத்தக்கது. நரேந்திர குமாருடன் இணைந்து இவர் சமீபத்தில் தொகுத்த நூல், *Dr. Ambedkar and Democracy: An Anthology.*

பூ.கொ. சரவணன்

செஞ்சிக்கு அருகில் உள்ள பொன்பத்தியைச் சேர்ந்தவர். விகடனில் தலைசிறந்த மாணவ நிருபர் விருது பெற்றவர். 'டாப் 200 வரலாற்று மனிதர்கள்', 'டாப் 100 அறிவியல் மேதைகள்' ஆகிய நூல்களை எழுதியிருக்கிறார். பொறியியல், வரலாறு, சமூகம், பெண்ணியம் எனப் பல்துறை சார்ந்த மொழிபெயர்ப்புகளில் ஈடுபட்டுள்ளார். இவருடைய சமீபத்திய மொழிபெயர்ப்பு நூல், பிம்பச்சிறை. எம்.எஸ்.எஸ். பாண்டியனின் *The Image Trap* என்னும் நூலின் தமிழாக்கம்.

அம்பேத்கரும் சாதி ஒழிப்பும்

கிறிஸ்தோஃப் ஜாஃப்ரிலா

தமிழில்: பூ.கொ. சரவணன்

கிழக்கு

அம்பேத்கரும் சாதி ஒழிப்பும்
Ambedkarum Saathi Ozhippum

by *Christophe Jaffrelot* ©

Authorised Tamil translation of *"Dr. Ambedkar and Untouchability – Analyzing and Fighting Caste"* by New Horizon Media Private Limited ©

First Edition: December 2018
288 Pages
Printed in India.

ISBN: 978-93-86737-66-3
Kizhakku 1124

Kizhakku Pathippagam
177/103, First Floor, Ambal's Building, Lloyds Road, Royapettah, Chennai - 600 014. Ph: +91-44-4200-9603
Email : support@nhm.in   Website : www.nhm.in

kizhakkupathippagam   kizhakku_nhm

Author's Email: jaffrelot.schlegel@orange.fr

Translator Email : pu.ko.saravanan@gmail.com

Cover Image: Wikimedia Commons ©

Author Photo: LaCroix ©

Kizhakku Pathippagam is an imprint of New Horizon Media Private Limited

The views and opinions expressed in this book are the author's own and the facts are as reported by the author, and the publishers are not in any way liable for the same.

All rights reserved. No part of this publication may be reproduced, stored in a retrieval system, or transmitted, in any form or by any means, electronic, mechanical, photocopying, recording or otherwise, without the prior permission of the publishers.

மிலானுக்கு ...

உள்ளே

	நன்றி	/ 09
	அறிமுகம்: இந்தியாவின் முதல் தலித் தலைவர்	/ 11
1.	சமூகச் சீர்திருத்தத்துக்கும் பிராமணர் எதிர்ப்பு அணிதிரட்டலுக்கும் இடையேயான மகாராஷ்டிரா	/ 21
2.	அம்பேத்கர்: மகர் ராணுவ வீரரின் மகன்	/ 36
3.	சாதியைத் திறம்பட அழித்தொழிக்க அதைப் பகுத்தாய்ந்து இந்திய இனக்குழு சார்ந்ததாக ஆக்குதல்	/ 53
4.	அரசியல் களத்தில் காந்திக்கு எதிராக	/ 86
5.	அரசியல் களத்தில் அம்பேத்கரின் போராட்டங்கள்	/ 118
6.	எதிர்ப்பதா, ஒன்று சேர்ந்து இயங்குவதா? அம்பேத்கரின் சாதுரியமும் மீட்சியும்	/ 143
7.	இந்திய அரசியலமைப்புச் சட்டத்தை உருவாக்குவது	/ 165
8.	'மதமாற்றம் எனும் 'தீர்வு'	/ 184
9.	தற்காலத்தில் அம்பேத்கரின் தேவையும் தாக்கமும்	/ 219
	முடிவுரை	/ 245
	குறிப்புகள்	/ 252

நன்றி

சமூக அறிவியலில் வாழ்க்கை வரலாறு ஒரு தனித்த துறையாகவே உருவெடுத்து உள்ளது. சில அறிஞர்கள், அதிலும் குறிப்பாகப் பல வரலாற்று ஆசிரியர்கள் தங்களுடைய ஒட்டுமொத்த ஆய்வுப் பணிகளையும் வாழ்க்கை வரலாறு சார்ந்தே செலவழிக்கிறார்கள். என் முந்தைய ஆய்வுகளில் இந்து தேசியவாதச் சிந்தனையாளர்கள், தாழ்த்தப்பட்ட சாதித் தலைவர்கள் ஆகியோரின் வாழ்க்கை குறித்து மிகுந்த கவனம் செலுத்தியுள்ளேன். எனினும், என்னுடைய இயல்பான செயல்பாடுகளில் வாழ்க்கை வரலாற்றுக்கு இடமிருந்தது இல்லை. நான் மிக முக்கியமான காரணங்களுக்காக இந்த நூலை எழுதினேன். இந்த நூலின் பார்வையானது தொடர்ந்து வாழ்க்கை வரலாறுகளை எழுதிக் குவிக்கும் ஆய்வாளர்களின் போக்கில் இருந்து முற்றிலும் மாறுபட்டது.

நான் டாக்டர் அம்பேத்கரின் வாழ்க்கை, சிந்தனைகள் குறித்து 1990-களில் படிக்க ஆரம்பித்தேன். நன்டேர்ரே பல்கலைக்கழகத்தில் மானுடவியல் பேராசிரியராக இருந்த ஆலிவர் ஹெர்ரென்ஸ்கிம்டிட் அம்பேத்கரின் எழுத்துகளை எனக்கு அறிமுகப்படுத்தினார். அம்பேத்கரின் எழுத்துகளை வாசிக்க ஆரம்பித்த பின்னர், அவர் இந்திய சமூகவியலில் தவிர்க்கமுடியாத முன்னோடியாகச் செயலாற்றியிருப்பதைப் படிப்படியாக உணர்ந்துகொண்டேன். நவீன இந்தியாவில் கண்டுகொள்ளவேபடாத தலைவர்களில் ஒருவராக அம்பேத்கர் இருந்தார். அதனால் அக்காலத்தில் இது பலருக்கும் தெரியாத தகவலாக இருந்தது. ஆகவே, அம்பேத்கர் குறித்த இந்தப் புத்தகத்தை எழுதுவது என முடிவு செய்தேன். அதன் மூலம் இந்திய வரலாற்றின் முக்கியமான, ஆனால், புறக்கணிக்கப்பட்ட ஆளுமைக்கு நியாயம் செய்யவேண்டும் என உறுதி பூண்டேன்.

என்னுடைய ஆர்வம் முதலில் அம்பேத்கரின் சமூகவியல் சிந்தனைகள் சார்ந்து இருந்தது. பின்னர், சாதிய ஒடுக்குமுறைகளுக்கு எதிரான போர்களில் அம்பேத்கர் காலத்துக்கு ஏற்ப பயன்படுத்திய விடுதலைக்கான உத்திகள் குறித்து ஆர்வம் கொண்டேன். இவை சார்ந்தே இந்தப் புத்தகம் பேசுகிறது. ஆகவே, இந்தப் புத்தகம் டாக்டர் அம்பேத்கரின் வாழ்க்கையை விரித்துப் பேசவில்லை. இந்நூல் காலவரிசைப்படி அமையாமல், அவரின் போராட்டஉத்திகளின் வரிசைப்படி அமைந்திருக்கிறது.

ஆலிவர் ஹெர்ரென்ஸ்கிம்டிட்டுக்கு மட்டும் அல்லாமல், அம்பேத்கரிய அறிஞர்களில் மிகவும் மதிக்கப்படும் எலினார் ஜில்லியட்டுக்கு நன்றி சொல்ல ஆசைப்படுகிறேன். அவர் இந்தப் புத்தகத்தின் முந்தைய வரைவை வாசித்துவிட்டுத் தன்னுடைய மேலான கருத்துகளைப் பகிர்ந்து கொண்டார். அம்பேத்கர் குறித்த அவரின் ஆழமான அறிவால் பெரும்பயன் பெற்றேன். அவரின் உதவியால் அமெரிக்கா, ஐரோப்பியாவில் நடைபெற்ற பல்வேறு ‘தலித் பயிற்சி பட்டறைகளில்’ பங்கு பெற்றேன்.

வட இந்தியாவில் உள்ள தலித்துகள் குறித்தும் அம்பேத்கரியம் குறித்தும் விலைமதிப்பற்ற பார்வைகளைத் தந்த ஓவன் லின்ச்சுக்கு மிகவும் கடமைப்பட்டுள்ளேன். தற்கால இந்தியாவில் அம்பேத்கரின் தேவையை உணர்ந்துகொள்ள ஹேமந் தியோஸ்தாலி, கை பொய்த் தேவின், எம்மா ராய்கர் பெருமளவில் உதவிகரமாக இருந்தார்கள். இறுதியாக, நன்டேர்ரே பல்கலையில் முக்கியத்துவம் வாய்ந்த கேள்விகளை எழுப்பிய என்னுடைய மாணவர்களுக்கு நன்றி. இந்த நூலில் நான் எழுத நினைத்த சில கருத்துகளை மேலும் தெளிவாக வெளிப்படுத்த அவர்களின் கேள்விகள் உதவின.

தாராவின் அன்பும் பொறுமையும் இல்லாமல் இந்நூலை எழுதி முடித்திருக்கமுடியாது. எங்களுடைய பச்சிளம் குழந்தையான மிலானுக்கு அம்பேத்கரின் வாழ்க்கை எனும் நம்பிக்கை ஊற்றெடுக்கும் செய்தியை சமர்ப்பிக்கிறேன். அம்பேத்கரின் வாழ்க்கையை எந்த விருப்பு வெறுப்புமின்றி ஆய்வுக்கு உட்படுத்தினாலும் அது நம்மை உணர்ச்சிவசப்பட வைக்கிறது. இந்த உணர்வுகளை ஒரு நாள் என் மகனும் பகிர்ந்துகொள்வான் என நம்புகிறேன்.

அறிமுகம்

இந்தியாவின் முதல் தலித் தலைவர்

'**நா**ன் பாபாசாகேபை (அம்பேத்கரை) கடைசிமுறையாக அவருடைய மரண ஊர்வலத்தில் பார்த்தேன். அன்று காலை சாவகாசமாக வேலைக்குக் கிளம்பிக் கொண்டிருந்தேன். செய்தித்தாளின் முதல் பக்கத்தில், அவர் இறந்துவிட்டார் என்கிற செய்தியைப் படித்தேன். ஏதோ நிலம் கிடுகிடுப்பதைப் போன்ற உணர்வு ஏற்பட்டது. என்னுடைய குடும்ப உறுப்பினர் இறந்துவிட்டதைப்போல உணர்ச்சிவசப்பட்டேன். வாசல் கதவின் தூணைப் பற்றிக்கொண்டு அழ ஆரம்பித்தேன். செய்தித் தாளை வாசித்துக் கொண்டிருந்தவன் ஏன் திடீரென்று அழுகிறான் என என்னுடைய அம்மாவுக்கோ மனைவிக்கோ பிடிபட வில்லை. அம்பேத்கர் மரணமடைந்த செய்தியை அவர்களிடம் சொன்னதும், ஒட்டுமொத்தக் குடும்பமே கண்ணீர் வடித்தது.

வீட்டை விட்டு வெளியே வந்ததும் சாரை சாரையாக மக்கள் கூடி, அம்பேத்கர் மரணச்செய்தியைப் பற்றிப் பேசிக்கொண்டிருப்பது தெரிந்தது. பாபாசாகேப் டெல்லியில் காலமானார். அவரின் உடலைத் தாங்கிய விமானம் அன்று மாலையே பம்பாய் வந்து சேர்வதாக இருந்தது. நான் வேலையில் சேர்ந்து வெறும் மூன்று மாதங்களே ஆகியிருந்தன. நான் வேலை பார்த்துக் கொண்டிருந்த கால்நடை மருத்துவக் கல்லூரிக்குச் சென்று விடுப்பு கேட்டேன். நான் என்ன காரணத்துக்காக விடுமுறை கேட்டு விண்ணப்பித்துள்ளேன் என்பதைப் பார்த்துவிட்டு என்னுடைய மேல் அதிகாரி கடுப்பானார். 'இதை ஏன் காரணமாகக் கூறியுள்ளாய்? அம்பேத்கர் ஓர் அரசியல் தலைவர். நீ ஓர் அரசுப் பணியாளன். வேறு எதாவது தனிப்பட்ட காரணத்துக்காக விடுப்பு எடுப்பதாக எழுதிக்கொடு' என்று என்னிடம் கேட்டார்.

நான் எப்போதும் அனுசரித்துப்போகும் மனப்பான்மை கொண்டவன். ஆனால், என் குணத்துக்கு மாறாக, 'சார், அவர்

எங்கள் குடும்பத்தில் ஒருவர். அவர் எங்களை எப்படிப்பட்ட படுகுழியில் இருந்து மீட்டிருக்கிறார் என்று உங்களுக்கு எப்படித் தெரியும்?' எனக் கேட்டேன்.

என் வேலையைப் பற்றிக்கவலைப்படாமல், என் விண்ணப்பம் ஏற்கப்படுமா எனக் காத்திருக்காமல், நான் ஆளுநர் மாளிகையை (ராஜ் பவனை) நோக்கி விரைந்தேன். அம்பேத்கரின் பூத உடல் வைக்கப்பட்டு இருந்த ராஜ்பவனை நோக்கி மானுட வெள்ளம் பெருங்கூட்டமாகப் பாய்ந்து கொண்டிருந்தது (Daya Pawar, Ma vie d'intouchable, Paris, La Découverte, 1990, p. 192)

இந்தியாவின் மேற்குப்பகுதி மாநிலமான மகாராஷ்டிராவைச் சேர்ந்த தலித் எழுத்தாளரான தயா பவாரின் நெகிழ வைக்கும் வாக்குமூலம் இது. அவர் அம்பேத்கரின் சிந்தனைகளோடு நெருங்கிய உறவு கொண்டிருந்தவர் என்ற தொனியை இந்த வாக்குமூலம் வெளிப் படுத்தவில்லை. அம்பேத்கரின் அரசியல் இயக்கத்தில் ஈடுபட்டிருந் தாலும், தயா பவாருக்கு அம்பேத்கரைத் தனிப்பட்ட முறையில் தெரியாது. மேலும், அந்த வாக்குமூலம் பம்பாயில் வாழ்ந்துவந்த தீண்டப்படாத சாதியைச் சேர்ந்த மிகக் குறைவான அறிவுஜீவிகளின் உணர்வுகளைப் பிரதிபலிப்பதாகவும் இல்லை.[1]

அம்பேத்கர் தன்னுடைய வாழ்க்கையின் பெரும்பகுதியை அந்த பம்பாயில்தான் செலவிட்டிருந்தார். அம்பேத்கரின் இறுதிச் சடங்குகளில் பெருந்திரளான மக்கள் கூடினார்கள்; தயா பவார் வர்ணிப்பதைப்போல மானுடப் பெருவெள்ளம் கரை புரண்டு பாய்ந்தது. அதோடு மட்டுமல்லாமல், இந்தியா முழுக்க அண்ணலின் மறைவினால் பொதுமக்களிடம் தாங்கமுடியாத துயரமும் அனுதாபமும் பெருமளவில் பெருக்கெடுத்தது. அம்பேத்கரின் தாக்கம் மகாராஷ்டிராவின் எல்லைகளைத் தாண்டியும் பரவியிருந்தது. இதற்குச் சான்று பகர்வதுபோல, அவர் ஆரம்பித்த கட்சிகள் வட இந்தியாவில் தேர்தல் வெற்றிகளைப் பெற்றன. அவருடைய எழுத்துகள் மராத்தி மொழியில் மட்டுமல்லாமல் பல்வேறு மொழிகளில் எண்ணற்ற பதிப்புகளாக வெளியிடப்பட்டன. எந்தவித ஐயமுமில்லாமல் இந்தியாவில் தீண்டப்படாதவர்களில்[2] இருந்து எழுந்த முதல் தலைவர் அம்பேத்கரே. அவருக்குப் பின்வந்தவர்களில் யாரும் அவர் பெற்ற மரியாதையை நெருங்கக்கூட முடியவில்லை.

இப்படிப்பட்ட சாதகமான சூழ்நிலைகள் நிலவியபோதும் அம்பேத்கரின் வாழ்க்கை, பணிகள், சிந்தனைகள் குறித்து ஏன் வெகு சில ஆய்வுகளே மேற்கொள்ளப்பட்டுள்ளன? உபேந்திர பக்ஷி 2000-ல், 'அம்பேத்கர் முழுக்கவும் மறக்கப்பட்ட ஆளுமையாகவே

இருக்கிறார்' என்று எழுதுகிற அளவுக்கு நிலைமை மோசம்.[3] அம்பேத்கர் குறித்து 1990கள்வரை வெகு சொற்பமான புத்தகங்களே வெளிவந்துள்ளன.[4] இதைவிட அம்பேத்கர் புறக்கணிக்கப்பட்டதற்கு அப்பட்டமான சாட்சி வேறெதுவுமில்லை. காங்கிரஸ் மாநிலத் தலைவர்கள் குறித்து ஒன்றுக்கும் மேற்பட்ட வாழ்க்கை வரலாறுகள் வெளிவந்துள்ளன. காந்தி, நேரு குறித்து எண்ணற்ற புத்தகங்கள் வெளிவந்துள்ளன என்பதைத் தனியே சொல்ல வேண்டியதில்லை. ஆனால், மேற்சொன்ன இருவர் குறித்து வந்த வாழ்க்கை வரலாறுகளுக்கு இணையான தரத்தில் அம்பேத்கர் குறித்து ஆங்கிலத்தில் மிகக் குறைவான புத்தகங்களே எழுதப்பட்டுள்ளன.[5] காந்தி, நேரு, படேல், பந்த் முதலியோரின் ஒட்டுமொத்தப் படைப்புகள் வெகுகாலத்துக்கு முன்னரே தொகுக்கப்பட்டுவிட்டன. ஆனால், அம்பேத்கரின் ஒட்டுமொத்த படைப்புகளைத் தொகுக்கும் பணிகள் 1970களுக்கு முன்னர்வரை துவங்கக்கூட இல்லை.[6]

இந்த முரண்பாட்டை எப்படி விளங்கிக்கொள்வது? இந்திய சமூக அறிவியலில் பொதுவாகவே வாழ்க்கை வரலாறுகளுக்குப் பஞ்சம் உள்ளது என்பது ஒரு காரணம்.[7] அம்பேத்க்ரை நிராகரிப்பது ஒருபுறம். இன்னொருபுறம், அவரைப்பற்றிய சிந்தனையே இந்திய அதிகார பீடங்களுக்கு அச்சத்தை ஏற்படுத்துகிறது. மேலும், ஆங்கிலேயரோடு இணைந்து இயங்கியவர்களை ஒதுக்கிவைக்கும் மனப்பான்மையும் ஒரு காரணம். இந்திய விடுதலை இயக்கத்தின் தலைவர்களுக்கே பெரும்பாலும் அங்கீகாரங்கள் போய்ச் சேருகின்றன. இந்திய விடுதலைப் போரில் இருந்து அம்பேத்கரின் போராட்டம் வேறுபட்டது என்றாலும் அது மகத்தானது.

அம்பேத்கரின் வாழ்க்கையை, மேலோட்டமாகப் பார்த்தால் அது சுயமாகச் சாதித்த ஒரு மாமனிதரின் தேவதைக் கதை போலிருக்கும். பீம் ராவ் அம்பேத்கர் ஏப்ரல் 14, 1891-ல் இந்தோருக்கு அருகில் உள்ள மஹோவ் எனும் ராணுவக்குடியிருப்புப் பகுதியில் பிறந்தார். அப்போது இந்தோர் சுதேச சமஸ்தானமாக விளங்கியது. விடுதலைக்குப் பின்னால், இப்பகுதி மத்திய பாரத (தற்கால மத்திய பிரதேசம்) மாநிலத்தில் இணைக்கப்பட்டது. பல்வேறு இந்தோர் சுதேச சமஸ்தானத்தின் மக்களைப்போல அம்பேத்கர் குடும்பமும் மகாராஷ்டிராவைப் பூர்வீகமாகக் கொண்டது. இந்தோர் சுதேச சமஸ்தானத்தின் ஆட்சியாளர்கள் தாழ்த்தப்பட்ட சாதியைச் சேர்ந்தவர்கள்.[8]

மராத்தாவின் கடற்கரைப் பகுதியான கொங்கனில் உள்ள அம்பவடே தான் அம்பேத்கரின் சொந்த கிராமம். அம்பேத்கருக்கு அவருடைய பெற்றோர் இட்ட பெயர் அம்பவடேகர். அந்தப் பெயரை 1900-ல் அம்பேத்கர் என்று அவர் மாற்றிக்கொண்டார். அவருடைய பிராமண

ஆசிரியர் ஒருவரின் பெயர் அம்பேத்கர். அம்பவடேகரின் அறிவுத் திறம், பண்புகள் ஆகியவற்றால் ஈர்க்கப்பட்டுத் தன்னுடைய பெயரை அந்த ஆசிரியர் அவருக்குத் தர முன்வந்தபோது அம்பேத்கர் என்ற அந்தப் பெயரை அம்பவடேகர் தனக்குச் சூட்டிக்கொண்டார்.

அம்பேத்கரின் தந்தை பிரிட்டிஷ் இந்திய ராணுவத்தில் வீரராகப் பணியாற்றினார். அவர்கள் ராணுவ கண்டோன்மென்ட் பகுதியில் வசித்து வந்தார்கள்.[9] இதனால் தீண்டப்படாத மக்களைப் பாகு படுத்தும் கொடுமைகள் அம்பேத்கரை வெகுகாலம் தீண்டியிருக்க வில்லை. ஆனால், காலப்போக்கில் ஒரு தீண்டப்படாதவர் அனுபவிக்கும் கொடுமைகளை அம்பேத்கரும் எதிர்கொள்ள நேர்ந்தது. சிறுவனான தனக்கு ஏன் முடி வெட்டுபவர் முடி வெட்டுவதில்லை என அம்பேத்கர் ஆச்சரியப்பட்டார்.[10]

இவை எல்லாவற்றுக்கும் மேலாக, அவர் வாழ்க்கையையே மாற்றிப் போட்ட அவமானத்தைச் சந்தித்தார். அந்த அவமானத்தை அவர் இறுதிவரை மறக்கவில்லை. அம்பேத்கர் தன்னுடைய தந்தையைக் காண அவர் வேலை பார்த்துக் கொண்டிருந்த இடத்துக்குத் தன் உடன்பிறப்புகளோடு தொடர்வண்டியில் பயணம் செய்தார். அவர்கள் அனைவரும் அப்பா பணிபுரிந்த ஊரை அடைந்தார்கள். அங்கே இறங்கியதும், நிலைய அதிகாரி அவர்களை, யார்... எங்கிருந்து வந்திருக்கிறீர்கள் என்று கேட்டார். அப்படியே அவர்களுடைய சாதியையும் கேட்டார். அவர்களின் சாதி என்ன என்று தெரிந்ததும், 'ஐந்தடி தள்ளி நின்றார்'.[11]

அம்பேத்கரின் தந்தை வசித்துக் கொண்டிருந்த கிராமத்துக்கு டோங்கா (குதிரை) வண்டிக்காரர்கள் அவர்களை அழைத்துச் செல்ல மறுத்தார்கள். ஒரே ஒரு குதிரை வண்டிக்காரர் மட்டும் அவர்களைக் கிராமத்துக்கு அழைத்துச் செல்ல சம்மதித்தார். ஆனால், வண்டியை அவர்களே ஓட்டிக்கொள்ளவேண்டும் என்று சொல்லிவிட்டார். அந்த டோங்காவாலா (குதிரை வண்டிக்காரர்) ஒரு பயணிகள் விடுதியில் (தாபாவில்) உணவு உண்ண வண்டியை நிறுத்தினார். அம்பேத்கரையும் அவருடைய உடன் பிறந்தவர்களையும் விடுதிக்குள் அனுமதிக்க வில்லை. தண்ணீர் தாகம் எடுத்தது. அருகில் இருந்த சேறும் சகதியுமாக இருந்த கலங்கிய நீரோடையில் அவர்கள் நீர் அருந்தித் தாகத்தைத் தணித்துக்கொள்ளவேண்டியிருந்தது. குழந்தையாக இருந்தபோதிலும் அம்பேத்கர் கூர்மையான மதி உடையவராக இருந்ததால், தங்களுடைய சொந்த நிலைமை எவ்வளவு மோசமாக இருக்கிறது என்பதை மிகத் தெளிவாகப் புரிந்துகொள்ளமுடிந்தது.

அம்பேத்கரின் தந்தை சமீபத்தில்தான் பம்பாய்க்குக் குடிபெயர்ந் திருந்தார். கூர்மையான அறிவுத்திறம் மிக்க அம்பேத்கர் பம்பாயில்

உள்ள எல்பின்ஸ்டோன் உயர்நிலைப் பள்ளியில் 1907-ல் மெட்ரிகுலேஷன் படிப்பில் வெற்றிபெற்றார். அவருக்குக் கிடைத்த கல்வி உதவித்தொகையினால் பெருமை மிகுந்த எல்பின்ஸ்டோன் கல்லூரியில் இளங்கலை படிப்பில் சேர்ந்து 1912-ல் பட்டம் பெற்றார். அதற்குப் பிறகு மேற்படிப்பை அமெரிக்காவில் தொடர்வதற்கு இன்னுமொரு கல்வி உதவித்தொகை அம்பேத்கருக்குக் கிடைத்தது. அவருக்கு முன்புவரை தீண்டப்படாத சமூகத்தில் இருந்து யாருக்கும் அந்த வாய்ப்பு கிடைத்திருக்கவில்லை.

நியூயார்க் நகரத்தில் உள்ள கொலம்பியா பல்கலையில் முதுகலை பட்டம் பெற்றபின்பு, 1916-ல் லண்டனில் உள்ள கிரேஸ் இன்னில் சட்டப்படிப்பு படிக்கப் பயணமானார். அதற்குப் பின் லண்டன் ஸ்கூல் ஆஃப் எகனாமிக்ஸில் தன்னுடைய அறிவுத்தேடலைத் தொடர்ந்தார். ஆனால், அவருடைய கல்வி உதவித்தொகை முடிந்து போனதால் ஆகஸ்ட் 1917-ல் இந்தியா திரும்பவேண்டிய கட்டாயம் ஏற்பட்டது.

அம்பேத்கர் அறிவுத்துறைகளில் புரிந்த மகத்தான சாதனைகள் பிரிட்டிஷாரின் கவனத்தை ஈர்த்தன. அவர்கள் அம்பேத்கரின் உருவில் தீண்டப்படாத மக்களின் வருங்காலப் பிரதிநிதியைக் கண்டார்கள். ஆங்கிலேய அரசு, இந்திய மக்களில் வாக்குரிமைக்குத் தகுதியான வர்களுக்கான வரையறையை மறு ஆய்வு செய்ய சவுத்பரோ குழுவை 1919-ல் அமைத்தது. டெல்லி, மாகாணங்கள் ஆகியவற்றில் உருவாக்கப் பட்ட சட்டமன்றங்களுக்கான தேர்தலில் கூடுதல் இந்தியர்களை வாக்களிக்க அனுமதிக்க வைப்பதே அதன் நோக்கமாக இருந்தது. 1919 சீர்திருத்தங்கள் கூடுதல் அதிகாரங்களை பிரிட்டிஷ் இந்தியாவின் அரசுகளுக்கும் மாகாண சட்டமன்றங்களுக்கும் வழங்குவதை நோக்க மாகக் கொண்டிருந்ததால் அது மிகவும் முக்கியத்துவம் வாய்ந்ததாக இருந்தது. ஆகவே, சட்ட மேலவைகளுக்குக் கட்டுப்பட்ட இந்திய அமைச்சர்கள் அரசில் சேர்த்துக்கொள்ளப்பட்டார்கள். அம்பேத்கர் தன்னளவில், தீண்டப்படாத மக்களுக்குத் தனித்தொகுதிகள், ஒதுக்கீட்டு இடங்கள் ஆகியவற்றுக்காகப் போராடினார்.

சிவாஜியின் வழித்தோன்றலான கோலாப்பூர் மகாராஜாவான சாஹு மகாராஜின் நிதியுதவியோடு அம்பேத்கர், 1920-ல் மூக் நாயக் ('ஊமைகளின் தலைவன்' 'குரலற்றவர்களின் நாயகன்') எனும் புதிய இதழைத் துவங்கினார். எனினும், இங்கிலாந்துக்குத் திரும்பிச் சென்று படிக்க உதவுவதாக இளவரசர் உறுதி தந்ததும் அம்பேத்கர் ஆனந்தத்தில் துள்ளிக் குதித்தார். அவர் எம்.எஸ்சி. பட்டத்தை 1921-ல் பெற்றார். அதற்கு அடுத்த வருடம் தன்னுடைய ஆய்வுக்கட்டுரையை, The Problem of the Rupee எனும் தலைப்பில் சமர்ப்பித்தார்.

பம்பாயில் வழக்கறிஞராகத் தன்னுடைய வாழ்க்கையைத் துவங்கிய அம்பேத்கருக்கு, தீண்டப்படாதவர் என்பதால் வழக்குகள் கிடைப்பது கடினமாக இருந்தது. ஆழமாகக் காயப்பட்ட அம்பேத்கர், தன்னுடைய வாழ்நாளை சாதி அமைப்புக்கு எதிரான போருக்கு அர்ப்பணிப்பது என முடிவு செய்தார். ஜூலை 1924-ல் பஹிஸ்கிரித் ஹிதகார்னி சபையை (புறக்கணிக்கப்பட்டவர்களின் நலனுக்கான கூட்டமைப்பு) உருவாக்கினார். இந்த அமைப்பை 1928-வரை தலைமையேற்று நடத்தினார். அதற்கு முந்தைய வருடம், பம்பாய் மாகாண சட்ட மேலவைக்கு பிரிட்டிஷ் ஆட்சியாளர்களால் நியமிக்கப்பட்டார். அங்கே அம்பேத்கர் கிணறுகளைப் பயன்படுத்தும் சட்டரீதியான உரிமையைத் தீண்டப்படாத மக்களுக்குப் பெற்றுத் தரப் போராடினார் (அதுவே அவரின் முதல் பெரும் மக்கள் போராட்டமான மகத் போராட்டம். கொங்கன் கடற்கரையின் மகத்தில் 1927-ல் நடந்தது). தீண்டப்படாத மக்களின் ஆலய நுழைவு உரிமைகளுக்காகவும் போராடினார். ஆலய நுழைவு போராட்டங்களை அம்பேத்கர் 1935வரை அவ்வப்போது நடத்திக்கொண்டே இருந்தார்.

அம்பேத்கர் கட்சி அரசியலுக்குள் முப்பதுகளில் நுழைந்தார். பிரிட்டிஷாரிடம் தீண்டப்படாத மக்களுக்குத் தனித்தொகுதிகளைக் கேட்டார். அவை தரப்பட்டிருந்தால், தீண்டப்படாத மக்கள் உண்மையான அரசியல் சக்தியாக அணிதிரண்டு இருப்பார்கள். அம்பேத்கரின் கருத்துகளோடு ஓரளவுக்கு உடன்பட்ட பிரிட்டிஷ் அரசு, தனித்தொகுதிகளை ஏற்பதாக ஆகஸ்ட் 14, 1932ல் அறிவித்தது. இந்த நடவடிக்கை இந்து ஒற்றுமைக்கு ஆபத்தாக முடியும் என அஞ்சிய காந்தி, பூனாவில் உள்ள எரவாடா சிறையில் உடனே உண்ணாவிரதம் இருக்க ஆரம்பித்தார். இந்த நடவடிக்கை அம்பேத்கரைத் தனித்தொகுதிகள் கோரிக்கையைக் கைவிட வைத்ததோடு, பூனா ஒப்பந்தத்தில் கையெழுத்திடவும் கட்டாயப் படுத்தியது. இந்த மாற்றத்தால் அம்பேத்கர் பெருத்த மனக்கசப்புக்கு ஆளானார். காந்தி பின்னாளில், பெருந்தன்மை மிகுந்த மனநிலையில், தீண்டப்படாத மக்களுக்கு முன்பைவிடக் கூடுதல் எண்ணிக்கையி லான இடங்களை ஒதுக்கினார்.

அம்பேத்கர் 1936-ல் தன்னுடைய முதல் அரசியல் கட்சியான விடுதலை தொழிலாளர் கட்சியை (ஐஎல்பி) அடுத்து வரவிருந்த 1937 தேர்தல் களை எதிர்பார்த்துத் துவங்கினார். அத்தேர்தல் 1919 சீர்திருத்தங்களை விட மாகாண அரசுகள், சட்டமன்றங்கள் ஆகியவற்றுக்குக் கூடுதல் அதிகாரங்களைத் தந்த 1935 சட்ட வரையறையின்படி நடைபெற்றது. ILP கட்சி தன்னுடைய வேட்பாளர்களை பம்பாய் மாகாணம், ஓரளவுக்குச் செல்வாக்குப் பெற்றிருந்த மத்திய மாகாணங்கள்

ஆகியவற்றில் மட்டுமே நிறுத்தியது. இந்தத் தேர்தலில் அம்பேத்கரோடு ஒன்பது கட்சியினர் சட்டமன்றத்துக்குத் தேர்ந்தெடுக்கப்பட்டார்கள்.

இரண்டாம் உலகப்போர் இந்திய அரசியல் களத்தில் மாற்றங்களைத் துரிதப்படுத்தியது. பிரிட்டிஷ் அரசு காங்கிரஸ் கட்சியைக் கலந்து ஆலோசிக்காமல் உலகப்போரில் இந்தியாவை ஈடுபடுத்தியது. இதனால், காங்கிரஸ் கட்சி பிரதிநிதிகள் தாங்கள் அதிகாரத்தில் இருந்த எட்டு மாகாண அரசுகளில் இருந்து பதவி விலகினார்கள். உலகப்போரில் மற்ற இந்தியர்களின் ஆதரவைச் சிந்தாமல், சிதறாமல் பெற பிரிட்டிஷ் அரசு முனைந்தது. ஆகவே, பிரிட்டிஷ் அரசு காங்கிரஸ் அளவுக்கு முக்கியத்துவம் இல்லாத அரசியல் கட்சிகளான முஸ்லீம் லீக், இந்து மகாசபை (ஒரு சிறிய இந்து தேசியவாதக் குழு), ஐஎல்பி கட்சித்தலைவர்களோடு கைகோர்த்தது. இப்படித்தான் 1941-ல் அம்பேத்கர், பாதுகாப்பு ஆலோசனைக் குழுவில் இணைத்தார். அதற்கு அடுத்த வருடம் தொழிலாளர் அமைச்சராக நியமிக்கப்பட்டார்.

தன்னுடைய கட்சி சார்ந்த செயல்திட்டத்தை மீட்டெடுத்து, அம்பேத்கர் அமைச்சர் பணிகளை அதனோடு இணைத்துக் கொண்டார். அம்பேத்கர் 1942-ல் பட்டியல் சாதிகள் கூட்டமைப்பை (Scheduled Castes' Federation-எஸ்சிஎஃப்) உருவாக்கினார். பட்டியல் சாதிகள் என்பது அரசால் உருவாக்கப்பட்ட பட்டியலில் இடம்பெற்ற தீண்டப்படாத சாதிகளைக் குறித்தது. இந்தப் பட்டியலில் இடம் பெற்ற சாதிகள் கல்வித்துறை, அரசுப்பணிகளில் இட ஒதுக்கீட்டுப் பயன்களைப் பெறுவதற்குத் தகுதியானவர்கள். தனக்கான அரசியல் ரீதியான ஆதரவு வட்டத்தைத் தொழிலாளர்கள் மத்தியிலும் விரிவுபடுத்த முயன்ற அம்பேத்கர், மீண்டும் தன்னுடைய முயற்சிகளைத் தீண்டப்படாத மக்களை நோக்கி மட்டுமே குவித்தார். சர்வ வலிமை பொருந்திய காங்கிரஸ் கட்சியை மார்ச் 1946-ல் நடைபெற்ற மாகாணத் தேர்தல்களில் எதிர்கொண்ட எஸ்சிஎஃப் கட்சி மிக மோசமான தோல்விகளைச் சந்தித்தது. அம்பேத்கரே தோல்வியைத் தழுவினார்.

இத்தோல்வி தீண்டப்படாதவர்களின் மிக முக்கியமான பிரதிநிதியாக அம்பேத்கர் உயர்வதைத் தடுக்கவில்லை. ஜவஹர்லால் நேரு ஆகஸ்ட் 3, 1947-ல் அம்பேத்கரை சட்ட அமைச்சராக நியமித்தார். அதற்கு மூன்று வாரங்கள் கழித்து, ஆகஸ்ட் 29-ல் அரசியலமைப்பு சட்ட வரைவில் ஈடுபட்ட சட்ட வரைவுக்குழுவின் தலைவராக அம்பேத்கர் நியமிக்கப்பட்டார். அரசியலமைப்பு சட்ட உருவாக்கத்தில் (1947-1950) அம்பேத்கர் தனது முழு ஆற்றலையும் செலவிட்டார்.

அரசியலமைப்புச் சட்டம் சமூகச் சீர்திருத்தத்துக்குச் சாதகமான கட்டமைப்பை வரையறுத்து இருந்தது. அதிலும் குறிப்பாகத் தீண்டாமையை ஒழித்தது; சாதி, இனம், பாலினம் சார்ந்த எல்லா வகையான பாகுபடுத்தல்களையும் தடை செய்தது. இன்னமும் தீவிரமாக அம்பேத்கர் இந்திய சமூகத்தின் பிற தீமைகளைத் தாக்கத் தீர்மானித்தார். அதனால் தான், ஜனவரி 1950-ல் திருமண உறவுகள் (திருமண, விவாகரத்துச் சட்டங்கள்), சொத்துரிமை, தத்தெடுத்தல் ஆகியவற்றை நெறிப்படுத்திய இந்து சட்ட மசோதாவை மறு ஆய்வு செய்யவேண்டும் என்று அவர் களமாடினார். அம்பேத்கரின் பார்வையில் இந்து சமூகத்தைப் பெருமளவில் அது சீர்திருத்தும் என நம்பினார். நேருவோ தன்னுடைய கட்சியில் இருந்த பழமை வாதிகளைப் பகைத்துக்கொள்ள அஞ்சி, அம்பேத்கரின் பரிந்துரை களைத் தள்ளிவைத்தார். இதனால், அம்பேத்கர் செப்டம்பர் 1951-ல் அமைச்சர் பதவியை விட்டு விலகினார். மீண்டும் எதிர்க்கட்சியாக ஆனதும், அம்பேத்கர் சோசியலிஸ்ட்களுடன் தன்னுடைய உறவைப் புதுப்பித்துக்கொண்டார். முதல் பொதுத்தேர்தலில் (1951-1952) இந்தக் கூட்டணி பெரும் பின்னடைவைச் சந்தித்தது.

இதற்குப் பின்னால், அம்பேத்கர் புத்த மதத்தை நோக்கித் தன்னுடைய கவனத்தைத் திருப்பி, தன்னுடைய இறுதி நூலான புத்தமும் தம்மமும் நூலை அர்ப்பணிப்போடு செதுக்கினார். அவரின் மறைவுக்குப் பின்னர் அந்நூல் 1957-ல் வெளிவந்தது. அதற்கு முந்தைய வருடம், முக்கியமான இந்து பண்டிகையான தசரா (அக்டோபர் 14) அன்று நாக்பூரில் நடந்த பேரணியில் புத்த மதத்துக்கு மாறினார். அவரை அடியொற்றி பல்லாயிரக்கணக்கான தீண்டப்படாத மக்கள் புத்த மதத்துக்கு மதம் மாறினார்கள். அவர் டெல்லிக்கு நவம்பர் 30 அன்று திரும்பினார். அங்கே டிசம்பர் 6, 1956-ல் மரணமடைந்தார்.

•

இந்த நூலின் நோக்கம் நாம் ஏற்கனவே பருந்துப்பார்வை பார்த்த அம்பேத்கரின் வாழ்க்கையை விரிவாக நினைவுகூர்வது அல்ல. தீண்டப்படாத மக்களின் விடுதலைக்கும் இந்தியாவின் சமூக, அரசியல் மாற்றத்துக்கும் அவரின் பங்களிப்புகள் குறித்து வெளிச்சம் பாய்ச்சுவதே இந்த நூலின் நோக்கம்.

அம்பேத்கர் எப்படிச் சாதிய அடக்குமுறையைப் பகுப்பாய்வு செய்தார்? அதிலிருந்து எப்படித் தன்னுடைய போராட்ட அணுகு முறைகளை வகுத்துக்கொண்டார். வெறுமனே அம்பேத்கரை மெச்சுவது என்னுடைய நோக்கமில்லை. அதற்கு மாறாக, அவர் எப்படிச் சாதிய அடக்குமுறைக்கு எதிராகப் போராடினார் என்பதை

அவரின் செயல் திட்டம் சார்ந்த அணுகுமுறையைக் கொண்டு விளக்கவே விரும்புகிறேன். அவரின் வாழ்க்கையே இப்படிப்பட்ட ஆய்வுக்கு உதவுகிறது. மூக் நாயக் முதல் இதழில் (ஜனவரி 31,1920) அம்பேத்கர், 'தங்கள் மீதும், பிற ஒடுக்கப்பட்ட மக்கள் மீதும் கட்டவிழ்த்து விடப்பட்டிருக்கும் அநீதிகள், ஒடுக்கப்பட்ட மக்களின் வருங்கால முன்னேற்றம் குறித்தும், அவற்றுக்கு உகந்த செயல் திட்டங்கள் பற்றியும் கூர்மையாக விவாதிக்க ஒரு மன்றம் வேண்டும்' என்று எழுதினார்.[12]

அம்பேத்கரின் செயல்திட்டங்களின் பக்கம் பார்வையைத் திருப்புவதற்கு முன்பு, அம்பேத்கர் எப்படி அம்பேத்கர் ஆனார் எனப் புரிந்துகொள்ள முயற்சி செய்கிறேன். இதை அறிய அவர் கால மகாராஷ்ட்ராவில், அவரின் குடும்ப, சமூகச் சூழலோடு அம்பேத்கரின் வாழ்க்கையைப் பொருத்திப் பார்ப்பேன். இதற்குப் பிறகு அம்பேத்கர் எப்படி ஆரம்பகாலம் தொட்டே சாதி அமைப்பு குறித்துச் சிந்தித்ததன் மூலம், அதை ஒழிக்கக் கனவு கண்டார் என ஆராய்வேன்.

ராஜதந்திரியும் செயல்திறமும் மிகுந்த அம்பேத்கர் ஆழமான சிந்தனையாளரான அம்பேத்கரை மறைத்துவிட்டார் என்பது துரதிர்ஷ்டவசமானது. அவரின் பல்வேறு படைப்புகள் அவர் ஒரு அசல் அறிவுஜீவி என்பதைப் புலப்படுத்துகிறது. ஆனால், மற்ற அறிஞர்களைப் போல் அல்லாமல் அம்பேத்கரின் வளர்ப்பு, சூழல் ஆகியவை அவரின் சமூகவியல் அறிவை ஒரு மாபெரும் பணிக்குப் பயன்படுத்தத் தூண்டியது. சாதி எப்படி நுண்மையாக இயங்குகிறது என்பதைத் தீவிரமாக ஆராய்ந்து, அதன்மூலம், படித்தரநிலை அடிப்படையிலான சாதி எனும் சமூக அமைப்பை அழித்தொழிக்க முனைந்தார். இதனால் அவரை அசலான சமூக அறிவியலாளராக அங்கீகரிக்க முடியாமல் போய்விட்டது.

ஒரு முன்னோடியாக, அம்பேத்கர் ஓர் இலக்கில் இருந்து இன்னொரு இலக்கு நோக்கிக் கவனமாக நகர்ந்தார். முதலில் அவர் தீண்டப்படாத மக்களின் சீர்திருத்தத்துக்காக மனமார உழைத்தார். இதன்மூலம், இந்து சமூகத்துக்குள் (குறிப்பாகக் கல்வியின் மூலம்) அவர்களை மேம்படுத்த முனைந்தார்.

அதற்குப் பிறகு முப்பதுகளில் அரசியல் பக்கம் திரும்பினார். அவர் உருவாக்கிய கட்சிகள் சில நேரங்களில் தீண்டப்படாதவர்களின் இயக்கங்களாக, சில நேரங்களில் எல்லா ஒடுக்கப்பட்ட மக்களும் ஒன்று சேரும் புள்ளிகளாகத் திகழ்ந்தன. ஆனால், அவர் அரசியல் செயல்பாட்டை வெறுமனே கட்சி அரசியலோடு நிறுத்திக்கொள்ள வில்லை, அவர் அரசுகளோடு இணைந்து பணியாற்றினார். அவை

ஆங்கிலேய அரசாக இருந்தாலும் சரி, காங்கிரஸ் அரசாக இருந்தாலும் சரி அவற்றோடு இணைந்து பணியாற்றினார். அதன் மூலம், அதிகாரத்தில் இருப்பவர்களுக்கு அதனுள்ளே இருந்து அழுத்தம் தந்தார்.

இந்த அணுகுமுறை அவரை இந்திய அரசியலமைப்பு வரைவுக் குழுவின் தலைவராகவும் வழி வகுத்தது. அதன்மூலம், தீண்டப்படாத மக்களின் நலன்களுக்காக வாதாடவும், காந்தியின் சில கருத்துக் களைத் தள்ளி வைக்கவும் அவரால் முடிந்தது. ஆனால், அம்பேத்கருக்கு இந்த அரசியல் செயல்பாடு திருப்தி தரவில்லை. அது பயனற்றது என்ற முடிவுக்கு வந்தார். சீரான இடைவெளிகளில், இதைவிடப் புரட்சிகரமான செயல்திட்டத்தால் கவரப்பட்டார். அது இந்து மதத்தில் இருந்து வேறு மதத்துக்கு மாறுவதில் வெளிப் பட்டது. இந்து மதத்தின் பிரிக்க முடியாத அங்கமாகச் சாதி அமைப்பு இருப்பதை அவரின் ஆய்வுகள் உணர்த்தின. ஆகவே, இந்து மதத்தை விட்டு வெளியேறும் கனவை அவர் இருபதுகளில் இருந்தே வெளிப்படுத்திக் கொண்டிருந்தார் என்றாலும், அதை அவர் தன் வாழ்வின் கடைசி வருடத்தில்தான் செயல்படுத்தினார்.

ஆகவே, அம்பேத்கர் இருவேறு அணுகுமுறைகளுக்கு இடையே ஊசலாடினார். சில நேரம் இந்து சமூக அமைப்புக்குள்ளும் இந்தியாவுக்குள்ளும் தீண்டப்படாத மக்களின் நலன்களை வளர்த்தெடுப்பதற்கு முயன்றார். வேறு சமயங்களில், இந்து சமூகத்தை விட்டு விலகும் முயற்சிகளான தனித்தொகுதிகள், தனித் தலித் கட்சி, இந்து மதத்தை விட்டு வேறு மதத்துக்கு மதம் மாறுதல் ஆகிய செயல்திட்டங்களை முயன்று பார்த்தார். அவர் தீர்வுகளைத் தேடினார், செயல்திட்டங்களைச் சோதித்துப் பார்த்தார், இதன் மூலம், தலித்துகளை விடுதலை நோக்கிய கடினமான பாதையில் பயணம் புரிய வைத்தார்.

அத்தியாயம் 1

சமூகச் சீர்திருத்தத்துக்கும் பிராமணர் எதிர்ப்பு அணிதிரட்டலுக்கும் இடையேயான மகாராஷ்டிரா

இந்தியாவில் தீண்டப்படாதவர்களில் இருந்து எழுந்த முதல் தலைவர் அம்பேத்கரே. இப்படிப்பட்ட நிலையை எட்டியவர் புரியாத புதிராக உள்ளார்: எப்படித் தன்னுடைய சமூகப் பின்புலத்தை உடைத்துக் கொண்டு அவரால் இப்படிப்பட்ட உயரத்தை அடைந்து, உண்மையான ராஜதந்திரியாக ஆக முடிந்தது? அம்பேத்கர் என்கிற ஆளுமையின் தனித்துவமான பண்புகளைப் பெரிதுபடுத்தி, அதுவே இப்படிப்பட்ட சாதனைகளுக்குக் காரணம் என்று உளவியல் ரீதியிலான விளக்கம் தந்து நம்மைத் திருப்திப்படுத்திக்கொள்ள முடியாது. அம்பேத்கர் அசாத்தியமான அறிவும் இரும்பு நெஞ்சமும் கொண்டிருந்தார் என்பது உண்மை. அவர் தன்னுடைய ஒட்டுமொத்த ஆற்றலையும் பரந்துபட்ட செயல்திட்டத்துக்கே ஒன்று திரட்டிச் செலவிட்டார். அவருடைய சிதையா நெஞ்சுரம் எப்போதும் கைவிட்ட தில்லை. ஆனால், அவருக்கே உரிய தனித்துவமான பண்புகள் மட்டுமே அவரின் வாழ்க்கையை விளங்கிக்கொள்ளப் போதுமானவையில்லை.

இப்படிப்பட்ட சூழல்களில், அவருக்குக் கிடைத்த வாய்ப்பையும் கணக்கில் எடுத்துக்கொள்ளவேண்டும். ஆயினும், அதுவும் எல்லா வற்றையும் முழுமையாக விளக்கிவிடப் போதுமானதல்ல. அவருக்குக் கிடைத்த வாய்ப்புகளின் ஒரு சோற்றுப்பதமாக மராத்திய மன்னர்களின் உதவியும் தோன்றக்கூடும். எனினும், அம்பேத்கரின் வாழ்க்கைப் பயணத்தைச் செதுக்கிய பல்வேறு உள்ளூர் சூழல்களில் அதுவும் ஒன்று என்பதே உண்மை. இப்படிப்பட்ட தன்னிகரற்ற ஆளுமையைப் புரிந்துகொள்ள, அது வெளிப்பட்ட புவியியல், வரலாற்று, சமூகச் சூழலைப் புரிந்துகொள்வது அவசியம். அம்பேத்கர் அந்தப் பிராந்தியப் பாரம்பரியத்தின் வாரிசு. அவருடைய

போராட்டத்தின் வேர்கள் பத்தொன்பதாம் நூற்றாண்டின் மத்தியில் மேற்கு மகாராஷ்ட்ராவில் எழுந்த பிராமண எதிர்ப்பு இயக்கங்களில் உள்ளன. இப்படி மற்ற பகுதிகளுக்கு முன்னரே, மகாராஷ்டிராவைப் போல பிராமண எதிர்ப்பைக் கைக்கொண்ட இன்னுமொரு ஒரே பகுதி மட்டும் தான் இந்தியாவில் இருந்தது. அது திராவிடம் தழைத் தோங்கிய தெற்கு.[1]

மகாராஷ்டிராவும் அதன் சமூக-அரசியல் அமைப்பும்

மகாராஷ்டிரா என்பது முதன்மையாக மொழியைக் கொண்டே வரையறுக்கப்படுகிறது. மகாராஷ்டிராவின் எல்லைகள் மராத்தி மொழி பேசப்படும் பகுதிகளை உள்ளடக்கியது. இந்த மராத்தி மொழி பேசும் பகுதிகளுக்கு அமைப்புரீதியான கட்டமைப்பு மகாராஷ்டிரா என்கிற மாநில உருவாக்கத்தின் மூலம் 1960-ல் தரப்பட்டது. கடற்கரை பகுதியான கொங்கனும் கடல் நோக்கிக் கீழிறங்கும் மலைத் தொடரான மேற்குத் தொடர்ச்சி மலையும் பம்பாய் மாகாணத்தின் பகுதியாக இருந்தன. மகாராஷ்டிராவின் உட்புற ப்ராவின்ஸை (தேஷ்)

பிரிட்டிஷ் நிர்வாகப் பகுதியான மத்திய மாகாணங்கள்-பீராரும், ஹைதராபாத் சுதேச சமஸ்தானமும் பகிர்ந்து கொண்டன. இவற்றைவிட ஒப்பீட்டு அளவில் மிகச் சிறிய சுதேச சமஸ்தானங்கள் (கோலாப்பூர் போன்றவை) மேற்குப் பகுதியில் இருந்தன.

ஆங்கிலேய ஆட்சி முடிவுக்கு வரும்வரை சுதேச சமஸ்தானங்களில் அரசியல் செயல்பாடுகள் கிட்டத்தட்ட இல்லவே இல்லை எனலாம். அதே சமயம், பிரிட்டிஷ் நிர்வாகத்தின் கீழ் இருந்த பகுதிகளில் அரசியல் மல்யுத்தத்துக்கான களங்கள் பல்வேறு சட்டங்களின் மூலம் அமைத்துத் தரப்பட்டன. 1882-ன் உள்ளாட்சி சட்டம் நகர மேலவைகளை உருவாக்கியது. 1909-ன் அரசியலமைப்புச் சீர்திருத்தம் பிரிட்டிஷ் நிர்வாகத்தின் கீழிருந்த அனைத்து மாகாணங்களிலும் சட்ட மேலவைகளை அறிமுகப்படுத்தியது. மேலும் 1919, 1935 சீர்திருத்தங்களின்படி மாகாண அரசுகள் சட்டமன்றங்களுக்கு ஓரளவுக்குக் கட்டுப்பட்டவையாக ஆக்கப்பட்டன. வாக்களிக்கத் தகுதியானவர்களின் எண்ணிக்கையும் உயர்த்தப்பட்டது. இவை முந்தைய சீர்திருத்தங்களின் முக்கியத்துவத்தை அதிகப்படுத்தின.

இந்த நிர்வாக அமைப்புமுறைக்குள் இயங்கிய சமூகம் எப்படித் தோற்றமளித்தது? சாதியை விரிவான முறையில் கணக்கில் எடுத்துக் கொண்ட கடைசி மக்கள் தொகை கணக்கெடுப்பான 1931-ஐ

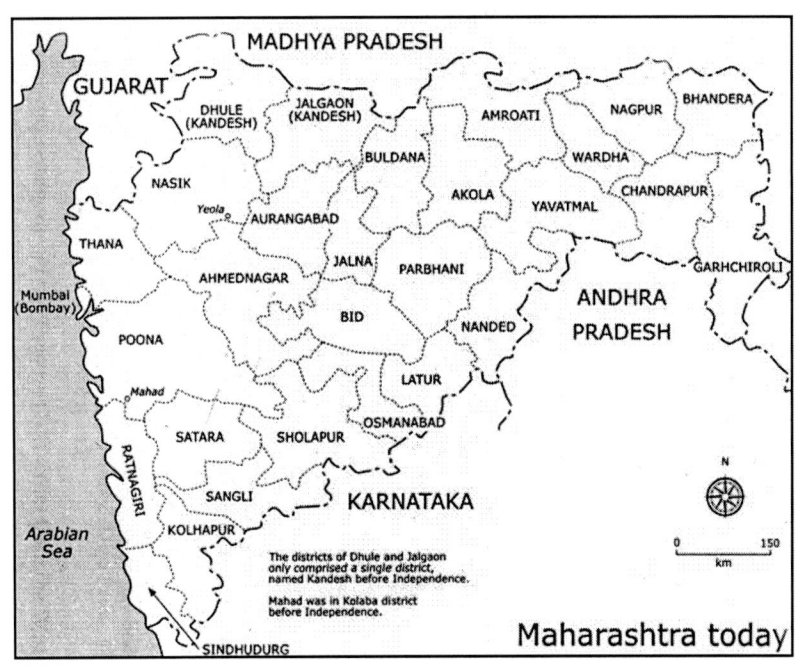

கவனத்தில் கொண்டால், நமக்கு என்ன தெரிய வருகிறது? முப்பது ஆண்டுகள் கழித்து எழுந்த மகாராஷ்டிராவின் மாவட்டங்களின் சாதிகளில் உயர் சாதியினரில் 3.9 % பிராமணர்கள், 1.69 % வைசியர்கள், 1% சத்திரியர்கள். சூத்திரர்களில் மராத்தா-குன்பிக்கள் எனும் பல்வேறு ஒருங்கிணைந்த சாதிகளின் தொகுப்பினர் ஒட்டுமொத்த மாகாண மக்கள் தொகையில் 31.19% இருந்தனர். இந்த வர்ணாசிரம அடுக்குக்குள் வரும் வேறு எந்த சாதியும் மகாராஷ்டிராவின் மக்கள் தொகையில் ஐந்து சதவிகிதத்தைத் தொடவில்லை.

இறுதியாக ஒட்டுமொத்த மக்கள் தொகையில் தீண்டப்படாதோர் 16.47% என்கிற எண்ணிக்கையில் இருந்தார்கள். இவர்களில், பெரும்பான்மையான எண்ணிக்கையில் அம்பேத்கரின் சாதியான மகர்களாகத் திகழ்ந்தார்கள். மகாராஷ்டிராவின் மொத்த மக்கள் தொகையில் மகர்கள் மட்டும் 11%[2]. இப்படிப்பட்ட கணக்கெடுப்பு களைத் தாண்டி, பல்வேறு சாதிகளுக்கு இடையே உருவாக்கப்பட்ட பொது அடையாளம், உள்ளூர் அளவில் சாதிகளுக்கு இடையே நிகழ்ந்த கலப்புகள் தனித்த கவனத்தைக் கோருகின்றன.

வட இந்தியாவில் பல்வேறு சாதிகள் தங்களுக்கு இடையே காலம் காலமாகச் சமூக, பொருளாதார, சடங்கியல் ரீதியான உறவுகளைக் காப்பாற்றிக் கொண்டிருந்தன. இந்த முறையைப் பொதுவாக 'ஜஜ்மானி முறை' என அழைத்தார்கள். இந்த முறை ஜஜ்மான் (எஜமான்) என்கிற தலைவரைச் சுற்றிச் சுழல்வதால் இப்பெயர் பெற்றது. ஒவ்வொரு கிராமத்திலும் பல்வேறு சாதிகள் தங்களுக்குள் பொருட்கள், சேவைகளைப் பரிமாற்றிக் கொள்கிற பண்டைய முறையையே ஜஜ்மானி முறை. மற்றவர்களின் சேவையால் பயன்பெற்றதாலும், அவர்களுக்கு அறுவடையில் ஒரு பங்கை ஊதியமாகத் தருவதாலும் ஜஜ்மான் என்பவரே தலைவர்.

ஜஜ்மான் பெரும்பாலும் ஆதிக்கச் சாதியைச் சேர்ந்த நிலவுடைமை யாளரே. அந்த ஊரின் பெரும்பான்மை சாதியாகவும் உள்ளூரில் பெரும்பாலான நிலங்களை வைத்திருக்கும் சாதியாகவும் திகழ்வதால் ஜஜ்மானின் சாதிக்கு, ஆதிக்கச் சாதி என்று பெயர். ஆனால், மகாராஷ்டிராவைப் பொறுத்தவரை ஜஜ்மான் முறை வழக்கத்தில் இல்லை. மகாராஷ்டிராவில் கிராமத் தலைவருக்கு பாட்டீல் என்று பெயர். இவரே கிராமத்தின் நியமனத் தலைவர். இங்கே ஜஜ்மான் கிராமத்தலைவர் இல்லை. இந்தப் பாட்டீல் பதவி பரம்பரை பரம்பரையாகத் தொடர்வது, அதே சமயம் வேறு கிராமத்துக்கோ, நகரத்துக்கோ பாட்டீல் இடம்பெயர்ந்தால் அப்பதவியை இழப்பார். இப்பதவி பல்வேறு குடும்பங்களுக்கு இடையே சுழற்சி முறையில் பகிர்ந்துகொள்ளப்பட்டது. பிராமணர்கள் வட்டிக்குக் கடன் தருபவர்களாக உள்ளூர் வேளாண் உறவுகளில் முக்கிய பங்காற்றி

னார்கள் என்றாலும், பெரும்பாலும் பாட்டீல் பொறுப்பை மராத்தா சாதியினரே வகித்தார்கள்.[3] கிராமப் படிநிலையில் பாட்டீலுக்கு அடுத்த இடமான கிராமக் கணக்காளர் பொறுப்பான குல்கர்னி பொறுப்பைப் பெரும்பாலும் பிராமணர்களே வகித்தார்கள்.[3]

மகாராஷ்டிராவில் கிராம அளவில் கட்டமைக்கப்பட்ட பொருளாதார, சமூக உறவுகள் ஜஜ்மானி முறையில் இருந்து ஓரளவுக்கு மாறுபட்டது. இம்முறை பலுட்டேதாரி முறை[5] என மகாராஷ்டிராவில் வழங்கி வருகிறது. இம்முறையில் பன்னிரண்டு முக்கிய சாதிகள் பங்கு பெறுவதால் இதற்குப் பாரா (பன்னிரண்டு) பலுட்டேதார் முறை என்கிற பெயரும் உண்டு.[6]

பலுட்டேதார் என்று அழைக்கப்பட்ட சாதிகள், ஜஜ்மானுக்குத் தங்களுடைய சேவைகளை வழங்காமல் ஒட்டுமொத்த கிராமத்துக்கே சேவைகளை ஈந்தார்கள். அதேநேரம், பலுட்டேதார் சாதிகள் அனைத்தும் ஒரே வகையான சேவைகளைத் தரவில்லை என்பதையும், அவை அனைத்தும் சம மதிப்பு கொண்ட சாதிகள் இல்லை என்பதையும் கவனத்தில்கொள்ளவேண்டும். இந்த சாதிகளில் மேற்குறிப்பிட்ட பாட்டீல், குல்கர்னி சாதிகள் இயல்பாகவே ஆதிக்கம் செலுத்துகிற பொறுப்புகளை ஏற்றுக்கொண்டார்கள். பிற பலுட்டேதார்களில் ஜோதிடர்களை (இவர்களும் பிராமணர்களே) தவிர்த்து மற்ற அனைவரும் கீழ் சாதியைச் சேர்ந்தவர்களே ஆவர். இவர்களில் சோனாக்கள் (வெள்ளி கொல்லர்கள்), லோஹார்கள் (இரும்பு கொல்லர்கள்), சுட்டார்கள் (தச்சர்கள்), கும்ஹார்கள் (குயவர்கள்), நாஹ்விக்கள் (முடி வெட்டுபவர்கள்), பாரிட்கள் (சலவை செய்பவர்கள்), குராவ்க்கள் (கோயில் காவலர்களான இவர்கள் கீழ் சாதியினருக்கு அர்ச்சகர்களாகவும் செயல்பட்டார்கள்), மங்குகள் (கயிறு திரிப்பவர்கள் -தீண்டப்படாத சாதியினர்), சம்பாஹார்கள் (செருப்பு தைப்பவர்கள் - தீண்டப்படாத சாதியினர்), மகர்கள் ஆகியோர் அடங்குவர்.[7]

பலுட்டேதாரி முறையே காலனிய ஆட்சிக்கு முந்தைய அரசின் அடிப்படையாக இருந்தது என்பதற்கு ஆதாரமாக பாட்டீல், குல்கர்னி பொறுப்புகளுக்கு இணையான பொறுப்புகளே மாநில அளவில் தேஷ்முக், தேஷ்பாண்டே என்று முறையே அழைக்கப்பட்டன. தேஷ்பாண்டே பொறுப்பை எப்போதும் பிராமணர்களே வகித்தார்கள், தேஷ்முக் பொறுப்பை பிராமணர்கள் அல்லது மராத்தா சாதியினர் வகித்தார்கள். இந்த நிர்வாகக் கட்டமைப்பு காலப் போக்கில் நிலைபெற்று, 17-ம் நூற்றாண்டில் சிவாஜியின் சாம்ராஜ்யத்தின் அடித்தளமாக அமைந்தது. பீஜப்பூர் சுல்தானின் அவையில் முக்கிய பொறுப்பு வகித்தவரின் மகனான சிவாஜி, பாட்டீல்கள் பரம்பரையில் வந்தவர். அதற்கு அடுத்து தேஷ்முக் ஆக அங்கீகரிக்கப்பட்ட சிவாஜி, இறுதியில் உயர்குடியில் தோன்றிய

சத்திரியராக ஏற்றுக்கொள்ளப்பட்டார் (சிவாஜி சுயநலம் மிக்க பிராமணர்களைத் திருப்திப்படுத்தியதால் அவர்கள் சிவாஜியின் பரம்பரைப் பாரம்பரியத்தை மாற்றி எழுதினார்கள்).

இந்த அரசியல் கட்டமைப்பு காலப்போக்கில் கேள்விக்கு உள்ளானது. பேஷ்வா என்கிற பெயர்ச்சொல் 'அரசின் தலைவர்' என்கிற பொருள் தருவது. எனினும், இந்தப் பட்டத்தைத் தாங்கியபடி சித்பவன பிராமணர்களின் பரம்பரை மராத்திய அரசை நிர்வகித்து வந்தது. சிவாஜியின் மரணத்துக்குப் பிறகு இவர்கள் அரியணையைக் கைப்பற்றிக் கொண்டார்கள். இப்படிப்பட்ட பேஷ்வாக்களின் ஆதிக்கத்தை மராத்தியர்கள் பெருமளவில் வெறுத்தார்கள். அதிலும், கோலாப்பூர் என்கிற சிற்றரசை ஆண்டு கொண்டிருந்த சிவாஜியின் வாரிசுகள் இதில் முன்னணியில் நின்றார்கள். ஆகவே, மகாராஷ்டிராவின் சமூக, அரசியல் வரலாறானது, பிராமணர்கள், பிராமணர் அல்லாதோர் (குறிப்பாக மராத்தியர்கள்) இடையே கனன்று கொண்டிருந்த பதற்றங்களைப் புலப்படுத்துகிறது.

பத்தொன்பதாம் நூற்றாண்டின் சமூக அமைப்பு தொடர்பான ஆய்வு

பத்தொன்பதாம் நூற்றாண்டில் இருந்தே மகாராஷ்டிராவின் சாதி அமைப்பு பிரிட்டிஷ் காலனியத்தின் தாக்கத்தால் ஓரளவுக்கு வலுவிழந்தது. போர்க்களத் தோல்வி, தன்னுடைய சொந்த மக்களின் துரோகங்கள் ஆகியவற்றால் கடைசி பேஷ்வா தன்னுடைய பதவியை 1818-ல் துறந்தார். கோலாப்பூர் மன்னரைப்போல வெகு சில ஆட்சியாளர் கள் மட்டுமே பெருமளவில் தங்கள் அதிகாரத்தை விட்டுக்கொடுத்து விட்டு ஓரளவுக்குச் சுய உரிமையோடு ஆட்சி செய்தார்கள்.

காலனிய ஆக்கிரமிப்புகள் சமூகத்தில் இரு முரண்பாடான விளைவு களைத் தோற்றுவித்தன. பிராமணர்களின் மரபு அவர்கள் கல்வி கற்பதை முன்னரே கட்டாயமாக ஆக்கியிருந்தது. இதனால் பிரிட்டிஷ் காலனிய ஆட்சி காலத்தில் அதிகாரவர்க்கத்துக்குள் பெருமளவில் பிராமணர்கள் நுழைந்து தங்களுடைய ஆதிக்கத்தை மீண்டும் உறுதி செய்துகொண்டார்கள். முக்கியமான தொழில்களிலும் (வழக்கறிஞர்கள், பத்திரிகையாளர்கள்) அவர்களே பெருமளவில் நிரம்பியிருந்தார்கள். இன்னொருபுறம், பிரிட்டிஷார் தங்களுடைய பள்ளிகள், அமைப்பு களின் வழியாகச் சாதி முறைமீது தீவிரமான விமர்சனங்களை முன்வைத்தார்கள். இந்த இரு மனப்போக்குகளும் சமூக மதச் சீர்திருத்த இயக்கங்கள் ஒரு புறம் தோன்றுவதற்கும், இன்னொரு புறம் பிராமண எதிர்ப்பு இயக்கங்கள் தோன்றுவதற்கும் ஒரே நேரத்தில் வழிவகுத்தன.

மேற்கத்தியத் தாக்கம்

காலம்காலமாகக் கல்வியைப் பெற்றுக் கொண்டிருந்த பிராமணர்கள், காயஸ்தர்கள் (எழுத்தர்களாகிய இவர்கள் உயர் சாதியாகக் கருதப்பட்டார்கள். இரு பிறப்பாளர்கள் எனக் கருதப்பட்ட வர்ணங்களிலும் சேராமல், சூத்திரர்களாகவும் கருதப்படாத சாதியினர்) [8] பிரிட்டிஷார் இந்தியாவில் உள்ள அதிகாரிகளுக்குப் பயிற்சி தரும் நோக்கில் துவங்கிய கல்வி முறைக்குள் வெகு விரைவாக நுழைந்தார்கள். இதில் தீண்டப்படாதவர்கள் எந்த வாய்ப்பையும் பெறமுடியவில்லை.

எழுத்தளவில் பிரிட்டிஷார் நடத்திய பள்ளிகள் இவர்களுக்கும் திறந்திருந்தன. ஆனால், உயர்சாதி மாணவர்களின் பெற்றோர்கள் தீண்டப்படாத பிள்ளைகளைப் பள்ளியில் சேர்ப்பதை எதிர்த்ததால் அவர்களுக்குக் கல்வி மறுக்கப்பட்டது. அதிகபட்சமாக, தீண்டப்படாதவர்கள் பள்ளி வராண்டாவில் இருந்து பாடத்தைக் கேட்க முடிந்தது.[9] தீண்டப்படாத மக்களுக்கு என்றே தனிப்பள்ளிகளை அரசு துவங்கியது என்றாலும், இப்பள்ளிகளில் அவர்களின் எண்ணிக்கை மிகவும் குறைவாகவே இருந்தது. இப்படிப்பட்ட பள்ளிகள் பம்பாய் மாகாணத்தில் 1882-ல் 16 (564 மாணவர்கள்) இருந்தன. மத்திய மாகாணங்களில் நான்கு பள்ளிகளில் 111 மாணவர்கள் இருந்தார்கள்.[10] இப்படிப்பட்ட முயற்சிகள் தீண்டப்படாதோர் உண்மையான கல்வியின் மூலம் பெருமளவில் பயன்பெறுவதற்கு மிகச் சொற்பமான வாய்ப்பையே தந்தன. இந்தியாவில் கல்விபெற்ற தீண்டப்படாத மக்களின் அளவு 0.5% என்கிற அளவில் இருந்தது. இந்தத் தேசிய சராசரியைவிடச் சற்றே மேம்பட்ட நிலையில் மகர்களில் 1% மக்கள் கல்வியறிவு பெற்றிருந்தார்கள்.[11] இது 1921, 1931 வருடங்களில் முறையே 1.5%, 2.9% என்கிற மிகக் குறைந்த அளவிலேயே கூடியது.

பம்பாய் மாகாணத்தில் 1911 சாதிவாரி கணக்கெடுப்பின்படி
வயது வந்தோரிடையே கல்வியறிவில் ஏற்பட்ட முன்னேற்றம்

	கல்வியறிவு பெற்றவர் %	ஆங்கிலக்கல்வி பெற்றவர் %
பிராமணர்கள்		
1. சித்பவன பிராமணர்கள்	63	19.3
2. தேஷாஸ்தர்கள்	61.5	10.22
3. சரஸ்வத்கள்	54	10.77
இடைநிலை சாதியினர்		
மராத்தாக்கள்	4.6	0.22
குன்பிக்கள்	9.4	0.27

லிங்காயத்துகள்	13.6	0.3
தீண்டப்படாதோர் மகர்கள்	1	0.01

மூலம்: இந்திய மக்கள்தொகை கணக்கெடுப்பு, 1911, பாகம் VIII, பக்கம்: 148

1886-7ல் பம்பாய் மாகாணத்தில் ஒப்பந்தமாகாத அரசுப்பணியில்[12] (Uncovenanted Service) இருந்த 424 அரசு ஊழியர்களில், 328 பேர் இந்துக்கள். அதில், 211 பேர் பிராமணர்கள், 26 சத்திரியர்கள், 37 பிரபுக்கள் (காயஸ்தர்கள்), 38 வைசியர்கள், 1 சூத்திரர், 15 'பிறர்'.[13] சித்பவன பிராமணர்கள் காலத்துக்கு ஏற்ப தங்களை மாற்றிக் கொள்வதற்குப் பெயர் பெற்றவர்கள். பேஷ்வாக்கள் வம்சம் ஆட்சிக்கட்டிலை விட்டு அகற்றப்பட்டதும் சித்பவன பிராமணர் களுக்கு ஏற்பட்ட சமூகச் சீர்குலைவைத் தாண்டி மீண்டெழுந்தார்கள். பெருமளவில் கல்வி கற்றிருந்தவர்கள் என்பதால் ஆங்கிலப்புலமை தேவைப்பட்ட தொழில்களில் சித்பவன பிராமணர்கள் ஆதிக்கம் செலுத்தினார்கள். 1887-ல் பம்பாய் மாகாணத்தில் இருந்த 104 துணைநிலை நீதிபதிகளில் எழுபது பேர் பிராமணர்கள், அவர்களில் 33 பேர் சித்பவன பிராமணர்கள்.[14]

நவீனக் கல்வியை முந்திக்கொண்டு பெற்று, நிர்வாகப்பொறுப்பு களில் தனி ஆதிக்கம் செலுத்துகிற திறன் பிராமணர்களுக்கு இருந்தது. பிரிட்டிஷாரின் சமத்துவக் கருத்துகள், அதிலும் குறிப்பாகக் கிறிஸ்தவ மிஷனரிக்களின் சிந்தனைகள் கீழ் சாதியினரிடையே பரவியதும் கீழ் சாதியினர் வளர்ச்சி அடைய ஆரம்பித்தார்கள். இது பிராமணருக்கும் கீழ் சாதியினருக்கும் இடையே பொறாமையையும் பகையையும் வளர்த்தது.

கிழக்கிந்திய கம்பெனியின் சாசனத்தை 1813-ல் மறு ஆய்வு செய்து இந்தியாவில் கிறிஸ்தவ மிஷனரிக்கள் நிலைகொள்ள வழி ஏற்படுத்தப் பட்டது. மேற்கு இந்தியப்பகுதியில் ஸ்காட்டிஷ் மிஷனரிக்கள், அமெரிக்க மிஷன் ஆகியவை முதலில் பணியாற்றத் துவங்கின. ஸ்காட்டிஷ் மிஷனரிக்கள் முதலில் கல்வியில் கவனம் செலுத்தின. என்றாலும், அவை 1829-ல் மும்பையில் ஜான் வில்சன் கால் பதித்ததும் தீவிர மத மாற்றத்தில் ஈடுபட்டன. பண்டிதர்களோடு பொது விவாதங்கள் நடத்தப்பட்டு அதன் மூலம் இந்து மதத்தைத் தாக்கி கிறிஸ்தவ மதம் வளர்த்தெடுக்கப்பட்டது. பம்பாய், பூனாவுக்கு அடுத்தபடியாக மிஷனரிக்களின் செயல்பாடுகளின் மையமாக அகமதுநகர் 1831-ல் மாறியது. அங்கே இயங்கிய அமெரிக்க மராத்தி

மிஷனரிக்கள் தீண்டப்படாதவர்கள் அதிலும் குறிப்பாக மகர்களின் கல்வி, மதமாற்றம் ஆகியவற்றில் கவனம் செலுத்தின.[15]

தாங்கள் இயங்கிய இடங்களில் எல்லாம், மிஷனரிக்கள், தங்களுடைய கருத்துகள் அச்சடிக்கப்பட்ட பொருட்களான துண்டுச்சீட்டுகள், புத்தகங்கள், பத்திரிகைகள் மூலம் பரப்பினார்கள் (ஞானோதயா எனும் மராத்தி செய்தித்தாள் இந்தக் குறிக்கோளோடு 1842-ல் துவங்கப்பட்டது).[16] மிஷனரிகளின் பரப்புரையில் முதலில் இந்து மதம் திட்டமிட்டுத் தாழ்த்திப் பேசப்பட்டது- உருவ வழிபாட்டை, கண்மூடித்தனமான பல தெய்வ வழிபாடு எனச் சாடினார்கள். மறுபிறப்பு முதலிய நம்பிக்கைகள் மூடநம்பிக்கைகள் என நிராகரித்தார்கள். இவை எல்லாவற்றுக்கும் மேலாக, சாதி அமைப்பு மனிதர்களின் சுயமரியாதைக்கே அவமானம் எனக் கண்டித்தார்கள்.

சமூக–சமய சீர்திருத்தங்கள், அதன் போதாமைகள்

பிரார்த்தனை சமாஜம் (வழிபாட்டு சமூகம்) மஹாராஷ்டிராவில் தோன்றிய நவீன கால முதல் சீர்திருத்த அமைப்பு. அதன் நிறுவனர்கள் சிலை/உருவ வழிபாட்டுக்குப் பதிலாக நுண்மையான (abstract) ஒரு தெய்வ வழிபாட்டைப் பின்பற்ற முயன்றார்கள். இது கிறிஸ்தவத் தாக்கத்தைப் பிரதிபலித்தது. பிரார்த்தனை சமாஜத்தின் மிக முக்கியமான உறுப்பினர் M.G.ரானடே (சித்பவன பிராமணரான இவர் 1860-களில் துணைநிலை நீதிபதியாக இருந்தார்.) இவர் ஒரு புதிய 'இந்து ப்ரோட்டஸ்ட்ன்ட்' மதத்தை உருவாக்க முயன்றார். அவரின் அந்தக் கனவு மதம் பதினேழாம் நூற்றாண்டில் செழித்து ஓங்கிய பக்தி இயக்கத்தின் கூறுகளையும் சீர்திருத்தங்களின் சாதனைகளையும் ஒன்றிணைத்தது.

கத்தோலிக்க கிறிஸ்தவத்தில் கடவுளுக்கும் பக்தருக்கும் இடையே நின்ற பாதிரியாரை எப்படி ப்ரோட்டஸ்ட்ன்ட் மதப்பிரிவு ஒழித்ததோ, அதைப்போல, இந்து மதத்தில் இருந்து பிராமணர்களைத் துரத்த ரானடே கனவு கண்டார். அவரைப் பொறுத்தவரை சமூக ஆதிக்கத்தைத் தொடர்ந்து காப்பாற்றுவதில் ஆர்வம் கொண்ட இடர்பாட்டாளர்களே பிராமணர்கள். அவர்களின் புரையோடிப் போன தாக்கமே இந்தியாவின் சீர்குலைவுக்குக் காரணம் என்பது அவரின் பார்வையாக இருந்தது.

பம்பாயின் எல்பின்ஸ்டோன் கல்லூரியில் ரானடே ஆடம் ஸ்மித், எட்மன்ட் பர்க், ஜெரமி பென்தம், ஜான் ஸ்டூவர்ட் மில் ஆகியோரின் கருத்துகளைக் கற்றுத்தேர்ந்தார். இவர்கள் அனைவருக்கும் மேலாக ஹெர்பர்ட் ஸ்பென்சரின் கருத்துக்களால் ரானடே வெகுவாக ஈர்க்கப்பட்டார்.[17] எனினும், ரானடேவின் சீர்திருத்தம் தட்டையான

தாகவே இருந்தது. சாதி அமைப்பைக் கடுமையாகச் சாடிய அவர், அதனுடைய சடங்குகளை மீறவில்லை.[18] சாதி அமைப்பின் சமூக இறுக்கத்தை அவர் கேள்வி கேட்கத் தவறினார். ஆங்கிலத் தாராளவாதிகளின் கருத்துகளை அரசியல் செயல்பாட்டில் மட்டும் பற்றிக்கொண்ட ரானடே, சமூக அமைப்பைப் பொறுத்தவரை பர்க்கைப்போல மரபை மதிப்பவராக இருந்தார்.[19]

இப்படிச் சீர்திருத்தவாதிகள் எச்சரிக்கை உணர்வோடு நடந்து கொள்வது நிரந்தரமான பண்பாக மாறியது. ரானடேவைத் தன்னுடைய தலைவர்களில் ஒருவராகக் கருதிக்கொண்டு 1870-ல் துவங்கப்பட்ட சர்வஜனிக் சபையின் (பொதுநலனுக்கான கூட்டமைப்பு) இப்படிப்பட்ட பண்போடு இயங்கியது. பிரார்த்தனை சமாஜத்தைவிட நிறைய பேரை சர்வஜனிக் சபை அதனுடைய அரசியல் கருத்துகளால் ஈர்த்தது (அந்த அமைப்பு மிதமான, ஆனால், உறுதியான குரலில் இந்தியர்களுக்கு நிர்வாகப் பதவிகளில் கூடுதல் இடங்கள் வேண்டும் என்று முழங்கியது).[20]

தயானந்த சரஸ்வதியால் 1875-ல் பம்பாயில் துவங்கப்பட்ட ஆரிய சமாஜமும் (ஆரியர்களின் சமூகம்) ஒருவிதக் குழப்பத்துடனே நடந்து கொண்டது. அவர் ஆரம்பத்தில் இருந்தே உருவ வழிபாடு, சாதி அமைப்பு குறித்து மேற்குலகம் முன்வைத்த விமர்சனங்களை ஏற்றுக் கொண்டார். அதே சமயம், தயானந்தரின் பார்வையில் இந்த இரு குறைபாடுகளும் பண்டைய வேத முறையில் இருந்து விலகியதால் ஏற்பட்ட குழப்பங்களே. பண்டைய இந்திய சமூகம் பல தெய்வ வழிபாட்டை நிராகரித்த, சாதியை ஏற்காமல் குணங்களின் அடிப் படையிலான வர்ணத்தை மட்டும் ஏற்றுக்கொண்டது என்று தயானந்தர் கருதினார்.

தயானந்தரைப் பொறுத்தவரை வர்ணங்கள் என்பவை தனிநபரின் திறமைகள் சார்ந்தவை. பண்டைய குருக்கள் தங்களுடைய மாணவர் களை அவர்களின் தனிநபர் பண்புகளுக்கு ஏற்ப வெவ்வேறு வர்ணமாக வகைப்படுத்தினார்கள் என்பது அவரின் பார்வையாக இருந்தது.[21] ஆகவே, தயானந்தர் சாதி அமைப்பை ஒட்டுமொத்தமாக உடைத்து எறிய விரும்பவில்லை. அதற்குப் பதிலாக ஓரளவுக்கு சாதி அமைப்பை சீர்திருத்த முயன்றார். தயானந்தர் பிராமணர்களின் ஒட்டுண்ணித் தன்மையைக் கண்டித்தார். ஆயினும், வேத காலப் பொற்காலத்தை மீட்டெடுப்பது அவரின் கனவாக இருந்தது. அதில் சாதிக்கு இடம் இல்லாமல் இல்லை. மேற்கின் விமர்சனங்களில் நியாயமற்றதாகத் தோன்றிய சாதிக்கு பதிலாக அதன் இடத்திற்கு திறமையின் அடிப்படையிலான வர்ணத்தைக் கொண்டு வர அவர் முயன்றார். இந்த வர்ணம் படிநிலைகளாலும், விலக்கி வைத்தல்

களாலும் ஆனது. தன்னுடைய சீடர்களைக் குறிப்பிட்ட வர்ணத்துக்குள் மட்டுமே திருமணம் செய்துகொள்ள அறிவுறுத்தினார். சாதி அமைப்பின் ஒழுக்க விழுமியங்களை தயானந்தர் கேள்வி கேட்க விரும்பவில்லை என்பதையே இது காட்டுகிறது.

இந்தியாவில் பத்தொன்பதாம் நூற்றாண்டில் எழுந்த சமூகச் சமய சீர்திருத்த இயக்கங்கள் சந்தேகத்துக்கு இடமின்றி மேற்கின் கருத்துகளால் ஈர்க்கப்பட்டன என்றாலும், அந்த இயக்கங்கள் மிகத் தீவிரமான விமர்சனங்களில் இருந்து இந்து மதத்தைப் பாதுகாக்கிற பதற்றத்தோடு இயங்கின. இந்து மதப் பழக்க வழக்கங்களுக்கு மீண்டும் அங்கீகாரத்தை உறுதி செய்வதும், சாதி அமைப்பை சீர்திருத்துவதுமே அவர்களின் குறிக்கோளாக இருந்தன. அவர்கள் சாதியைத் தாண்டிய சமூகத்தை வகைப்படுத்திப் பார்க்கவே முடியாத இயலாமையோடு உலகை அணுகினார்கள். இந்த அணுகுமுறைக்குப் பின்னால் இந்து படிநிலையின்[22] உச்சத்தில் தாங்களே இருக்கவேண்டும் என்கிற மேல்சாதியினரின் உள்நோக்கம் பொதிந்து இருந்தது.

மேற்கின் தனிநபர்வாதம், சமத்துவம் முதலிய விழுமியங்கள் கீழ் சாதியினரிடம் பல மடங்கு அதிகமான ஆதரவைத் தட்டி எழுப்பின. கீழ் சாதியின் முக்கிய ஆளுமைகள், பத்தொன்பதாம் நூற்றாண்டின் இடைப்பகுதியில் இருந்தே பிராமண எதிர்ப்பு இயக்கத்துக்கு விதை போட்டார்கள்.

மகாராஷ்டிராவில் பிராமண எதிர்ப்பு இயக்கத்தின் தோற்றம்

மகாராஷ்டிராவில் தோன்றிய பிராமண எதிர்ப்பு இயக்கத்தின் எழுச்சி, ஜோதிராவ் புலேவின் *(1827-1890)*[23] ஆளுமையோடு பிரிக்க முடியாத தொடர்புடையது. ஜோதிராவ் புலே மரணமடைந்ததற்கு அடுத்த வருடம் பிறந்த அம்பேத்கர் தன்னுடைய நூல் ஒன்றை அவருக்கே அர்ப்பணித்தார். மாலி எனப்படும் தோட்டக்காரர்கள் சாதியைச் சேர்ந்தவர் புலே. அவர் தன்னுடைய கிராமத்துப் பள்ளியில் படிக்கும் அரிய வாய்ப்பைப் பெற்றார். அதற்குப் பின்னர்ப் பூனா ஸ்காட்டிஷ் மிஷனில் ஆங்கிலம் கற்றுத் தேர்ந்து. அமெரிக்காவின் தேசத்தந்தை களின் தத்துவங்களைக் கண்டடைந்தார். மேற்கின் விழுமியங்கள் என்கிற பெயரில் அவர்களின் கருத்துகள் சாதி அமைப்புக்கு எதிராக புலேவைத் தூண்டின.

அமெரிக்காவில் சமத்துவம், சுதந்திரம் முதலிய கருத்தாக்கங்கள் உச்சத்தை அடைந்துவிட்டதாக புலே கருதினார். அதற்குப் பின்னர், கீழ் சாதியினரின் நிலையை அமெரிக்காவின் கருப்பின மக்களின் நிலையோடு புலே ஒப்பிட்டார். புலேவின் கூற்றுப்படி அமெரிக்க சமூகம் கருப்பின மக்களுக்கு விடுதலையை வழங்கிவிட்டது. இந்த

ஒப்பீடே அவருடைய *Slavery (1873)* புத்தகத்தின் மையமாகும். அந்நூலை புலே, 'அமெரிக்காவின் நற்குணம் மிகுந்த மக்களுக்கு அவர்களின் மேன்மை மிகுந்த, சுயநலமற்ற அர்ப்பணிப்புக்கும், நீக்ரோக்களை அடிமைத்தளையில் இருந்து விடுவிக்கும் தியாக உணர்வுக்காகவும்' அர்ப்பணித்தார். 'இந்த உன்னதமான முன்னுதாரணத்தை அடியொற்றி சக நாட்டுமக்கள் பிராமணிய அடிமைத்தனத்தில் இருந்து தங்களுடைய சூத்திர சகோதரர்களை விடுவிப்பார்கள்' என நம்புவதாகவும் அந்தச் சமர்ப்பணத்தில் குறிப்பிட்டார்.[24]

புலே குறிப்பாக தாமஸ் பெய்னின் சிந்தனைகளால் ஈர்க்கப்பட்டார். தாமஸ் பெய்ன் கத்தோலிக்க பாதிரியார்களின் செயல்பாடுகளை *The Age of Reason* நூலில் விமர்சித்ததைப் பின்பற்றி பிராமணர்களை புலே சாடினார். இந்தப் புத்தகத்தில் புனித நூல்களுக்கு அப்பாற்பட்ட ஆன்மிகத்தையும் தனிமனித விடுதலை, சமத்துவத்தை வளர்த்தெடுத்தல் ஆகியவற்றை உள்ளடக்கிய மனித உரிமைகளையும் (*Human Rights* - தாமஸ் பெய்னின் இன்னொரு நூல்) கண்டடைந்தார்.

புலேவின் மீதான மேற்கின் தாக்கத்தை இயேசு கிறிஸ்துமீது அவர் கொண்டிருந்த பற்றின் மூலமும் புரிந்துகொள்ள முடியும். புலேயைப் பொறுத்தவரை இயேசு சமத்துவம், மானுட சகோதரத்துவம் ஆகியவற்றின் உருவமாகத் திகழ்ந்தார். இயேசு ஏழைகளின், ஒடுக்கப்பட்டவர்களின் முன்னணி வழிகாட்டியாகவும் விளங்கினார்.[25] இருபதாம் நூற்றாண்டின் ஆரம்ப காலம்வரை மகர்களிடையே கிறிஸ்தவ விழுமியங்களை இப்படிக் கனிவோடு அணுகும் போக்கு நிலவி வந்தது. சில மகர்கள் மிஷனரிகளின் தாக்கத்தில் கிறிஸ்தவ மதத்துக்கு மாறும் அளவுக்குச் சென்றார்கள்.[26]

கீழைத்தேயப் புத்தகங்களில் இருந்து ஊக்கம் பெற்ற புலே, ஆரியப் படையெடுப்புகளைக் கீழ் சாதியினரின் முன்னோர்களின் தூய சுதேச நாகரிகத்தை அழித்தொழித்தவையாகச் சித்திரித்தார். பிராமணர்கள் படையெடுத்து தொல்குடிகளை அடிமைப்படுத்தி அவர்களைக் கீழ் சாதியாகத் தாழ்த்தினார்கள் என புலே கருதினார்.[27] இதனால் மராத்தாக்கள் துவங்கி தீண்டப்படாதவர்கள்வரை அனைத்து பிராமணர் அல்லாத சாதியினரும் ஆரியர் அல்லாத, பண்டைய, மேலான கலாசாரத்தின் பிரதிநிதிகள். இந்த கலாசாரத்தின் அடையாளமாக மகாபலி திகழ்ந்தார்.[28]

கீழ் சாதியினர் முன்னேறவேண்டும் என்றால் அவர்கள் கல்வியின் பயன்களைச் சுவைக்கவேண்டும் என புலே கருதினார். அக்கல்வி மிஷனரிகள் தரும் கல்வியோடு ஒப்பிடக் கூடியதாக இருக்கவேண்டும் என்றும் விரும்பினார். மிஷனரிகள் தீண்டப்படாதோரைப் பள்ளி

நோக்கி ஈர்க்கப் பெரிதும் அக்கறை காட்டினார்கள். ஆகவே, புலே மகர்கள், மங்குகள் ஆகியோருக்குக் கல்வி கற்பிக்கும் நோக்கத்தோடு ஒரு பள்ளியை 1853-ல் துவங்கினார். அதே நேரத்தில், கல்வி குறித்துப் பல்வேறு ஆவணங்கள், துண்டு பிரசுரங்களைப் பெருவெள்ளம் போலப் புலே பொழிந்து தள்ளினார். இவற்றில் புலே பிராமணர்களைச் சமூகத்தின் ஒடுக்கப்பட்ட கடைக்கோடி மக்களின் அறியாமை, மூடநம்பிக்கைகளைப் பயன்படுத்திக் கொள்வதில் தீவிரமாக ஈடுபடும் பேராசை பிடித்த கந்து வட்டிக்காரர்களாக அர்ச்சகர்களாகச் சித்திரித்தார்.[29]

புலே கீழ் சாதியினரை ஒன்று திரட்டுவதில் முன்னோடியாகத் திகழ்ந்தார். அவர் முதலில் ஆரிய சமாஜத்தால்[30] ஈர்க்கப்பட்டார். பின்னர் அதற்கு எதிராகத் திரும்பினார். அடுத்து சர்வஜனிக் சபைக்கு எதிரானவராகவும் மாறினார். கீழ் சாதிகளின் விடுதலையை வென்றெடுக்க மேல் சாதியினர் மேற்கொண்ட முயற்சிகளை புலே அவநம்பிக்கையோடு அணுகினார்.[31] புலேவின் பார்வையில் இந்த இயக்கங்களின் தலைவர்கள் சாதிக்கு எதிராகப் போரிடுவதாகச் சொல்லிக்கொண்டே சாதியின் சம்பிரதாயங்களைப் பின்பற்றும் கபட வேடதாரிகள்.[32] பம்பாயில் 1885-ல் துவங்கப்பட்ட இந்திய தேசிய காங்கிரஸ் கட்சியை விட்டும் புலே தள்ளியே இருந்தார். அக்கட்சியைப் புலே அதிகார வேட்கை கொண்ட பிராமண ஆதிக்கக் குழுவாகக் கருதினார்.[33] அதற்குப் பதிலாக காலனிய ஆட்சியாளர்களிடம் நிர்வாகத்தில் பிராமணர்களின் ஆதிக்கத்தை மட்டுப்படுத்தும்படித் தீவிர அழுத்தம் கொடுத்தார்.[34] இந்திய சமூகம் உட்பிரிவுகளால் பிரிந்துகிடக்கும் நிலையில், காங்கிரஸ் கட்சியின் நிறுவனர்கள் எந்த வகையான தேசியத்துக்காக உழைப்பதாகச் சொல்லிக்கொண்டார்களோ, அது புலேவுக்கு சற்றும் அர்த்தமற்ற ஒன்றாகத் தோன்றியது.

சூத்திரர்கள், ஆதி-சூத்திரர்கள் (தீண்டப்படாதோர்), பில்கள் (பழங்குடியினர்), மீனவர்கள் முதலிய அனைத்து மக்களும் உண்மையாகக் கல்வி பெற்று, தங்களுக்காகத் தாங்களே சுதந்திரமாகச் சிந்திக்கும் திறன் பெற்று, சமமாக ஒன்றுசேர்ந்து, உணர்வுரீதியாக ஒருங்கிணையும் நாள்வரை ஒரு 'தேசம்' அதன் பெயருக்கு ஏற்றார் போல அனைவருக்குமான தேசமாக இருக்கமுடியாது (மக்கள் தொகையில் மிகச் சிறிய விகிதத்தில் இருக்கும்) ஆதிக்க ஆரிய பிராமணர்கள் போன்றவர்கள் மட்டுமே சேர்ந்து 'தேசிய காங்கிரஸை' உருவாக்கினால் அதை யார் கண்ணெடுத்துப் பார்ப்பார்கள்?'[35]

இந்தப் புலேவின் மேற்கோள் உண்மையான சமூகவியல் நுண்ணறிவை வெளிப்படுத்துகிறது. இது மார்செல் மாவுஸின் தேசம் குறித்த வரையறையோடு ஒத்துப்போகிறது[36]: சாதி முதலிய இடைநிலை அமைப்புகள் அழிக்கப்படாமல் எந்த தேசமும் நிலை

பெற முடியாது. தனிநபர்வாதம் வளர்ச்சி பெற்று, குறைந்த பட்ச சமத்துவமாவது ஏற்பட்டிருந்தால் தான் அதை தேசம் என்று சொல்ல முடியும். ஆகவே, புலே சமூக-சமய சீர்திருத்த இயக்கங்கள், காங்கிரஸ் கட்சி ஆகிய இரு தரப்பிடம் இருந்தும் தள்ளியே இருந்தார். இவர்களிடம் இருந்து மாறுபட்டு இந்தியாவின் முதல் கீழ் சாதி இயக்கத்தை உருவாக்கினார்.

அவர் 1873-ல் சத்யசோதக் சமாஜத்தை (சத்தியத்தைத் தேடும் சபையை) ஆரம்பித்துக் கீழ் சாதியினர், தீண்டப்படாதவர்களை இணைக்கத் துவங்கினார். மகர்கள், சூத்திரர்கள்[38] இடையே ஒற்றுமை ஆதிகாலம் முதலே இருந்துவருகிறது என்பதைக் கற்பனையான வரலாற்றுச் சம்பவங்களைக் குறிப்பிட்டு வலியுறுத்தினார். இவற்றின் மூலம் கீழ் சாதியினரைப் பிளவுபடுத்த முயலும் பிராமணர்களின் சூழ்ச்சிகளை நிராகரித்தார்.[39]

காலப்போக்கில் சத்யசோதக் சமாஜம் மராத்திகள் ஆதிக்கம் செலுத்தும் அமைப்பாக மாறியது. புலே சிவாஜியை தீண்டப் படாதோர்கள் உள்ளிட்ட அனைத்துக் கீழ்சாதியினருக்கும் உரிய எழுச்சிமிகு தலைவராக முன்னிறுத்தினார். கீழ் சாதியினர் அனைவரும் ஆரியப் படையெடுப்புக்கு முன்னால் மகாராஷ்டிராவில் நிரம்பியிருந்த தொல்குடிகளின் வழித்தோன்றல்கள் என்று முழங்கினார்.[40] இந்த வகையான பரப்புரையும் விவசாயிகளை (பிரதானமாக மராத்தியர் களை) காக்கவேண்டும் என்கிற புலேவின் முயற்சிகளும் மராத்தியர்கள் அதிகமாகப் பணிக்கு எடுக்கப்படுவதற்கு வழிகோலியது. இதனால், கீழ் சாதியினருக்கான இயக்கமாகப் பயணத்தைத் துவங்கிய சத்யசோதக் சமாஜம் பிராமணர்களை எதிர்க்கும் மராத்தியர்களின் இயக்கமாக மாறியது.

பிராமணியம் என்கிற சமூக அமைப்புக்கு எதிரான போரில் சத்யசோதக் சமாஜம் தொடர்ந்து ஈடுபடத் தவறிவிட்டது. சாதி என்பது ஆழமாக வேர்விட்டிருக்கிறது என்பது சமஸ்கிருதமயமாதல்[41] அல்லது கீழ்சாதியினர் மேல்சாதியினரின் நடைமுறைகள், நம்பிக்கை களைப் பிரதி எடுப்பது முதலிய இயங்குமுறைகளால் தெளிவாகப் புலப்பட்டது. அதிலும் சமஸ்கிருதமயமாக்கல் மராத்தியர்கள் தங்களைச் சத்திரியர்களாக அங்கீகரித்துக்கொள்ள முயற்சி செய்ததில் தெளிவாக வெளிப்பட்டது.

பெரும்பாலும் பிராமணர்கள் ஆதிக்கம் செலுத்திக் கொண்டிருந்த காங்கிரஸ் கட்சியிடம் இருந்து தள்ளியே இருந்தது சத்யசோதக் சமாஜம். ஆனால், 1930களில் சத்யசோதக் சமாஜம் தன்னுடைய நலன்களைக் காத்துக்கொள்ள காங்கிரஸ் கட்சியில் தன்னை இணைத்துக்கொண்டது. 1937 தேர்தல்களை ஒட்டி இந்த எதிர்

பார்ப்புகள் ஏற்பட்டன. காங்கிரஸ் கட்சி பம்பாய் மாகாணம், மத்திய மாகாணங்களில் உள்ள சட்ட மேலவையில் பெரும்பான்மை பெறும் நிலையில் இருப்பதாகத் தெரிந்ததால் அது கவர்ச்சிகரமான கட்சியாகத் திகழ்ந்தது.

சத்யசோதக் சமாஜத்துக்கு இறுதியில் என்ன ஆனது என்பது அமைப்புரீதியாகத் தீண்டப்படாதோர் எதிர்கொள்ள வேண்டிய முக்கியமான பொறுப்பை அழுத்தமாக வெளிப்படுத்துகிறது. கீழ் சாதியினரின் ஒற்றுமை அதிலும் குறிப்பாகத் தீண்டப்படாதோர், சூத்திரர்களின் அரசியல் அணி சேர்தல் சாதிப்பதற்கு மிகவும் சவாலானதாகத் திகழ்ந்தது. ஏனெனில், சில கீழ் சாதியினர் சாதி அமைப்புக்கு எதிரானவர்களாக இருக்கவில்லை, அதற்கு மாறாக, சாதி அமைப்புக்குள் இருப்பவர்களாக, அதிலேயே மேல்நிலையை சமஸ்கிருதமயமாக்கல் வழியிலோ, வேறு வழிமுறைகளிலோ அடைய முனைபவர்களாக இருந்தார்கள்.

அம்பேத்கர் மகாராஷ்டிராவின் பொதுவாழ்வுக்குள் நுழைந்தபோது, சில கீழ் சாதிகளுக்குள் சமத்துவத்தை நிரந்தரமாக வளர்த்து எடுக்க முடியாவிட்டாலும் சமூக, அரசியல் விழிப்புணர்வைத் தட்டி எழுப்பக் களம் உருவாக்கப்பட்டு இருந்தது. இவை அனைத்துக்கும் மேலாக மகாராஷ்டிராவின் தனித்துவமான அதிகாரச் சமநிலை அதன் மக்கள்தொகையில் உள்ளது. மகாராஷ்டிராவின் மக்கள் தொகையில் ‘இரு பிறப்பாளர்கள்’ மீச்சிறுபான்மையினராக இருந்தார்கள். பிராமணர் கள், பிராமணர் அல்லாதோர் (குறிப்பாக மராத்தாக்கள்) ஆகியோரிடையே எழுந்த சச்சரவுகள் காலனிய காலத்தில் புதுப்பிக்கப்பட்டன.

பிராமணர்கள் புதிதாக உருவான பதவிகளில் முழுமையாக ஆதிக்கம் செலுத்தியது மட்டுமே கீழ் சாதியினர் பகைமை பாராட்டக் காரணமில்லை. பிராமண சீர்திருத்தவாதிகள் கீழ் சாதியின் புரட்சி மனோபாவத்தை நமநமக்க வைக்க முயன்றாலும், மேற்கின் பள்ளிகளில் இருந்து சமத்துவம், விடுதலை முதலிய கருத்தாக்கங் களைக் கீழ் சாதியினர் உணர்ந்ததும் இரு பிரிவுக்கும் இடையே ஏற்பட்ட சச்சரவுகளுக்குக் காரணம். இந்தியாவில் மேற்கின் சமத்துவம், சுதந்திரம் முதலிய கருத்துகளை உள்வாங்கிக் கொண்ட வட இந்தியப் பகுதியாக 19-ம் நூற்றாண்டின் இறுதியில் மகாராஷ்டிரா மட்டுமே திகழ்ந்தது. தமிழ் பேசும் தெற்கு மட்டும் விதிவிலக்காகத் திகழ்ந்தது. இந்தச் சமூகக் கொந்தளிப்பின் வெளிப்பாட்டின் மீதே அம்பேத்கர் தன்னைத் தீண்டப்படாதோரின் தலைவராகக் கட்டி எழுப்பிக்கொண்டார். அவரின் மகத்தான வாழ்க்கையை ஓரளவுக்கு அவரின் தனித்துவமான சமூகப் பின்புலமும் விளக்குகிறது.

அத்தியாயம் 2

அம்பேத்கர்: மகர் ராணுவ வீரரின் மகன்

மராத்திய மக்கள் 'மகர் சர்வ ஜாதிச்சா பஹா' என்கிறார்கள். அதாவது, 'மகர் எல்லா சாதிகளுக்கும் வெளியே நிற்கிற சாதி'. மகர்களுக்குக் கெட்ட பெயர் இருப்பதோடு, மகர்கள் மோசமான குணம் கொண்டவர்கள் என்றும் அநியாயமாக முத்திரை குத்தப்படுகிறது. அறமற்ற, கருணை உணர்வுகளற்ற ஒரு மனிதனைக் குறிக்க, 'மகர் ஜாதிச்' என்கிற வாக்கியம் புழக்கத்தில் இருக்கிறது. (R.V. Russel and Hira Lal, *The Tribes and Castes of the Central Provinces of India*, vol. 4, cit., p.142)

ஜேதே காவ்ன் டேதே மகர்வாடா (பிரபலமான மராத்திய பழமொழி: 'எங்கெல்லாம் கிராமம் இருக்கிறதோ, அங்கெல்லாம் மகர்வாடா இருக்கும் - ஒவ்வொரு வீட்டுக்கும் மகர்வாடாவே சேமிப்புக் கிடங்கு என்று பொருள்படும்.)

அம்பேத்கர் பிறந்த மகர் சாதி தீண்டப்படாத சாதி அடுக்கினில், மங்குகள் (கயிறு திரிப்பவர்கள்), சம்பர்கள் (தோல் வேலை புரிபவர்கள்) ஆகிய இரு சாதியினருக்கும் இடையேயான இடத்தைப் பெற்றிருந்தது. இப்படிப்பட்ட இடத்தில் இருந்ததால், மகர்களால் வியாபார வாய்ப்புகளைப் பெருக்கிக்கொள்ள முடிந்தது. மகர்கள் தீண்டப்படாத மக்களின் தலைமை பொறுப்பைக் காலப்போக்கில் எடுத்துக்கொண்டார்கள். இதற்கு அவர்களின் எண்ணிக்கைரீதியான பலமும் ஓரளவுக்குக் காரணம்.

பம்பாய் மாகாணத்தின் ஒட்டுமொத்த தீண்டப்படாத மக்களில் 1931-ல் 68.9% த்தினர் மகர்களே ஆவார்கள். (சம்பர்கள், மங்குகள் பம்பாய் மாகாணத்தின் தீண்டப்படாத மக்களின் எண்ணிக்கையில் முறையே

16.2%, 14.9% என்கிற அளவுக்கு இருந்தார்கள்). ஒட்டுமொத்த மாகாண மக்கள் தொகையில் மராத்தியர்கள் (20.2%) அளவுக்கு எண்ணிக்கை பலம் மிக்கவர்களாக மகர்க்ள் இருக்கவில்லை. அதே சமயம், பிராமணர்களை (4.4%)விட எண்ணிக்கையில் அதிகமானவர் களாகத் திகழ்ந்தார்கள்.

பலுட்டேதாரி முறையின் பிரிக்க முடியாத அங்கமாகத் திகழ்ந்த தொழிற்பங்கீட்டால் மகர்கள் வெறுமனே பாதிக்கப்பட்டார்கள் எனச் சொல்ல முடியாது. அவர்கள் சில நன்மைகளையும் ஒருங்கே பெற்றார்கள். அவர்களின் சில பணிகள் மேல்சாதியினரோடு அவர்கள் தொடர்புகொள்ள உதவின. அதனால் சில பொறுப்புகள் அவர்களை வந்தடைந்தன. மிக முக்கியமாக, கடந்த காலத்தில் பேஷ்வாக்களின் ராணுவத்தில் பணியாற்றிய மகர்கள் அதைக் கொண்டு பிரிட்டிஷ் ராணுவத்தில் எளிதாக நுழைந்தார்கள். ராணுவ கண்டோன்மென்ட் நகரங்கள் சமூக அணிதிரட்டலுக்கான ஆயத்தக் களங்களாகப் பயன்பட்டன.

மகாராஷ்ட்ராவில் ஏற்பட்ட பக்தி இயக்கம் பதினேழாம் நூற்றாண்டில் மகாகவி துக்காராம் காலத்தில் உச்சத்தை அடைந்தது. இந்த பக்தி இயக்கத்தின் வரலாற்று முக்கியத்துவத்தால் மகர்கள் பெரிய அளவில் ஈர்க்கப்பட்டார்கள். பிராமணர்கள் வகுத்த சடங்குகளை முற்றிலும் புறக்கணித்துவிட்டு, எல்லாம்வல்ல இறைவனை மனதார வணங்குவதன் மூலம் முக்தி அடைய முடியும் என்கிற கருத்தாக்கத்தைப் பக்தி மரபு வளர்த்தெடுத்தது. மேலும், இறைவழிபாட்டுக்கு அர்ச்சகர்கள் முதலிய மத இடையீட்டாளர் களை ஏற்காமல் சுயமாக இயங்க மக்களை பக்தி மரபு தூண்டியது. பக்தி இயக்கத் தொண்டர்கள் இறைவன் முன் அனைத்து மக்களும் சமம் என்பதை நிறுவ அயராது பாடுபட்டார்கள். சாதி அடுக்குநிலைக்குச் சவால் விட்டதோடு மட்டுமல்லாமல், பக்தி மார்க்கங்களை வளர்த்து எடுத்தார்கள். இந்தப் பக்தி மார்க்கங்கள் சமத்துவ வழக்கங்களை உறுதியாகப் பற்றிக்கொண்டன.[1]

மகாராஷ்ட்ராவில் பதிமூன்றாம் நூற்றாண்டில் துவங்கப்பட்ட மகானுபாவ மார்க்கம் சாதி வேறுபாடுகளை நிராகரித்ததால் இந்து மதம் அதனைப் புறக்கணித்தது. அந்த மார்க்கத்தில் பல மகர்கள் இணைந்தார்கள். இந்து மதத்தில் இருந்து மாறுபட்ட மார்க்கத்தில் தங்களைப் பிணைத்துக் கொண்டதால் மகர்கள் தனித்த சடங்குகள், நம்பிக்கைகளை ஏற்படுத்திக்கொள்ள ஏதுவாக இருந்தது.[2] எனினும், பக்தி இயக்கம் சாதி அமைப்புக்கு எதிராகப் புரட்சி செய்ய மகர்களைத் தூண்டிவிடவில்லை. அதற்கு மாறாக அவர்களின் வாழ்க்கையின்

சமூகச் சூழ்நிலைகளின் முக்கியத்துவத்தை இழித்துரைத்து சாதி அமைப்பை ஏற்றுக்கொள்ளத் தூண்டியது. இவ்வுலக வாழ்க்கையை நீத்து முக்தி அடைவது நோக்கமாக இருக்கும்போது, பிராமண ஒடுக்குமுறையைக் குறித்து ஏன் கவலைகொள்ளவேண்டும் என்று பக்தி இயக்கம் கேட்டது. இந்தத் தர்க்கத்தைப் பிறப்பால் மகரான கவிஞர் சோக்கமேலா தன்னுடைய மகத்தான பாடல்களின் மூலம் அற்புதமாக வெளிப்படுத்தினார்.[3] அம்பேத்கர் இப்படிப்பட்ட எல்லாப் பாரம்பரியங்களின் பின்னணியில் இருந்து எழுந்தவர். எனினும், அடிமைத்தளையில் இருந்து விடுதலை தரும் தன்னுடைய தனித்த வழியை அம்பேத்கரால் கண்டடைய முடிந்தது.

மகர்கள்: கடையர்களில் முதன்மையானவர்கள்

மகாராஷ்ட்ர சமூகத்தில் மகர்கள் வித்தியாசமான, தனித்துவமான இடத்தைப் பெற்றிருந்தார்கள். ஏற்கெனவே குறிப்பிட்டபடி, அவர்கள் ஒரு பலுட்டாவுக்கு உரியவர்களாக இருந்தார்கள். கிராமத்தில் மிக முக்கியமான பலுட்டேதார்களில் ஒருவராக மகர்கள் திகழ்ந்தார்கள் என்பதை அவர்களுக்குக் கிடைத்த வருமானங்களே உணர்த்தின. அறுவடைக்காலத்தில் ஒவ்வொரு விவசாயியும் தன்னுடைய வயற்காட்டில் வேலை பார்த்த பலுட்டேதாரர்களுக்குத் தருவதற்கு என்று மூன்று பாத்தி பெந்தியை (நெற்கதிர் கட்டுகள்) வைப்பார். இந்த மூன்று பெந்திகளும் மூன்று பலுட்டேதார சாதிகளுக்கு உரியது. இதில் முதல் பெந்தியை எடுக்கும் உரிமை மகர்களுக்கே உரியது. மகர்களுக்கு அறுவடையில் முக்கியமான பங்கு தரப்பட்டது. மேலும் குல்கர்னிக்கள், பாட்டீல்களைப்போல நில வரியற்ற நிலப்பகுதியான 'வட்டன்'க்கு சொந்தக்காரர்களாகவும் மகர்கள் திகழ்ந்தார்கள். இந்த வட்டன் உரிமை பெரும்பாலான பலுட்டேதாரி சாதிகளுக்கு இல்லை.

த்ரவுடே பிள்ளை-வெட்ஸ்சேரா சுட்டிக்காட்டுவதைப்போல, 'மகர்களுக்கு உரிய வட்டன் நிலங்கள் (அல்லது) ஹடோலா பெரிதும் நல்ல வளமிக்கவையாகத் திகழ்ந்தன'. ஆனால், பேஷ்வாக்கள் அந்த நிலத்தை விற்கவோ, நில உரிமையைக் கைமாற்றவோ அனுமதிக்கவில்லை.[4] வட்டன்தார்களாக நில உரிமையாளர்களாக இருந்தாலும் மகர்கள், பல்வேறு பணிகளில் ஈடுபட்டார்கள். அவற்றில் சில குறிப்பாக அசுத்தமான பணிகளாக இருந்தன. பிள்ளை-வெட்ஸ்சேரா மகர்கள் என்ன பணிகளில் எல்லாம் ஈடுபட்டார்கள் என்று தரும் பட்டியல் எத்தனை கலவையான பணிகளில் அவர்கள் ஈடுபட்டார்கள் என்பதைப் புலப்படுத்துகிறது: மகர்கள் வாசல் காப்பாளர்களாக, காவல்காரர்களாகத் திகழ்ந்தார்கள்.

திருட்டு நடந்தால் காவலர்களுக்குத் துணை செய்கிறவர்களாக இருந்தார்கள். பயணிகளுக்குச் சுமை தூக்குபவர்களாக, பக்கத்து கிராமத்துக்குப் போகிற மக்களுக்கு வழிகாட்டிகளாக, நில எல்லைகளை வரையறுப்பவர்களாகச் செயல்பட்டார்கள். மேலும், வரி விதிக்கும் பொறுப்புடையவர்களாக, நில உரிமையாளர்களை வரி கட்டச் சொல்லி உத்தரவிடுபவர்களாக, அரசாங்க கருவூலப் பாது காப்பாளர்களாகத் திகழ்ந்தார்கள். இவற்றோடு சாவு அறிவிப்புகளை, செய்திகளைப் பக்கத்துக் கிராமங்களுக்குச் சுமந்து சொல்பவர்களாக, சுடுகாட்டுக்கு விறகு கொண்டுவருபவர்களாக, இறந்து போன கால்நடைகளை அகற்றுபவர்களாகவும் பணியாற்றினார்கள்.

மேற்சொன்ன பணிகளில் கடைசிப் பணி இருப்பதிலேயே தூய்மையற்றது.[6] அது இறந்துபோன கால்நடைகளை உணவாக உட்கொள்ளும் வழக்கத்தோடு இணைந்தே இருந்து வந்தது.[7] மகர்கள் எந்த அளவுக்குத் தீண்டாமையால் பாதிக்கப்பட்டார்கள் என்றால், சில அதீத நிலைகளில், அவர்கள் நடக்கையில் கழுத்தில் மண் கலயத்தைக் கட்டிக்கொண்டு நடக்கவேண்டும். அதில் மட்டுமே எச்சிலைத் துப்ப அனுமதி, மண்ணில் எச்சில் துப்பி பிராமணர்கள் நடக்கும் பாதையை அசுத்தப்படுத்தாமல் இருக்கவே இப்படிப்பட்ட ஏற்பாடு. அவர்கள் நடந்த பாதையின் கால்தடங்களைப் பெருக்கி துப்புரவாக அழிக்க வேண்டும். அல்லது, குறைந்தபட்சம், பிராமணர்களைத் தங்களுடைய நிழலால் தீட்டுப்படுத்திவிடாமல் இருக்கக் கணிசமான இடைவெளி விட்டு நடக்க மகர்கள் பழகிக்கொள்ள வேண்டியதாக இருந்தது.[8]

பிள்ளை-வெட்ஸ்சேரா இப்படிப்பட்ட கட்டுப்பாடுகளும் மேலும் பல கட்டுப்பாடுகளும் பேஷ்வாக்கள் காலத்தில் மகர்கள்மீது விதிக்கப்பட்டன என்கின்றனர்.[9] மகர்கள் கிராமத்துக்கு வெளியே, தனிக் குடியிருப்பான மகர்வாடாவில் வசித்தார்கள். மகர்கள் பரம்பரை, பரம்பரையாகத் தொடரும் நில உரிமையான வட்டனுக்கு உரியவர்களாக இருந்தாலும், கிராமத்தின் சேவகர்களாகத் திகழ்பவர் களுக்குத் தரப்படும் சன்மானமான பலுட்டா பெற்றாலும் தங்களுடைய கூலிக்காகப் பிச்சையெடுக்க வேண்டியிருந்தது. பேபி காம்ப்ளே, தன்னுடைய நினைவலைகளில் வீடுகளில் இருந்து மக்கள் சாப்பிட்டது போக மிச்சமிருக்கும் பக்ரி எனப்படும் பழைய சாப்பாட்டைப் பெறுவதற்குள் எதிர்கொள்ளும் அவமானத்தைக் கீழ்கண்டவாறு விவரிக்கிறார்:

> ஒட்டுமொத்தக் குடும்பமும் செய்த ஒரு நாள் வேலைக்கான கூலியான பக்ரியை பெறுவதற்குத் தெருத்தெருவாகக் கையேந்திப் பிச்சை கேட்க வேண்டும். மகர் குடும்பத்தின் தலைவர் ஒரு

குச்சியை ஏந்தியிருப்பார். அதில் உருளை வடிவத்தில் சிறிய மணிகள் தொங்கிக்கொண்டிருக்கும். அந்த மணிகள் அவர் நடக்கிறபோது ஒலியெழுப்பும். இதைக்கொண்டு மகர் வருகிறான் என்று தெரிந்துகொண்டு கிராமத்தினர் நகர வசதியாக இருக்கும்.

பிச்சை எடுக்கத் தன்னுடைய இருப்பிடமான மகர்வாடாவை விட்டுக் கிளம்பும் மகர் தன்னுடைய நெஞ்சை நிமிர்த்தி, மீசையை முறுக்கி, தொண்டையைச் செருமிக்கொண்டு கம்பீரமாக ஆண் மகனைப்போல நடப்பார். அவருடைய கையில் இருக்கும் சிறிய மணிகள் பொருந்திய குச்சியைச் செங்கோலாகவும், தன்னுடைய தோள்களில் அமர்ந்திருக்கும் கம்பளிப்போர்வையை வக்கீலின் மேலங்கியாக வரித்துக் கொள்வார். ஆனால், கிராமத்துக்குள் நுழைந்ததும் அவர் தன்னைக் குறுக்கிக்கொள்வார். அவரின் முதுகெலும்பு கூனனைப்போல வளைந்து கொள்ளும். நத்தையைப்போல ஊர்வார். ஒரு வீட்டை அடைந்ததும், வாயைத் திறக்காமல், தன்னுடைய குச்சியில் இருக்கும் மணிகளை மூன்று முறை ஒலிப்பார். அவருடைய போர்வையை நோக்கி ஊசிப் போன, பழைய உணவு வீசப்படும். கிராமத்தை முழுக்கச் சுற்றி வந்த பிறகு அவருடைய போர்வை பாதிக்கு மேல் நிரம்பி யிருக்கும். இந்தப் பக்ரியை தோள்களில் சுமந்தபடி ஆனந்தமாக மகர் தன்னுடைய வீட்டுக்குத் திரும்புவார், அவரும், அவருடைய குடும்பத்தினரும் அதை வயிறு முட்டத் தின்பார்கள்.[10]

மகர்களுக்கு என்று காலங்காலமாக ஒதுக்கப்பட்ட சில பணிகள் அவர்களை உயர் சாதியினரோடு தொடர்புகொள்ள வைத்தமையால் அவை மரியாதைக்கு உரியவையாகக் கருதப்பட்டன. கிராமக் காவலர்களாக அவர்கள் ஊருக்கு வரும் விருந்தாளிகளின் அடையாளங்களைப் பதிவு செய்யவேண்டும். அவர்கள் கிராமத்துக்கு ஏன் வருகை புரிந்திருக்கிறார்கள் என்பதையும் குறித்துக்கொள்ள வேண்டும். மகாராஷ்டிராவில் இருபதாம் நூற்றாண்டின் முதல் முப்பது வருடங்களை மிஷனரியாகச் செலவிட்ட ராபர்ட்சன் மகர்களுக்கு அதிகபட்ச கவுரவத்தை வழங்கிய பணி குறித்து இப்படி விவரிக்கிறார்:

ஒரு மகர் அரசாங்கச் செய்தி அறிவிப்பாளராகத் தான் ஆற்ற வேண்டிய கடமைகள் குறித்துப் பெருமிதம் கொள்கிறார். மாவட்டக் கருவூலத்துக்குப் போய்ச் சேர வேண்டிய பெரும் பணத்தைக் கொண்டு சேர்க்கும் பணி அவரிடம் ஒப்படைக்கப் படுகிறது. இந்தக் கடமைகளை நன்றியுணர்வோடு

ஆற்றவேண்டும் என்கிற மரபைத் தன்னுடைய முன்னோர்களிடம் இருந்து மகர் பெற்றிருக்கிறார். ஒரு கிராமத்தில் இருக்கும் நில புலன்களின் எல்லைகள் குறித்த துல்லியமான தகவல் நிர்வாக அதிகாரிகளுக்குத் தேவைப்படுகிறபோது மகரை அழைத்தே அத்தகவலைப் பெறுகிறார்கள். எல்லாச் சொத்துகளின் எல்லை களையும் அதிகாரிகளோடு தனியே நடந்து சென்று அவரே வரையறுக்கிறார். வருவாய் அதிகாரிகள் விவசாயிகள் கட்ட வேண்டிய வாடகை, வரிகளை வசூலிக்க மகரின் உதவியை நாடுகிறார்கள். மகரே அந்த விவசாயியை அழைத்து வந்து வரி கட்டவைக்கும் பொறுப்புக்கு உரியவர்.[11]

ஆகவே, ஒருவர் சில பணிகளைச் செய்கையில் மகராக இருப்பதற்குப் பெருமிதம்கொள்ள முடியும். இது பரவலாக அங்கீகரிக்கப்பட்ட விஷயம்தான். பிள்ளை-வெட்ஸ்சேரா, 'மகர் கீழ் சாதியாக இருந்தாலும் மரியாதைக்குரிய இடத்தைப் பெற்றிருந்தது'[12] என்கிறார்கள். ஜெயஸ்ரீ கோகலே 'கிராம எல்லைகளை நிர்ணயிப்பது, கிராமங்களுக்கு இடையே எல்லைத்தகராறுகளில் தீர்ப்பு சொல்வது' ஆகியவற்றால் 'வேறெந்த சாதிக்கும் இல்லாத அந்தஸ்து' அவர் களுக்குத் தரப்பட்டு இருந்தது என்கிறார்.[13]

சில மகர்கள் ஓரளவுக்குத் தன்னம்பிக்கையை வெளிப்படுத்துபவர் களாகவும் இருந்தார்கள். தயா பவார், 'எனக்குத் தெரிந்த மகர்கள் பலர் தாங்கள் பிச்சை எடுத்தோம் என்கிற உணர்வே இல்லாமல் இருந்தார்கள். அவர்களுக்குத் தரப்பட்ட சன்மானத்தை (பலுட்டா) தங்களுக்குரிய உரிமை என்றே கருதினார்கள். அவர்களுடைய மூதாதையருக்கு 52 உரிமைகள் அடங்கிய சாசனம் நல்கப்பட்டது எனப் பரம்பரை பரம்பரையாகக் கூறப்பட்டது. தங்களுடைய பாரம்பரியத்தைக் குறித்து அனைவரும் பெருமைப்பட்டார்கள்'[14] என்று நினைவுகூர்கிறார். வட்டன்தார் என்கிற அந்தஸ்தால் மகர்கள் விவசாயிகளாக நிலத்துக்குச் சொந்தக்காரர்களாகவும், உழுபவர் களாகவும் உரிமை பெற்றிருந்தார்கள். இது மகர்களை கடை நிலை சாதியினரில் முதலிடத்தில் இருந்தவர்களாகத் தோன்றவைத்தது.

ராணுவத்தில் குறிப்பிடத்தகுந்த எண்ணிக்கையில் இருந்ததையும் மகர்கள் தங்களுக்குச் சாதகமாகப் பயன்படுத்திக்கொண்டார்கள். மகர்களுடைய பாரம்பரியப் போர்த்திறப் பண்புகளால் அவர்களை ஆங்கிலேயர்கள் ராணுவத்தில் தொடர்ந்து பணியமர்த்தினார்கள். மேலும், மகர்களை போர்த்தளவாடத் தொழில்களிலும் வேலைக்குச் சேர்த்துக்கொண்டார்கள் (எடுத்துக்காட்டாக, மகர்கள் வெடி மருந்துத் தயாரிப்புத் தொழிற்சாலைகளில் குறிப்பிடத்தகுந்த எண்ணிக்கையில்

இருந்தார்கள்). காலாட்படையின் இருபது ரெஜிமென்ட்களிலும் கப்பற்படை ரெஜிமெண்டிலும் ஒரு கட்டத்தில் நான்-கமிஷண்ட் அதிகாரிகளாக (Non Commisioned Officer) எழுபது மகர்கள் இருந்தார்கள்.[15] இது சிறிய மகர் மேட்டுக்குடி உருவாக வழி வகுத்தது. கிழக்கிந்திய கம்பெனியின் பம்பாய் தலைமையகத்தில் 1857 கிளர்ச்சிக்கு முன்புவரை றெஜிமென்ட்களில் ஆறில் ஒருவர் மகராக இருந்தார்.[16] எலியனார் ஜில்லியட்டின் பார்வையில், 'மேற்கத்தியக் கலாசாரம் பெருமளவில் பரவுவதற்கு முன்பே, ராணுவ சேவையில் வெகு சீக்கிரமாகவே மகர்கள் ஈடுபட்டதால் ஆங்கிலேய அமைப்பு களோடு அவர்களுக்குத் தொடர்பு ஏற்பட்டது. இப்படிப்பட்ட தொடர்பு அவர்களைப் போதுமான அளவு புதிய அரசியல் முறையோடு கலக்க உதவியது. இப்படிப்பட்ட சமூக ரீதியான கலத்தலால் புதிய வாய்ப்புகளும் மாற்றுகளும் கிடைத்தபோது அந்த வாய்ப்புகள் கிட்டாத சமூகங்களைவிடச் சிறப்பாக மகர்கள் அவற்றைப் பயன்படுத்திக்கொள்ளத் தயாராக இருந்தார்கள்.[17]

மகர்கள் மற்ற தொழில்களுக்குள்ளும் எளிதில் நுழைந்தார்கள். சில நேரங்களில் நிர்பந்தம் காரணமாகவும் பிற தொழில்களுக்குள் மகர்கள் நுழைய நேர்ந்தது. ஆங்கிலேய ஆட்சியில் அரசு, தகவல் தொடர்புகள் ஆகியவை நவீனமயமாகின. இதனால் பல்வேறு பாரம்பரிய வேலைகளை மகர்கள் இழக்க வேண்டிவந்தது.

அஞ்சல் சேவைகள் பயன்பாட்டுக்கு வந்ததால் மகர்கள் தகவல் அறிவிப்பாளர்கள் வேலையை உடனடியாக இழக்க நேர்ந்தது. நிதி நிர்வாக அமைப்பு உருவாக்கப்பட்டதால் கிராமக் கருவூலக் காவலர்கள் பணியும் பறிபோனது. விலங்குத்தோல்களைப் பாது காப்பவர்கள் என்கிற பணியும் தோல் பதனிடும் தொழிற்சாலைகளால் கைமாறியது. தோல் பதனிடும் தொழிற்சாலைகள் நேரடியாகக் கால்நடை வளர்ப்பவர்களோடு ஒப்பந்தங்கள் செய்து கொண்டன. நிலப்பதிவேடு அமலுக்கு வந்ததால் நிலத்தகராறுகளைத் தீர்க்கிற பணியும் இல்லாமல் போனது.[18]

சுருக்கமாகச் சொல்வதானால், காலனியம் கொண்டு வந்த பொருளாதார, நிர்வாக மாற்றங்களை எதிர்கொள்ளும் எந்த ஒரு தனித்த கைத்தொழிலையும் மகர்கள் அறிந்திருக்கவில்லை. இதனால், பெருமளவில் கிராமங்களைவிட்டு வெளியேற வேண்டிய கட்டாயத்துக்குத் தள்ளப்பட்டார்கள். 1921 மக்கள் தொகை கணக்கெடுப்பின்படி, வேலை பார்த்துக்கொண்டிருந்த மகர்களில் 13% மட்டுமே தங்களுடைய குலத்தொழில்களில் ஈடுபட்டுக்கொண்டிருந் தார்கள். இது சம்பர்களில் 55%, மங்குகளில் 33.2% என்கிற அளவுக்கு

இருந்தது. பல மகர்கள் மும்பைக்குக் குடிபெயர்ந்து அங்கே காவல் துறை, தொழிற்சாலைகள், கப்பல்துறைகளில் நிலக்கரி நிரப்பும் இடங்களில் பணிக்குச் சேர்ந்தார்கள்.[18]

பம்பையின் துணி ஆலைப் பணியாளர்களில் பத்தில் ஒருவர் மகர்கள் என்று 1918 கணக்கெடுப்புச் சொன்னது.[20] 1921-ம் வருட மக்கள் தொகைக் கணக்கெடுப்பின்படி மக்கள்தொகையிலும் தொழிற் சாலைகளிலும் தீண்டப்படாதோர் 12% அளவுக்கு (இவர்களில் பெரும்பாலானோர் மகர்கள்) இருந்தார்கள். இதுவே 1864-ல் பம்பாய் மக்கள் தொகையில் 4% தீண்டப்படாதோர் இருந்தார்கள். தொழிற் சாலை பணிகளில் 1872-ல் தீண்டப்படாதோர் 1% இருந்தார்கள்.[21]

1920-30 காலகட்டத்தில் கப்பல்துறைகளில் தயா பவாரின் அப்பா முதலிய எண்ணற்ற மகர்கள் தொழிலாளர்களாகச் சேர்ந்தார்கள்.[23] அதற்குமுன்பு தொடர்வண்டி பாதைகளும் அவர்களுக்கு முக்கிய வருமான மூலமாக இருந்தது.[23] நகரத்தை நோக்கிய இந்த வகையான இடப்பெயர்வு கவனத்துக்கு உரியது. எனினும், இதை மிகைப்படுத்த முடியாது. பெரும்பாலான மகர்கள் இன்னமும் கிராமங்களிலேயே இருந்தார்கள். நகரத்தை நோக்கிய இந்த நகர்வு பிற கடைநிலை சாதியினரைவிட வட்டன் முறையில் இருந்து மகர்களை விடுவித்து உதவியது. இதைக்கொண்டு தங்களுக்கான சமூக, அரசியல் வெளிக்காகப் போராடும் வாய்ப்பு மகர்களுக்குக் கூடுதலாகக் கிடைத்தது. இவர்களோடு ஒப்பிடுகையில், மகர்கள் கிராமத்தில் விட்டுச்சென்ற பணிகளை எடுத்துக்கொண்ட மங்குகளுக்கு இந்த வாய்ப்புக் கிடைத்திருக்கவில்லை.

இவ்வாறு நகர்ப்புறச்சூழலில் நிகழ்ந்த சமூக முன்னேற்றம் கல்விக்கான தாகமாக உருவெடுத்தது. கோலாப்பூர் மகாராஜாவைப் போன்ற புரவலர்கள் மூலம் (கோலாப்பூர் மகராஜா 1909-ல் ஒரு மகர் உறைவிடப் பள்ளிக்கு நிதியுதவி தந்தார்), மகர்கள் தங்களுடைய சமூகத்தினருக்குப் பள்ளிகள், விடுதிகளை நாக்பூர், பூனா, அகமதுநகர், அமராவதி முதலிய இடங்களில் திறந்தார்கள்.

அதனால் 1921-ல் மகர்களின் கல்வியறிவு 2.1% எட்டியது (1901-ல் இது 0.01% ஆக இருந்தது). மகர்களில் பம்பாய் மாகாணத்தில் கல்வியறிவு பெற்ற ஐயாயிரம் ஆண்களும் இரண்டாயிரம் பெண்களும் மேற் சொன்ன புள்ளிவிவரத்தில் அடக்கம். இவர்கள் 288 பேருக்கு மட்டுமே ஆங்கிலம் தெரிந்திருந்தது. அவர்களில் ஒரே ஒருவர் மட்டும்தான் பல்கலைக்கழகப் பட்டதாரி. அவர் அம்பேத்கர் மட்டுமே.[24] ஜில்லியட் வார்த்தைகளில் சொல்வதென்றால், மகர்களுக்குள்ளேயே

'அம்பேத்கரின் நவீன சொல்லாடலைப் புரிந்துகொள்ளக்கூடிய குழு ஒன்றுதிரட்டப்பட வேண்டியிருந்தது.' [25]

எம்.ஜி.பகத் என்பவர் 1935-ல் தன்னுடைய பட்ட மேற்படிப்பு ஆய்வான, 'மகாராஷ்டிராவில் தீண்டாமை'யை வெளியிட்டார். அது கோபலா, தானா, நாசிக், சத்தாரா, அகமதுநகர், கிழக்குக் கண்டேஷ் முதலிய ஆறு மாவட்டங்களில் உள்ள மகர்களின் இனக்குழு அமைப்பியலைத் துல்லியமாகப் படம்பிடித்துக் காட்டுகிறது. பகத் 542 குடும்பங்களை விரிவாக ஆய்வு செய்ததன் மூலம், மகர்கள் மற்ற தீண்டப்படாத சாதிகளை விடப் பின்தங்கிய நிலையில் இருந்திருந்த போதிலும் தீண்டப்படாதவர்களின் சமூகத்தில் தீவிரமாக இயங்கு பவர்களாக, தம்மில் பெரிய மேட்டுக்குடியினரை உடையவர்களாக இருந்தார்கள் என்பதை நிறுவுகிறார்.

பகத் கணக்கில் எடுத்துக்கொண்ட குடும்பங்களில் ஒரு மகர் குடும்பத்தின் சராசரி ஆண்டு வருமானம் ரூ 138. இது மங்குகளை விடச் சற்றே கூடுதலாகும் (133 ரூபாய்). அதே நேரத்தில், சம்பர்கள், பங்கிகள் சாதியில் குடும்ப ஆண்டு வருமானம் 234 ரூபாய், 338 ரூபாய் என்கிற அளவில் இருந்தது.[26] இதனால் தங்களுடைய பெண்களை மணமுடித்துக்கொடுக்கவேண்டிய 233 குடும்பங்களில் 199 பெண்களின் குடும்பங்கள் அதாவது 85% வரதட்சணை கொடுத்தே கடனாளியாக ஆனார்கள். பல்வேறு கடன் வாங்கிய குடும்பத்தினர் தாங்கள் எவ்வளவு கடன் பாக்கி வைத்திருக்கிறோம் எனத் தெரியாமலே கந்துவட்டிக்காரர்களின் தயவில் இருக்கிற நிலையைக் கண்டதாக பகத் பதிவு செய்கிறார்.[27]

மகர்களின் கொடிய வறுமைக்குக் காரணமாக பலுட்டா, வட்டன் முறைகளில் மிகக் குறைந்த வருமானத்தை மகர்கள் பெறுவதே காரணம் என்று பகத் குற்றஞ்சாட்டுகிறார். இந்த இரு முறைகளிலும் அவர்கள் கிராமத்தினருக்கு தரும் சேவைகளுக்குத் தரப்படும் சன்மானமானது மிகச்சொற்பமானதாக இருந்தது. அதிலும், அவர் களுக்குப் பரம்பரை நிலம் இருந்தது என்றால், 'அந்தச் சன்மானமும் பகுக்கப்பட்டு, மீண்டும் பகுக்கப்பட்டு அவர்களுக்கு எதுவுமே கைக்கு வராத அளவுக்குப் பிரித்துக்கொள்ளப்பட்டது' என்கிறார்.[28]

பகத் ஆய்வு செய்த பகுதியில் மகர்கள் இப்படிப்பட்ட ஏழ்மையில் சிக்குண்டிருந்ததால் வேறுவகையான வேலை வாய்ப்புகளைத் தேடவேண்டி இருந்தது. அவர்களில் வெறும் 6.5 % மட்டுமே பாரம்பரியத் தொழில்களில் ஈடுபட்டார்கள். ஆனால், சம்பர்களில் 54%ரும், தோர்களில் 62 %ரும், மங்குகளில் 79%ரும், பங்கிகளில்

அனைவரும் பாரம்பரிய தொழில்களில் ஈடுபட்டிருந்தனர். மகர்களில் கால்வாசி மக்கள் மட்டுமே நிலத்தை உழுதார்கள். அவர்களிலும் விவசாய வேலை எப்போதாவது செய்யும் தொழில் என்றும், அதிலும் பெரும்பாலும் தினக்கூலிகளாக இருப்பதாகவும் 58% பேர் தெரிவித்தனர். அறுவடைக் காலங்களைத் தவிர்த்து, மற்ற மாதங்களில் பத்து நாள் வேலைக்கே அல்லாட வேண்டியிருந்தது.[29] நாசிக் மாவட்டத் தொடர்வண்டி நிறுவனத்தில் ஏன் நிறைய மகர்கள், மங்குகள் வேலை பார்த்தார்கள் என்பதை இது தெளிவுபடுத்துகிறது.[30] கிராமத்தில் மக்கள்தொகைக் குறைப்பைத் துவக்கி வைத்த முதல் அடி அது. அதில் துவங்கிய மகர்களின் இடப்பெயர்வு அவர்களில் பலரை கப்பல் துறைகளில் கொண்டு வந்து நிறுத்தியது. வெகுசில மகர்கள் கிராமத்தை விட்டு வேறு கவுரவமான வழிகளில் தப்பினார்கள்.

பகத் 1935-ல் பட்டியலிடும் 17 தீண்டப்படாத வகுப்பைச் சேர்ந்த குடிமைப் பணியாளர்களில் 15 பேர் மகர்கள், இருவர் சம்பர் இனத்தைச் சேர்ந்தவர்கள். இது மகர்களிடையே நிலவி வந்த பெரும் பாகுபாட்டைப் புலப்படுத்துகிறது. மகர்களில் வறுமையில் உழலும் மக்களும் இருந்தார்கள்; மற்ற தீண்டப்படாத சாதியினரைவிட முக்கியத்துவமிக்க, அதிகாரம் மிக்க மேட்டுக்குடியினரும் இருந்தார்கள்.

கல்வியிலும் இதைப்போன்ற நிலைமையே தொடர்ந்தது. 1931-ம் வருட மக்கள் தொகைக் கணக்கெடுப்பின்படி, மகர்கள், மங்குகளில் 12 மட்டுமே கல்வியறிவு பெற்றிருந்தார்கள். இந்த எண்ணிக்கை சம்பர்கள், தோர்களில் முறையே 16 %, 13 % என்று இருந்தது. ஆனால், பகத் ஆய்வு செய்த ஆறு மாவட்டங்களில் ஆங்கிலம் தெரிந்த தீண்டப்படாத 75 பேரில் 51 பேர் மகர்கள் (67%), இது சம்பர்களில் வெறும் 16% மட்டுமே ஆகும்.[31]

நாசிக்கில் மகர்கள் ரயில்வே துறையில் வேலை பார்த்ததால் தாங்கள் ஆங்கிலம் கற்றதோடு, தங்களுடைய பிள்ளைகளை ரயில்வே பள்ளியில் சேர்க்கவும் முடிந்தது. அகமது நகரில் மகர்களும், பிற தீண்டப்படாத மக்களும் கல்வியறிவு பெற்றதற்கு மிஷனரி பள்ளிகளே காரணம். தீண்டப்படாத மக்களுக்குப் பத்தொன்பதாம் நூற்றாண்டின் இறுதியில் இருந்தே தனிப் பள்ளிகளைத் துவங்கி அதன்மூலம் சாதி ரீதியான சமூகப் பாகுபாட்டை எதிர்கொள்ள ஆங்கிலேய அரசு முயன்றது. நகரமயமாக்கல், தொழில்மயமாக்கல் ஆகியவை கொண்டு வந்த சமூக, பொருளாதார மாற்றங்களால் அம்மக்களின் வாழ்க்கை நிலை பல்வேறு இடங்களில் முன்னேறியது. பகத் சென்று பார்த்த 217 கிராமங்களில் 134 கிராமங்களில் இருந்த

பள்ளிகள் தீண்டப்படாத குழந்தைகளைத் தங்கள் குழந்தைகளோடு சேர்ந்து கல்வி கற்க அனுமதித்தன. 39 கிராமங்களில் தீண்டப்படாத குழந்தைகள் மற்றவர்களுடன் சேர்ந்து கல்வி கற்பது தடை செய்யப் பட்டிருந்தது. 44 கிராமங்களில் தொடக்கப் பள்ளிக்கூடங்கள் இல்லை.

கல்வியால் முன்னேறிய மகர்கள் மாட்டிறைச்சி முதலிய அசைவ உணவுகளை உண்பதைத் துறந்ததன் மூலம் தங்களைத் தூய்மை யற்றவர்களாகக் காணும் போக்கை மாற்ற முயன்றார்கள்.[32] பலுட்டா, வட்டன் முறைகளை மகர்கள் தீவிரமாக நிராகரிக்க ஆரம்பித்ததற்குக் காரணம் அவர்களிடையே மிக வேகமாக அதிகரித்த அரசியல் விழிப்புணர்வே. இந்த முறைகளே தாங்கள் சமூகத்தில் இழி நிலையில் இருக்கக் காரணம் எனக் கருதிய மகர்கள் அவற்றை விட்டுத் தங்களை விடுவித்துக்கொள்ள முயன்றார்கள்.[33] இறந்து போன விலங்குகளின் பிணங்களை அறுக்கவோ புதைக்கவோ மறுத்து மகர்கள் கிளர்ச்சி செய்ததை பகத் கண்ணுற்றார். அதே சமயம், மேல்சாதியினர் மகர்களைச் சமூக விலக்குக்கு உள்ளாக்கித் திருப்பித் தாக்குவதும் நடந்தது.[34]

மொத்தமாக, பகத்தின் ஆய்வு மகாராஷ்டிராவின் தீண்டப்படாத வகுப்பினரிடையே நிலவும் ஆழமான சமூக-பொருளாதார, கல்வி சார்ந்த வேறுபாடுகளைப் புலப்படுத்தியது. இப்படிப்பட்ட பாகு பாடுகள் அவர்களுக்குக் கிடைத்த சமூக அந்தஸ்திலும் வேறுபாடு களை உருவாக்கின. தங்களுடைய சமூக அந்தஸ்துக்கு ஏற்ப தங்களுக்குள்ளேயே இச்சாதிகள் பாகுபடுத்திக்கொண்டன. ‘ஒரு மகர் மங்குவிடம் பால் வாங்கிக் குடிக்க மாட்டார். சம்பர் ஒரு பங்கியிடம் எப்போதும் பால் வாங்க மாட்டார்’ என்கிற அளவுக்கு இந்தப் பாகுபாடு பரவியிருந்தது.[35] சோலாப்பூரில் மங்குகளும் மகர்களும் மோதிக்கொண்ட பல்வேறு சம்பவங்களைப் பகத் விவரிக்கிறார். எடுத்துக்காட்டாக, மகர்கள், மங்குகளை ‘கீழான சாதியினர்’ எனச் சொல்லி அவர்கள் கிணற்றில் தண்ணீர் எடுக்க அனுமதி மறுத்தார்கள்.[36] அம்பேத்கர் இப்படிப்பட்ட சாதிப் படிநிலை குறித்துத் தன்னுடைய நேரம், ஆற்றலைப் பெருமளவில் செலவிட்டுச் சிந்தித்தார். அதன்மூலம், இந்தச் சாதி படிநிலைக்கு இன்னமும் வலிமையாகச் சவால்விட முயன்றார்.

பகத்தின் ஆய்வு மகர்களிடையே நிலவி வந்த எதிரெதிரான நிலையைப் புரியவைக்கிறது. ஒரு பக்கம் மகாராஷ்டிராவின் மிக ஏழ்மையான தீண்டப்படாத சாதியினராக மகர்கள் திகழ்கிறார்கள். இன்னொரு புறம், தீண்டப்படாதவர்களிலேயே மிகவும் கல்வி பெற்றவர்களாக, மிகவும் வேகமாக அணிதிரளும் மக்கள்

குழுவாகவும் அவர்களே திகழ்ந்தார்கள். இப்படிப்பட்ட கலவை அவர்கள் ஏன் தீவிரத்தன்மையோடு திகழ்ந்தார்கள் என்பதை விளக்குகிறது. அம்மக்கள் ஏழ்மையில் உழன்றார்கள். அதன் தலைவர்கள் சராசரி மக்களைவிடக் கூடுதலான, நுண்மையான அரசியல் விழிப்புணர்வு உள்ளவர்களாக இருந்தார்கள். இதனால், தீண்டப்படாதோரில் இந்தியா முழுவதும் ஏற்றுக்கொள்ளக் கூடிய ஆளுமை மிக்க தலைவராக மகர்களில் இருந்து அம்பேத்கர் எழுந்தது நம்மை ஆச்சரியப்படுத்த வேண்டியதில்லை.

குடும்பச் சூழல்: ராணுவமும் மகாராஜாவின் ஆதரவில் மேற்கத்திய கல்வியும்

அம்பேத்கர் போரின் ராணுவத் தலைமையகமான மோவ் என்கிற காவற்படை நகரில் பிறந்ததால் பெரும்பயன் பெற்றார். இந்த நகரில்தான் அம்பேத்கரின் தந்தை ராம்ஜி சக்பாலும் அவருடைய அப்பாவைப்போல ராணுவத்தில் வேலை பார்த்துக்கொண்டிருந்தார். சக்பால் 1866-ல் ராணுவத்தில் இணைந்து சுபேதாராகப் பதவி உயர்வு பெற்று, ராணுவப் பொதுப் பள்ளியின் தலைமையாசிரியராக நியமிக்கப்பட்டார்.

அம்பேத்கரின் அன்னை வழியிலும் இதேபோன்ற பெருமை மிகுந்த ராணுவப் பாரம்பரியம் நிலவி வந்தது. அவரின் அம்மா குடும்பத்தில் அம்மாவின் அப்பாவும், அவரின் ஆறு மாமாக்களும் ராணுவ சுபேதார் மேஜர்களாக இருந்திருந்தார்கள்.[37] ராணுவத்தில் பணியாற்றுபவர்களின் பிள்ளைகளுக்குக் கல்வி கட்டாயம் என்பதால் அம்பேத்கரின் தந்தை மட்டுமல்லாமல் அவரின் குடும்பத்தின் பெண்களும் கல்வியறிவு பெற்றவர்களாக இருந்தார்கள்.

ஜோதிராவ் புலேவின் நண்பரும், ரசிகருமான ராம்ஜி சக்பால் ஆர்வமிக்க ஆளுமையாகத் திகழ்ந்தார். ராணுவத்தில் மகர்களின் நுழைவுக்கு வழி வகுப்பதில் அவர் 1890-களில் தீவிரமாகப் பங்கெடுத்தார்.[38] 1892-93 காலத்தில் இருந்து ஆங்கிலேய அரசு மகர்களைப் பெருமளவில் பணிக்கு எடுப்பதை நிறுத்திக்கொண்டது. மகர்களை விடச் சுத்தமாகக் கருதப்பட்ட சாதியினர் குறிப்பாக, மராத்தாக்கள் ராணுவத் தளங்களில் அவர்களோடு சேர்ந்து இயங்கத் தயங்கியதே இதற்குக் காரணம். பிரிட்டிஷ் ராணுவத்தில் நிரந்தர மாகப் பணிக்குச் சேர்த்துக்கொள்ளப்பட்ட மகர்களின் கடைசித் தலைமுறையைச் சேர்ந்தவராக அம்பேத்கரின் தந்தை திகழ்ந்தார்.[39]

ராம்ஜி சக்பால் பக்திமானாகத் திகழ்ந்தார். தன்னுடைய குழந்தை களுக்கு இந்து புராணக் கதைகளை விவரித்ததோடு, ஒவ்வொரு

மாலையும் துக்காராம் முதலிய துறவிகளின் பாடல்களை ஓதுவதை வழக்கமாகக் கொண்டிருந்தார். சாதிப் படிநிலையைக் கடுமையாக நிராகரித்த கபீரின் பக்தராகவும் அவர் திகழ்ந்தமையால் தன்னுடைய பிள்ளைகளுக்குத் தீவிரமான சமூகப்பார்வை மிக்க ஆன்மிகக் கருத்துக்களைப் போதித்தார். பதினைந்தாம் நூற்றாண்டின் இரண்டாம் பாதியில் கபீர் சமத்துவத்தைத் தீவிரமாக வளர்த்தெடுத்தார் என்பதில் ஐயமில்லை. அதற்கு இரு காரணங்கள். பற்றுகளைத் துறந்த துறவியான அவரின் குரலில் இயல்பாக அது ஓங்கி ஒலித்தது, மேலும், கபீரும் எளிய நெசவாளர் சாதிப் பின்னணியில் இருந்து வந்தவர்.[40] ஆனால், அம்பேத்கரின் வாழ்க்கையைச் செதுக்கியது அவர் பெற்ற கல்வியும் அக்கல்வியைத் தொடர அவருக்கு மராத்தா மகாராஜாக்கள் வழங்கிய உதவிகளுமே ஆகும்.

அம்பேத்கர் கண்டோன்மென்ட் தொடக்கப்பள்ளியில் ஐந்து வயதில் சேர்ந்து, சத்தாராவின் உயர்நிலைப்பள்ளியில் படிப்பைத் தொடர்ந்தார். அவருடைய தந்தை ராணுவத்தோடு மும்பைக்கு நகர்ந்ததால் அவரும், அவருடைய சகோதரரும் எல்ஃபின்ஸ்டோன் உயர்நிலைப் பள்ளியிலும், எல்ஃபின்ஸ்டோன் கல்லூரியிலும் கல்வி கற்றார்கள்.[41] அவர் ஆங்கிலம், பாரசீகத்தில் இளங்கலை பட்டம் பெற்றார். அவர் சமஸ்கிருதத்தைக் கற்க விரும்பியிருக்கக்கூடும். ஆனால் அவருடைய சாதி அதற்குத் தடையாக நின்றது. பரோடா சுதேச சமஸ்தானத்தில் அம்பேத்கர் லெப்டினன்ட்டாக 1913-ம் வருடம் இணைந்தார். ஆனால், அதற்கு அடுத்த நாள் அவருடைய தந்தை இறந்துவிடவே, பரோடா மகாராஜாவின் உதவியோடு தன்னுடைய கல்வியைத் தொடர்ந்தார்.

கிருஷ்ண அர்ஜுன் என்கிற தாதா கேலுஸ்கர் என்கிற பேராசிரியர் அம்பேத்கரின் திறன்களால் அசந்து போனார். அவரே அம்பேத்கரின் கல்விக்கு உதவுமாறு பரோடா மகாராஜாவிடம் உதவி கோரினார். கெய்க்வாட் வம்சத்தைச் சேர்ந்த பரோடா ஆட்சியாளர்களின் மராத்திய வேர்கள் அவர்கள் பிராமணர் அல்லாதவர்களிடம் கரிசனத்துடன் நடந்துகொண்டனர். அம்மன்னரின் ஆட்சிப்பகுதியில் தீண்டப்படாதவர்களுக்குப் பள்ளிகள் ஏற்படுத்தப்பட்டன[42], திறமை மிகுந்த கீழ்சாதி இளைஞர்களுக்குக் கல்வியுதவி வழங்கப்பட்டது.[43] இந்தத் திட்டத்தால் பரோடா மாநில நிர்வாகத்துக்குப் பிராமணர் அல்லாத நிர்வாகிகள் கிடைத்தார்கள்.[44]

அம்பேத்கருக்கு உதவி கோரி மகாராஜாவை கேலுஸ்கர் சந்தித்தார். உடனே மாதம் ஐம்பது ரூபாய் உதவித்தொகைக்கு உத்தரவிட்ட மகாராஜா அம்பேத்கர் சிறப்பாகப் படித்தால் மேலும் உதவுவதாக

உறுதியளித்தார்.[45] மேலும் அம்பேத்கர் தன்னுடைய பட்டப்படிப்பை முடித்த பின்பு அமெரிக்காவுக்குப் படிக்க அனுப்பிவைக்கத் தயாராக இருப்பதாகவும் மகாராஜா சொன்னார். ஆனால், ஒரே ஒரு நிபந்தனையை விதித்தார். அவர் அமெரிக்காவில் இருந்து திரும்பியதும் தன்னுடைய அரசில் பத்தாண்டுகள் வேலை பார்க்க வேண்டும் என்கிற அதிகாரப்பூர்வ உடன்படிக்கையில் கையொப்பம் இடவேண்டும் என்பதே அது. மகாராஜாவின் மகனே ஹார்வர்டில் படித்தார். அம்பேத்கருக்கு ஒரு அரிய வாய்ப்பு வழங்கப்பட்டது. அம்பேத்கரின் வாழ்க்கையின் சாதனைகளுக்கு அவருடைய திறனும் கடும் உழைப்பும் காரணம் என்றாலும், அவருக்குக் கிடைத்த நல்வாய்ப்புக்கு மராத்திய அரசகுடியின் உதவியும் காரணம். இந்த பிராமணரல்லாதோரின் கூட்டுறவு அவரின் வாழ்க்கைப் பயணத்தில் மிக முக்கியமான காரணியாகத் திகழ்ந்தது.

அம்பேத்கர் நியூயார்க்கில் உள்ள கொலம்பியா பல்கலையில் பொருளாதாரத்தில் மேற்படிப்பை 1913-ல் துவங்கினார். தன்னுடைய மேற்படிப்பு ஆய்வைப் பண்டைய இந்தியாவில் வர்த்தகம் என்கிற தலைப்பில் மேற்கொண்டு 1915-ல் பட்டம் பெற்றார். மானுடவியல் கருத்தரங்கு ஒன்றில் 'இந்தியாவில் சாதிகள் அவற்றின் அமைப்பியக்கம், தோற்றம், வளர்ச்சி' என்கிற தலைப்பில் ஆய்வுத் தாள் சமர்ப்பித்தார். சாதி குறித்து ஆராயும் அம்பேத்கரின் நெடும் பயணம் அதிலிருந்து துவங்கியது. இந்த ஆய்வு குறித்துப் பின்னர் விரிவாகப் பேசுவோம்.

அம்பேத்கர் முதல் முறையாக மேற்கின் சமூக அறிவியல் கருத்தாக்கங்களை இந்தியாவைப் புரிந்துகொள்ளப் பயன்படுத்தினார். நடைமுறை தத்துவவியலைத் துவங்கிவைத்த ஜான் டூயி, பேராசிரியர் ஆர்.ஏ.செலிக்மான் ஆகிய இரு பேராசிரியர்களால் கொலம்பியா பல்கலையில் அம்பேத்கர் பெரிதும் கவரப்பட்டார். அதேபோல, ஆப்ரிக்க அமெரிக்கர்களின் விடுதலைக்கான கருவியாகக் கல்வியை முன்னெடுத்தவரும், Tuskgee மையத்தை நிறுவியவருமான புக்கர் டி.வாஷிங்டனாலும் அம்பேத்கர் ஈர்க்கப்பட்டார். இப்படிப்பட்ட பல்வேறு புதியவகையான சிந்தனைகளில் அம்பேத்கர் தன்னை ஈடுபடுத்திக்கொண்டார். குறிப்பாக புலேவின் மீது பெருந்தாக்கம் செலுத்திய தாமஸ் பெய்னின் சமத்துவ, தனிநபர்வாதக் கருத்தியலால் கவரப்பட்டார்.[46] அம்பேத்கர் அமெரிக்காவில்தான் ஜனநாயக அமைப்புகளின் சக்தியால்தான் சமூக சமத்துவம் சாத்தியம் என்கிற அசைக்க முடியாத நம்பிக்கையைப் பெற்றார் என்று ஜெல்லியட் சுட்டிக்காட்டுகிறார்.[47] இந்தக் கருத்துகள்

பெருமளவில் பேராசிரியர் டூயியால் அம்பேத்கருக்குள் விதைக்கப் பட்டன.[48]

1916-ம் ஆண்டு அம்பேத்கர் இங்கிலாந்தின் லண்டன் ஸ்கூல் ஆஃப் எகனாமிக்சில் படிப்பதற்காக அமெரிக்காவில் இருந்து பயணமானார். ஆனால், ஜூலை 1917-ல் பரோடா மகாராஜா இந்தியாவுக்குத் திரும்பச் சொல்லி உத்தரவிட்டார். அம்பேத்கர் மகாராஜாவின் ராணுவச் செயலாளராகப் பணியில் சேர்ந்தார். இங்கேயும் ராணுவமே சமூக முன்னேற்றத்துக்கான கருவியாக இருப்பதைக் கவனிக்கவேண்டும்.[49]

பரோடாவிலும் அம்பேத்கருக்குத் தன்னுடைய சொந்த சாதி அடையாளத்தால் தங்க இடம் கிடைக்கவில்லை. அதனால் பார்சிக்கள் நடத்தி வந்த விடுதிகளில் இடம் கிடைக்கத் தன்னை பார்சி என்று அடையாளப்படுத்திக் கொண்டார். அப்படியும் அவர் மகர் என்று தெரிந்து, அவரை விடுதியை விட்டு வெளியேற்றினார்கள். இது அவரின் வாழ்க்கையில் மிகப் பெரிய தாக்கத்தை ஏற்படுத்தியது:

> நாள் முழுக்க நான் வாழ்வதற்கு வீடு தேடினேன். எனக்குத் தலை சாய்க்க ஓர் இடம் கூடக் கிடைக்காமல் நொந்து போனேன். என்னுடைய நண்பர்களின் வீட்டுக் கதவைத் தட்டினேன். அவர்கள் ஏதேதோ காரணங்கள் கூறி என்னுடைய வேண்டு கோளை நிராகரித்தார்கள். தங்களுடைய வீடுகளில் என்னைத் தங்கவைக்க முடியாது என்றார்கள். நான் முழுமையாக ஏமாற்றமடைந்து, சோர்ந்து போயிருந்தேன். அடுத்து என்ன செய்வது? என்னால் எந்த முடிவுக்கும் வர முடியவில்லை. அமைதியாக ஒரு இடத்தில் அமர்ந்தேன். என் கண்களில் இருந்து தாரை தாரையாகக் கண்ணீர் பெருக்கெடுத்து ஓடியது. எனக்கு வீடு கிடைக்கும் என்கிற நம்பிக்கை சற்றும் இல்லாமல், என்னுடைய பணி விலகலைத் தந்துவிட்டு இரவோடு இரவாகப் பம்பாய்க்கு ரயில் ஏறினேன்.[50]

அம்பேத்கர் இப்படித்தான் அரசியல் போராளியாகத் தன்னுடைய வாழ்க்கையைத் துவங்கினார். அக்டோபர் 1920-ல் இங்கிலாந்துக்குத் திரும்பிய அவர், தன்னுடைய மேற்படிப்பை 1921 ஜூன் மாதத்தில் மராத்திய பிரமுகரான கோலாப்பூர் மகாராஜாவின் நிதியுதவியோடு முடித்தார்.[51] அவர் 1901-ம் ஆண்டில் இருந்தே கடுமையான பிராமண எதிர்ப்புப் பார்வை கொண்டிருந்தார். அந்த ஆண்டில் பிராமணர்கள் அவருக்கு சத்திரியர் பட்டத்தை வழங்க மறுத்தார்கள். அன்று முதல் வேதச் சடங்குகளுக்குத் தடை விதித்தார். தன்னுடைய குடும்ப விழாக்களுக்குக் கூட பிராமணர்கள் வரக்கூடாது எனத் தடை

விதித்தார்.[52] அம்பேத்கருக்கு பரோடா மகாராஜா முன்னர் புரவலராக இருந்ததைப்போல கோலாப்பூரின் சாஹு மகாராஜாவும் அம்பேத்கருக்குப் புரவலர் ஆனார்.[53] லண்டன் ஸ்கூல் ஆஃப் எகானமிக்ஸுக்கு அம்பேத்கரைப் பரிந்துரை செய்து அவர் எழுதிய கடிதத்தில் இந்தப் பிராமண எதிர்ப்புக் கூட்டு ஒற்றுமை வெளிப்படுகிறது:

> [திரு அம்பேத்கர்] உங்களுக்குப் பிற்படுத்தப்பட்ட சாதிகளைச் சேர்ந்த அதிகார வர்க்கத்துக்கும் பிராமண அதிகார வர்க்கத்துக்கும் இடையே உள்ள வேறுபாட்டை விளக்குவார். ஜனநாயகச் சிந்தனைகள் மிக்கவர்களாக, பிற்படுத்தப்பட்ட சாதிகளின் வளர்ச்சியை விரும்புவதாகச் சொல்லிக்கொள்ளும் பிராமண அதிகாரிகள் உண்மையில் தங்களுடைய சாதி அதிகாரிகளின் தனி ஆதிக்கமே நிலவவேண்டும் என்று தீராவேட்கை கொண்டவர்களாக உள்ளார்கள். பிற்படுத்தப்பட்ட சாதியினரிடம் இரக்கம் காட்டுகிறவர் இப்படிப்பட்ட பிராமணர்களிடம் எப்படி யெல்லாம் படாதபாடு பட வேண்டியிருக்கிறது என விளக்கிச் சொல்வார் அம்பேத்கர். அறிவார்ந்த இங்கிலாந்து மக்களான உங்களிடம், பிராமணரல்லாத இந்துக்களின் ஒருமனதான கருத்தொன்றை அம்பேத்கர் வெளிப்படுத்துவார். பிராமணர்கள் சுயாட்சியைக் கோருவதற்குப் பின்னால் இருக்கும் உண்மையான நோக்கம் தாங்கள் இழந்துவிட்ட அதிகாரத்தைத் திரும்பப்பெற்று, அதனை நிலைநாட்டுவது என்பதே அக்கருத்தாகும்.[54]

'ரூபாயின் சிக்கல்' (*The Problem of Rupee*) என்கிற தலைப்பில் தன்னுடைய பொருளாதார ஆய்வுத்தாளை அம்பேத்கர் லண்டன் ஸ்கூல் ஆஃப் எகானமிக்ஸில் 1922-ல் சமர்ப்பித்தார். இந்த ஆய்வில் அவர் போதுமான கவனம் செலுத்தாமல் போனதால் அது மார்ச் 1923-ல் நிராகரிக்கப்பட்டது. ஆனால், அம்பேத்கர் அந்த ஆய்வுத் தாளைத் திருத்தி எழுதி, நவம்பரில் மீண்டும் சமர்ப்பித்தார். இந்த முறை வெற்றிகரமாகத் தன்னுடைய ஆய்வுத்தாளைப் பேராசிரியர்களை ஏற்றுக்கொள்ள வைத்தார். 1927-ல் 'பிரிட்டிஷ் இந்தியாவில் மாகாண நிதியின் பரிணாமம்' (*The Evolution of Provincial Finance in British India*) என்கிற தலைப்பில் ஆய்வு கொலம்பியா பல்கலைக்கழகத்தில் முனைவர் பட்டம் பெற்றார்.[55] இதனால், தீண்டப்படாத வகுப்பில் இருந்து முனைவர் பட்டம் பெற்ற முதல் நபர் ஆனார் அம்பேத்கர்.

அம்பேத்கர் மும்பை வழக்கறிஞர் சங்கத்தில் தன்னை 1923-ல் பதிவு செய்துகொண்டார். அந்த ஆண்டே உயர்நீதிமன்றத்தில் வழக்காட ஆரம்பித்தார். அவர் தீண்டப்படாத சாதியைச் சேர்ந்தவர் என்பதால்

பல நல்ல வழக்குகள் அவருக்குக் கிடைக்காமல் போனது. இதனால் வருமானம் போதாமல், அம்பேத்கர் கூடுதல் வருமானத்துக்கு ஆசிரியர் பணி செய்ய வேண்டிய கட்டாயத்துக்குத் தள்ளப்பட்டார். பிரிட்டனில் 1918-ல் சைடேன்ஹம் வணிகவியல், பொருளாதாரக் கல்லூரியில் அரசியல் பொருளாதாரம் கற்பித்தார். அவர் 1925-ல் பட்லிபாய் கணக்கியல் பயிற்சி மையத்தில் பகுதி நேர விரிவுரையாளராக நியமிக்கப்பட்டார். அம்பேத்கர் பெற்ற சட்டப்பயிற்சி நீதிமன்றங்களில் தீண்டப்படாத மக்களுக்காக வாதாடும் போதும், சமரச பேச்சுவார்த்தைகளிலும், அரசியல் களத்திலும் நன்றாகப் பயன்பட்டது என்பதே ஒரு ஆறுதல்.

•

ஏதோ அதிர்ஷ்டத்தால் அம்பேத்கர் ஒட்டு மொத்த இந்தியாவின் தீண்டப்படாத மக்களின் தலைவராக மாறிவிடவில்லை. அவருடைய தனிப்பட்ட அறிவு, ஆற்றல் ஆகியவை முக்கியப் பங்காற்றின. அதைப்போலவே குடும்ப, சமூக, உள்ளூர் சூழல்களும் அவர் வாழ்க்கையைத் தீர்மானித்தன. அவர் மகாராஷ்டிராவின் பிராமண எதிர்ப்பு இயக்கத்தின் வாரிசானார். மராத்தா மகாராஜாக்களின் ஆதரவும் உதவியது. அவரின் சாதி, குடும்பத்தின் இக்கட்டான சூழலும் அம்பேத்கரின் சமூக-பொருளாதார விழிப்புணர்வு, புரட்சிகர மனப்பான்மைக்கு நேரடிப் பங்காற்றின. ஆனால், வெளிநாட்டில் அம்பேத்கர் பெற்ற கல்வி அவரை சமத்துவ விழுமியங்களைப் பற்றித் தெரிந்துகொள்ள உதவியது. அவற்றை சாதியின் அமைப்பியக்கத்தை அறிந்துகொள்ள அம்பேத்கர் பயன்படுத்தினார். இந்த வெளிநாட்டுக் கல்வியே அம்பேத்கர் சாதி அமைப்புக்கு எதிராகப் புரட்சி செய்ய முக்கியமான காரணி. அம்பேத்கர் இந்தியாவுக்குத் திரும்பியதும் தன்னுடைய சமூகவியல் பகுப்பாய்வுக் கருவிகளை மேலும் பட்டைதீட்டிக் கொண்டார். அதனைக்கொண்டு தீண்டப்படாதவர்களைப் பிரதானமாகப் பாதிக்கும் சமூக அமைப்புக்குச் சவால் விடுத்தார்.

அத்தியாயம் 3

சாதியைத் திறம்பட அழித்தொழிக்க அதைப் பகுத்தாய்ந்து இந்திய இனக்குழு சார்ந்ததாக ஆக்குதல்

'இந்து சமூகத்தின் தீமைகளை விரட்டி அடித்துவிட்டு, சமத்துவத்தின் அடிப்படையில் தாழ்த்தப்பட்ட வகுப்பினரை இந்து மதத்தில் ஒன்றிணைக்கலாம் என்று நான் நீண்டகாலமாக நம்பினேன். அந்த நோக்கமே மகத் சவுதர் குள சத்தியாகிரகம், நாசிக் கோயில் நுழைவு போராட்டம் ஆகியவற்றுக்குத் தூண்டுகோலாக அமைந்தது. அந்த இலக்கை மனதில் கொண்டே, மனுஸ்மிருதியை எரித்தோம், கூட்டமாகப் பூணூல் அணியும் விழாக்களை நடத்தினோம். எனக்குக் காலம் நல்ல பாடங்களைக் கற்றுக்கொடுத்துவிட்டது. இந்து மதம் சமத்துவமின்மையின்மீது கட்டி எழுப்பப்பட்டுள்ளது. நான் இந்துக்களிடையே ஒடுக்கப்பட்ட மக்களுக்குச் சமத்துவம் சாத்தியமே இல்லை என்று இன்று முழுமையாகப் புரிந்து கொண்டேன். இந்து சமூகத்தில் இனிமேலும் நாங்கள் நீடிக்க விரும்பவில்லை.' (The Bombay Sentinel பத்திரிகையில் பதிவு செய்யப்பட்டுள்ள அம்பேத்கரின் உரை. மகாராஷ்டிரா அரசாங்கத்தின் வெளியீடான டாக்டர் பாபாசாகேப் அம்பேத்கரும் தீண்டப்படாதோரின் இயக்கமும், முதல் தொகுப்பிலிருந்து எடுத்தாளப்பட்டது, 1982, பக்கம் 250)

அம்பேத்கர் அறிவிற் சிறந்த அறிஞராகவும் செயல்வீரராகவும் திகழ்ந்தார். இந்து சமூகம் குறித்துப் பகுப்பாய்வு செய்த பிறகே சாதி அமைப்புக்கு எதிரான தன்னுடைய போரைத் தொடுத்தார். அவருக்கு வழங்கப்பட்ட அறிவார்ந்த பயிற்சியால் தன்னுடைய வாழ்க்கை

முழுக்கக் கற்றலின்மீது அவர் தீராத தனிப்பட்ட வேட்கை கொண்டிருந்தார். இப்படிப்பட்ட குணம், அவரைச் சாதி ஒழிப்புக்கான போரை ஏற்று நடத்தத் தயார்படுத்தியது. அம்பேத்கர் வெளிநாட்டுப் பயணங்களில் இருந்து இந்தியாவுக்குத் திரும்பும் போது பல நூறு புத்தகங்களைத் தன்னுடன் கொண்டுவந்தார். இவை அவருடைய எழுத்துகளை அலங்கரிக்கும் எண்ணற்ற மேற்கோள் களுக்கு மூலங்களாகத் திகழ்ந்தன. தலைசிறந்த படிப்பாளியாகத் திகழ்ந்த அம்பேத்கர் பல நூல்களுக்கான தயாரிப்புகளில் ஒரே சமயத்தில் ஈடுபட்டிருந்தார் என்பதை அவருடைய எழுத்துப்படிகள் உணர்த்துகின்றன. இவை போக, பல நூறு செய்திக்கட்டுரைகளை அம்பேத்கர் எழுதிக் குவித்தார்.

சாதியமைப்பு குறித்து முதன்முதலில் ஆய்வு செய்த மானுடவியலாளர் கோவிந்த் சதாசிவ் குரி. இவர் 1932-ல் 'சாதி மற்றும் இனம்' என்கிற நூலை வெளியிட்டார். அதற்குப் பத்தாண்டுகளுக்கு முன்னரே சாதி அமைப்பின் தோற்றம் குறித்து அம்பேத்கர் ஆய்வு செய்ய ஆரம்பித்து விட்டார். எனினும், இந்திய சமூகவியலுக்கு அம்பேத்கர் ஆற்றிய பங்களிப்புகள் நெடுங்காலமாகக் கண்டுகொள்ளப்படாமலே இருந்தன. இந்தப் புறக்கணிப்பைச் சரிசெய்யும் முயற்சியில் ஈடுபட்ட ஒலிவியர் ஹெர்ரேன்ஸ்கிமிடிட் தன்னுடைய நூலின் முன்னுரையில் இந்தப் புறக்கணிப்பை அழுத்தமாகக் கவனப்படுத்துகிறார்.[1] இந்திய மானுடவியல் முன்னோடிகளான லூயிஸ் டுமான்ட், எம்.என்.ஸ்ரீனிவாஸ் முதலியோரும், அவர்களின் வழிவந்த பெரும்பாலான அறிஞர்களும் இந்தப் புறக்கணிப்பில் ஈடுபட்டார்கள். இத்தனைக்கும் அவர்களுடைய எண்ணற்ற வாதங்களை அம்பேத்கர் முன்னரே முன்வைத்துக் கருத்துகளை வெளியிட்டிருந்தார்.[2] இத்தனைக்கும் வெகு சில அம்பேத்கரின் எழுத்துக்களைத் தவிர்த்து மற்ற அனைத்துப் படைப்புகளும் தொடர்ந்து அச்சில் இருந்தன. அதேபோல, அந்த அச்சில் இல்லாத படைப்புகளையும் மகாராஷ்டிரா அரசு அம்பேத்கர் நூற்றாண்டை முன்னிட்டு 1980-களின் இறுதியிலும், 1990-களின் துவக்கத்திலும் அவருடைய முழுமையான படைப்புகளை மறுபதிப்பு செய்தது.[3] அம்பேத்கரின் வாழ்நாளிலேயே அவருடைய படைப்புகள் வெளியிடப்பட்டு, மறு பதிப்புகளும் கண்டன. அவருடைய முதல் கட்டுரையான 'இந்தியாவில் சாதிகள்-அவற்றின் அமைப்பியக்கம், தோற்றம் மற்றும் வளர்ச்சி' (1917) நூலில் துவங்கி, அவருடைய மறைவுக்குப் பின்னர் வெளிவந்த இறுதி நூலான 'புத்தமும் தம்மமும்' (1957) நூல்வரை அம்பேத்கரின் படைப்புகளின் வெளியீடு தொடர்ந்தது. இந்தப் படைப்புகளில் மிகவும் பிரபலமான, ஆனால், அரிதாகவே மேற்கொள் காட்டப்பட்ட படைப்பான

‘சாதியை அழித்தொழித்தல்’ (1936) இடைப்பட்ட காலத்தில் வெளிவந்தது.

இந்த நூல்களிலும் மற்ற படைப்புகளிலும் அம்பேத்கர் சாதி அமைப்பின் அமைப்பியக்கங்களை விளக்கவும், தீண்டாமையின் தோற்றத்தைக் கண்டறியவும் கடுமையாக முயன்றார். இதன்மூலம் சமத்துவத்துக்கான தன்னுடைய போராட்டத்தை முன்னெடுத்துச் செல்ல முயன்றார்.

சமூகவியலாளர் அம்பேத்கர்

அம்பேத்கர் இருபத்தி ஐந்து வயதில் கொலம்பியா பல்கலைக் கழகத்தில் ஏ.ஏ.கோல்டன்வெய்ஸரின் கருத்தரங்கில் கலந்து கொண்டார். அதிலிருந்து சாதியை ஆராயும் சமூகவியலாளராக அவருடைய வாழ்க்கை துவங்கியது. அம்பேத்கர் 1916-ம் ஆண்டு மே மாதத்தில் சாதி குறித்து ஆற்றிய உரை, *Indian Antiquary*-ல் ‘இந்தியாவில் சாதிகள்-அவற்றின் அமைப்பியக்கம், தோற்றம், வளர்ச்சி’ என்கிற தலைப்பில் வெளிவந்தது. இக்கட்டுரையில் ‘சாதி குறித்த கோட்பாட்டைத் தான் மேலும் முன்னோக்கிச் செலுத்தியிருப்பதாக’ அம்பேத்கர் அறிவித்தார்.[4] அப்போதும் அம்பேத்கர் சாதி குறித்துத் தெளிவாக விளக்கக்கூடிய ஒரு மாதிரியைத் தேடிக்கொண்டுதான் இருந்தார். ஆனால், அவருடைய உள்ளொளி மிகுந்த பார்வைகள், சில நேரங்களில் முழுமையடையாமல் இருந்தாலும், ஆழமான புரிதலைத் தருபவையாக இருந்தன. இப்பார்வைகள் பெரும்பாலும் அவரின் உள்ளுணர்வைச் சார்ந்து எழுந்தன.

மேற்கத்திய அறிஞர்கள் சாதியை இன வேறுபாட்டு கோட்பாடு களைக் கொண்டு விளக்கியதை அம்பேத்கர் நேருக்கு நேராக எதிர் கொண்டார். ஆரியர்கள் படையெடுத்துத் திராவிடர்களை அடிமைப் படுத்தி, அவர்களைக் கீழ் சாதி நிலைக்குத் தள்ளினார்கள் என்பது மேற்கத்திய அறிஞர்களின் பார்வையாக இருந்தது. அம்பேத்கரின் பார்வையில், மேற்கத்திய படைப்பாளிகள் சாதி பிரச்னையின் மூல காரணத்தை இனத்தில் கண்டதற்குப் பின்னால் அவர்களுடைய ‘நிறம் சார்ந்த முன்முடிவான பார்வைகளுக்கு’ மிக முக்கியமான பங்கிருந்தது’ என்றார்.[5] ஆனால், சாதியை இனம் சார்ந்த தோற்றப் பாடாக அவர்கள் பார்த்தது முழுக்கப் பிழையானது, அது சமூகம் சார்ந்த தோற்றப்பாடு என்று அம்பேத்கர் வாதிட்டார்.

அகமணமுறைதான் சாதியின் முக்கியமான இயங்குதளம் என அம்பேத்கர் கருதினார். பிராமணர்கள் தங்கள் சமூகத்தினரைத் தவிர்த்து மற்றவர்களோடு எந்தவகையான திருமண உறவு

கொள்ளவும் மறுத்துக் கதவடைத்துக் கொண்டதைத் தொடர்ந்து சாதி அமைப்பு உறுதியாக, தெளிவாக உருப்பெற்றது என்றார் அம்பேத்கர். அதனால்தான், அம்பேத்கர் சாதியை 'மூடிக்கொண்ட வர்க்கம்' என வரையறுத்தார்.[6] இந்த வரையறையை விரித்து அம்பேத்கர் சதி (உடன்கட்டை ஏறுதல்), கைம்பெண் (விதவை) மறுமணத் தடை களை விளக்கினார். ஒவ்வொரு சமூகத்திலும் கூடுதலாக இருக்கும் பெண்கள் வேறு சமூகத்து ஆண்களை மணந்துகொள்ள வேண்டி யிருக்கும். இந்தக் கூடுதல் பெண்களைத் துடைத்து எறியும் நோக்கத் தோடு சதியும், விதவை மறுமணத் தடையும் வடிவமைக்கப்பட்டன. இதைப்போலவே மனைவிகளை இழந்த ஆண்களுக்குப் பருவம் எய்தாத சிறுமிகளை மணமுடித்து வைத்ததன் மூலம் தங்கள் சாதிக்குள்ளேயே திருமணம் நடப்பதை உறுதி செய்துகொண்டார்கள். இதன்மூலமும், மற்ற சாதி ஆண்களைத் திருமணம் செய்துகொள்ளக் கூடிய கூடுதல் பெண்களின் எண்ணிக்கை ஒழிக்கப்பட்டது.

இப்படிப்பட்ட நம்புவதற்குக் கடினமான வாதங்கள், உண்மையான மேதைமையோடு முன்வைக்கப்பட்டன. எடுத்துக்காட்டாக, அம்பேத்கர் சாதி அமைப்பைச் சமூகத்தின்மீது பிராமணர்கள் திணிக்கவில்லை என்றார். அதற்கு மாறாக, பிராமணர்களை மற்ற சமூகக் குழுவினர் பார்த்து ஒழுகினார்கள். எடுத்துக்காட்டாகப் பிராமணர்களைப்போல அவர்களும் அக மண முறையைப் பின்பற்றினார்கள். இப்படிப்பட்ட 'சமூகப் பிரதியெடுப்பு' என்கிற கருத்தாக்கத்துக்கான தூண்டுகோலை அம்பேத்கர் காப்ரியேல் டார்டேவிடம் இருந்து பெற்றார்.

காப்ரியேல் டார்டே சமூகப் பிரதியெடுப்பு இரண்டு முக்கியமான நியமங்களைக் கொண்டதாக இருக்கும் என்றார்: கீழுள்ளவர்களே தங்களுக்கு மேலான நிலையில் உள்ளவர்களைப் பிரதியெடுப் பார்கள். மேலுள்ளவர்கள் கீழுள்ளவர்களைப்போல நடந்து கொள்வ தில்லை. எவ்வளவுக்கு எவ்வளவு இரு குழுக்களிடையே சமூக இடைவெளி அதிகமாக இருக்கிறதோ, அவ்வளவுக்கு அவ்வளவு பிரதி எடுப்பதற்கான முயற்சி வலிமையானதாக இருக்கும். சமூகத்தில் சாதி குறித்த சிந்தனைகள் இந்த இரு பார்வைகளால் பரவியது என அம்பேத்கர் கருதினார். பிராமணர்கள் சமூகத்தில் கிட்டத்தட்ட அசைக்க முடியாத புனிதமான இடத்தைப் பெற்றவர்களாக இருந்ததால் இந்த இரு பார்வைகளும் சமூகத்தில் வலிமையாக ஆதிக்கம் செலுத்த ஆரம்பித்தன.

பிராமணரை பார்த்தொழுகும் இத்தகைய செயல்பாடானது, ஏன் மற்ற சாதிகளும் சதி (உடன்கட்டை ஏறுதல்), குழந்தை திருமணம், விதவை மறுமணத்துக்குத் தடை ஆகியவற்றைப் பின்பற்ற ஆரம்பித்தார்கள்

என்பதை விளக்குகிறது. நவீன இந்திய ஆய்வுகளின் மிக முக்கியமான, பட்டறிவு சார்ந்த கருத்தாக்கமான 'சமஸ்கிருதமயமாக்கல்' முறைக்கான அடிப்படையை அம்பேத்கர் வளர்த்தெடுத்தார். இந்தச் சமஸ்கிருதமயமாக்கலை அம்பேத்கருக்கு நாற்பது வருடங்கள் கழித்தே எம்.என்.ஸ்ரீனிவாஸ் அறிமுகப்படுத்தினார்.[7] 'சமஸ்கிருதமய மாக்கல்' என்கிற பதத்தை எம்.என்.ஸ்ரீனிவாஸ் பயன்படுத்தினாலும் இந்த முறை குறித்த பதிவுகள், காலனிய அதிகாரிகளான ஈ.டி.அட்கின்சன் *Himalayan Gazetteer* இதழிலும், ஆல்பிரட் லையால் எழுத்துகளிலும் காணப்படுகிறது. இவர்களுடைய எழுத்துகளை அம்பேத்கரும் வாசித்திருக்கக்கூடும்.[8]

இதைத்தாண்டி எமில் செனார்ட், ஹெச்.ஹெச்.ரிஸ்லே, ஜே.சி.நெஸ்ஃபீல்ட், டென்ஜில் இப்பெட்சன் முதலிய மேற்கத்தியர்கள் 'சாதி என்பதைத் தனித்த பிரிவாக வரையறுத்தார்கள்; சாதியை பல்வேறு சாதிகளின் அமைப்புக்குள் இருக்கும் ஒன்றாகக் கருதத் தவறிவிட்டார்கள்' என்று அம்பேத்கர் குற்றஞ்சாட்டினார்.[9] சாதிகள் இணைந்து ஒரு அமைப்பை உருவாக்குகின்றன, இதனால் தான் அம்பேத்கரின் சாதி சார்ந்த கோட்பாட்டில், பிறர் பிரதியெடுக்கும் மையப்பொருளாகப் பிராமணர்கள் இருந்தார்கள். 'இந்திய தீபகற்பத்தைப்போல கலாசார ஒற்றுமை கொண்ட இன்னொரு நாட்டைக் காண முடியாது' என்ற அம்பேத்கர் அதற்கான காரணத்தையும் முன்வைத்தார்.[10]

இந்தியாவின் இந்தக் குறிப்பிடத்தகுந்த ஒற்றுமை அதன் சாதியமைப்பில் இருந்தே பெறப்படுகிறது. ஏனெனில், பிராமணர்கள் இந்திய துணைக்கண்டம் முழுக்கப் பரவியிருக்கிறார்கள். முன்னரே குறிப்பிட்டவாறு, பிராமணர்கள் சாதியமைப்பைத் திணித்திருக்க முடியாது என்பதை அம்பேத்கர் உணர்ந்திருந்தார்.[11] அதற்கு மாறாக, இப்படிப்பட்ட சமூக அமைப்பு பிராமணர்கள் எல்லாரைவிடவும் மேலானவர்கள் என்கிற நம்பிக்கையாலும், தாங்கள் கீழானவர்கள் என்று நம்பும் பிற சாதிகள் அதனைச் சிறு எதிர்ப்பும் காட்டாமல் ஏற்றுக்கொள்வதாலும் செயல்பாட்டுக்கு வந்தது என்று அம்பேத்கர் வாதிட்டார்.[12]

இப்படிப்பட்ட பகுப்பாய்வு எம்.என்.ஸ்ரீனிவாசின் கருத்துக்களுக்கு முன்னோடியாக இருந்தது. மேலும், லூயிஸ் டூமாண்ட் சாதிகள் தனித்துச் சுதந்திரமாக இயங்குவதில்லை, அவை தங்களுக்குள் ஒரு அமைப்பை ஏற்படுத்திக் கொள்கின்றன என்றார். இப்படிப்பட்ட சாதி அமைப்பின் 'முழுமையான' பண்பு குறித்த டூமாண்டின் கருத்து களையும் அம்பேத்கர் அவருக்கு முன்னரே வெளிப்படுத்தினார்.

முழுமையான சாதி அமைப்புக்கான அமிலப் பரிசோதனை எந்தளவுக்கு இந்தச் சாதி படிநிலையைக் கீழ் சாதியினர் உள்வாங்கிக் கொள்கிறார்கள் என்பதில் இருக்கிறது.

இந்தியாவெங்கும் பிராமணர்களின் அற நெறிமுறைகளே மேலானது என அங்கீகரிக்கப்பட்டதன் மூலம் சாதி அமைப்பின் ஏற்புப் புலப்படுகிறது. இதிலிருந்து ஓரளவுக்குச் சமஸ்கிருதமயமாக்கல் என்கிற சிந்தனை பயணிக்கிறது.[13] இந்த ஏற்பாட்டை டூமான்ட் உடலின் ஒவ்வொரு உறுப்பும் தனித்து இயங்காமல், ஒட்டு மொத்தமாக உடலுக்குக் கட்டுப்பட்டு இயங்குவதை ஒத்திருக்கிறது என்பதை ஒரு ஒப்பீட்டின் மூலம் விளக்குகிறார்: 'சாதி முழுமையான ஒன்றுக்கு முன் சரணடைவதன் மூலம், தன்னைத் தனிமைப்படுத்திக் கொள்கிறது. எப்படி ஒருவரின் கரமானது தன்னை வயிற்றின் செல்களோடு இணைத்துக்கொள்ளாதோ அப்படியே சாதியும் இயங்குகிறது.'[14] டூமாண்டின் பார்வையில் சாதி அமைப்பு முழுக்க இணக்கமானதாக இயங்குகிறது, அதன் ஒவ்வொரு உறுப்பும் தங்களுக்குள் பணிகளைப் பங்கிட்டுக் கொண்டு முழுமையைப் பெறுகின்றன. டூமான்ட் சாதி அமைப்பின் படிநிலை குறித்த புரிதல் உள்ளவராக இருந்தார் என்றாலும், அவர் சாதி அமைப்பின் ஆதிக்கம் மிக்க செயல்பாடு, அதன் சமூக ஒடுக்குமுறைக்கும் அதற்கும் தொடர்பில்லாததைப் போலச் சாதி அமைப்பை அதன் குற்றங்களில் இருந்து விடுவிக்கிறார். சாதியின் ஒடுக்குமுறை, அதன் ஆதிக்கம் ஆகியவற்றை ஆழமான புரட்சி உணர்வோடு அம்பேத்கரே எதிர்கொண்டார்.

அம்பேத்கரின் முதிர்ச்சியடைந்த எழுத்துகள், அதிலும் குறிப்பாகச் 'சூத்திரர்கள் யார்?' நூலில் சாதி அமைப்பு குறித்த அடிப்படையான நம்பிக்கைகள் குறித்து விரிவாக மறு ஆய்வு செய்தார். தன்னுடைய அறிவைப் பயன்படுத்தி வேத நூல்களைக் குறிப்பாக ரிக் வேதத்தை அவர் முறையாகவும் தர்க்கபூர்வமாகவும் ஆய்வு செய்தார். அதில் சாதி எப்படித் தோன்றியது என விளக்கும் மனித சமூகத்தின் தோற்றம் குறித்த ஒரு கதையைப் புருஷ ஸுக்தாவில் அம்பேத்கர் கண்டு பிடிக்கிறார். விராட புருஷன் எனும் ஆதிமனிதன் தன்னைத்தானே பலியிட்டுக் கொள்கிறான். அப்படிப் பலியிடுகையில் வெவ்வேறு உறுப்புகளை வெட்டி வீசுகிறான். புருஷ ஸுக்தாவின் மையப் பாடல் இப்படிச் செல்கிறது: 'அவரின் (விராட புருஷனின்) வாய் பிராமணன் ஆனது/ அவரின் கரங்களில் இருந்து போர்வீரன் (சத்திரியன்) வெளிப்பட்டான்/ அவருடைய தொடையிலிருந்து கைவினைஞன் (வைசியன்) தோன்றினான்/ அவருடைய காலில் இருந்து சேவகன் பிறந்தான் (சூத்திரர்கள்).' [15]

பழைய ஏற்பாட்டின் உலகத்தோற்றம் குறித்த நம்பிக்கை மனிதனை முன்னிறுத்துகையில் இந்தக் கதை சமூகத்தின் தோற்றத்தை முன்னிறுத்துகிறது என அம்பேத்கர் அழுத்திச் சொல்கிறார். இந்தப் புருஷ ஸூக்தம் 'மூடுண்ட வர்க்கங்களால் ஆன ஒரு சமூகத்தைத் தன்னுடைய லட்சியமாகப் போதிக்கிறது'[16] இவை எல்லாவற்றுக்கும் மேலாக, புருஷ ஸூக்தத்தை எழுதியவர் ஒன்றுக்கொன்று உதவிக் கொள்பவையாக, அதன் மூலம் சமூகத்தை இயங்கவைப்பவையாக வர்ணங்கள் உள்ளன எனக் கருதினார். இயல்பாகவே, இப்படிச் சமூகங்கள் பிரச்னைகள் அற்றவையாகக் காட்டப்படுவது பிராமணிய அடிப்படையைக் கொண்டதாகும். இந்த விராட புருஷன் குறித்த பாடல்களை எழுதியவர்கள், சமூக உறவுகளை வரையறுக்கும் சமஸ்கிருத இலக்கியங்களைப் படைத்தவர்கள் அனைவரும் பிராமணர்களே ஆவர். வர்ண முறைக்கான ஏற்பு மத ஒப்புதலைச் சார்ந்தே இருக்கிறது. இப்படிப்பட்ட 'வர்ணப் பாகுபாட்டை இயற்கையானதாக, லட்சியப்பூர்வமானதாக மட்டுமல்லாமல், புனிதமானதாக, இறைவனிடமிருந்து பெறப்பட்டதாகக் கருதும்' செயல்திட்டத்துக்கு எதிராக அம்பேத்கர் கிளர்ந்து எழுந்தார்.[17] புருஷ ஸூக்தத்தின் அடிப்படையாக இருக்கும், ஒவ்வொரு வர்ணமும் இன்னொன்றின் செயல்பாட்டுக்கு உடல் உறுப்புகள் ஒவ்வொன்றும் உடலின் செயல்பாட்டுக்குத் தேவைப்படுவதைப்போல அவசியமானது என்கிற தர்க்கத்தை நிராகரித்தார்:

வெவ்வேறு வர்ண வகுப்புகளை வெவ்வேறு உடல் உறுப்புகளோடு ஒப்பிட்டது ஒன்றும் தற்செயலானது இல்லை. அது திட்டமிட்ட செயல். நான்கு வர்ணங்களின் தொழில்களை முடிவு செய்வதும், இந்த வர்ணங்கள் எந்த இடத்தை அடுக்குநிலையில் பெறவேண்டும் என்பதுமான இரண்டு சிக்கல்களைத் தீர்க்கும் திட்டமாகவே தோன்றுகிறது. வெவ்வேறு வர்ணங்களைப் படைப்பவரின் வெவ்வேறு உடல் உறுப்புகளோடு ஒப்பிட்ட சூத்திரத்துக்குப் பின்னால் இந்த இரு சிக்கல்களைத் தீர்க்கும் நோக்கம் இருக்கிறது. இந்த உறுப்புகள் வர்ணங்களின் படி நிலையை முடிவுசெய்கின்றன. இந்தப் படிநிலைகள் ஒவ்வொரு வர்ணங்களின் தொழில் என்ன என்பதைத் தீர்மானிக்கிறது.

படைப்பவனின் வாயோடு பிராமணன் ஒப்பிடப்படுகிறான். வாய் தான் உடலின் மிகப் புனிதமான உறுப்பாக இருப்பதால், நான்கு வர்ணங்களில் பிராமணனே புனிதமானவன். இந்த அளவுகோலின் படி பிராமணனே புனிதமானவன் என்பதால், ஞானம், கல்வி ஆகியவற்றைப் பாதுகாக்கும் பொறுப்புப் பிராமணர்களிடம் தரப்பட்டது. படைத்தவனின் கரங்களோடு சத்திரியர்கள் ஒப்பிடப்

பட்டார்கள். உடல் உறுப்புகளில் வாய்க்குக் கீழே கரங்கள் வருகின்றன. இவ்வாறு சத்திரியன் பிராமணர்களுக்கு அடுத்த இடத்தையும், பிராமணர்களின் கற்பித்தல் பணிக்கு அடுத்து முக்கியமான பணியான போரிடுதல் சத்திரியருக்குத் தரப்பட்டது.

வைசியர்கள் தொடையோடு ஒப்பிடப்பட்டார்கள். உடல் உறுப்புகளில் கரங்களுக்கு அடுத்தே தொடை வருகிறது. இதனால், சத்திரியருக்கு அடுத்த இடத்தை வைசியர்கள் பெற்றார்கள். பெயரும் புகழும் தருகிற தொழில்களில் பண்டைய காலத்தில் போர்த்தொழிலுக்கு அடுத்த இடத்தில் இருந்த வியாபாரம், வாணிகத்தில் வைசியர்கள் ஈடுபட்டார்கள்.

சூத்திரர்கள் படைத்தவனின் காலோடு ஒப்பிடப்படுகிறார்கள். மனித உடலின் மிகக் கீழான, மிக இழிவான பாகமாகக் கால் கருதப்பட்டது. இதற்கு ஏற்ப, சமூக அடுக்கில் கடை நிலை சூத்திரர்களுக்குத் தரப்பட்டது. அதற்கேற்ப, அவர்களுக்கு மிக இழிவான தொழிலான, உடல் உழைப்பைக் கோரும் வேலைகள் தரப்பட்டன.[18]

அம்பேத்கரின் பார்வையில் ‘எந்தச் சமூகத்திலும் இப்படிப் படிநிலை அதிகாரப்பூர்வமாக, உறுதியாக, நிரந்தரமாக வரையறுக்கப்பட்ட தில்லை. இந்தப் படிநிலையில் பயபக்தி ஏறுவரிசையிலும், இகழ்ச்சியான பார்வை இறங்குவரிசையிலும் அமைந்திருக்கிறது.’[18] இந்தச் சாதியமைப்பின் தனித்துவமான பண்பே அதனைப் பிணைத்திருக்கும் படித்தர சமத்துவமின்மையே. இந்தப் படித்தர சமத்துவமின்மை குறித்து அம்பேத்கர் தன்னுடைய எழுத்துகள், பேச்சுகளில் மீண்டும், மீண்டும் எழுதினார், பேசினார். இதை ஒலிவியர் ஹெர்ரேன்ஸ்கிமிடிட் அழுத்தமாகச் சுட்டிக்காட்டுகிறார்.

தன்னுடைய கடைசி நூலில் அம்பேத்கர், ‘ஏறுவரிசையில் இயங்கும் வெறுப்பு, இறங்குவரிசையில் இயங்கும் இகழ்ச்சியான பார்வை இரண்டும் ஒன்றுக்கொன்று தொடர் மோதலுக்கான மூலமாக இருக்கின்றன என்கிறார்.[20] ‘பயபக்தி/இகழ்ச்சியான பார்வை’ என்கிற பதங்களுக்குப் பதிலாக ‘வெறுப்பு/இகழ்ச்சியான பார்வை’ என்கிற வார்த்தைகளைப் பயன்படுத்தியிருப்பது கவனத்துக்கு உரியது. இந்த மாற்றத்துக்குப் பின்னால் சாதியமைப்பை முழுமையானதாக முன்னிறுத்தும் தர்க்கத்தின் ஒரு கூறு கவனத்தில் கொள்ளப்படுகிறது. சாதி அமைப்பில் மேலானவர்களாகக் கருதப் படுபவர்களுக்குக் காட்டப்படும் மரியாதையை ஓரங்கட்டிவிட்டு, அம்பேத்கரின் இதயத்தில் இயல்பாகக் கனன்று கொண்டிருந்த உணர்வான ஒடுக்கப்படுபவரின் வெறுப்பு வெளிப்படுகிறது.

'படித்தர சமத்துவமின்மை' என்பது அம்பேத்கரின் மிக முக்கியமான சமூகவியல் கண்டுபிடிப்பு.[21] இந்தியாவின் குடியரசு தலைவராக 1997-2002 காலத்தில் இருந்தவரும், காங்கிரஸ் கட்சியைச் சேர்ந்த தலித் உறுப்பினருமான கே.ஆர்.நாராயணன் அம்பேத்கரை நன்கு வாசித்தவர். அவர் சாதி குறித்த அம்பேத்கர் உருவாக்கிய 'ஏறு வரிசையில் அமையும் பயபக்தி, இறங்குவரிசையில் அமையும் இகழ்ச்சியான பார்வை'யை[21] நினைவுகூர்ந்திருக்கிறார். இந்த வரிசைநிலையே சமூக மாற்றத்தைத் தாக்குபிடிக்கும் திறனைச் சாதி அமைப்புக்குத் தந்தது என்பது அம்பேத்கரின் பார்வை. கீழ்சாதியினர் தங்களை ஒடுக்குபவர்களைத் தூக்கி எறியவில்லை என்பதற்குக் கீழ் சாதியினரும் சாதிப் படிநிலையை ஓரளவுக்கு உள்வாங்கிக் கொண்டிருக்கிறார்கள் என்பது ஒரு காரணம். அது மட்டுமல்லாமல், 'படித்தர சமத்துவமின்மை'யின் அடிப்படை பண்புகளும் இதற்குக் காரணமாகும்.

'படித்தர சமத்துவமின்மை' என்பது சாதியமைப்பின் முக்கிய அம்சமாகும். சமூகச் சமத்துவத்தின் தத்துவார்த்த வேர்களை மேற்கில் கற்றுக்கொண்ட அம்பேத்கர் அதன் பலன்களை நடைமுறையில் அங்கேயே உணர்ந்து கொண்டார். இதனால், அம்பேத்கர் சமூகச் சமத்துவத்துக்காகத் தீவிரமாக இயங்கும் செயல்பாட்டாளரானார். அம்பேத்கரைப் பொறுத்தவரை குடியரசின், பிரெஞ்சு புரட்சியின் அனைத்து மதிப்பீடுகளும் அவற்றில் இருந்தே எழுகின்றன:

> உண்மையில் சகோதரத்துவம், சுதந்திரம் வேறொன்றில் இருந்து வருவிக்கப்பட்ட கருத்துகளே. சமத்துவம், மனித ஆளுமைக்கான மரியாதை ஆகியவை முதன்மையான, அடிப்படையான கருத்தாக்கங்கள் ஆகும். இந்த இரு அடிப்படை கருத்தாக்கங் களாலே தான் சகோதரத்துவம், சுதந்திரம் ஆகியவை வேர் பிடிக்கின்றன. இன்னமும் ஆழமாகப் பயணிப்போம் என்றால், சமத்துவமே அசலான கருத்தாக்கம் என்பதும், மனித ஆளுமைக் கான மரியாதை என்பது சமத்துவத்தின் பிரதிபலிப்பே என்பது விளங்கும். ஆகவே, எங்கெல்லாம் சமத்துவம் மறுக்கப்படுகிறதோ அங்கே மற்றவை அனைத்தும் மறுக்கப்படுகிறது எனக் கருதலாம்.[23]

பிரெஞ்சு/அமெரிக்க சமத்துவத்தை அம்பேத்கர் தீவிரமாக ஆதரிப்பது இயல்பாகவே தீவிரமான தனிநபர்வாத ஆதரவோடு இணைந்தே பயணிக்கிறது. இதை அம்பேத்கரின் சொந்த வாழ்க்கைப் பயணத்திலும் காண முடியும். ஒரு தனி மனிதன் பிறக்கிற குழுவைத் தவிர்த்து வேறெந்த தனித்துவமான அடையாளத்தையும் கொண்டிருப்பதற்குச் சாதி அமைப்பு அனுமதிப்பதில்லை. இப்படிப்பட்ட சமூக அமைப்பின்

மீதான விமர்சனமாகவும் அம்பேத்கர் தனிநபர்வாதத்தைத் தூக்கிப்பிடிப்பதைக் காணலாம்.

அம்பேத்கர் முழுமையான குழுவாக இயங்கும் சமூகங்களைத் தனி மனித உரிமைகள் மிக்க சமூகங்களைக் கொண்டும், சமத்துவத்தைச் சமத்துவமின்மையோடு ஒப்பிட்டு மட்டும் திருப்தியடையவில்லை. மரபு வழியாக வரும் சமத்துவமின்மையை, படித்தர சமத்துவ மின்மையில் இருந்து வேறுபடுத்திக் காட்டுகிறார் அம்பேத்கர். படித்தர சமத்துவமின்மை மரபு வழி சமத்துவமின்மையைப்போல இரு மடங்கு ஆபத்தானது என்பது அவருடைய பார்வை.[24]

சமத்துவமின்மை என்கிற கருத்தாக்கம் செல்வாக்குமிக்க குழுக்கள் தங்களுக்குள் மோதிக்கொள்ளும் சமூகச் சூழலை உள்ளடக்கியதாக இருக்கிறது. இது தொழில்மயமான சமூகங்களில் உழைக்கும் வர்க்கம், பூர்ஷ்வாக்களுடன் மோதுவதாக இருக்கும். பிரெஞ்சு புரட்சிக்கு முற்பட்ட காலத்தில், ஃபிரான்ஸின் மூன்றாவது எஸ்டேட் பிரபுக்கள், அரசனுக்கு எதிராகக் கிளர்ந்து எழுந்தனர். மேற்சொன்ன சமத்துவமின்மைகளில் இருந்து சாதிய சமத்துவமின்மையானது மாறுபட்டது என அம்பேத்கர் விளக்கினார். இந்தப் படித்தர சமத்துவமின்மை, எந்தக் குழுக்கள் ஒடுக்கப்படுகின்றனவோ அவற்றையும் தமக்குள் ஒன்று சேர முடியாமல் பிரித்தும்விடுகிறது, இதன் மூலம்,. தங்களை ஒடுக்குபவனைத் தூக்கி எறிய அவர்கள் ஒன்றுசேர முடியாமல் போகிறது.

படித்தர சமத்துவமின்மை முறையில், பாதிக்கப்பட்ட குழுக்கள் சமநிலையில் இருப்பதில்லை. இப்படிப் பாதிக்கப்பட்டவர்கள் சமநிலையில் இருக்க வேண்டுமென்றால் உயர்ந்தோர், தாழ்ந்தோர் என்கிற இரு வகையான மக்களே இருக்கவேண்டும். அதற்கு மாறாக, படித்தர சமத்துவமின்மை நிலவும் சமூகத்தில் பிராமணர்கள் அனைவரையும் விட அதி உயர்ந்த இடத்தில் இருக்கிறார்கள். அவர்களுக்கு அடுத்து மிக உயர்ந்த இடத்தில் சத்திரியர்கள் இருக்கிறார்கள். அவர்களுக்கு அடுத்ததாக உயர்ந்த நிலையில் வைசியர்கள் உள்ளார்கள். இவர்களுக்கு அடுத்து கீழான நிலையில் சூத்திரர்கள் இருக்கிறார்கள். இந்தக் கீழானவர்களுக்கு அடுத்து மிகக் கீழான நிலையில் தீண்டப்படாதவர்கள் இருக்கிறார்கள்.

பிராமணர்கள் மற்ற அனைவரை விடவும் அதி உயர்ந்த இடத்தில் இருப்பதால் அவர்கள்மீது அனைவருக்கும் ஆதங்கங்கள் உள்ளன. அதி உயர்ந்த இடத்தில் இருக்கும் பிராமணர்களை விரட்ட விரும்பினாலும், உயர்ந்தவர்கள், கீழானவர்கள், மிகக் கீழானவர்கள்

ஆகியோர் ஒன்று சேர மாட்டார்கள். சாதி அடுக்கினில் மிக உயர்ந்த இடத்தில் இருப்பவர்கள் தங்களை விடச் சாதி அடுக்கினில் தொட்டடுத்து உயர்ந்த இடத்தில் இருப்பவர்களைத் தூக்கி எறிய விரும்புகிறார்கள். ஆனால், இவர்கள் தன்னை விடச் சாதி அடுக்கில் கீழே இருக்கும் உயர்ந்தவர்கள், கீழானவர்கள், அவர்களை விடக் கீழானவர்களாக உள்ளவர்களோடு அணிசேர மாட்டார்கள். அவர்கள் தங்களுடைய நிலைக்கு உயர்ந்து, தங்களுக்கு இணையான இடத்தைப் பெற்று விடக்கூடாது என்று கருதுவதே இதற்குக் காரணமாகும்.

சாதி அடுக்கினில் ஒப்பீட்டளவில் உயர்ந்த இடத்தில் இருப்பவர்கள் தங்களுக்கு மேலே உள்ளவர்களைத் தூக்கி எறியவே விரும்புகிறார்கள். எனினும், அவர்கள் தங்களைவிடச் சாதி அடுக்கினில் கீழான நிலையில் இருக்கும் கீழானவர்கள், மிகக் கீழானவர்களோடு கைகோர்க்க மாட்டார்கள். அவர்கள் தங்களுடைய நிலைக்கு உயர்ந்து, தங்களுக்கு இணையான இடத்தைப் பெற்றுவிடக்கூடாது என்று கருதுவதே இதற்குக் காரணமாகும்.

கீழான இடத்தில் இருப்பவர்கள் தங்களைவிட மேலான நிலையில் இருக்கும் அனைத்திலும் உயர்ந்தவர்கள், மிக உயர்ந்தவர்கள், உயர்ந்தவர்கள் ஆகியோரை வீழ்த்த எண்ணினாலும் தன்னைவிடக் கீழான நிலையில் இருப்பவர்களோடு கூட்டணி சேர மாட்டார்கள். அவர்கள் தங்களுடைய நிலைக்கு உயர்ந்து, தங்களுக்குச் சமமானவர்களாக மாறிவிடக்கூடாது என்கிற அச்சமே இதற்குக் காரணமாகும்.

இப்படிப்பட்ட படித்தர சமத்துவமின்மை நிலவும் முறையில், சமூக அடுக்கினில் கடைக்கோடியில் இருக்கும் வகுப்பினரைத் தவிர்த்து மற்ற எந்தக் குழுவும் முழுவதும் வசதி வாய்ப்புகளற்ற குழுவாக இருப்பதில்லை. இவர்கள் பெறுகிற வசதி, வாய்ப்புகள் படித்தரமானவை. கீழானவர்கள் கூட மிகக் கீழானவர்களை விட வசதி வாய்ப்புகள் மிக்கவர்கள். ஒவ்வொரு வகுப்புக்கும் வசதி, வாய்ப்புகள் கிடைப்பதால் ஒவ்வொரு வகுப்பும் இந்த அமைப்பு முறை அப்படியே நீடிப்பதையே விரும்புகின்றன.[25]

அம்பேத்கர் சாதி அமைப்பின் மிக வலிமையான இயங்குமுறையை இங்கே அம்பலப்படுத்துகிறார். எனினும், அம்பேத்கர் தன்னுடைய வாதத்தை முன்னெடுத்துச் சென்று, தர்க்கப்பூர்வமான முடிவை எட்டவில்லை. அவர் வர்ணங்களை மட்டுமே கணக்கில் எடுத்துக் கொள்கிறார். அவை மட்டுமே சமூகக் குழுக்களாக இருந்ததைப் போல அம்பேத்கர் நடந்துகொள்கிறார். இது உண்மையென்றால், பிரிட்டிஷ் மக்கள் தொகை கணக்கெடுப்பின் படி ஒட்டுமொத்த மக்கள்

தொகையில் பாதிக்கும் மேல் இருந்த சூத்திரர்கள் - மிக உயர்ந்த சாதிகளை எளிதாக ஓரங்கட்டி இருப்பார்கள். இதற்கு மாறாக, அம்பேத்கர் விவரிக்கும் இயங்குமுறைகள் சாதிகளில் மறு உற்பத்தி செய்யப்படுகின்றன. ஒவ்வொரு வர்ணமும் பல்வேறு சாதிகளைக் கொண்டிருப்பதால், அவற்றின் படிநிலையும் படிப்படியான தரநிலையைச் சார்ந்த ஒன்றாக இருக்கிறது. முழுவதும் சைவ உணவு உண்ணும் பிராமண வகுப்பு முட்டை, மீன் சாப்பிடும் பிராமண சாதியைவிட மேலெழும்ப முடியும். இப்படிப்பட்ட பாகுபடுத்தல் சாதிக்குள்ளேயே கூட நடக்கும்.

எடுத்துக்காட்டாக, நாவிதர்கள் சாதியில் முடி வெட்டும் சிலரின் மனைவிமார்கள், மருத்துவச்சி தொழில் மாசுபடுத்துகிற ஒன்றாகக் கருதப்படுவதால், இனி மருத்துவச்சிகளாக இருக்கமுடியாது என முடிவெடுக்கிறார்கள் என வைத்துக்கொள்வோம். இந்தத் தொழிலைத் தொடர்ந்து மேற்கொள்ளும் நாவிதர்களைவிட சமூக அந்தஸ்தில் அவர்கள் சற்றே உயர்வார்கள். தமக்குள் அக மண உறவு கொண்டு ஒரு புதிய சாதியை உருவாக்குவார்கள்.[26] ஹெர்ரேன்ஸ்கிமிடிட் பார்வையில் இப்படிப்பட்ட இடங்களில் இந்திய சமூகமானது, 'சிறு சிறு வேறுபாடுகளில் பெரும்பற்றுக் கொண்டதாக' [27]இருக்கிறது.' குறிப்பாகச் சமூகத்தின் படிநிலையில், கடைக்கோடி நிலைகளில் இருப்பவர்களிடையே இந்த வகையான வேறுபாடுகள்மீது பெரும்பற்று இருந்து வருகிறது. இங்கே ஒவ்வொரு தனி மனிதரும் தன்னை விடக் கீழான நிலையில் வேறொருவர் இருக்கவேண்டும் என்றே விரும்புகிறார்.

முதன்முதலில் இந்த யதார்த்தத்தைச் சுட்டிகாட்டியவர் அம்பேத்கரே. தீண்டப்படாத மக்களிடையே நிலவிய பாகுபாடுகளை அவர் கடுமையாகக் கண்டித்தார், அவருடைய பார்வையில், தீண்டப் படாதோர், 'பிளவுபட்ட உடலாக ஆதிக்கச் சாதி இந்துவை போலவே சாதி அமைப்பால் நோயுற்றவர்களாக, சாதி அமைப்பை நம்புபவர் களாக இருக்கிறார்கள். இந்தச் சாதி அமைப்பு தீண்டப்படாத மக்களிடையே பரஸ்பர பகைக்கும் பொறாமைக்கும் வழிவகுத்து, அவர்கள் இணைந்து ஒன்றாகச் செயல்படுவதற்கு வாய்ப்பே இல்லாமல் பார்த்துக் கொள்கிறது.'[28]

அக்டோபர் **23, 1928** அன்று சைமன் கமிஷனிடம் ஆதாரங்களைச் சமர்ப்பிக்கச் சென்ற அம்பேத்கர் சற்றே கசப்போடு, 'சாதி இந்துக்கள் தங்களுடைய நஞ்சை மற்றவர்களுக்கும் பரப்பிவிட்டார்கள்' என்று குறிப்பிட்டார்.[29] அம்பேத்கர் மகாராஷ்ட்ராவில் மகர்களும் மங்குகளும் தங்களுக்குள் திருமணம் செய்துகொள்வதில்லை

என்பதால் பெரிதும் கவலையுற்றார். மகர்கள் அல்லாத தலித்துகளின் பிரதிநிதியாகத் தன்னை முன்னிறுத்திக் கொள்வதில் அம்பேத்கர் தோல்வியே அடைந்தார். மங்குகள், சம்பர்கள் அவருடைய அரசியல் கட்சியில் பெரிய அளவில் இணையவில்லை. இது சாதி அமைப்புத் தன்னைத் தற்காத்துக் கொள்ளும் முறைகளை உள்ளடக்கி, நிறுவனமயப்படுத்தியுள்ளது என்கிற அம்பேத்கரின் பார்வையை உறுதிப்படுத்துவதாக இருந்தது.

மேலே விவரித்தவற்றைத் தொகுத்துக் காண்போம். தற்கால மானுடவியலின் பல்வேறு பரிமாணங்களை அம்பேத்கர் வெகு காலத்துக்கு முன்னே சரியாகக் கணித்தார். சாதி ஓர் அமைப்பை உருவாக்குவதன் மூலமே உயிர்த்திருக்கிறது. பிராமண மதிப்பீடுகள் எது கீழ் சாதிக்குச் சரியானது என்பதை அளவுக்கு மீறித் தீர்மானித்துக் கொண்டே இருக்கிறது. இந்தப் பிராமணப் 'புனிதத்தன்மை' க்கான மிக வலிமைமிக்க ஆதாரம் சமஸ்கிருதமயமாக்கலின் செயல் முறையிலேயே இருக்கிறது. தங்கள்மீது ஆதிக்கம் செலுத்தும் மேட்டுக்குடிகளுக்கு எதிராக மோசமாகப் பாகுபடுத்தப்படும் குழுக்கள் தங்களுக்குள் சமூகக் கூட்டணியை அமைக்கவிடாமல் படித்தர சமத்துவமின்மை தடுக்கிறது. இது சாதி அமைப்பின் மிகவும் தனித்துவமான படிநிலையை, அதற்குப் பின்னால் பொதிந்திருக்கும் தர்க்கத்தைப் புலப்படுத்துகிறது.

ஹொர்ரேன்ஸ்கிமிடிட்டின் பார்வையில், 'இப்படிப்பட்ட படித்தர சமத்துவமின்மையால் தான் இந்திய சமூகத்தில் புரட்சி என்பதோ, ஏன் சீர்திருத்தம் என்பதோ கூடச் சாத்தியப்படாமல் இருக்கிறது.'[30] சாதியின் தோற்றம், அதன் அமைப்பியக்கம் குறித்த தன்னுடைய பகுப்பாய்வின் மூலம் அம்பேத்கர் மிகக் கீழான நிலையில் இருக்கும் சாதிகளுக்குத் தனித்துவமான, மதிப்புமிக்க அடையாளத்தை வழங்கி அதன்மூலம் புரட்சிக்கு வழிவகுக்க விரும்பினார்.

கீழான சாதிக்கான பொற்காலத்தைக் 'கண்டுபிடித்தல்': பூர்வ குடிப் பெருமைகள்

சாதி அமைப்பின் வழிமுறைகள் குறித்து அம்பேத்கர் ஆழமான ஆய்வுகள் மேற்கொண்டதற்கு அளவில்லாத அறிவுத்தேடல் மட்டுமே காரணமாக இருந்திருக்கவில்லை. அம்பேத்கர் பல லட்சம் சூத்திரர்கள், தீண்டப்படாத மக்களின்மீது கட்டவிழ்த்து விடப் பட்டுள்ள ஒடுக்குமுறையை இன்னமும் தீவிரமாக எதிர்த்துப் போரிட சாதி அமைப்பை மேலும் நன்றாக அறிந்துகொள்ள விரும்பினார். அப்படிப்பட்ட தத்துவரீதியான எதிர்ப்பரசியலுக்கான முதல்

காலடிகளாக அம்பேத்கரின் இந்த ஆய்வுகள் அமைந்தன. அம்பேத்கர் தீண்டப்படாத மக்களுக்கு ஒரு மகத்தான கடந்த காலத்தையும் கவுரவமிக்க அடையாளத்தையும் தர முயன்றார். அதன் மூலம் தீண்டப்படாத மக்களின் சுய மரியாதையை மீட்டெடுக்கவும் அவர்களுக்குள் இடையே இருக்கும் பாகுபாடுகளைக் கடக்கவும் முடியும் என அவர் நம்பினார்.

சூத்திரர்கள், சத்திரியர்களின் வாரிசுகள் அல்லது சமஸ்கிருதமயமாக்கலின் ஆழமான வேர்கள்

அம்பேத்கர் ஒரு சூத்திரப் பாரம்பரியத்தை நிறுவ முயன்றார். அது சார்ந்த அவரின் மிகவும் கொண்டாடப்படும் முடிவுகள் 1947-ல் வெளிவந்த 'யார் சூத்திரர்கள்' நூலில் காணப்பட்டன. அவருடைய இயல்பான பாணியில், ஆரியப் படையெடுப்பை முன்வைக்கும் மேற்கின் கோட்பாடுகளைத் தாக்கியபடியே இந்த நூலை ஆரம்பிக்கிறார்.[31] இந்த மேற்கத்தியப் பார்வைகள் தவறென்று சொல்லும் அம்பேத்கர், தர்ம சாஸ்திரங்களின் ஆங்கில மொழி பெயர்ப்புகளைக் கொண்டு சூத்திரர்கள் ஆரியர்களே. ஆகவே, அவர்கள் மேலான மூன்று வர்ணங்களைச் சேர்ந்தவர்களே என்றார். இந்த விரிவான ஆய்வுக்கு ஓரளவுக்கு ஆதாரங்களை சமஸ்கிருத அறிஞரான முனைவர் ஜார்ஜ் பு(ஹ்)லரின் மனுவின் சட்டங்கள் குறித்த விரிவான ஆய்வுகளில் அம்பேத்கர் காண்கிறார். ஜார்ஜ் பு(ஹ்)லரின் பார்வையில் வேதகாலத்தில் ஒரு சூத்திரனின் மூதாதையர்கள் பிராமணர்களை மட்டுமே மணந்து கொண்டால், அந்தப் பரம்பரையின் ஏழாவது தலைமுறையில் சூத்திரன் பிராமணனாக மாற முடியும்.[32] மேலும், இந்தச் சூத்திரர்கள் மன்னனின் முடி சூட்டும் விழாவில் பங்கெடுத்தார்கள்.[33] பண்டைய நூல்களின் படி, சூத்திரர்கள் செல்வவளம் மிக்கவர்களாக இருந்தார்கள்.[34]

ஆகவே, இப்போது சூத்திரர்கள் எந்த மேம்பட்ட வர்ணத்தைச் சேர்ந்தவர்களாக இருந்திருப்பார்கள் என்பதைத் தீர்மானிக்க வேண்டியதாக இருந்தது. அம்பேத்கர் சூத்திரர்கள் சத்திரிய வர்ணத்தின் மிக முக்கியமான உட்பிரிவாக இருந்தார்கள் என்கிறார். அவர்களில் இருந்து சில மிக முக்கியமான, வலிமைமிக்க அரசர்கள் தோன்றினார்கள் என்றும் சொல்கிறார்.[35] இவர்கள் சூரிய வம்சத்தைச் சேர்ந்தவர்கள் என்றும் சொல்லப்பட்டது.

ஆரம்பத்தில் மூன்று வர்ணங்களே இருந்தன, வெகுகாலம் கழித்தே சூத்திரர்கள் வந்தார்கள் என்கிற கருதுகோளின் அடிப்படையிலேயே அம்பேத்கர் தன்னுடைய கோட்பாட்டைக் கட்டமைத்தார். சில

சத்திரியர்களுக்கு பிராமணர்கள் உபநயனம் செய்ய மறுத்தார்கள். இந்தப் பூணூல் தரிக்கும் சடங்கின் மூலமே வர்ண அடுக்கினில் மேலான மூன்று வர்ணங்களைச் சேர்ந்தவர்களின் மகன்கள் 'இரு பிறப்பாளர்' நிலையை எட்டியதாகக் கருதப்பட்டனர்.[36] இப்படி உபநயனம் மறுக்கப்பட்ட சத்திரியர்களே புதிய வர்ணமாக மாறினார்கள் என்றார் அம்பேத்கர்.

ஏன் இப்படிச் சில சத்திரியர்களுக்கு மட்டும் உபநயனம் செய்ய பிராமணர்கள் மறுத்தார்கள்? இந்த சத்திரிய அரசர்கள் பிராமணர்கள் மீது வன்முறையை ஏவியதும் பிராமணர்களை அவமானப் படுத்தியதுமே இதற்குக் காரணம்.

அம்பேத்கரின் மனதில் பிராமணர்கள், சிவாஜியை சத்திரியராக ஏற்க மறுத்தது ஓடிக்கொண்டிருந்தது என்று தெளிவாகத் தெரிகிறது.[37] அம்பேத்கரின் கோட்பாட்டுக்கு வரலாற்று ரீதியாகப் போதுமான ஆதாரங்கள் இல்லை. மகாராஷ்டிர வரலாற்றில் மராத்தி-குன்பி என்கிற சூத்திர சாதியைச் சேர்ந்த சிவாஜியை சத்திரியராக ஏற்க பிராமணர்கள் மறுத்த நிகழ்வின் தாக்கமே அம்பேத்கரின் கோட் பாட்டில் தெரிகிறது. சிவாஜி பெருவெற்றிகளைப் பெற்ற பின்னர்த் தன்னை பிராமணர்கள் சத்திரியராக ஏற்று, தனக்கென்று ஒரு புதிய பாரம்பரியத்தை வழங்குவார்கள் என்று எதிர்பார்த்தார். இது சமஸ்கிருதமயமாக்கலை நினைவுபடுத்துகிறது என்றாலும், சமூகவியல் அறிஞர்கள் சூத்திரர்கள் சத்திரியர்களைப் பிரதியெடுப்பதைச் 'சத்திரியமயமாக்கல்' என்கிறார்கள். இதுவும் சமஸ்கிருதமய மாக்கலின் ஒரு வகையாகும். துரதிர்ஷ்டவசமாக, சத்திரியமயமாக்கல் சூத்திரர்களைச் சாதி அமைப்பில் இருந்தோ, அதன் படிநிலைகளால் ஆன அமைப்பு முறையில் இருந்தோ விடுவிக்கவில்லை.

அம்பேத்கர் சூத்திரர்களுக்குக் கவுரவம் தருகிற வரலாற்றை வழங்கினாலும், அவர்களை மீண்டும் அதே வர்ணப் படிநிலைகளால் ஆன சமூகத்தின் அங்கமாகவே இருக்கும்படி அறிவுறுத்துகிறார். மேலும், சூத்திரர்கள் தாங்கள் இழந்த நிலையைத் திரும்பப் பெறத் தங்களுக்கு மேலான நிலையில் உள்ளவர்களைப் பிரதி எடுக்குமாறும் சொல்கிறார். இப்படிப்பட்ட சூழல்களில், சூத்திரர்கள் தனித்த அடையாளத்துக்குச் சொந்தம் கொண்டாடி சாதி அமைப்புக்கு எதிராகக் கிளர்ந்து எழுவது சாத்தியமில்லை. தீண்டப்படாதோரின் அடையாளம், வரலாறு குறித்த தன்னுடைய ஆய்வுகளில் அம்பேத்கர் இதிலிருந்து முற்றிலும் மாறுபட்ட பாணியைக் கையாண்டார் என்பது சுவையானது.

பெருங்கொடுமைக்கு ஆளாக்கப்பட்ட பௌத்தர்களே தீண்டப்படாதோர்

சூத்திரர்கள் குறித்த புத்தகத்தை வெளியிட்ட அடுத்த ஆண்டான 1948-ல், அம்பேத்கர் 'தீண்டப்படாதோர்: யார் அவர்கள்? ஏன் அவர்கள் தீண்டப்படாதோர் ஆனார்கள்' என்கிற தலைப்பில் ஒரு நூலை வெளியிட்டார். சாதியை இனத்தோடு தொடர்புபடுத்தும் மேற்கத்திய கருதுகோள்களை இந்த நூலின் ஆரம்பத்திலும் அம்பேத்கர் மறுக்கிறார்.[38] தீண்டப்படாதோர் நிலைக்குத் தொழில் ரீதியாகத் தரப்பட்ட விளக்கங்களையும் அம்பேத்கர் நிராகரித்தார். 'தீண்டப்படாதோர் மேற்கொள்ளும் அருவருப்பான, தூய்மையற்ற தொழில்கள் உலகத்தின் எல்லா மனித சமூகங்களுக்கும் பொது வானவை[...] ஏன் உலகத்தின் மற்ற பகுதிகளில் இப்படிப்பட்ட தொழில்களில் ஈடுபடுபவர்கள் தீண்டப்படாதவர்களாக நடத்தப் படுவதில்லை?'[39] எனக் கேள்வி எழுப்பித் தொழில்ரீதியாகவே பாகுபாடு ஏற்பட்டது என்கிற வாதத்தை அம்பேத்கர் புறந்தள்ளினார். அம்பேத்கர் முன்வைக்கும் கருதுகோள் குறிப்பிடத்தக்க அளவுக்குச் சிக்கலானது. எல்லா ஆதி சமூகங்களும் ஏதோ ஒரு காலத்தில் படை எடுத்து வருபவர்களால் வெல்லப்பட்டுள்ளன. அப்படி வெற்றி பெறுகிற படையெடுப்பாளர்கள் இந்தத் தொல்முதுகுடிகளைவிட மேம்பட்ட இடத்தில் தங்களைச் சமூகத்தில் நிலைநிறுத்திக் கொள்கிறார்கள். இதற்குப் பிறகு சமூகத்தில் ஏற்படுகிற பிளவுகளில், விளிம்புநிலை குழுக்கள் தங்களை மையத்தில் இருந்து துண்டித்துக் கொள்கின்றன. இப்படிப்பட்ட குழுக்களை அம்பேத்கர் 'உடைந்து போன மக்கள்' என்கிறார்.

'பழங்குடியினப் போர்களில் அடிக்கடி தோற்கடிக்கப்படும் பழங்குடியினம் முழுமையாக அழித்தொழிக்கப்படாமல், தோற் கடிக்கப்பட்டு, ஓரங்கட்டப்படுகிறது. பல்வேறு தருணங்களில், தோற்கடிக்கப்பட்ட பழங்குடியினம் துண்டு, துண்டாகச் சிதறுண்டு போகிறது. இதன் விளைவாக, பண்டைய காலங்களில் எப்போதும் உலவிக்கொண்டே இருக்கும் 'உடைந்து போன பழங்குடியின மக்களை உள்ளடக்கிய' குழுக்கள் எல்லாத் திசைகளிலும் உலவிக் கொண்டே இருந்தன.[40]

தொல்முதுகுடிகளை வென்றவர்கள் தளர்கிறபோது, தங்களை நாடோடிப் பழங்குடிகளின் தாக்குதல்களில் இருந்து பாதுகாக்கும் பொறுப்பை, இப்படிப்பட்ட 'உடைந்து போன மக்களிடம்' ஒப்படைக்கிறார்கள். இந்தக் கோட்பாட்டைக் கொண்டு அம்பேத்கர் 'உடைந்து போன மக்களின்' வழித்தோன்றல்களாக (மராத்தி

மொழியில் தலித்) தீண்டப்படாத மக்களை முன்னிறுத்தினார். இப்படி முன்னிறுத்தியதன் மூலம் தீண்டப்படாத மக்களை ஆரியர்களுக்கு முந்தைய இந்தியாவின் பூர்வ குடிகளாகச் சித்திரித்தார். இப்படிப் பட்ட கோட்பாட்டுக்கான ஊக்கத்தை அம்பேத்கர் ஆங்கிலேயர்கள் பரப்பிய கீழைத்தேச வாய்மொழிக் கதையில் இருந்தே பெற்றார். அதன்படித் திறமைமிக்க தொல்முதுகுடிகளான மகர்களின் சாதிப் பெயராலேயே மகாராஷ்டிரா அழைக்கப்படுகிறது.[41] தீண்டப்படாத மக்களே இந்தியாவின் உண்மையான பூர்வகுடிகள் என்கிற கருத்து கோபால்நக் வித்தலநக் வலங்கரால் அம்பேத்கருக்கு முன்னரே முன்வைக்கப்பட்டது. வாலங்கர் புலேவால் ஈர்க்கப்பட்ட ராணுவ வீரர். இவர் 1886 -ம் ஆண்டு முதல் மகர் அமைப்பைத் தோற்று வித்தார்.[42] இந்த மகர் அமைப்பின் மையக் குறிக்கோள் பிரிட்டிஷ் ராணுவத்தில் மகர்களைப் பெருமளவில் பணிக்குச் சேர்ப்பதே.

அம்பேத்கரின் முதல் மனைவியின் உறவுக்காரரே வாலங்கர். அம்பேத்கரின் பார்வையில் புத்தர் தன்னுடைய கருத்துகளைப் போதிக்க ஆரம்பித்த கிமு ஆறாம் நூற்றாண்டில் அவரின் மிகத் தீவிரமான தொண்டர்களாகத் திகழ்ந்தவர்கள் இந்த 'உடைந்து போன மக்களே'. பிராமணரின் அழுத்தத்தில் சமூகத்தின் பிற குழுக்கள் மீண்டும் இந்து மதத்துக்கே திரும்பிய போதும் இம்மக்கள் மட்டும் புத்த மதத்தை விட்டு வெளியேற மறுத்தார்கள். இதிலிருந்து அம்பேத்கர் இரு முடிவுகளுக்கு வந்து சேர்ந்தார்:

> தீண்டப்படாதோர் ஏன் பிராமணர்களை அபசகுனமாகக் கருது கிறார்கள் என்பதையும், தங்களுடைய அர்ச்சகர்களாக ஏன் பணிக்கு நியமிக்க மறுக்கிறார்கள் என்பதையும், ஏன் தங்களின் வாழ்விடப்பகுதிகளுக்குள் கூட பிராமணர்களை அனுமதிக்க மறுக்கிறார்கள் என்பதையும் மேற்சொன்ன காரணம் விளக்குகிறது. மேலும், உடைந்து போன மக்கள் ஏன் தீண்டப்படாதோராகக் கருதப்பட்டனர் என்பதையும் அது விளக்குகிறது. இந்த உடைந்து போன மக்கள், பிராமணர்கள் புத்த மதத்தின் எதிரிகள் என்பதால் அவர்களை வெறுத்தார்கள். புத்த மதத்தை விட்டு உடைந்து போன மக்கள் வெளியேற மறுத்ததால் அவர்கள்மீது தீண்டாமையைத் திணித்தார்கள் பிராமணர்கள்.[43]

உடைந்து போன மக்கள் புத்த மதத்தைப் பின்பற்றியதாலேயே அவர்களைத் தீண்டப்படாதவர்களாகப் பிராமணர்கள் ஆக்கினார்கள் என்பது போதுமான காரணமாக அம்பேத்கருக்குத் தோன்றவில்லை. இதனோடு சேர்த்து அம்பேத்கர் இன்னுமொரு காரணத்தையும் உணவு பழக்கங்களை எடுத்துக்காட்டி முன்வைத்தார். இந்த

உடைந்து போன மக்கள் சைவ உணவு உண்பவர்களாக மாற மறுத்ததோடு, மாட்டு இறைச்சியைத் தொடர்ந்து உண்டார்கள். 'பிராமணர்களோ பசுவைப் புனித விலங்காக மாற்றினார்கள்'.[44]

சூத்திரர்கள் குறித்த அம்பேத்கரின் விளக்கத்தில் இருந்து தீண்டப் படாத மக்களின் தோற்றம் குறித்த அவரின் விளக்கம் வேறு பட்டிருந்தது. சூத்திரர்களை முன்னாள் சத்திரியர்கள் என்று சொல்லி, அவர்களை வர்ண முறையின் கட்டமைப்புக்குள்ளேயே தாங்கள் இழந்த நிலையை மீட்டெடுக்குமாறு கூறினார். அவர்களைப் பொறுத்தவரை சமஸ்கிருதமயமாக்கலுக்கான நியாயம் இருக்கவே செய்தது. இதற்கு மாறாக, தீண்டப்படாத மக்கள் பௌத்தர்களின் வழித்தோன்றல்களாக முன்னிறுத்தப்பட்டார்கள். தனித்த அடையாளம் கொண்ட இவர்கள், தங்களைச் சாதி அமைப்புக்கு வெளியே இருப்பவர்களாகக் கருதினார்கள். சாதி அமைப்புத் தன்னை நியாயப்படுத்திக்கொள்ள முயன்றபோது, புத்த மதத்தின் சமத்துவப் பண்பினால் சாதி அமைப்பை மிகக் கடுமையாக எதிர்த்தார்கள். தீண்டப்படாத மக்கள் பழங்காலத்தில் பௌத்தர்களாக இருந்தார்கள் என்கிற கருத்து, அவர்களைப் பெருமளவில் அணி திரட்டுவதற்கான வாய்ப்பை வழங்கியது. இந்தியா முழுக்கப் பரவிக்கிடந்த தலித்துகள் வெவ்வேறு உள்ளூர் பண்பாடுகள், கலாசாரங்களைப் பின்பற்றுபவர் களாக இருக்கிறார்கள். அவர்கள் பல்வேறு உட்சாதிகளாகத் தங்களுக்குள்ளேயே பிரிந்தும் கிடக்கிறார்கள். அவர்களைப் பௌத்தர்களாகக் கருதியது, கச்சிதமான, சமத்துவமான ஒரு பூர்வ அடையாளத்தின் பின்னால் அவர்களை அணிதிரட்ட உதவக் கூடியதாக இருந்தது. இதன்மூலம் தங்களுடைய பல்வேறு வேறுபாடு களைத் தீண்டப்படாத மக்கள் கடந்து ஒன்றுசேர ஒரு வாய்ப்பு உருவாக்கப்பட்டது.

ஆகவே, அம்பேத்கர் சாதி குறித்த தன்னுடைய கோட்பாட்டை விரித்துக் கூறி அதன் மூலம் படித்தர சமத்துவமின்மையை விளக்குவ தோடு திருப்தியடையவில்லை. சமூக ஏற்றத்தாழ்வைச் சீர்செய்யும் வகையில் அவர் தீண்டப்படாதோருக்கான ஒரு பாரம்பரியத்தை முன்னிறுத்தினார். தீண்டப்படாத மக்கள் தங்களைப் பௌத்தர்கள் என்று உணர்ந்தால் அம்மக்கள் தங்களுடைய வேறுபாடுகளைக் கடந்து, ஒன்றாக ஒரே இனக்குழுவாக இணைந்து சாதி அமைப்பை முழுமையாக எதிர்க்க இயலும். இந்த வகையில் அம்பேத்கரின் கருத்துகள் பெரியார், புலேவின் பார்வைகளோடு ஒன்று சேர்கிறது என்று கெயில் ஆம்வெத் சரியாகச் சுட்டிக்காட்டுகிறார். இவர்களின் சிந்தனைகள், 'மக்களுக்கு ஒரு மாற்று அடையாளத்தைக் கட்டமைக்க முயல்வதற்கான முயற்சிகளாகத் திகழ்கின்றன. இந்த மாற்று

அடையாளங்கள் வட இந்தியர் அல்லாத, கீழ் சாதியினரின் பார்வையில் அமைந்திருந்தன. அவை ஆதிக்கச் சாதி இந்து சமூகத்தின் அடக்குமுறையைக் கூர்மையாக விமர்சனம் செய்வதோடு நிற்கவில்லை. பண்டைய இந்தியப் பாரம்பரியமாக, பெரும்பான்மை இந்திய மரபாகச் சாதி இந்து மரபு தன்னை முன்னிறுத்திக் கொண்டதையும் கேள்வி கேட்கவும் செய்கின்றன.'[45]

தாங்களே தொல்முதுகுடிகள் என்கிற நம்பிக்கை அம்பேத்கரின் கோட்பாட்டில் முக்கியப் பங்காற்றியது. இந்து இந்தியா இஸ்லாமியர்களால் தாக்கப்பட்டது என்றால், அதற்கு வெகு காலத்துக்கு முன்பே பௌத்த இந்தியா வந்தேறிகளான பிராமணர் களால் அடிமைப்படுத்தப்பட்டது. ஆம்வெத், இந்தக் கருத்துகளில் 'ஓரளவுக்கு இனவாதப் பண்பு இருந்தது. அம்பேத்கர் தன்னுடைய நாயகர்களாக ஆரியர் அல்லாதவர்களை ஓரளவுக்கு அடையாளப் படுத்துகிறார்' எனக் கருதுகிறார்.[46]

'தீண்டப்படாதவர்கள்' நூலில் வெளிப்படுவதைப்போலத் தீண்டப் படாதோருக்கு உயர்ந்த, தனித்த அடையாளத்தை அம்பேத்கர் வழங்க முயன்றார். ஆனால், அதற்கு வெகு காலத்துக்கு முன்னரே, அரசியல் தளத்தில் சமஸ்கிருதமயமாக்கலை 1920-களின் ஆரம்பத்தில் இருந்தே எதிர்க்க ஆரம்பித்துவிட்டார்.

சமஸ்கிருதமயமாக்கலை எப்படி எதிர்ப்பது?

பம்பாய் மாகாணத்தின் பொதுவெளியில் அம்பேத்கர் தன்னை அழுத்தமாக வெளிப்படுத்திக் கொண்டபோது, பிராமண எதிர்ப்பு இயக்கத்தைச் சத்திய சோதக் சமாஜம் முன்னின்று நடத்திக் கொண்டிருந்தது. அந்தக் காலத்தில், தீண்டப்படாதோர் இயக்கங்கள் சமஸ்கிருதமயமாக்கலில் நியாயம் உள்ளதாக ஏற்றுக்கொண்டன. தீண்டப்படாதோர் அமைப்புகளில் பழமையான அமைப்பான அனர்ய தோஷ் பரிஹாரக் மண்டல் (தீண்டாமை தோஷத்தை நீக்குவதற்கான கூட்டமைப்பு) ஜி.வி.வாலங்கரால்[47] 1886-ல் துவங்கப் பட்டது. இரண்டு ஆண்டுகள் கழித்து அவரே இந்தியாவின் முதல் தீண்டப்படாதோர் செய்திதாளான விதல்வித்வான்சக்கை [சடங்கியல் தீட்டை அழிப்பவர்] துவங்கினார். வாலங்கர் சாதி அமைப்பு அழிய வேண்டும் என்று முழங்கினார். அதே சமயம், புலேவைப்போல[48] மகர்கள் முன்னாள் சத்திரியர்கள் என்றார். இந்தக் கருத்து, அக்காலத்தில் தீண்டப்படாதோரில் இருந்து உருவான கருத்தியலாளர்கள் மத்தியிலும் எப்படிச் சமஸ்கிருதமயமாக்கல் வலிமையான ஏற்பைப் பெற்றிருந்தது என்பதைப் புலப்படுத்துகிறது.

வாலங்கர் மகாராஷ்டிராவின் பக்தி மரபின் தேவையை வலியுறுத்துவதன் மூலம் பிராமணியத்தை எதிர்க்கலாம் என்று நம்பினார். இந்தப் பக்தி மரபை பிலிப் கான்ஸ்டபிள், 'பக்தி சமத்துவம்' என அழைக்கிறார். வாலங்கர் தனது ஆதரவாளர்களாக இருந்த மகர், சம்பர் சாதியினரை 'தனித்துவமான பக்தி கலாசார'[49] அடையாளத்தில் இணைக்கலாம் என்று முயன்றார். இப்படிப்பட்ட பக்தி ரீதியான தீர்வுகள் தோல்விக்கான விதைகளைத் தன்னுள்ளே கொண்டிருந்தன. வாலங்கர் இந்து கலாசாரத்துக்கு எந்த மாற்றையும் முன்வைக்கவில்லை, அதற்கு மாறாக இந்து கலாசாரத்துக்குள் இருந்தே பணியாற்ற முயன்றார். ஆனால், அனர்ய தோஷ் பரிஹாரக் மண்டல் மகர்களுக்குத் தனி அடையாளத்தை வழங்க முயன்ற முதல் முயற்சியாகும். இதுவே அம்பேத்கரியத்துக்கும் வித்திட்டது.

வாலங்கரின் அமைப்பு சமஸ்கிருதமயமாக்கலை இன்னமும் தீவிரமாக முன்னெடுத்த தீண்டப்படாதோர் அமைப்புகளைவிட மக்களிடம் குறைவான செல்வாக்கையே பெற்றிருந்தது. இப்படிப் பட்ட அமைப்புகளில் மகர் கூட்டமைப்பும் ஒன்று. நாக்பூரில் கல்வி வளர்ச்சிக்காக 1906-ல் துவங்கப்பட்ட இந்த அமைப்பு சமஸ்கிருதமய மாக்கலின் கொள்கைகளை ஒட்டி மகர்களின் சமூகப் பழக்க வழக்கங்களைச் சுத்தப்படுத்த முயன்றது.[50]

இன்னொரு மகர் தலைவரான கிஷன் ஃபகோஜி பன்ஸோடே (1879-1906) இதே அணுகுமுறையைப் பின்பற்றினாலும், தன்னுடைய சாதியோடு தன் செயல்பாடுகளை நிறுத்திக்கொள்ளவில்லை. ஃபன்ஸோடே பக்தி மார்க்கத்தின் கருத்துக்களால் கவரப்பட்டு (அதிலும் குறிப்பாகக் கவிஞர் சோகமேலாமீது தனிப்பட்ட ஆர்வம் கொண்டிருந்தார்)[51] இந்து மதத்தின் நம்பிக்கைகளுக்கு உண்மையாக இருந்தார். ஃபன்ஸோடே 1910-ல் தன்னைப் பிரார்த்தனா சமாஜத்தில் இணைத்துக்கொண்டார். அவர் மகர்கள் புலால், மது ஆகியவற்றைத் தவிர்த்து விட்டு, நன்றாகக் கல்வி கற்று அரசுப்பணிகளில் கூடுதல் இடங்களைப் பிடிக்கவேண்டும் என்று வலியுறுத்தினார்.[52] அவருடன் இணைந்து தீவிரமாக இயங்கிய அமராவதியைச் சேர்ந்த மகரான கணேஷ் அக்காஜி கவாயும் (1888-1974) பிரார்த்தனா சமாஜத்தின்[53] உறுப்பினராகத் திகழ்ந்தார். இந்த கவாய் காலப்போக்கில் அப்பகுதியில் அம்பேத்கரின் முக்கிய எதிராளியாக மாறினார்.

ஃபன்ஸோடே, கவாய் இருவரும் இணைந்து 1903-ல் தீண்டாமைக்கு எதிரான கூட்டத்தை நடத்தினார்கள். அக்கூட்டத்தில் மகர்கள், மங்குகள், சம்பர்கள் ஆகியோரை கிறிஸ்தவ மத மாற்ற முயற்சிகளை எதிர்க்க ஊக்கப்படுத்தியதோடு, அம்மக்கள் புலால், மது ஆகியவற்றைத் தவிர்க்கவும், கல்வி கற்கவும் ஊக்குவிக்கப்பட்டார்கள். அவர்கள்

நடத்திய இயக்கமான அந்த்யஜ சமாஜ் (கடை பிறப்பாளர்களின் சமூகம்- தீண்டப்படாதோர்) 1919-ல் இதைப்போன்றதொரு தொனியில் கீழ்கண்ட பரிந்துரைகளை முன்வைத்தது:

> நாம் புலால் உண்ணக்கூடாது. மது அருந்தக்கூடாது. பசுக்களைக் கசாப்புக்கடைகாரர்களிடம் விற்கக்கூடாது. மற்ற மதநூல்களைப் படிக்கக் கூடாது. ஓர் இந்து ஆசிரியரை நியமித்து நம் பிள்ளைகளுக்குப் பாடம் கற்பிக்க வேண்டும். நாம் பன்றி வளர்ப்பதால் தான் நம்மைச் சாதி இந்துக்கள் தீண்டப்படக் கூடாதவர்களாகக் கருதுகிறார்கள். ஆகவே, பன்றி வளர்ப்பில் ஈடுபடக்கூடாது. நம் குடும்பத்துப் பெண்கள் தமாஷாக்களுக்கு (பொதுமக்கள் கூடிக் களிக்கும் நிகழ்வான இதில் நடனங்கள், பொதுவான சமூகக் கட்டுப்பாடுகளை மீறிய கொண்டாட்டங்கள் இடம்பெறும்) செல்லக்கூடாது. நாம் மதச் சடங்குகளில் கலந்துகொள்ள வேண்டும்.[54]

ஜெ.கோகலே என்கிற ஆய்வாளர் பன்ஸோடே, கவாய் ஆகியோரின் செயல்பாட்டைச் சமஸ்கிருதமயமாக்கல் கருத்தாக்கத்தைக் கொண்டு ஆராய முடியாது என்கிறார். ஏனெனில், 'இந்த முயற்சிகளில் தீண்டப்படாத மக்கள் சடங்கியல் ரீதியாக மேலான இடத்துக்கு ஆசைப்பட்டார்கள் என்பதற்கு எந்த ஆதாரமும் இல்லை. இந்து சீர்திருத்தவாதிகளின் மரபை ஒட்டியதாகவே பன்ஸோடே, கவாயின் செயல்பாடுகள் இருந்தன. இந்து சமூகத்தின் சமூக உறவுகளில் சாதிக்கு இருந்த முக்கியத்துவத்தை ஒழிக்கவே அவர்கள் முயன்றார்கள். சாதி என்பது இந்து சமூகத்தின் அங்கம் என்பதை ஏற்க மறுத்தார்கள். சான்றாக, பன்ஸோடே பிரார்த்தனா சமாஜத்தின் வழியாக சாதி இந்துக்களோடு உறவு பாராட்டினார். இந்து மதம், இந்து சமூகத்தோடுதான் தீண்டப்படாத மக்களின் தலைவிதி நீக்கமறப் பிணைக்கப்பட்டிருப்பதாக தன்னுடைய வாழ்நாள் முழுக்க மீண்டும், மீண்டும் வலியுறுத்தினார்.'[54]

என்னைப் பொறுத்தவரை, இப்படித் தீண்டப்படாதோரின் தலையெழுத்தை இந்து மதம், இந்து சமூகத்தோடு மட்டுமே இணைத்துப் பார்க்கிற பன்ஸோடேவின் பார்வை தீண்டப்படாதோரைத் தனித்த குழுவாகக் காணத் தவறுகிறது. தீண்டப்படாத மக்களுக்கு ஒரு தனித்த அடையாளத்தைத் தரவிடாமல், சமஸ்கிருதமயமாக்கல் மீதான அவருடைய பற்று தடுக்கிறது. உயர் சாதி மதிப்பீடுகளின் அடிப்படையில் ஆளப்படுகிற சமூக அமைப்புக்குள் பிரிக்க முடியாத அங்கமாகவே தீண்டப்படாத மக்களுடைய இடமிருக்கவேண்டும் என்று அவர் எண்ணினார். உயர் சாதியினரின் அளவுகோல்களின் படி

தங்களைத் தீண்டப்படாதோர் சுத்தப்படுத்திக்கொள்ளவேண்டும் என்றதன் மூலம், பன்ஸோடே, கவாய் இருவரும் உண்மையில் சமஸ்கிருதமயமாக்கலுக்கு ஆதரவாகவே நடந்து கொள்கிறார்கள். பிராமணிய விதிமுறைகளுக்குக் கட்டுப்பட்டவர்களாகத் திகழ்ந்த அவர்கள் அதன் மதிப்பீடுகளால் ஆன அமைப்பில் இருந்து தங்களை விடுவித்துக்கொள்ளத் தவறிவிட்டார்கள்.[56]

பன்ஸோடே, கவாய் ஆகியோர் அரசியல்ரீதியாகப் பால கங்காதர திலகரை ஆதரித்தார்கள். பூனாவைச் சேர்ந்த காங்கிரஸ் தலைவரான திலகர் வாய்ப்பேச்சில் சமூகச் சீர்திருத்தங்களை ஆதரித்தாலும், நடைமுறையில் செயல்படுத்தாதவராக இருந்தார்.[57] அதே நேரம், சமூக சீர்திருத்தத்தை வலியுறுத்திய உயர்சாதி இந்துக்களான வித்தல் ராம்ஜி ஷிண்டே, நாராயண்ராவ் சண்டாவர்கர் ஆகியோரோடு கைகோர்த்துக் கொண்டு பன்ஸோடே, கவாய் இயங்கினார்கள். ராம்ஜி ஷிண்டே பிறப்பால் மராத்தா. அவர் பிரார்த்தன சமாஜம், காங்கிரஸ்[58] அமைப்புகளைச் சேர்ந்தவர். சண்டாவர்கர் பிராமணர். இவர்கள் இணைந்து 1906-ல் தாழ்த்தப்பட்ட வகுப்பினர் தூதுக்குழுவை ஆரம்பித்தார்கள். இந்த அமைப்பு பள்ளிகூடங்கள் கட்டுவது, சம பந்தி ஆகியவற்றில் ஈடுபட்டது. இது சில உயர்சாதி சீர்திருத்தவாதிகளின் அரவணைப்புவாதப் போக்கை ஒத்திருக்கிறது.[59]

ஒரு வரலாற்று ஆசிரியராக ஷிண்டே தீண்டாமையின் தோற்றம் குறித்துத் தொடர்ந்து சிந்தித்தார். மகாராஷ்டிராவை ஆண்டு கொண்டிருந்த பூர்வ பௌத்தர்களே உயர் சாதி படையெடுப்பாளர்களால் தீண்டப்படாதவர்களாக மாற்றப்பட்டார்கள் என முதன் முதலில் சொன்ன பிராமணர் அல்லாத கருத்தியலாளர் ஷிண்டேயே.[60] ஒரு காலத்தில் அம்பேத்கர் ஷிண்டேவால் ஈர்க்கப்பட்டார் என்றாலும் பின்னர் அவருடைய உயர்சாதி சீர்த்திருத்தவாதத்தை நிராகரித்து அம்பேத்கர் அவரிடமிருந்து தன்னை விலக்கிக்கொண்டார்.[62]

பன்ஸோடே, கவாய் ஆகியோர் ஷிண்டே முதலிய சீர்திருத்தவாதிகளோடு தாங்கள் கொண்ட உறவில் மட்டும் அம்பேத்கரிடம் இருந்து மாறுபடவில்லை. இந்தத் தலைவர்கள் மகர்கள் குறித்து மட்டுமே கவனம் செலுத்தினார்கள். இவர்கள் தாழ்த்தப்பட்ட வகுப்பினர் கூட்டமைப்பை 1915-ல் ஏற்படுத்தினார்கள் (இந்த அமைப்பை ஷிண்டேவுடன் தொடர்பில் இருக்கும்போது ஏற்படுத்தினார்கள்). அதன் பின்னர் 1920-ல் அகிலப் பாரத பகிஷ்க்ரித் பரிஷத் (அனைத்திந்திய சமூகப் புறக்கணிப்பால் பாதிக்கப்பட்டவர்களுக்கான மாநாடு) இவர்களால் துவங்கப்பட்டது. எனினும், 1924-ம் ஆண்டில் மகர் மாநாட்டைக் கூட்டியதன் மூலம் தங்களுடைய

சாதியைக் குறித்தே கூடுதலாகக் கவலைப்பட்டார்கள் என்பது தெளிவாகிறது.[62]

அகிலப் பாரதப் பகிஷ்க்ரித் பரிஷத் கூட்டங்களில் தொடர்ந்து கலந்து கொண்ட அம்பேத்கர், அதில் ஷிண்டேவின் முன்னெடுப்புகளை மிகக் கடுமையாக விமர்சித்தார்.[63] கெயில் ஆம்வெத் சுட்டிக்காட்டுவதைப் போல பன்ஸோடே, கவாய் முதலிய தலைவர்கள் 'இந்து மதத்துக்குள் தங்களை இணைத்துக் கொள்ளும் தலைவர்களாக இருந்தார்கள். இவர்கள் சமஸ்கிருதமயமாக்கலை அடிப்படையாகக் கொண்ட சீர்திருத்தங்கள், மதம் சார்ந்த பக்தி வேர்களைப் பற்றிக்கொள்ள அழைப்பு விடுத்தல், தேசியவாதிகள், இந்து சீர்திருத்தவாதிகளாகத் திகழ்ந்த பழமைவாதிகளின் ஆதரவைக் கோருவது என இயங்கினார்கள். (சீர்திருத்தமும் பழமைவாதமும் ஒன்றுகொன்று முரண்பட்டவையாக இருக்க வேண்டியதில்லை என்பதை நாம் முன்னரே ஆதாரங்களோடு கண்டோம்.)'

இன்னொரு புறம், அம்பேத்கரோ 'பிராமணிய, பக்தி சார்ந்த இந்து மத மரபுகளை நிராகரிக்கிற, அவற்றோடு முரண்படுகிற தலித் விடுதலையைத் தன்னுடைய கொள்கையாக முன்னிறுத்தினார்.' [64]

ஒட்டுமொத்தமாக, கெயில் ஆம்வெத்தின் ஆய்வு திருப்திதரக் கூடியதாகத் திகழ்கிறது. எனினும், அவர் அம்பேத்கரின் பொது வாழ்க்கையின் ஆரம்ப கட்டங்களைக் கணக்கில் எடுத்துக்கொள்ளத் தவறிவிட்டார். இந்தக் காலங்களில் அம்பேத்கர் பக்தியால் ஈர்க்கப்பட்ட இயக்கங்களில் வாரிசு போலப் பல்வேறு வகைகளில் தோற்றமளித்தார். இன்னமும் குறிப்பாக, சமஸ்கிருதமயமாக்கலின் சில கூறுகளை அவரே பின்பற்றினார். 1920-களில்தான் அம்பேத்கர் இந்து மதத்தின் சமூக-பொருளாதார முறையை முழுமையாக நிராகரிக்கும் புரட்சிகரப் பாதைக்குத் திரும்பினார்.

சமஸ்கிருதமயமாக்கலில் இருந்து இந்து மதத்தை முழுமையாக நிராகரிப்பதை நோக்கிய அம்பேத்கரின் பயணம்

1924-ல் இங்கிலாந்தில் இருந்து இந்தியாவுக்கு அம்பேத்கர் திரும்பினார். இங்கே வந்து சேர்ந்ததும் பகிஷ்க்ரித் ஹிதகாரினி சபாவை (சமூகப் புறக்கணிப்பால் பாதிக்கப்பட்டவர்களின் வாழ்க்கை நிலை மேம்பாட்டுக்கான கூட்டமைப்பு)[65] துவங்கினார். இந்த அமைப்பு 'தாழ்த்தப்பட்ட வகுப்பினர் மையம்' என்றும் அழைக்கப்பட்டது. இந்த அமைப்பின் நோக்கங்களில் பலுட்டா முறையைச் சட்டரீதியாக நீக்குவது[66], வட்டன்தார்களாக மகர்களின் உரிமையை நிலைநாட்டிக் கொள்வது[67] ஆகியவை இடம்பெற்றன. மூக் நாயக் என்கிற

தன்னுடைய முந்தைய செய்தித்தாளுக்கு மாற்றாக அம்பேத்கர் ஆரம்பித்த பகிஷ்க்ரித் பாரத் செய்தித்தாளும் வட்டன் முறை நீக்கத்துக்குப் பிற்காலத்தில் குரல் கொடுத்தது. 1920-ல் பம்பாய் சட்ட மேலவைக்கு நியமிக்கப்பட்ட முதல் தீண்டப்படாத வகுப்பைச் சேர்ந்த உறுப்பினரான கோலப் வட்டன் முறை நீக்கத்துக்கான சட்ட மசோதாவைச் சில ஆண்டுகள் கழித்துக் கொண்டுவந்தார்.[68]

பகிஷ்க்ரித் ஹிதகாரினி சபா மகர்களோடு நேரடியாகத் தொடர்புடைய வட்டன் முறையில் ஆர்வம் காட்டியதோடு அந்த அமைப்பின் பதவிகளில் பெரும்பாலும் மகர்களே[69] இருந்தாலும் அந்த அமைப்பு சாதிக் கூட்டமைப்பு இல்லை. அந்த அமைப்பின் பெயர் குறிப்பிடு வதைப்போல அந்த அமைப்பு எல்லாத் தீண்டப்படாத மக்களுக் காகவும் பணியாற்றியது. அந்த அமைப்பில் சம்பர்கள், தோர்கள் ஆகியோரும் பதவிகளில் இருந்தார்கள்.[70] 'கற்பி, ஒன்று சேர், புரட்சி செய்' என்பதே அந்த அமைப்பின் குறிக்கோளாக இருந்தது. இந்தக் குறிக்கோள்களில் எதற்கு முன்னுரிமை தரப்பட்டது என்பது முக்கியமில்லை, அதற்கு மாறாக, கல்வியின் வழியாகச் சமூகச் சீர்திருத்தத்தைச் சாதிக்க அது கனவு கண்டது. புலேவின் முயற்சிகள், பிரிட்டிஷார் உருவாக்கிய சிறப்புப் பள்ளிகள் ஆகியவற்றைத் தாண்டியும் தீண்டப்படாத மக்கள் பெற்ற கல்வியின் தரம் மிக மோசமானதாக இருந்தது. இதனால் சீர்திருத்தவாதிகள் தீண்டப் படாதோருக்குக் கல்வி புகட்டும் முயற்சிகளில் கவனம் செலுத்தி னார்கள். இப்படித்தான் ஷிண்டே பம்பாயில் தீண்டப்படாதோருக்கு என்று பல்வேறு பள்ளிகள் உள்ளடங்கிய குழுமத்தைத் துவங்கி நடத்தினார். இதில் ஐநூறு பிள்ளைகள் 1916 வாக்கில் படித்துக் கொண்டிருந்தார்கள்.[71] தன்னுடைய சாதியைச் சேர்ந்த மக்களுக்குக் கல்வியறிவு இல்லாமல் இருப்பது குறித்து அம்பேத்கரும் கவலைப் பட்டார். இதனால், பகிஷ்க்ரித் ஹிதகாரினி சபா சமூகச் சீர்திருத்தத்தை விடக் கல்விக்கு முன்னுரிமை தரும் வகையில் துவங்கப்பட்டது. இது அதன் நோக்கங்களில் தெளிவாக வெளிப்படுகிறது:

1) தாழ்த்தப்பட்ட வகுப்பினரிடையே விடுதிகளைத் திறப்பதன் மூலம் கல்வியறிவை வளர்ப்பது. இதைப்போன்ற வேறெந்த வழிகள் தேவையோ அவசியமோ அதன் மூலமும் கல்வியறிவை வளர்ப்பது.

2) நூலகங்கள், சமூகக்கூடங்கள், வகுப்புகள், வாசகர் வட்டங் களைத் துவங்குவதன் மூலம் தாழ்த்தப்பட்ட வகுப்பினரிடையே பண்பாட்டைப் பரப்புவது.

3) தொழிற்பயிற்சி, வேளாண் பள்ளிகளைத் துவங்கி அதன் மூலம் தாழ்த்தப்பட்ட வகுப்பினரின் பொருளாதார நிலையை மேம்படுத்தி, உயர்த்துவது.

4) தாழ்த்தப்பட்ட மக்களின் குறைகளைப் பிரதிநிதித்துவப் படுத்துவது.[72]

மேம்பட்ட கல்வி சார்ந்த தேடலோடு சமஸ்கிருதமயமாக்கல் மதிப்பீடுகளும் அம்பேத்கரின் மனதில் ஆழமாக அப்போது பதிந்திருந்தன. மேலும், இந்தக் கூட்டமைப்பு வளர்த்தெடுத்த கலாசார மதிப்பீடுகள் எல்லாம் மேல் சாதியினரின் கலாசாரத்தை ஒத்தே இருந்தது. அப்போது நிலைமை எப்படி இருந்தது என்பதற்கு மகர் ஹாக்கி கிளப் எடுத்துக்காட்டு. அந்தக் கிளப் துவங்கப் பட்டதற்கான காரணம் என்று எது சொல்லப்பட்டது தெரியுமா? 'சூதாட்டம், மது அருந்துதல், பிற பாவங்களில் ஈடுபடுவதில் இருந்தும், கேடான மற்ற கேளிக்கைகளில் மூழ்காமலும்'[73] தீண்டப் படாத மக்களை நெறிப்படுத்தவே இந்தக் கிளப் துவங்கப்பட்டது.

இதைக் கவனிக்கையில், சமத்துவம் நோக்கிய பயணத்தில் முதலில் பிராமணியம் எதையெல்லாம் விலக்கி வைக்கிறதோ அவற்றை அப்படியே விலக்குவது அவசியம் என்பதைப்போன்ற தோற்றம் ஏற்படுகிறது. தாழ்த்தப்பட்ட வகுப்பினர் மையத்தின் சாசனமானது, 'உயர்சாதியினரின் ஒத்துழைப்பும், பரிவும் இல்லாமல் தீண்டப்படாத வகுப்பினரால் மோட்சத்தை அடையவே முடியாது'[74] என்றது. இந்து உலகத்தில் தீண்டப்படாத மக்களை இணைக்க இந்த அமைப்பு இரு வழிகளில் முயன்றது: தீண்டப்படாத மக்களுக்கு அனுமதி மறுக்கப் பட்ட ஆலயங்களுக்குள் நுழைவு போராட்டங்கள் நடத்துவது. தண்ணீர் எடுக்க அனுமதி மறுக்கப்பட்ட கிணறுகளைப் பயன்படுத்துவது.[75]

1927-ல் நடைபெற்ற புகழ்பெற்ற மகர் மாநாட்டின் மையமாக இருந்தது கிணறைப் பொதுப் பயன்பாட்டுக்கு உபயோகப் படுத்துவதே ஆகும். பம்பாய் சட்ட மேலவையில் போலே தீர்மானம் ஆகஸ்ட் 4, 1923-ல் நிறைவேற்றப்பட்டது.[76] அரசியல்வாதியாக மாறிய சமூக சீர்திருத்தவாதியான எஸ்.கே.போலே கொண்டு வந்த இந்தத் தீர்மானம், தீண்டப்படாத மக்கள் கிணறுகள், தர்மசாலைகள் (பயணியர் விடுதிகள்), பள்ளிகள், நீதிமன்றங்கள், அரசு அலுவலகங்கள், பொது மருந்தகங்கள் ஆகியவற்றைப் பயன்படுத்த அதிகாரம் அளித்தது.[77]

இந்தத் தீர்மானத்தால் பெரிய மாற்றங்கள் எதுவும் ஏற்படவில்லை. இதனால், மூன்றாண்டுகள் கழித்து ஆகஸ்ட் 1926-ல் போலே புதிய தீர்மானத்தை முன்மொழிந்தார். இந்தத் தீர்மானம், எந்த நகராட்சிகள்,

உள்ளாட்சி அமைப்புகள் இந்த நடவடிக்கைகளை அமல்படுத்தத் தவறுகின்றனவோ அவற்றுக்கு மானியங்கள் நிறுத்தி வைக்கப்பட வேண்டும் என்று தீர்மானத்தைக் கொண்டுவந்தார். பல்வேறு நகரசபைகள் வழிக்கு வந்தன. என்றாலும், உயர் சாதியினரின் எதிர்ப்பால் இவற்றை முழுமையாக நடைமுறைப்படுத்த இயலவில்லை. அக்கால கோலபா (இப்போதைய பூனா) மாவட்டத்தின் மகத் நகரத்தில் தீண்டப்படாதோருக்குப் பல்வேறு கிணறுகளுக்குள் நுழைய அனுமதி மறுக்கப்பட்டது.

மார்ச் 1927-ல் ஒரு மாநாட்டை அம்பேத்கர் மகத்தில் கூட்டினார். இந்த மாநாட்டுக்குத் தலித் அல்லாத தலைவர்கள் ஆதரவு நல்கினார்கள். காயஸ்தரான எஸ்.திப்னிஸ், பூனாவில் பிராமணரல்லாதோர் இயக்கத்தின் தலைமைப் பொறுப்பில் இருந்தவரும், அம்பேத்கர் வழக்கேற்று நடத்தியவருமான கே.எம்.ஜெத்தே ஆகியோர் இந்த மாநாட்டுக்கு ஆதரவு தந்தார்கள். மகத்தில் அம்பேத்கர் ஆற்றிய தலைமை உரை சமஸ்கிருதமயமாக்கலின் லட்சியங்களை நோக்கிய பயணமாக இருந்தது:

'நாம் காலத்தைக் கடந்து நிலைத்து நிற்கும் முன்னேற்றத்தை எட்ட மூன்று கட்ட சுத்திகரிப்புக்கு நம்மை நாமே ஆட்படுத்திக்கொள்ள வேண்டும். நம்முடைய நடத்தையின் பொதுவான தொனியை மேம்படுத்திக்கொள்ளவேண்டும்; நம்முடைய உச்சரிப்பைச் செம்மைப்படுத்தவேண்டும்; நம்முடைய சிந்தனைகளைப் புதுப்பித்துக்கொள்ள வேண்டும். ஆகவே, இந்தக் கணத்தில் இருந்து நீங்கள் அழுகிப்போன இறைச்சியை உண்பதைத் துறக்க உறுதி பூணுமாறு கேட்டுக்கொள்கிறேன்.'[78]

இதற்குப் பிறகு அம்பேத்கர் ஓர் ஊர்வலத்துக்குத் தலைமை தாங்கினார். அவர் பேசிய மேடையில் துவங்கிய அந்த ஊர்வலம், சவுதார் குளத்தில் முடிந்தது. அந்தக் குளம் எழுத்தளவில் தீண்டப் படாத மக்களுக்குத் திறந்திருந்தது. ஆனால், அதைப் பயன்படுத்த தீண்டப்படாத மக்களுக்கு அனுமதி மறுக்கப்பட்டது. காந்தி தண்டி யாத்திரையின்போது உப்பைக் கையில் எடுத்ததைப்போல, சாதி தடையை உடைத்ததன் அடையாளமாக, கம்பீரமாக அம்பேத்கர் குளத்தில் இருந்து நீரை எடுத்துப் பருகினார்.[79] இந்த அத்துமீறல் தங்களை உசுப்பேற்றுகிற செயல் என்று கருதிய உள்ளூர் உயர் சாதி இந்துக்கள் ஊர்வலத்தில் கலந்து கொண்டவர்கள் கூட்டம் நடந்த இடத்துக்குத் திரும்பிக்கொண்டு இருந்தபோது தாக்கினார்கள்.

அடுத்தடுத்த நாட்கள், வாரங்களில் மகத்தின் உயர் சாதியினர் தீண்டப் படாத மக்களைச் சமூகப் புறக்கணிப்புக்கு ஆட்படுத்தினார்கள்.

அவர்களை வேலையை விட்டு நீக்குவது, உழுதுகொண்டிருந்த நிலத்தை விட்டு வெளியேற்றுவது ஆகிய செயல்களிலும் ஈடு பட்டார்கள். இவை எல்லாவற்றுக்கும் மேலாக, ஆகஸ்ட் 4, 1927 அன்று மகத் நகராட்சி மூன்றாண்டுகளுக்கு முன்னால் சவுதார் குளத்தைத் தீண்டப்படாத மக்கள் பயன்படுத்தலாம் என்கிற தன்னுடைய 1924-ம் ஆண்டு உத்தரவைத் திரும்பப் பெற்றுக்கொண்டது.

அம்பேத்கர் இரண்டாவது கூட்டத்தைக் கூட்டினார். இதில் ஒரு புதிய வகையான போராட்டம் உருப்பெற்றது. இந்த இரண்டாவது மகத் மாநாடு டிசம்பர் 1927-ல் நடைபெற்றது. அம்பேத்கரின் பேச்சு சாதி அமைப்பை அக்குவேர் ஆணிவேராக அறுத்தெறிய அறைகூவல் விடுத்தது. அவர் பிரெஞ்சு புரட்சியின் முழக்கங்களை நினைவு கூர்ந்தார். மகத் மாநாட்டை, மூன்றாவது எஸ்டேட் பிரெஞ்சு புரட்சியை ஒட்டுமொத்தமாக, அதிகாரபூர்வமாக அறிவித்த Etats Généraux de Versailles நிகழ்வோடு ஒப்பிட்டார்.

'துவக்கத்திலேயே நான் உங்களுக்கு ஒன்றைக் கூறிக் கொள்கிறேன். இந்த சவுதார் குளத்தில் இருந்து தண்ணீர் குடிக்கா விட்டால் நாங்கள் ஒன்றும் இறந்து போகமாட்டோம். இப்போது அந்தக் குளத்துக்குள் நாங்கள் நுழைய விரும்புவதற்கு ஒரே காரணம்தான் உண்டு: நாங்களும் மற்றவர்களைப்போல மனிதர்கள் என்று நிரூபிக்க விரும்புகிறோம். இந்த மாநாட்டைக் கூட்டியதன் மூலம் இந்த மண்ணில் சமத்துவ சகாப்தத்தைத் துவக்கிவைத்துள்ளோம். தீண்டாமையை அகற்றுவது, அனைத்து சாதியினரும் கலந்து உணவுண்ணும் சமபந்தி ஆகியவை மட்டுமே நமக்கு ஏற்பட்டிருக்கும் கொடுமைகளுக்கு முடிவு கட்டிவிடாது. நீதிமன்றங்கள், ராணுவம், காவல்துறை, வியாபாரம் முதலிய அனைத்து சேவைத்துறைகளும் நமக்குத் திறந்து விடப்பட வேண்டும். இந்து மதம் சமத்துவம், சாதிய ஒழிப்பு ஆகிய இரண்டு முக்கியக் கொள்கைகளின்மீது மறு கட்டமைப்பு செய்யப்பட வேண்டும்.'[80]

இந்தப் பேச்சைத் தொடர்ந்து மனித உரிமை அறிக்கை, மனிதர் களுக்கான பிரிக்க முடியாத சமத்துவத்தை ஆதரிக்கும் தீர்மானம் ஆகியவை கைகளை உயர்த்தி வாக்கெடுப்பு நடத்தி நிறைவேற்றப் பட்டன. இந்த மாநாட்டில் இன்னும் இரண்டு தீர்மானங்கள் நிறைவேற்றப்பட்டன. ஒரு தீர்மானம் இந்து சமூகத்தின் உட்பாகு பாடுகள் முற்றாக ஒழிக்கப்பட்டு ஒரே மக்கள் குழுவாக இணைய வேண்டும் என்றது. இரண்டாவது தீர்மானம் அர்ச்சகர் தொழிலை அனைத்து சாதியினருக்கும் உரியதாக ஆக்கவேண்டும் என்றது. இறுதியாக, பல்வேறு பேச்சாளர்களும் மனுஸ்மிருதியைக் கடுமையாகத்

தாக்கினார்கள். அந்நூலின் ஒரு பிரதி மேடையின் முன்னால் இருந்த பீடத்தின்மீது வைக்கப்பட்டிருந்தது. மனுஸ்மிருதியை ஒரு தலித் துறவி கம்பீரமாக எரித்தார்.

அடுத்த நாள், சவுதார் குளத்துக்குள் இலவச நுழைவைப் பெறுவதற்கான சத்தியாகிரகத்தை[81] அம்பேத்கர் துவங்கினார். அதில் நான்காயிரம் தன்னார்வலர்கள் கலந்துகொள்ள விருப்பம் தெரிவித்தார்கள். சவுதார் குளம் தனியார் சொத்து என்று சொல்லி மேல்சாதி இந்துக்கள் நீதிமன்றத்தை நாடியிருந்தார்கள். ஆகவே, மாவட்ட மாஜிஸ்ட்ரேட் தீர்ப்பு வரும்வரை அமைதியாகக் காத்திருக்குமாறு கேட்டுக்கொண்டார். இதனால், அம்பேத்கர் போராட்டத்தை ஒத்திவைத்துவிட்டு, நீர்நிலையைச் சுற்றி ஓர் ஊர்வலத்தை நடத்தினார். இந்த அணுகுமுறை இப்படிப்பட்ட சூழல்களில் வருங்காலத்தில் அவர் பின்பற்றப்போகும் யுக்தியை ஒத்திருந்தது. அந்த யுக்தியானது பிரச்னைகளை வீதிகளில் தீர்த்துக் கொள்வதைவிட, நீதிமன்றத்திடம் அவற்றை ஒப்புக்கொடுப்பதே ஆகும். இது சட்டத்தை முழுமையாகச் சார்ந்திருப்பது, அரசியலமைப்புச் சட்டத்துக்கு உட்பட்டு நடப்பது என்கிற அம்பேத்கரின் பாணியை வெளிப்படுத்துகிறது. அம்பேத்கரின் நிலைப்பாடு சரியென்று நீதிமன்றங்கள் 1937-ல் தீர்ப்பளித்தன.

எப்படி இந்து மதத்தில் இருந்து வெளியேறுவது?

1920-களின் இறுதியில் அம்பேத்கர் தன்னை முழுமையாக சமஸ்கிருதமயமாக்கலின் தாக்கத்தில் இருந்து விடுவித்துக்கொண்டு, ஒட்டுமொத்த சாதி அமைப்பை நிராகரிப்பதைப் பற்றிக்கொண்டார். அவர் இன்னமும் ஒரு படி முன்னே சென்று, பக்தி பாரம்பரியம் காட்டிய பாதையையும் நிராகரித்தார். 1920-ல் அம்பேத்கர் துவங்கிய மூக் நாயக் செய்தித்தாளின் தலையங்கப் பக்கத்தைக் கவிஞர் துக்காராமின் வரிகள் அலங்கரித்தன. அந்த வரிகள் குரலற்ற 'எளிய மக்கள்' இழிவாகப் பார்க்கப்படுவது குறித்துப் பேசியது. தன்னுடைய தொண்டர்கள் துறவிகளை வழிபடுவதால் ஏற்படுகிற மோசமான விளைவுகளுக்கு எதிராக அம்பேத்கர் வெகு சீக்கிரமே இயங்கினார். முக்கியமான பண்டிகை நாட்களில், யாத்திரை தலங்களுக்குச் சென்று தீண்டப்படாத மக்களை இந்துக்களோடு ஒத்துழைக்கவேண்டாம் என்று கேட்டுக்கொண்டார். மற்றுமொரு தலித் துறவியான சோக்கோபாவுக்கு மரியாதை செலுத்த பந்தார்பூரின் வித்தோபா ஆலயத்துக்குத் தன்னுடைய மனைவி செல்ல விரும்பிய போது அதை அவர் எதிர்த்தார். தன்னுடைய மனைவியைக் கோயிலுக்குள் விடமாட்டார்கள் என்பதே அதற்குக் காரணம். 'நாம்

ஒடுக்கப்பட்ட மக்களுக்காக அப்பழுக்கற்ற நன்னெறி வாழ்க்கை, தன்னலமற்ற சேவை, தியாகயுணர்வு உள்ளவர்களாக வாழ்ந்து இன்னொரு பந்தர்பூரை உருவாக்கவேண்டும்' என்று தன்னுடைய மனைவியிடம் அம்பேத்கர் கூறினார்.[82]

யாத்திரைகளுக்குச் சென்ற தீண்டப்படாத மக்களை அம்பேத்கர் கடுமையாகச் சாடத் தொடங்கினார். கண்டோபா எனும் பெரும் பண்டிகையின்போது அம்பேத்கர் இப்படி முழங்கினார்:

> 'கடவுளின் காலடியில் நம்முடைய நெற்றியைத் தேய்த்தே நம்முடைய எத்தனை தலைமுறைகள் நைந்து போயிருக்கின்றன? ஆனால், இந்தத் தெய்வங்கள் உங்கள்மீது எப்போது கருணை காட்டினார்கள்? இந்தக் கடவுள் உங்களுக்கு என்று பெரிதாக ஏதேனும் செய்திருக்கிறாரா? தலைமுறை தலைமுறையாகக் கிராமத்தின் குப்பையை அள்ளிக்கொண்டுதான் இருக்கிறீர்கள். அந்தக் கடவுள் இறந்துபோன மிருகங்களையே உங்களுக்கு உண்ணக் கொடுத்தார். இவ்வளவு இன்னல்களுக்குப் பிறகும், உங்கள்மீது கடவுள் துளிகூட இரக்கம் காட்டவில்லை. நீங்கள் வழிபடுவது இறைவனை அல்ல; உங்களுடைய அறியாமையை வழிபடுகிறீர்கள்.[83]

எல்லாவகையான மதச்சடங்குகளையும் நிராகரித்து அம்பேத்கர் இந்து மதத்தை விட்டுத் தன்னை முழுமையாகத் துண்டித்துக் கொள்வதைத் துரிதப்படுத்தினார். நாசிக் அருகில் உள்ள திரியம்பக் நகரில் ஜனவரி 1928-ல் தீண்டப்படாத மக்களின் கூட்டத்துக்குத் தலைமை தாங்க அம்பேத்கர் அழைக்கப்பட்டார். அந்தக் கூட்டத்தில் பதினைந்தாம் நூற்றாண்டில் வாழ்ந்த தலித் கவியான சோக்கமேலாவுக்கு ஆலயம் எழுப்பப்படுவது குறித்து விவாதிக்கப்படுவதாக இருந்தது. இந்தத் திட்டத்தை அம்பேத்கர் தீவிரமாக எதிர்த்தார். அம்பேத்கரின் பார்வையில் இந்தத் துறவிகள், அவர்களின் ஆன்மிக வாழ்க்கை ஆகியவை ஒரு பிராமணருக்கும், சூத்திரருக்கும் இடையே ஆன்மிக வழிபாட்டில் சமத்துவத்தைக் கொண்டுவருமே அன்றி, ஒரு பிராமணரையும் சூத்திரரையும் மற்ற வகைகளில் சமமானவர்களாக மாற்றாது:

> '...சாதியை அழித்தொழிக்கும் பார்வையில் இருந்து அணுகினால்... [...]இந்தத் துறவிகளின் போராட்டங்கள் சமூகத்தின் மீது எந்தத் தாக்கத்தையும் ஏற்படுத்தவில்லை. ஒரு மனிதனின் சுய மதிப்பானது மறுக்க முடியாதது, கேள்விகளுக்கு அப்பாற்பட்டது. அது பக்திக்குள் மூழ்கிப்போவதால் வந்துவிடப்போவதில்லை.

இந்தத் துறவிகள், மனிதனின் சுயமதிப்பு எந்த வகையிலும் பிரிக்க முடியாத ஒன்று என்பதை நிறுவப் போராடவில்லை. அவர்களின் போராட்டங்கள் உண்மையில் தாழ்த்தப்பட்ட வகுப்பினருக்கு மோசமான விளைவுகளையே ஏற்படுத்தி உள்ளன. பிராமணர்கள் தாழ்த்தப்பட்ட மக்களை நோக்கி, 'நீங்கள் சோக்காமேலாவின் நிலையை அடைந்தால் உங்களையும் மதிப்போம்' என்று சொல்லி தாழ்த்தப்பட்ட வகுப்பினரின் வாயை அடைத்தார்கள். இது பிராமணர்கள் சாமர்த்தியமாகச் சமத்துவத்தைப் பின்பற்றாமல் தப்பித்துக்கொள்ளவே உதவியது.'[84]

மத நம்பிக்கையாளர்கள், சமத்துவத்துக்கான பாதை என்று திசை திருப்பிய சூழ்ச்சிகளில் சிக்காமல் அம்பேத்கர் தப்பித்துக்கொண்டார். வெறும் ஆன்மிக மட்டத்தில் மட்டும் வழங்கப்பட்ட சமத்துவத்தை அவர் நிராகரித்தார். அம்பேத்கர் சமூகச் சமத்துவத்தைக் கோரினார். ஆலய நுழைவு சார்ந்த போராட்டங்களிலும் இதே தர்க்கத்தை அம்பேத்கர் பின்பற்றினார்.

மூக் நாயக் செய்தித்தாளின் முதல் தலையங்கத்தில் இரண்டு வகையான சாத்தியப்பாடுகளுக்கு இடையே அம்பேத்கர் ஊசலாடினார். அவர் தீண்டப்படாதோர் தங்களுக்கு என்று தனியான ஆலயங்களை எழுப்ப வேண்டுமா, இந்து ஆலயங்களுக்குள் நுழைய வேண்டுமா என்று கேள்வி எழுப்பினார்.[85] 1920-களின் மத்தியில் தீண்டப்படாத மக்களுக்கு ஆலயங்களைத் திறந்துவிடுவதில் ஆர்வம் காட்டினார். இது 1924-ன் வைக்கம் போராட்டத்தில் அவரை ஆர்வம்கொள்ள வைத்தது. இந்த திருவிதாங்கூர் சமஸ்தானத்தின் (தற்கால கேரளா) உள்ளூர் கோயிலுக்குள் தீண்டப்படாத மக்களுக்கு நுழைய அனுமதி மறுக்கப்பட்டது. அந்தக் கோயிலின் சாலைக்குள் நுழையக்கூடத் தீண்டப்படாத மக்களுக்கு பிராமணர்கள் அனுமதி மறுத்தார்கள். இதற்கு எதிராகத் தீண்டப்படாத மக்கள் சத்தியாகிரகத்தில் ஈடுபட்டார்கள்.

வைக்கத்துக்கு காந்தி வந்து சென்ற பிறகு, சத்தியாகிரகிகள் பக்கம் காந்தி இணைந்து கொண்டதால் இந்த மோதல் மக்களிடையே பரவலான கவனத்தைப் பெற்றது. இந்த மோதல் தொடர்ந்து கொண்டிருந்த 1925-ல் அம்பேத்கர், 'இன்றைக்கு இந்த நாட்டில் நமக்கு மிக முக்கியமாகத் திகழ்வது வைக்கம் சத்தியாகிரகமே'[86] என்று அம்பேத்கர் அறிவித்தார். இறுதியாக வைக்கம் ஆலயத்துக்குச் செல்லும் சாலைகள் தீண்டப்படாத மக்களுக்குத் திறந்துவிடப் பட்டது. எனினும் 1936-வரை ஆலயக் கதவுகள் தீண்டப்படாத

மக்களுக்குத் திறந்துவிடப்படவில்லை. இதுவே மற்ற இந்திய பகுதிகளோடு ஒப்பிடும்போது ஆலயக் கதவுகளைச் சீக்கிரம் திறந்து விட்ட நிகழ்வாக இருந்தது.

இந்தக் காலத்தில், மகர்கள் ஜி.ஏ.கவாய் தலைமையில் அமராவதி நகரில் தங்களுடைய முதல் ஆலய நுழைவுப் போராட்டத்தை 1927-ல் துவங்கினார்கள். அந்தப் போராட்டத்துக்கு அம்பேத்கர் தன்னுடைய ஆதரவை நல்கினாலும், தன்னுடைய சகோதரரின் மரணத்தால் அப்போராட்டத்தில் கலந்துகொள்ள முடியவில்லை. அந்தப் போராட்டம் வெகுசீக்கிரமே முடிந்து போனது. பூனாவில் உள்ள பார்வதி கோயிலில் 1929-ல் நடைபெற்ற சத்தியாகிரகம் வேறொரு பரிமாணம் கொண்ட போராட்டம். சிவ்ராம் ஜன்பா காம்ப்ளே இந்தச் சத்தியாகிரகத்தை முன்னின்று நடத்தினார். இதில் பிராமணச் சீர்திருத்த வாதிகளும் கலந்துகொண்டார்கள். அமராவதி போராட்டத்தில் அளித்த பங்களிப்பு அளவுக்குக்கூட அம்பேத்கருக்கு இந்தப் போராட்டத்தில் பங்கிருக்கவில்லை. இந்த இயக்கமும் பிசுபிசுத்துப் போய், பார்வதி கோயில் தீண்டப்படாத மக்களுக்கு 1947வரை திறக்கப்படவில்லை.

இறுதியாக, ஆலய நுழைவு போராட்டத்தின் மிக முக்கியமான முயற்சி நாசிக்கில் 1930-ல் நடைபெற்றது. இந்தப் போராட்டத்தின் ஆரம்பத்தில் இருந்தே அம்பேத்கர் தீவிரமாகப் பங்குகொண்டார்.[87] ஆலய நுழைவு போராட்டத்தைச் சமூக மாற்றத்துக்கான கருவியாக, ஆரம்பமாக அவர் கண்டார். ஆலய நுழைவுப் போராட்டத்தோடு சமூக மாற்றத்துக்கான போராட்டங்கள் முடிந்துவிடுவதில்லை என்கிற அவருடைய கருத்து அந்தப் போராட்டக் களத்தில் அவர் நிகழ்த்திய முதல் பேச்சிலேயே புலப்படுகிறது:

'உங்களுடைய பிரச்னைகள் எல்லாம் ஆலய நுழைவால் தீர்ந்து விடப்போவதில்லை. அரசியல், பொருளாதாரம், கல்வி, மதம் எல்லாமும் உங்களுடைய பிரச்னைகளுக்குக் காரணமாக இருக்கிறது. இந்து மனத்துக்கு இன்றைய சத்தியாகிரகம் சவால் விடுகிறது. நம்மை இந்துக்கள் குறைந்தபட்சம் மனிதர்களாகக் கருதுகிறார்களா, இல்லையா என்று இன்று கண்டறிவோம்... இந்தக் கோயிலுக்குள் இருக்கும் கடவுள் வெறும் கல் என்று நாமறிவோம். தரிசனமும், பூஜைகளும் நம்முடைய பிரச்னை களைத் தீர்க்காது. ஆனால், இங்கிருந்து நாம் ஆரம்பித்து, இந்துக்களின் மனங்களை மாற்ற முயல்வோம்.[88]

இந்தப் போராட்டத்தின்போது போராட்டக் குழுவினருக்கும் உயர்சாதியினருக்கும் இடையே அவ்வப்போது கைகலப்புகள்

நடந்தன. மகர்களும் உயர் சாதியினரும் செய்து கொண்ட புதிய உடன்படிக்கைக்கு மாறாக, சில உயர் சாதி இந்துக்கள் வருடாந்திரக் கோயில் திருவிழாவில் மகர்கள் தேர்வடம் பிடிக்க விடாமல் தடுத்தார்கள். இந்தச் சம்பவம் அம்பேத்கரைப் போராட்டத்தில் மேலும் தீவிரமாக ஈடுபட வைத்தது. எனினும், இந்த இயக்கத்தில் இருந்து அம்பேத்கர் தன்னை 1934-ல் முழுமையாகத் துண்டித்துக் கொண்டார். தன்னுடைய ஆதரவாளர்கள் பல்வேறு பிரச்னைகளில் கடைசியாகக் கவனத்தில்கொள்ள வேண்டிய ஒன்றாக மதம் சார்ந்த பிரச்னைகள் இருக்கவேண்டும் என்று அம்பேத்கர் அறிவுறுத்தினார்:

'நான் ஆலய நுழைவு இயக்கத்தைத் துவங்கியதன் காரணம் என்ன? தாழ்த்தப்பட்ட வகுப்பினரை இந்தக் கற்சிலைகளை வழிபட வைப்பதா? இல்லை. ஆலய நுழைவு தாழ்த்தப்பட்ட வகுப்பினரை இந்து சமூகத்தில் சமமானவர்களாக, அதன் பிரிக்க முடியாத அங்கமாக மாற்றும் என்றா? இல்லை. இதைப் பொறுத்தவரை, நான் தீண்டப்படாத வகுப்பினருக்கு ஒரே ஒரு அறிவுரைதான் வழங்குவேன். இந்து சமூகத்தின் பிரிக்க முடியாத அங்கமாக நீங்கள் மாறவேண்டும் என்று அவர்கள் அழைத்தால், ஒட்டுமொத்த இந்து சமூகத்தை, இந்து மதத்தின் ஆன்மிகத்தை முழுமையாகப் பழுது பார்க்கவேண்டும் என்று அவர்களிடம் வலியுறுத்துங்கள். அது நடந்தால் மட்டுமே இந்து சமூகத்தில் கலக்கவேண்டும் என்கிற அவர்களின் கோரிக்கைக்குச் செவிமடுங்கள்.

தாழ்த்தப்பட்ட வகுப்பினரை உற்சாகப்படுத்தவும், அவர்களின் அவல நிலையை உணர்ந்துகொள்ளவுமே நான் ஆலய நுழைவு சத்தியாகிரகத்தை முன்னெடுத்தேன். நான் நினைத்ததைச் சாதித்து விட்டேன். தாழ்த்தப்பட்ட வகுப்பினர் தங்களுடைய சக்தியை, வளங்களை எல்லாம் அரசியல், கல்வி சார்ந்து செலவிடவேண்டும். தாழ்த்தப்பட்ட வகுப்பினர் இந்த இரண்டின் முக்கியத்துவத்தை உணர்ந்துகொள்வார்கள் என நம்புகிறேன்.'[89]

அம்பேத்கருக்குத் தீண்டப்படாத மக்களை ஒன்று திரட்டுவதற்கு ஆலய நுழைவு உகந்த வழியாக இருந்தாலும், இந்து மதத்தின் சாதி அமைப்பு அவர்களைத் தாழ்ந்தே இருக்குமாறு சபித்து வைத்திருக்கிறது. இப்படிப்பட்ட சாதி அமைப்பை முற்றாக நிராகரிக்கிற முடிவை அம்பேத்கர் எடுத்தார். இதனோடு அவர் ஆலய நுழைவு போராட்டங்களையும் ஏற்க மறுத்தார். அதே நேரத்தில், அம்பேத்கர் தீண்டப்படாத மக்கள் ஆலயங்களுக்குள் நுழைவதற்கு வழிவகுக்கும் சட்டங்களை நிறைவேற்ற விரும்பாத உயர் சாதி சட்ட மன்ற உறுப்பினர்களால் ஏமாற்றமடைந்தார் என்பதில் ஐயமில்லை. 1934-ல் டெல்லியின் மத்திய சட்டமன்றத்தில் ரங்கா ஐயர் கொண்டு வந்த ஆலய நுழைவு

சட்ட மசோதா பெரும்பான்மை உறுப்பினர்களால் நிராகரிக்கப் பட்டது.

•

ஒரு சமூகவியல் அறிஞராக அம்பேத்கர் சாதி அமைப்பை நன்றாக ஆராய்ந்தார். அதன் மூலம் சாதி அமைப்பை இன்னமும் சிறப்பாக எதிர்க்க முயன்றார். இருபதுகளின் இறுதியில் தீண்டப்படாத மக்களின் விடுதலையைப் பெருமளவில் பீடித்திருந்த சமஸ்கிருத மயமாக்கல் மீதான மோகத்தை முற்றாக நிராகரித்தார். படிப்படியாக இந்து மதத்தை முற்றாக நிராகரித்த அம்பேத்கர், மேற்கின் விழுமியங்கள் அதிலும் குறிப்பாகத் தனிநபர்வாத சமத்துவத்தால் ஈர்க்கப்பட்டார். சாதி அமைப்பிலிருந்து விடுதலை பெற அவர் புதிய வகையான செயல்முறையைத் தேடினார். இதைத் தீண்டப்படாத வகுப்பினர் மையம் எப்படித் தன்னைப் படிப்படியாக வளர்த்தெடுத்துக் கொண்டது என்பது தெளிவாகப் புரியவைக்கிறது. அந்த மையம் 1920-களில் தீண்டப்படாத வகுப்பினரின் அரசியல் உரிமைகளைக் கோரியது. அதன் நிர்வாகக் குழுவின் தலைவராக அம்பேத்கர் இருந்தார். அந்த மையத்தின் ஆரம்ப காலத்தில் பல்வேறு உயர்சாதி உறுப்பினர்கள் நிர்வாகக் குழுவில் இருந்தார்கள் என்றாலும், அப்போது ஒரே ஒரு உயர்சாதி உறுப்பினர் கூட அதில் அங்கமாக இல்லை.[90]

1930-களில் இருந்து அம்பேத்கரின் அரசியல் பயணமானது சாதி அமைப்பில் இருந்து விடுதலை பெறுவதற்கு இரு வகையான செயல்திட்டங்களை வகுத்துக்கொண்டு முன்சென்றது. முதல் செயல்திட்டம் அரசியல் கட்சிகளைத் துவங்குவதில் கவனம் செலுத்தியது. அதன்மூலம், இந்தியாவின் ஆட்சியமைப்புகளில் தீண்டப்படாதோரை இடம்பெறவைக்க முயன்றது. இரண்டாவது செயல்திட்டம் இந்து மதத்தை விட்டு நீங்கி வேறொரு மதத்தில் இணைவது. 1950-களின் நடுப்பகுதிவரை அம்பேத்கர் சூழலுக்கு ஏற்ப ஒரு செயல்திட்டத்துக்கும் இன்னொரு செயல்திட்டத்துக்கும் இடையே ஊசலாடிக் கொண்டிருந்தார். இந்த அணுகுமுறைகள், ஒரே சமயத்தில் அம்பேத்கர் அசைக்கமுடியாத போராட்டக் குணத்தையும் நடைமுறைக்கு ஏற்றவாறு நடந்து கொள்ளும் ஆரோக்கியமான அணுகுமுறையையும் இணைத்துப் பயணித்தார் என்பதைக் காட்டுகிறது.

அத்தியாயம் 4

அரசியல் களத்தில் காந்திக்கு எதிராக

'தற்போது உங்களுடைய வாழ்க்கைச் சூழ்நிலைகளை மேம்படுத்துவதற்கு, மாற்றத்தைக் கொண்டு வருவதற்கான வழிமுறை ஒன்று உங்களிடம் உள்ளது. அது சரியான சட்டங்களின் மூலம் மேற்கொள்ளப்படும் அரசியல் செயல்பாடு எனும் வழியாகும்... இப்போது உங்களுக்கு எவையெல்லாம் மறுக்கப்படுகிறதோ - உணவு, உடை, தங்குமிடம், கல்வி அனைத்தையும் அரசாங்கத்தைத் தர வைக்க முடியும். ஆகவே, ஜெபமாலைகளை உருட்டிக்கொண்டு இருப்பதையோ பிரார்த்தனை செய்து கொண்டிருப்பதையோ விட்டுவிட்டு, நீங்கள் அரசியல் பாதையைக் கட்டாயமாகப் பற்றிக்கொள்ள வேண்டும்... இனிமேல் இங்கு ஏற்படும் மோதல்கள், ஆங்கிலேயர்களுக்கும் இந்தியர்களுக்கும் இடையே நிகழாது. அதற்கு மாறாக, இந்தியாவின் வளர்ச்சியடைந்த வகுப்பு களுக்கும் பிற்படுத்தப்பட்ட வகுப்புகளுக்குமிடையே மோதல் ஏற்படும். உங்களுடைய வகுப்பைச் சாராத, இரவலாகப் பெற்ற எந்த நபரும் அல்லது குத்தகைக்கு எடுத்துக்கொண்ட நபரும் உங்களுடைய நலனைத் துளிகூட மேம்படுத்தமாட்டார்கள். உங்களுக்குள் நிலவும் பாகுபாடுகளைக் களைந்துவிட்டு, வலிமையாக ஒன்று திரண்டு இயங்குங்கள். (அம்பேத்கர் 1933-ல் ஆற்றிய உரை - M.S.Gore, *The Social Context of an Ideology*, Pg 213)

1920-களின் ஆரம்பத்தில் இருந்தே தீண்டப்படாதோரின் விடுதலைக்கான கருவிகளில் ஒன்றாக அரசியல் செயல்பாட்டை அம்பேத்கர் கருதினார். அவர் 1924-ல் நிகழ்த்திய புகழ்பெற்ற பர்ஷி

தக்ளி உரையில் இடம்பெயர்தல், மதம் மாறுதல், தீண்டப் படாதோரின் பெயரை மாற்றுதல் முதலிய பல்வேறு செயல் திட்டங்களின் சாதக, பாதகங்களை விவாதித்தார். ஆனால், அரசியல் உரிமைகளை வென்றெடுப்பதே தன்னுடைய முக்கியமான குறிக்கோள் என்றார். 1930களின் ஆரம்பகாலம்வரை சமூகச் சீர்திருத்தம், அரசியல் உரிமைகளுக்கான போராட்டங்கள் ஆகிய இரண்டுக்கும் ஒரே அளவு தேவையிருப்பதை வலியுறுத்தினார். ஆனால், ஆங்கிலேயர் நடத்திய பல்வேறு சுற்றுக் கலந்துரையாடல்களில் தீண்டப்படாத மக்களின் பிரதிநிதியாகக் கலந்துகொண்டதைத் தவிர்த்து அம்பேத்கர் அரசியல் களத்துக்குள் நுழையவில்லை. காலம் நகர நகர, தன்னுடைய ஆற்றலை எல்லாம் தீண்டப்படாதோரை அரசியல்ரீதியாக அணிதிரட்டுவதிலேயே செலவிட்டார். இதன்மூலம் அரசாங்கத்துக்கு வலுவான அழுத்தத்தைத் தரமுடியும் என்று நம்பினார்.

ஆங்கிலேய அரசின் அமைப்புகள் அம்பேத்கரின் அரசியல் வாழ்வைப் பெருமளவில் தீர்மானித்தன. ஒட்டுமொத்த பிரிட்டிஷ் இந்தியாவுக்குமான சீர்திருத்தங்களைத் தயாரிக்கும் பணியில் 1919-ல் அப்போதைய வைஸ்ராய் செம்ஸ்ஃபோர்ட் பிரபு, இந்தியாவுக்கான அரசுத்துறை செயலாளர் எட்வின் மாண்டேகு ஆகியோர் ஈடுபட்டார்கள். அப்போதுதான் அம்பேத்கர் அமைப்புரீதியான அரசியலுக்குள் அழைத்து வரப்பட்டார். செம்ஸ்ஃபோர்ட், மாண்டேகு பல்வேறு தரப்பினரோடு உரையாடினார்கள். அதனால் உந்தப்பட்டுப் பல்வேறு தீண்டப்படாதோர் இயக்கங்கள் மக்களை அணிதிரட்டி, அதன்மூலம் பல்வேறு உத்தரவாதங்களைப் பெற ஆர்வமாக முயன்றன.

நாராயணராவ் சண்டாவர்கர் என்கிற காங்கிரஸுக்கு நெருக்கமான பிராமண சீர்திருத்தவாதி, தாழ்த்தப்பட்ட வகுப்பினர்களின் அமைப்பு (டிப்ரஸ்ட் க்ளாசஸ் மிஷன்) என்ற அமைப்பை 1916-ல் துவங்கினார். இது நவம்பர் 1917-ல் கூட்டிய கூட்டத்தில் 2,500 பேர் கலந்து கொண்டார்கள். இதில் சண்டாவர்கர் சட்டசபைகளில் தீண்டப்படாத மக்களின் மக்கள்தொகைக்கு ஏற்ப இடங்களை ஒதுக்கவேண்டும் என்று கோரினார்.[2] இந்தக் கணத்தில்தான் அம்பேத்கர் தன்னுடைய அரசியல் செயல்திட்டத்தை விரிவுபடுத்த ஆரம்பித்தார். இது அவரைக் காங்கிரஸ் இயக்கத்தோடு, அதிலும் குறிப்பாக காந்தியோடு மோதவேண்டிய நிலைக்குத் தள்ளியது.

ஒதுக்கீட்டு இடங்களா... தனித் தொகுதிகளா?

தேர்தல் அரசியலில் யாரெல்லாம் வாக்களிக்கலாம் என்பதை அரசியலமைப்பின் எல்லைகளுக்குள் மறுவரையறை செய்கிற சீர்திருத்தப்பணி சவுத்பாரோ குழுவிடம் ஒப்படைக்கப்பட்டது.

அந்தக் குழுவின் பரிந்துரைகளின் அடிப்படையில் மேற்கொள்ளப் பட்ட சீர்திருத்தங்கள் மாண்டேகு, செம்ஸ்ஃபோர்ட் இருவரின் பெயர்களையும் இணைத்து மாண்ட்ஃபோர்ட் சீர்திருத்தங்கள் என்று அழைக்கப்பட்டன. இந்தச் சவுத்பரோ குழு அம்பேத்கரோடு 1919-ம் ஆண்டு ஆரம்பத்தில் கலந்துரையாடியது. அக்குழு பல்வேறு தலித் தலைவர்களை அவர்களின் இயக்கங்களின் சார்பாகக் கோரிக்கை களை முன்வைக்க அழைத்தது. ஆனால், அம்பேத்கர் எந்த ஒரு இயக்கத்தின் உறுப்பினர் என்பதற்காகவும் அழைக்கப்படவில்லை. அதற்கு மாறாக, பம்பாய் மாகாணத்தில் பட்டம் பெற்ற ஒரே தீண்டப் படாதவர் அம்பேத்கர் என்பதாலேயே அக்குழு அவரை அழைத்தது.

அக்குழுவின் முன் அம்பேத்கர் வழங்கிய சாட்சியத்தில், இந்துக்களிடையே உண்மையான பிளவானது (சத்திய சோதக் சமாஜ தலைவர்கள் சொன்னதுபோல்) பிராமணர், பிராமணர் அல்லாதவர் என்பதில் இல்லை என்றார். உண்மையில், இந்துக்களிடையே தீண்டத்தக்கவர், தீண்டப்படாதவர் என்றே பிளவுள்ளது என்று பதிவு செய்தார். வெவ்வேறு பகுதிகளில் உள்ள தொகுதிகளில் தீண்டப் படாத மக்களுக்கு இட ஒதுக்கீடு வழங்கும் தேர்தல் முறையை அம்பேத்கர் நிராகரித்தார். இந்த முறையில், தீண்டப்படாத மக்கள் தொகுதிகளில் சிறுபான்மையினராக இருப்பதால் அவர்களுக்கான பிரநிதித்துவப்படுத்தல் மறுக்கப்படும். மேலும், யாரெல்லாம் வாக்களிக்கத் தகுதியுள்ளவர்கள் என்கிற வரையறை தீண்டப்படாத மக்களுக்கு எதிரானதாக இருந்தது என்று அம்பேத்கர் வாதிட்டார். இந்த வாதத்துக்கு வலுசேர்க்கும்விதமாக, பம்பாய் மாகாணத்தின் ஐந்து மாவட்டங்களில் உள்ள வாக்காளர்களில் 9,077 பிராமணர்கள், 4,741 மராத்தாக்கள், 1,830 முஸ்லீம்கள், 55 மகர்கள் இருப்பதாக உள்ளூர் அதிகாரிகள் தந்த புள்ளிவிவரங்களைச் சுட்டிக்காட்டினார்.[3]

இந்த ஏற்றத்தாழ்வைக் குறைக்க வாக்களிக்கத் தகுதியான வரி செலுத்தும் அளவை தீண்டப்படாத மக்களுக்குக் குறைக்குமாறு பரிந்துரைத்தார் அம்பேத்கர். இதன்மூலம் பெருமளவில் தீண்டப் படாத மக்கள் வாக்களிப்பார்கள்; அதன் மூலம் அரசியல் விழிப்புணர்வு பெருகி, தேர்தல் முறையில் வேகமாக ஒன்று சேர்வார்கள். இவை அனைத்துக்கும் மேலாக, 'தனிப்பட்ட ரீதியாகத் தேர்தலில் இடங்களை வெல்ல முடியாத, [...] இந்தச் சிறுபான்மை யினருக்கு உரிய இடங்களை ஒதுக்கவேண்டும்' என்று பரிந்துரைத்தார்.[4] அந்த நேரத்தில், தீண்டப்படாத மக்களின் மக்கள்தொகை வலிமைக்கு ஏற்ப தொகுதிகளை ஒதுக்கப்படுமென்றால் தனித்தொகுதிகள், ஒதுக்கீட்டு இடங்கள் ஆகிய இரண்டுமே உகந்தது[5] என்று கருதினார்.

தன்னுடைய சாட்சியத்தோடு பின்னிணைப்பாக அம்பேத்கர் இணைத்த ஆவணத்தில்தான் தீண்டப்படாத மக்களுக்குத் தொகுதி களில் இட ஒதுக்கீடு தருவதற்குப் பதிலாக, 'வகுப்புவாரி தொகுதிகளை'[6] ஒதுக்கவேண்டும் என்று வலியுறுத்தியிருந்தார்.

இரண்டுக்கும் இடையே உள்ள வேறுபாடு முக்கியமானது. குறிப்பிட்ட தொகுதிகளை ஒதுக்கீடு செய்யும் முறையில், குறிப்பிட்ட சில தொகுதிகளில் போட்டியிடும் வேட்பாளர் தீண்டப்படாதவராக மட்டுமே இருக்க முடியும் (தீண்டப்படாதவர்கள் ஒட்டுமொத்த மக்கள் தொகையில் எத்தனை விழுக்காடு இருக்கிறார்கள் என்பதற்கு ஏற்ப இந்தத் தொகுதி ஒதுக்கீடு அமையலாம். அவ்வாறு இல்லாமலும் இருக்கலாம்). ஆனால், எந்தத் தொகுதியிலும் தீண்டப்படாதோர் பெரும்பான்மையினராக இருப்பதில்லை. இதனால், மேல் சாதியினர், இடைநிலை சாதியினரின் கூட்டணியானது தங்களுக்கு விருப்பமான, உள்ளூர் தீண்டப்படாத மக்கள் வாக்களித்து இருக்காத வேட்பாளரைத் தேர்தலில் வெற்றி பெறவைக்க முடியும். இதற்கு மாறாக, தனித்தொகுதிகள் முறையில் தீண்டப்படாதோர் மட்டுமே தீண்டப்படாத சாதியைச் சேர்ந்த வேட்பாளர்களுக்கு வாக்களிக்க இயலும். இந்த முறையானது தீண்டப்படாதோருக்கு அவர்களுடைய சொந்த பிரதிநிதிகளை வழங்குவதன் மூலம் உண்மையான அரசியல் சக்தியாக அவர்களை மாற்றியிருக்கும். ஒதுக்கீடு செய்யப்பட்ட தொகுதிகளில் மேல்சாதியினர் ஆதிக்கம் செலுத்தும் கட்சிகள் தீண்டப் படாதவர்களோடு கைகோர்த்துக்கொண்டு, அவர்களுக்குத் தேர்தலில் வாய்ப்புத் தந்து, வெற்றி பெறவைக்க முடியும். உள்ளூர் தீண்டப் படாத மக்கள் அந்த வேட்பாளரை விரும்பாவிட்டாலும் அவர் தேர்தலில் வெற்றி பெறுவார்.

ஜி.ஏ. கவாயின் தாழ்த்தப்பட்ட வகுப்பினர் தூதுக்குழு அம்பேத்கரின் செயல்திட்டத்துக்குப் போட்டியாக வேறொரு செயல்திட்டத்தை ஆங்கிலேயரிடம் 1919-ல் சமர்ப்பித்தது. அதில் சட்டமன்றத்தின் தேர்ந்தெடுக்கப்பட்ட உறுப்பினர்கள் ஒன்று சேர்ந்து தீண்டப்படாத உறுப்பினர்களைத் தேர்வு செய்யவேண்டும் என்று பரிந்துரைக்கப் பட்டிருந்தது. இந்தப் பரிந்துரையானது அம்பேத்கரின் பார்வையில் தீண்டப்படாத மக்களைக் கீழான நிலைக்குள் சிறைப்படுத்துவதை நோக்கமாகக் கொண்டது. ஆகவே, அதை அம்பேத்கர் கடுமையாக நிராகரித்தார்.[7] இறுதியாக, 1919-ல் சீர்திருத்த அமைப்பு முறைக்குள் பம்பாய் மாகாணச் சட்டமன்றத்தில் ஒரே ஒரு தீண்டப்படாத உறுப்பினரே தேர்ந்தெடுக்கப்பட்டார். 1924-ல்தான் ஒரு கூடுதல் உறுப்பினர் நியமிக்கப்பட்டார். இந்த வழியில் 1927-ல் பம்பாய் மாகாண சட்டமன்ற உறுப்பினரானார் அம்பேத்கர்.

அம்பேத்கரும் சைமன் கமிஷனும்:
தேச ஒருங்கிணைப்பும் அதன் எல்லையும்

இந்திய அரசியலமைப்புச் சட்டத்தை ஒவ்வொரு பத்தாண்டுகளுக்கு ஒரு முறை சீர்திருத்துவது என ஆங்கிலேயர் வாக்குறுதி தந்திருந்ததால் அதற்கான பணிகளை 1928-ல் துவங்கினார்கள். 1917-19 காலத்தில் வெவ்வேறு அரசியல், சமூகக் குழுக்களின் பிரதிநிதிகளோடு கலந்து ஆலோசித்ததைப்போல் இப்போதும் செய்தார்கள். சைமன் குழு அதன் தலைவரின் பெயரால் அழைக்கப்பட்டது. அக்குழுவில் ஒரு இந்திய உறுப்பினர்கூட இல்லை. இப்படிப்பட்ட விலக்கலால் அதிர்ச்சி அடைந்த காங்கிரஸ் அதனைப் புறக்கணித்தது. இஸ்லாமியர்கள், சீக்கியர்கள், பிற சிறுபான்மையினர், தலித் அமைப்புகள் அக்குழுவோடு பேச்சுவார்த்தைகளில் ஈடுபட்டார்கள்.

பகிஷ்க்ரித் ஹிதகாரினி சபாவின் சார்பாகத் தனித்தொகுதிகளுக்குப் பதிலாகத் தீண்டப்படாதவர்களுக்கான இட ஒதுக்கீட்டு தொகுதிகளே தேவை என்று வாதிடும் எழுத்து வடிவிலான விண்ணப்பத்தை அம்பேத்கர் சமர்ப்பித்தார்.⁸ பம்பாய் மாகாண சட்டமன்றத்தில் தீண்டப்படாத மக்களுக்கு 22 தொகுதிகள் ஒதுக்கப்படவேண்டும் என்று அது கோரியது (மக்கள் தொகையின் படி தீண்டப்படாத மக்களுக்குப் பதினைந்து தொகுதிகள் ஒதுக்கப்பட்டிருக்கவேண்டும்). மேலும், வாக்குரிமையை அனைத்து தீண்டப்படாத மக்களுக்கும் வழங்கவேண்டும் என்றும் அந்த விண்ணப்பம் கோரிக்கை எழுப்பியிருந்தது.⁹ பூனாவில் சைமன் குழுவின் முன்னால் அம்பேத்கர் உரையாற்றியபோது, அனைத்து தீண்டப்படாத மக்களுக்கும் வாக்குரிமை வழங்கப்படவில்லை என்றால், தனித்தொகுதிகளுக்காகப் பரப்புரை செய்யப்போவதாகத் தெரிவித்தார்.¹⁰ அம்பேத்கர் வாதிட்ட முறையைப் பார்க்கையில், அவர் இன்னமும் மேல் சாதியினர்மீது பெருநம்பிக்கை உடையவராகத் திகழ்ந்தார் என்று தெரிகிறது. அவரின் தேசியம் சார்ந்த மனச்சாய்வு சமூக, அரசியல் மைய நீரோட்டத்தோடு தன்னுடைய தொடர்புகளைத் துண்டித்துக் கொள்ளாமல் தடுத்தது.

'எப்படிப் பார்த்தாலும், அனைவரும் வாக்களிக்கும் கூட்டுத் தொகுதிகளில் ஒரு சிறுபான்மைக் குழுவினர் தனித்தொகுதிகள் முறையைவிடப் பெருமளவில் பயன் பெறுவார்கள் என்று உறுதியாகச் சொல்ல முடியும். தனித்தொகுதிகளைப் பொறுத்த வரை சிறுபான்மையினருக்கு அவர்களுக்கு உரிய தொகுதிகளின் ஒதுக்கீடு மட்டுமே கிட்டுகிறது. அதற்கு மேல் ஒன்றும் கிடைப்ப தில்லை. சட்டமன்றத்துக்குத் தேர்ந்தெடுக்கப்படும் மற்றவர்கள் சிறுபான்மையினரைச் சார்ந்திருக்க வேண்டியதில்லை. இதனால்,

சிறுபான்மையினரின் விருப்பங்களை நிறைவேற்றவேண்டும் என்கிற விருப்பம் எதுவும் மற்ற சட்டமன்ற உறுப்பினர்களை ஆட்டுவிப்பதில்லை. சிறுபான்மையினர் தங்களுடைய சொந்த வலிமைகளுக்குள்ளேயே உழலவிடப்படுகிறார்கள். எந்தப் பிரதிநிதித்துவ முறையும், சிறுபான்மையைப் பெரும்பான்மையாக மாற்ற முடியாது. இன்னொருபுறம், கூட்டுத்தொகுதி முறையினால் சிறுபான்மையினருக்கு ஒதுக்கப்படும் தொகுதிகளோடு மட்டுமல்லாமல் கூடுதலாகச் சில தொகுதிகளும் கிடைக்கும். ஓரளவுக்குச் சிறுபான்மையினரின் வாக்கு வலிமையைக்கொண்டு வென்ற சிறுபான்மை சமூகத்தைச் சாராத உறுப்பினர் சிறுபான்மையினருக்கான உறுப்பினர் போலவே நடந்து கொள்வார்.'[11]

தனித்தொகுதிகள் குறித்த அம்பேத்கரின் கவலைகள் அது இந்திய தேசத்தைக் கூறுபோட்டுவிடும் என்கிற கவலையில் இருந்தே கிளைத்து எழுந்தது: 'இந்தியா ஒன்றாக இருக்கும் காலம் எப்போது வருமெனச் சிந்திக்கிறேன். இந்தியா ஒன்றாக இருக்க வேண்டுமென விரும்புகிறேன். இவை எதுவுமே தேவைப்படாத காலம் ஒன்று வரும் என்று நம்புகிறேன். ஆனால், இவை எல்லாம் பெரும்பான்மையினர் எப்படிப்பட்ட மனப்போக்கோடு சிறுபான்மையினரை அணுகுகிறார்கள் என்பதைச் சார்ந்தே இருக்கும்.'[11]

ஆகவே, கூட்டுத்தொகுதிகள் முறையைத் தீண்டப்படாத மக்களுக்கான இட ஒதுக்கீட்டோடு ஏற்கிற முடிவானது சிறுபான்மையினரின் உரிமைகளைப் பாதுகாப்பதற்கும், இந்திய தேசத்தை வலிமைப் படுத்தும் நோக்கத்துக்கும் இடையே செய்துகொள்ளப்பட்ட சமரசமே. ஆனால், அம்பேத்கரின் இந்தத் தேர்வு அத்தனை தெளிவான ஒன்றாக இருக்கவில்லை. சைமன் குழு முன் நிகழ்ந்த வாதங்களின்போது, வங்காள முஸ்லீம் தலைவர் சுக்ரவர்தி, தனித்தொகுதிகள் தீண்டப்படாத மக்களுக்குக் கூடுதல் பாதுகாப்பைத் தருமே; எடுத்துக்காட்டாக வாக்குச்சாவடிகளில் மேல்சாதியினரின் அச்சுறுத்தல்களில் இருந்து அது காக்குமே என்று வினவினார். அம்பேத்கர் சுக்ரவர்தியின் கருத்தோடு உடனடியாக உடன்பட்டார்.[12] ஆகவே, 1928-ல் அம்பேத்கருக்கு எது சிறந்த முறை என்கிற தெளிவு ஏற்பட்டிருக்கவில்லை.

'தீண்டாமை பிரச்னையைத் தீர்க்கக்கூடிய அருமருந்தாக அரசியல் அதிகாரம் மட்டுமே திகழ்கிறது' என்கிற மனத்தெளிவு ஐயமின்றி அவருக்கு இருந்தது.[14] இதனால்தான் அம்பேத்கர் நேரு குழுவின் பரிந்துரைகளைக் கடுமையாக விமர்சித்தார். சைமன் குழுவுக்கு மாற்றாக இந்தக் குழுவை காங்கிரஸ், ஏனைய சிறிய அரசியல் இயக்கங்கள் இணைந்து அமைத்தன. மோதிலால் நேருவின்

கண்காணிப்பின் கீழ் அரசியலமைப்புச் சட்ட உருவாக்கம் குறித்த மாற்றுப் பரிந்துரைகளைத் தயாரிக்கும் பொறுப்பு இக்குழுவுக்கு வழங்கப்பட்டது. இக்குழு இஸ்லாமிய, சீக்கிய, கிறிஸ்தவ, பார்சி, ஆங்கிலோ இந்திய, பிராமணர் அல்லாதோர் அமைப்புகள் ஆகியோரைக் கலந்தாலோசித்தது. ஆனால், தலித் அமைப்புகள் புறக்கணிக்கப்பட்டன.

நேரு குழுவின் இறுதி அறிக்கையில் தேசிய ஒற்றுமை என்கிற பெயரில் தீண்டப்படாதோர், இஸ்லாமியர் நலன் சார்ந்த எந்த முன்னேற்பாடுகளும் இடம் பெறவில்லை. அதை உருவாக்கியவர்கள், மேற்கின் தாராளவாத மதிப்பீடுகளால் ஊக்கம் பெற்று, தேசம் என்பதைத் தனி நபர்களின் தொகுப்பு எனக் கருதினார்கள். கொள்கைரீதியாக, அம்பேத்கரும் இதே வகையான பகுத்தறிவு பாதையைப் பின்பற்றினார். என்றாலும், தீண்டப்படாத மக்களுக்கு இட ஒதுக்கீட்டு இடங்களோ, தனித்தொகுதிகளோ மறுக்கப்படுவதை அவரால் ஏற்க முடியவில்லை.

விது வர்மா வலியுறுத்துவதைப்போல நேரு குடும்பத்தினரைப்போல அம்பேத்கரும் நவீனவாதியே. சாதி பாகுபாடுகள் இல்லாத தனித்துவம் மிக்க சமூகம் எழவேண்டும் என்று அம்பேத்கர் மனதார விரும்பினார். எனினும், இந்திய சமூகம் குறிப்பிட்ட அடுக்கு நிலையை அடிப்படையாகக் கொண்டிருப்பதால், சமூக சமத்துவத்தை வளர்த்தெடுக்க மக்களைக் குழுக்களாக அணுகவேண்டும் என்று கருதினார். தீண்டப்படாத மக்களுக்கு மாற்றத்தை நோக்கி நகரும் குறிப்பிடப்பட முடியாத காலம்வரை ஒட்டுமொத்தமாக உதவ வேண்டும் என்று நினைத்தார்.[17]

சைமன் குழுவின் அறிக்கை தாழ்த்தப்பட்ட வகுப்பினருக்கு ஒதுக்கீட்டு இடங்களை வழங்கியது. எனினும், போட்டியிடும் வேட்பாளர்களின் தகுதிகளை மாகாண ஆளுநர்கள் அங்கீகரிக்க வேண்டும் என்கிற பிரிவு முன்னெச்சரிக்கையோடு சேர்க்கப்பட்டு இருந்தது. இது அம்பேத்கரைச் சூடேற்றியது. துரதிர்ஷ்டவசமாக, காங்கிரஸ் அந்த அறிக்கை உருவாக்கத்தில் பங்குபெறவில்லை என்பதால் அது வெற்றுக் காகிதமாகவே நின்று போனது. இந்த முட்டுக்கட்டையை முடிவுக்குக் கொண்டுவர மீண்டும் ஒரு ஆலோசனைக் கூட்டம் லண்டனில் நடைபெற்றது. இதில் அம்பேத்கரும் கலந்துகொண்டார்.

வட்ட மேசை மாநாட்டில் ஏற்பட்ட திடீர் திருப்பங்கள்

1930-ம் வருட இலையுதிர் காலத்தில் நடைபெற்ற முதலாம் வட்ட மேசை மாநாட்டை காங்கிரஸ் புறக்கணித்தது. ஆனால், முஸ்லீம்,

சீக்கிய, கிறிஸ்தவ, தீண்டப்படாத வகுப்பினர் பிரதிநிதிகளும், இந்து மகாசபை உறுப்பினர்களும் இந்த மாநாட்டில் கலந்துகொண்டனர். இவர்களோடு காலங்காலமாக பிரிட்டிஷாரை ஆதரிக்கும் லிபரல் கட்சியில் இருந்தும் பிரதிநிதிகள் கலந்துகொண்டனர். மெட்ராஸ் மாகாணத்தைச் சேர்ந்த தலித் சட்டமன்ற உறுப்பினரான ராவ் பகதூர் ரெட்டைமலை சீனிவாசன் அம்பேத்கரோடு வட்ட மேசை மாநாட்டில் கலந்துகொண்டார்.

சைமன் கமிஷன் முன்னால் வயது வந்த அனைவருக்கும் வாக்குரிமை யோடு கூடிய இட ஒதுக்கீட்டு இடங்களை அம்பேத்கர் ஆதரித்து இருந்தார். இந்தத் திட்டத்துக்கு ஆதரவாக நாக்பூரில் ஆகஸ்ட் 1930-ல் கூடிய அனைத்து இந்திய தாழ்த்தப்பட்டோர் காங்கிரஸும் கருத்துத் தெரிவித்தது.[16] இதே கோரிக்கையை லண்டனிலும் அம்பேத்கர் மீண்டும் வலியுறுத்தினார். காங்கிரஸ் கட்சி பிரதிநிதிகள் கலந்து கொள்ளாமல் போனதால், அந்த மாநாட்டில் எந்த முடிவும் எட்டப் படவில்லை. அதற்கு அடுத்து நடைபெற்ற இரண்டாவது வட்ட மேசை மாநாட்டுக்கு காந்தியே அழைக்கப்பட்டிருந்தார். மாநாட்டில் கலந்து கொள்வதா, வேண்டாமா என்கிற ஊசலாட்டத்தில் காந்தி இருந்தார். இந்த நிலையில் ஆகஸ்ட் 14, 1931-ல் அனேகமாக முதன்முறையாகக் காந்தியை அம்பேத்கர் பம்பாயில் சந்தித்தார். அம்பேத்கர் அங்கிருந்து லண்டனுக்குக் கிளம்ப இருந்தார். முதலாம் வட்ட மேசை மாநாடு குறித்து காந்தியின் கருத்தை அம்பேத்கர் கேட்டபோது, மகாத்மா, 'தீண்டப்படாதோரை இந்துக்களிடம் இருந்து அரசியல் ரீதியாகப் பிரிப்பதற்கு எதிராக இருப்பதாக'[17] பதில் அளித்தார். இந்தப் பதிலில் தனித்தொகுதிகளை மறைமுகமாக காந்தி தாக்கியிருந்தார்.

இந்த இரு ஆளுமைகளுக்கு இடையேயான மோதல், காந்தி ஒரு வழியாகக் கலந்துகொண்ட இரண்டாவது வட்ட மேசை மாநாட்டில் இன்னமும் தீவிரமானது. ஆங்கிலேயர் ஏற்படுத்த விரும்பிய புதிய அமைப்புகளில் முஸ்லிம்கள், தீண்டப்படாதோருக்கு எப்படிப்பட்ட இடமளிக்கப்படவேண்டும் என்கிற சிக்கலான பிரச்னை குறித்து விவாதிக்கும் பொறுப்பு சிறுபான்மையினர் குழுவிடம் ஒப்படைக்கப் பட்டிருந்தது.

காந்தி அக்டோபர் 1, 1931-ல் சிறுபான்மையினரோடு முக்கியமான பிரச்னைகள் குறித்து உரையாடுவதற்கு ஏற்றவாறு இந்தக் குழுவின் கூட்டத்தை ரத்துச் செய்யுமாறு கேட்டுக்கொண்டார். தன்னால் எந்தச் சமரசத்தையும் சாதிக்க முடியவில்லை என்று காந்தி உணர்ந்து கொண்ட புள்ளியில், அக்டோபர் எட்டு அன்று விவாதங்கள் மீண்டும்

துவங்கின. இந்தச் சமரச முயற்சிகள் தோல்வியடையத் தான் உரையாடிய தலைவர்களே காரணம் என்று காந்தி கருத்துத் தெரிவித்தார். அத்தலைவர்கள் உண்மையிலேயே தங்களுடைய மக்களின் சார்பாகப் பேசுவதற்கு உரிமையுள்ளவர்கள் தானா என்று காந்தி ஐயப்பட்டார். எடுத்துக்காட்டாக, தீண்டப்படாத மக்களின் பிரதிநிதியாகக் குரல் கொடுப்பதாகக் கூறிக்கொண்ட அம்பேத்கரை காந்தி கேள்விக்குள்ளாக்கினார்.

தேசிய இயக்கத்தின் மைய சக்தியாக இருக்கும் காங்கிரஸ்தான் தீண்டப்படாத மக்களின் உண்மையான பிரதிநிதி என்று காந்தி சொன்னார்.[18]

அம்பேத்கர் சிறுபான்மையினர் குழுவில் இருந்த இஸ்லாமிய, ஆங்கிலோ இந்திய, ஐரோப்பிய கிறிஸ்தவப் பிரதிநிதிகளோடு நெருக்கமான உறவை ஏற்படுத்திக்கொண்டார். இவர்கள் அனைவரும் இணைந்து ஓர் ஒப்பந்தத்தை வரைந்தார்கள். தீண்டப் படாத மக்களுக்கு ஒதுக்கீட்டு இடங்களோடு, தனித்தொகுதிகளும் வேண்டும் என்கிற திட்டத்தை அம்பேத்கரும் சீனிவாசனும் இணைந்து தயாரித்தார்கள். மேலும், இந்த முறையை இருபது ஆண்டுகளில் வாக்கெடுப்புக்கு விடவும் பரிந்துரைத்தார்கள். அதற்கு முன்னரே வயது வந்த அனைவருக்கும் வாக்குரிமை வழங்கப் பட்டால் இம்முறையை நீக்கிவிடலாம் என்றும் திட்டமிட்டார்கள். இந்தத் திட்டத்தை காந்தி மிகக் கடுமையாக எதிர்த்தார்:

> இந்தத் திட்டம் இந்து மதத்தைப் பிளவுபடுத்திவிடும். இப்படிப் பட்ட ஒன்று நிகழ்வதை என்னால் எந்தவகையிலும் ஏற்றுக் கொள்ள முடியாது. தீண்டப்படாத மக்கள் இஸ்லாம் அல்லது கிறிஸ்தவ மதத்துக்கு மதம் மாறினால் எனக்கு ஒன்றும் ஆட்சேபம் இல்லை. அதை நான் தாங்கிக்கொள்ளவேண்டும். ஆனால், இந்த இருவகையான வேறுபாடுகளை ஒவ்வொரு கிராமத்திலும் ஏற்படுத்தினால் இந்து மதத்துக்கு என்னாகும் என்பதை என்னால் பொறுத்துக்கொள்ள முடியாது. தீண்டப்படாத மக்களின் அரசியல் உரிமைகள் குறித்துப் பேசுவோருக்கு இந்தியாவைத் தெரியாது, எப்படி இன்றைய இந்திய சமூகம் கட்டமைக்கப்பட்டுள்ளது என்றும் அவர்களுக்குத் தெரியாது. ஆகவே, மிகுந்த மன உறுதியுடன் இதைச் சொல்கிறேன். இந்த விஷயத்தை எதிர்க்கும் ஒரே ஆளாக நான்தான் இருப்பேன் என்றாலும் அதை என் உயிரைக் கொடுத்தாவது எதிர்ப்பேன்.[19]

இரண்டாவது வட்ட மேசை மாநாடு எந்த முடிவும் எட்டப்படாமல் முடிவுக்கு வந்தது. பல்வேறு சமூகங்கள் இடையே எப்படி

அதிகாரத்தைப் பங்கிட்டுக் கொள்வது என்பது குறித்து எந்த சமரசமும் ஏற்படவில்லை. சிறுபான்மையினர் குழுவின் தலைவரான ராம்சே மெக்டோனால்ட் இந்தப் பிரச்னையைத் தன்னிடம் விட்டுவிடுமாறு உறுப்பினர்களைக் கேட்டுக்கொண்டார். இந்த முட்டுக்கட்டையை முடிவுக்குக் கொண்டு வரும் தீர்வோடு தான் வரும்வரை காத்திருக்கும்படிக் கேட்டுக்கொண்டார்.

இந்தியாவுக்கு 1931-ன் இறுதிப்பகுதியில் இருந்து 1932-ன் ஆரம்ப காலம்வரை வந்து சேர்ந்த பல்வேறு தலைவர்கள் பிரிட்டிஷாரின் முடிவுக்காக ஆவலோடு காத்திருந்தார்கள். அதேநேரம், அவர்கள் அரசியல்ரீதியாகச் சோம்பியிருக்கவில்லை என்பதற்குச் சான்றாக ராஜா-மூஞ்சே உடன்படிக்கை ஏற்பட்டது.

அம்பேத்கருக்கு எதிராக இந்து தேசியவாதிகள்

இரண்டாவது வட்ட மேசை மாநாட்டுக்குப் பிறகு, அம்பேத்கரை எதிர்கொள்ளும்வகையில் இந்து மகாசபை தலைவர்கள் பிற தீண்டப்படாதோர் தலைவர்களோடு அணி சேர்ந்தார்கள். இது மூஞ்சே, ஜி.ஏ.கவாய் ஆகியோரிடையே ஏற்பட்ட கூட்டணியில் வெளிப்பட்டது. கவாய் பம்பாய் மாகாண சட்டமன்றத்தின் உறுப்பினராக 1920-ல் நியமிக்கப்பட்டார். நாக்பூர் தாழ்த்தப்பட்ட வகுப்பினர் அமைப்பின் தலைவராகத் திகழ்ந்த கவாயிடம் சைமன் குழு 1929-ல் கலந்து ஆலோசித்தது. அப்போது தீண்டப்படாத மக்களுக்குத் தனித்தொகுதிகள் தரப்படவேண்டும் என்று கவாய் கருத்துத் தெரிவித்தார். ஆனால், 1931-ல் அவர் மனதை மாற்றிக் கொண்டார். இந்தத் திடீர் மாற்றத்துக்குக் காரணம் என்ன? இது கவாயின் சந்தர்ப்பவாதத்தால் எடுக்கப்பட்ட முடிவே.

கவாய் தன்னுடைய பிரதான எதிரியான அம்பேத்கரிடம் இருந்து தன்னை வேறுபடுத்திக் காட்டிக்கொள்ளவும், தன்னுடைய கருத்தியல் ரீதியான நோக்கங்களைக் காப்பாற்றிக்கொள்ளவும் விரும்பினார். பிரார்த்தனை சமாஜம், காங்கிரஸ் கட்சி ஆகியவற்றில் இணைந்து இயங்கிய கவாயின் செயல்பாடுகள் தெளிவுபடுத்துவதைப்போல, உயர்சாதி சீர்திருத்தவாதிகள் வரையறுத்த இந்து மத ஒற்றுமையைக் கட்டிக்காப்பதிலேயே கவாய் தீவிரமாக இருந்தார்.

நாக்பூரைச் சேர்ந்த பிராமணரான பி.எஸ்.மூஞ்சே திலகரின் தளபதியாகத் தன்னுடைய வாழ்க்கையைத் துவங்கினார். பின்னர், இந்து மகாசபையின் தலைவராக 1927-33வரை பதவி வகித்தார். காந்தியைப்போல மூஞ்சேவையும் அம்பேத்கரின் தனித்தொகுதி கோரிக்கை கவலைப்படவைத்தது. அம்பேத்கருக்கு எதிராகக் கவாயைப் பயன்படுத்த முயன்றார் மூஞ்சே. இதன் விளைவாக,

கவாய் இந்து மகாசபையின் செயற்குழுவில் நியமிக்கப்பட்டார். அடுத்து வரவிருந்த 1934 தேர்தலில் இந்து மகாசபையின் சார்பாகப் போட்டியிடும் வாய்ப்புத் தரப்படும் என்றும் வாக்குறுதி தரப்பட்டது.[20]

இரண்டாவது வட்டமேசை மாநாட்டுக்குப் பிறகு அம்பேத்கரின் தனித்தொகுதிக்கு ஆதரவான நிலைப்பாட்டைப் பலவீனப்படுத்த மூஞ்சே முயன்றார். அதற்காக கவாய் செயலாளராக இருந்த அனைத்து இந்திய தாழ்த்தப்பட்ட வகுப்பினர் அமைப்பினரை அணி திரட்டினார். இந்த அமைப்பின் தலைவராக இருந்த ராஜாவுக்கும்,[21] இந்து மகாசபை தலைவரான மூஞ்சேவுக்கும் இடையே இணைப்புப் பாலமாக கவாய் பயன்படுத்தப்பட்டார். ராவ் பகதூர் எம்.சி.ராஜா இம்பீரியல் சட்டமன்றத்தில் தீண்டப்படாத மக்களின் பிரதிநிதியாக 1927-ல் இருந்து இயங்கி வந்தார். அவரே அனைத்து இந்திய தாழ்த்தப்பட்ட வகுப்பினர் அமைப்பை 1925-ல் நிறுவினார்.[22] கவாய் அம்பேத்கரின் எதிரியாக மகாராஷ்ட்ராவில் திகழ்ந்ததைப்போல, தமிழ்நாட்டில் இரட்டைமலை சீனிவாசனுக்கு எதிராக ராஜா இயங்கினார். ராஜாவும் கவாயை போலத் தனித்தொகுதிகள் குறித்த தன்னுடைய நிலைப்பாட்டை மாற்றிக்கொண்டார். அதற்கு அவருடைய தனிப்பட்ட நம்பிக்கையும் அரசியல் சந்தர்ப்பவாதமுமே காரணமாகும். இரண்டாவது வட்ட மேசை மாநாட்டுக்கு முன்புவரை தனித்தொகுதிகள் நோக்கிப் பயணித்த ராஜா, அதன் பின்னர் தன்னுடைய நிலைப்பாட்டை மாற்றிக்கொண்டார். ராஜாவைத் தீண்டப்படாத மக்களின் பிரதிநிதியாக வட்ட மேசை மாநாடுகளுக்கு அழைக்காமல் போனதால் ஏற்பட்ட அதிருப்தியே இதற்குக் காரணம் என்று அம்பேத்கர் முடிச்சிட்டுப் பேசினார்.

வட்ட மேசை மாநாட்டுக்கு அழைப்பு வராமல் போனதில் ராஜா நிச்சயம் ஏமாற்றம் அடைந்தார். அதோடு மட்டுமல்லாமல், அம்பேத்கர் மட்டுமே தீண்டப்படாத மக்களின் ஒரே பிரதிநிதியாகக் காட்சியளிப்பதும் சந்தேகத்துக்கு இடமின்றி அவரை எரிச்சல் படுத்தியது. அதே சமயம், எம்.சி.ராஜா இந்து சமூகத்துக்குள் தீண்டப் படாதோரை ஒன்று சேர்ப்பது அவசியம் என்று நம்பினார். தனித் தொகுதிகள் ஏற்கனவே 'சமூகத்தில் ஒதுக்கி வைக்கப்பட்டிருக்கும் சமூகத்தை', 'அரசியல்ரீதியாகத் தீண்டப்படாதவர்களாக' ஆக்கி விடும் என்று குற்றஞ்சாட்டினார்.[23] இந்து மகாசபை வலியுறுத்திய வேறுபாடுகள் அற்ற இந்து தேசம் என்கிற கனவின் ஒன்றிணைக்கும் ஆற்றலை கவாயைப்போல ராஜாவும் ஏற்றுக்கொண்டதாகத் தெரிகிறது.[24]

ராஜா, மூஞ்சே இடையே ஓர் ஒப்பந்தம் மார்ச் 1932-ல் கையெழுத்தானது. பெரிதாக விட்டுகொடுக்காமல் அம்பேத்கருக்கு

பலமான பின்னடைவை ஏற்படுத்திவிட்டதற்காகத் தன்னைத் தானே புகழ்ந்துகொண்டார் மூஞ்சே.[25] இந்த ஒப்பந்தத்தின்படி, கூட்டுத் தொகுதி முறை நீடித்திருக்கும். அதற்குப் பிரதிபலனாக, தீண்டப் படாதோர் எண்ணிக்கைக்கு ஏற்ப தொகுதிகள் அவர்களுக்கு ஒதுக்கப்படும் என்பது முக்கியமான முடிவாக ஏற்கப்பட்டிருந்தது. ராஜா பிரிட்டனின் பிரதமருக்கு எழுதிய கடிதத்தில், அம்பேத்கரின் கோரிக்கைகள் குறித்து இனிமேலும் கவலைப்படவேண்டாம் என்றும், 'தாழ்த்தப்பட்ட வகுப்பினரின் ஒரே முக்கிய அமைப்புக்கும்', 'ஒட்டுமொத்த இந்துக்களுக்கான ஒரே கட்டுகோப்புமிக்க அமைப்புக்கும்' இடையே ஏற்பட்டிருக்கும் ஒப்பந்தம் பிரச்னையைத் தீர்த்துவிட்டது என்றும் கடிதம் எழுதினார்.'[26] ஆங்கிலேயர் தமக்கு அனுப்பப்பட்ட அந்தக் கடிதத்தைப் புறக்கணித்தார்கள்; அம்பேத்கர், தனது எதிரணியினருடைய செல்வாக்கு மிகவும் பலவீனமாகவே இருக்கிறது என்பதை உணர்ந்து நிம்மதியாக இருக்கமுடிந்தது.

காந்தியுடனான மோதலும் பூனா ஒப்பந்தமும்

இரண்டாம் வட்ட மேசை மாநாட்டில் காலனிய அரசு வரவிருக்கும் அரசியலமைப்புச் சட்டத்தில் பல்வேறு குழுக்களுக்கான இடமென்ன என முடிவு செய்யும் நடுவராக இயங்கியது. பல்வேறு குழுக்களுக்கு எவ்வளவு இடங்கள் ஒதுக்கப்படும் என்பதை ஆகஸ்ட் 1932-ல் வகுப்புவாரி பிரதிநிதித்துவம் என்கிற தலைப்பில் ஆங்கிலேய அரசு வெளியிட்டது. அது தீண்டப்படாத மக்களுக்குத் தனித்தொகுதிகள் என்கிற உரிமையை அங்கீகரித்தது. இப்போதில் இருந்து தீண்டப் படாத மக்கள் பொதுத்தொகுதிகளில் வாக்களிப்பதோடு நில்லாமல், தலித் வேட்பாளர்கள் மட்டுமே நிற்கக்கூடிய 71 தனித்தொகுதிகளிலும் வாக்களிப்பார்கள். காந்தி சட்ட மறுப்பு இயக்கத்தை மீண்டும் துவங்கியதற்காக பூனாவில் சிறைவைக்கப்பட்டிருந்தார். இந்தச் செய்தியை கேள்விப்பட்டதும் உண்ணாவிரதத்தில் ஈடுபட்டார். தனித்தொகுதிகள் அறிவிக்கப்பட்டவுடன் காந்தி இப்படி நடந்து கொண்டதைப் புரிந்துகொள்ள அவருடைய சமூகச் சிந்தனையோடு இதனைப் பொருத்திப் பார்ப்பது தேவையாகிறது.

காந்தியும் சாதியும்

தீண்டப்படாத மக்களைப் பீடித்திருந்த சமூகக்கேட்டை எதிர்த்து காந்தி தொடர்ந்து போராடினார். அவர்கள் மேற்கொண்ட தொழில்கள் மற்ற சமூகத்தினர் செய்த தொழில்களைவிட எந்தவகையிலும் குறைந்தது இல்லை என்று வாதிட்டதன் மூலம் காந்தி தன்னுடைய எதிர்ப்பை முன்னெடுத்தார். மாற்றத்தைத் தன்னிடம் இருந்தே

துவங்கி எடுத்துக்காட்டாக மாற விரும்பிய காந்தி, அகமதாபாத்தில் உள்ள சபர்மதி ஆசிரமத்தில் வசித்த அனைவரையும் தங்களுடைய கழிப்பறைகளைத் தாங்களே கழுவவேண்டும் என்று வலியுறுத்தினார். அவருடைய வழிகாட்டுதலின்படி, காங்கிரஸ் பங்கிகளின் (துப்புரவு பணி புரிபவர்கள்) தொழிலை மரியாதைக்கு உரியது என்று அறிவித்துத் தீர்மானம் நிறைவேற்றியது.[27]

தீண்டப்படாதோர் நிலை குறித்த காந்தியின் கவலை நாளுக்கு நாள் கூடிக்கொண்டேபோனதை, அவருடைய பத்திரிகையான யங் இந்தியாவில் 1920-21 காலத்தில் வெளிவந்த பல்வேறு கட்டுரைகள் உறுதி செய்கின்றன.[28] நாக்பூரில் 1920-ல் நடந்த காங்கிரஸ் கூட்டத்தில் காந்தி அக்கட்சியின் தலைவராகப் பிரமிக்கத்தக்க வகையில் உயர்ந்தார். அந்தக் கூட்டத்தில், 'தீண்டாமை என்கிற பாவத்தை'க் கண்டிக்கும் தீர்மானத்தைக் காந்தி நிறைவேற்ற வைத்தார்.[29] தீண்டாமை குறித்துப் பேச காந்தி கூட்டிய பல்வேறு கூட்டங்களில், தன்னுடைய பன்னிரெண்டு வயதில் இருந்தே தீண்டாமையை இந்து மதத்தின்மீது ஏற்பட்ட களங்கமாகக் கருதி வருவதைக் குறிப்பிட்டுப் பேசினார். மேலும், தனக்கு ஒரு மறுபிறப்பு இருக்கும் என்றால், அதில் தீண்டப்படாத மக்களின் மத்தியில் பிறந்து அவர்கள் அனுபவிக்கும் தண்டனைகள், அவமானங்கள், துயரங்களைப் பங்கிட்டுக்கொண்டு, அவர்களின் மோசமான வாழ்நிலையில் இருந்து அவர்களை மீட்க முயலும் பிறப்பு தனக்கு வாய்க்கவேண்டும் என்று விருப்பம் தெரிவித்தார்.[30]

எனினும், காந்தி தீண்டாமையின் மதம் சார்ந்த பரிமாணத்தில் கவனம் செலுத்தினார். குறிப்பாக, ஆலய நுழைவு சார்ந்து அவரின் கவனம் குவிந்தது. முன்னரே இந்நூலில் குறிப்பிட்டதைப்போல, 1924-ல் தீண்டப்படாத மக்கள் வைக்கத்தில் ஆலய நுழைவுக்காகச் சத்தியாகிரகத்தில் ஈடுபட்டார்கள். அப்போராட்டத்துக்கு காந்தி ஆதரவு நல்கியதோடு, போராட்டக்களத்துக்கே சென்றார். அங்கே உள்ளூர் பிராமணர்களோடு அவர் மேற்கொண்ட உரையாடல்கள் அவரைப் பெருமளவு பாதித்தன. துளி கூட சமரசம் செய்துகொள்ள முடியாது என அவரோடு பேச்சுவார்த்தை நடத்தியவர்கள் தெரிவித்து விட்டார்கள். இந்த வைக்கம் சத்தியாகிரகத்தின் முடிவு வெற்றி யென்றோ தோல்வியென்றோ சொல்லமுடியாதவகையில் இருந்தது. தீண்டப்படாத மக்களின் பயன்பாட்டுக்குச் சாலைகள் திறந்து விடப்பட்ட அதேநேரம், ஆலயத்துக்குள் நுழையும் உரிமை 1936வரை மறுக்கப்பட்டது.[31] இதற்கு வெகுகாலத்துக்கு முன்னரே காந்தி வைக்கம் போராட்டத்தில் இருந்து விலகிக்கொண்டார்.

பிராமணர்களோடு நிகழ்ந்த இந்த மோதலுக்குப் பிறகு காந்தியின் மன உறுதி குலைந்து போனதாகத் தெரிகிறது. இதற்கான காரணம் என்ன? பிராமணர்கள் மிக உறுதியாகத் தங்களுடைய பாரம்பரியங்களை நம்பியதோடு, புனித நூல்களின் அடிப்படையில் தாங்கள் மிக உயர்ந்த இடத்தைப் பெற்றிருப்பதாகக் கருதினார்கள்.[32] வைக்கம் போராட்டத்தைத் தொடர்ந்து, காந்தி தன்னை சனாதனி என்று அறிவித்துக் கொண்டார். சனாதனி என்றால் சனாதன தர்மம் எனப்படும் பழம் பெரும் தர்மத்தைப் பின்பற்றுபவர் என்று பொருள். ஆலய நுழைவுக்காகத் தீண்டப்படாதோர் நடத்திய போராட்டங்களை காந்தி தொடர்ந்து ஆதரித்தார். காந்தியின் பார்வையில் கடவுளின் முன் அனைவரும் சமம் என்பது முதன்மையானது. ஆனால், இந்தப் போராட்டங்களுக்கு உயர்சாதியினரைக் காயப்படுத்தாத வகையிலேயே காந்தி ஆதரவளித்தார். இவை அனைத்துக்கும் மேலாக, தீண்டப்படாதோருக்கு சமூகச் சமத்துவம் வேண்டும் என்று அவர் அறைகூவல் விடுக்கவில்லை.

காந்திக்கு காங்கிரஸ் கட்சியில் ஏற்பட்ட எதிர்ப்பு, அதிலும் குறிப்பாக உயர்சாதி தலைவர்களிடம் இருந்து கிளம்பிய எதிர்ப்பு இந்த மனமாற்றத்துக்குக் காரணமாக இருந்திருக்கலாம். குஜராத் மாநிலத்தின் பர்தோலியில் 1922-ல் கூடிய காங்கிரஸ் கட்சியின் செயற்குழு காங்கிரஸ் இயக்கத்தின் செயல்வீரர்களைத் தீண்டப்படாதோருக்கு உதவுமாறு கேட்டுக்கொள்ளும் தீர்மானத்தை நிறைவேற்றியது. அத்தீர்மானம் நல்லெண்ணத்தின் வெளிப்பாடாக அமைந்தது என்றாலும், நடைமுறையில் அது பின்பற்றப்படவில்லை. இதற்காக பர்தோலியில் அமைக்கப்பட்ட துணைக்குழுவுக்குப் போதுமான நிதி ஒதுக்கப்படாததால் அது எப்போதும் ஒழுங்காக இயங்கவில்லை.[33]

தீண்டப்படாதோர் பிரச்னையில் காந்தி ஏன் இப்படி நடந்து கொண்டார் என்பதை அடிப்படையில் அவருக்குப் பழமையான இந்து சமூக அடுக்கின்மீது இருந்த பிடிப்பைக் கொண்டே விளக்க முடியும். யங் இந்தியாவின் பல்வேறு வாசகர்கள் இது குறித்துக் கேள்வி எழுப்பியபோது, சாதி அமைப்பின் சில பண்புகளை ஆதரித்து டிசம்பர் 1920-ல் காந்தி இப்படி எழுதினார்:

சாதியே இந்து மதத்தை அழிவில் இருந்து காப்பாற்றியது என்று நான் நம்புகிறேன்.[...]

ஆனால், எல்லா நிறுவனங்களைப்போல அதுவும் தேவையில்லாத பண்புகளின் வளர்ச்சியால் பாதிக்கப்பட்டுள்ளது. நான் நால்வருண பாகுபாடு மட்டுமே அடிப்படையானது, இயற்கையானது, தேவையானது என்று எண்ணுகிறேன். கணக்கற்ற துணை

சாதிகள் சில நேரங்களில் வசதியானவையாக இருந்தாலும், அவை பெரிதும் தடையாகவே திகழ்கின்றன. இவை எவ்வளவு சீக்கிரம் ஒன்று சேர்கின்றனவோ அந்த அளவுக்கு நன்மை ஏற்படும். [...] ஆனால், நான் இந்த நால் வருண அடிப்படைப் பாகுபாடுகளை அழிக்க முனையும் எந்த முயற்சிக்கும் எதிராகவே உறுதியாக நிற்பேன். சாதி அமைப்பு பாகுபாடுகளின் அடிப்படையில் ஆனதில்லை; அதில் தாழ்வுக்கு இடமேயில்லை. அப்படி உயர்வு, தாழ்வு சார்ந்த கேள்விகள் மெட்ராஸ், மகாராஷ்டிரா அல்லது பிற பகுதிகளில் எழுவதைப்போல ஏற்படும் என்றால், அப்படிப்பட்ட ஆதிக்க மனப்பான்மையைச் சந்தேகத்துக்கு இடமின்றிக் கட்டுப் படுத்தவேண்டும். [...]

எனக்குக் கடிதம் எழுதியவர், நாம் ஒட்டுமொத்தமாகச் சாதியமைப்பை உதறித் தள்ளிவிட்டு, ஐரோப்பாவின் வர்க்க அமைப்பைப் பின்பற்றவேண்டும் என்று பரிந்துரை செய்தார். அதன்மூலம், சாதியமைப்பின் பிறப்பு அடிப்படையிலான பாகுபாட்டை நிராகரிக்க இயலும் என்று அவர் கருதுகிறார் என்று யூகிக்கிறேன். பிறப்பு அடிப்படையிலான சாதி பாகுபாடு என காலங்காலமாக நிலவிவரும் விதி எப்போதும் மாறாத ஒன்று என்றே நான் எண்ணுகிறேன். அந்த விதியை மாற்ற முயலும் எந்த முயற்சியும் கடந்த காலங்களில் நிகழ்ந்ததைப் போல நம்மைப் பெரும் குழப்பத்துக்கே இட்டுச்செல்லும். ஒரு பிராமணரை வாழ்நாள் முழுக்கப் பிராமணராகவே கருதுவதன் மூலம் மிகப் பெரிய நன்மை இருப்பதாக எனக்குத் தெரிகிறது. அவர் பிராமணரைப்போல நடந்துகொள்ளவில்லை என்றால் உண்மை யான பிராமணருக்குத் தரப்படும் மரியாதை அவருக்கு இயல் பாகவே கிடைக்காமல் போகும்.

தண்டனைகள், வெகுமதிகள், இழிவுபடுத்தல், படி நிலை உயர்வுகள் ஆகியவற்றை வழங்கும் ஒரு நீதிமன்றத்தை ஏற்படுத்தினால் ஏற்படும் அளவற்ற சிக்கல்கள் குறித்து எளிதாகக் கற்பனை செய்து பார்க்க முடிகிறது. இந்துக்கள் மறுபிறப்பு, ஆன்மா ஒரு உடலை விட்டு இன்னொரு உடலுக்கு இடம்பெயர்வது ஆகியவற்றை நம்புகிறார்கள் என்றால் (அவர்கள் இவற்றை நம்பியே ஆகவேண்டும்) இயற்கையானது, மோசமாக நடந்து கொள்ளும் பிராமணனைச் சிறு தவறுகூட இன்றி அடுத்த பிறப்பில் தாழ்ந்த வர்ணத்தில் பிறக்க வைக்கும் என்பதை அறிந்துகொள்ள வேண்டும். இப்பிறப்பில் பிராமணர்போல வாழும் ஒருவரை அடுத்த பிறப்பில் பிராமணராக இயற்கை பிறப்பெடுக்க வைக்கும். இப்படி அது சமநிலையைப் பேணும்.

ஜனநாயக உணர்வை வளர்த்தெடுக்கச் சேர்ந்து நீர் அருந்துவது, சமபந்தி, கலப்புத் திருமணம் ஆகியவை அவசியமில்லை என்றே எண்ணுகிறேன். மிகச் சிறந்த ஜனநாயகப் பண்புகளைக் கொண்ட அரசியலமைப்புச் சட்டத்தில் உண்பது, அருந்துவது, திருமணம் புரிவது குறித்த பழக்க, வழக்கங்கள் ஒற்றைப்படையானதாக இருக்கவேண்டும் என்று நான் கருதவில்லை. நாம் எப்போதும் வேற்றுமையில் ஒற்றுமையை நாடவேண்டும். ஒரு மனிதன் இன்னொரு மனிதனோடும் எல்லாரோடும் சேர்ந்து நீர் அருந்தவும், உண்ணவும் மறுப்பதை நான் பாவமாகக் கருத மாட்டேன்."[34]

மேலே மேற்கோள் காட்டப்பட்ட பத்திகள் சாதி அமைப்பின் சில செயல்முறைகளை காந்தியும் ஏற்பதையும், மேலும், சாதியமைப்பின் அடிப்படையையும் ஓரளவுக்கு நம்புவதையும் புலப்படுத்துகிறது: மறுபிறப்பை நம்புவதாகச் சொல்கிறார்; உயர்சாதிகள் அனைத்து உறுப்பினர்களும் தங்களுடைய சாதி மேலாண்மையைப் பாதுகாத்துக் கொள்ளவேண்டும். அதன் மூலம் சமூகத்தை நெறிப்படுத்த வேண்டிய நற்பண்புக்கான தேவையிருப்பதாகக் கருதுகிறார்.

இறுக்கமான படிநிலையை காந்தி நிராகரித்தாலும், பல்வேறு சாதிகளிடையே ஆண்களும் பெண்களும் பரவியிருப்பது சமூக இணக்கம், நிலையான பொருளாதாரம் ஆகியவற்றுக்கு உதவுவதாக அவரின் பார்வை இருந்தது. அவருடைய கனவு சமூகமானது வர்ணங்களைப் பல்வேறு வகைகளில் அடிப்படையாகக்கொண்ட ஒன்றாகத் திகழ்ந்தது. அச்சமூகத்தில் சண்டை சச்சரவுகள் அறவே இல்லை.[35] 'வர்ண வியாவஸ்தா' என்பது சமூகத்தின் ஒவ்வொரு தனி நபருக்கும் ஒவ்வொரு சமூக நிலை, தொழிலைத் தீர்மானித்து அதன் மூலம் ஒட்டுமொத்த சமூகமும் கூட்டாக இணக்கத்தோடு இயங்குவதற்கு உதவ முயற்சி செய்கிறது. இப்படிப்பட்ட லட்சியவாத அமைப்பை அது கனவு கண்டது. காந்தியைப் பொறுத்தவரை, இப்படியான சமூகப் பொருளாதாரக் கலப்பு அவசியம். வர்ணாசிரம முறையில் ஏற்றத் தாழ்வுகள் இல்லை என்ற அவருடைய எண்ணத்துக்கு இணையான பார்வையே இது. இது பல காலம் கழித்து அவர் 1934-ல் எழுதிய கட்டுரையில் உறுதியாகிறது:

நான்கு வர்ணங்களும் நான்கு வேதங்களோடு ஒப்பிடப் படுகின்றன. ஒரே உடம்பின் நான்கு உறுப்புகளோடும் ஒப்பிடு கிறார்கள். இதைவிடச் சிறப்பாக வேறு என்ன உவமை சொல்ல முடியும்? அவை அனைத்தும் ஒரே உடம்பின் உறுப்புகள் எனும்போது எப்படி ஒரு வர்ணம் இன்னொரு வர்ணத்தை விட மேலானதாகவோ, கீழானதாகவோ இருக்க முடியும்? உடம்பில் உள்ள ஒவ்வொரு உறுப்புக்கும் பேசும் சக்தி இருந்தால்,

| 101 |

> ஒவ்வொன்றும் தானே மற்ற அனைத்து உறுப்புகளையும்விட மேலானதும், சிறந்ததும் என்று பேசினால், உடல் கண்டம் துண்டமாகப் பிரிந்து போய்விடும்.
>
> [...] இந்த நோயே நம் காலத்தின் வெவ்வேறு கேடுகளுக்குக் குறிப்பாக வர்க்கப் போர், உள்நாட்டுக் குழப்பங்களுக்கு ஆணிவேராக உள்ளது. இந்தப் போர்கள், போராட்டங்களை வர்ணாசிரம விதியைப் பின்பற்றுவதன் மூலமே முடிவுக்குக் கொண்டுவர முடியும் என்று உணர்ந்துகொள்வது மிகக் குறைந்த புரிதல் உள்ளவர்களுக்குக் கூடக் கடினமானதாக இருக்காது. இவ்விதியானது ஒவ்வொருவரும் தாங்கள் எதற்காகப் பிறப்பெடுத்தார்களோ அதற்குரிய கடமைகள், சேவைகளை மனதார மேற்கொள்வதன் மூலம் தங்களுடைய பிறப்பின் தேவையைப் பூர்த்தி செய்யவேண்டும் என்று விதிக்கிறது.[36]

மொத்தத்தில், இந்து மதத்தைச் சீர்திருத்தி அதன் ஆதிகால நிலைக்குத் திருப்ப முடியும் என்றால், இந்து சமூகம் இணக்கமானதாக உருமாறும் என்று காந்தி எண்ணினார். இந்து மதத்தின் கூட்டு மனநிலையில் வழங்கி வரும் ரிக் வேதத்தின் புருஷ ஸுக்தத்தில் வரும் கீதத்தின் அடிப்படையிலான விராட புருஷன் உருவகத்தைக் கொண்டே காந்தி தன்னுடைய அணுகுமுறையை அமைத்துக் கொண்டார். இதே உருவகத்தை அம்பேத்கர் வேறுவிதமாகப் பகுத்து ஆராய்ந்தார் என்பதை முன்னரே பார்த்தோம். காந்தியின் அணுகுமுறை தெளிவாகச் சாதி மோதலை வேறு கோணத்தில் பார்க்கிறது.

1920களில் இருந்து 1940கள் வரையிலான காலகட்டத்தில் சாதி குறித்த காந்தியின் பார்வை படிப்படியாக மாற்றமடைந்தது. ராமச்சந்திர குஹா சொல்வதைப் போல, இறுதியாக காந்தி, 'கலப்புத் திருமணத்தை ஏற்றும், ஆதரித்தும் சாதியோடு நேருக்கு நேராக மோதினார்'. எனினும், இந்த 'இறுதியான, மிக முக்கியமான முன்னெடுப்பை' 1946-ல் தான் காந்தி எடுத்துவைத்தார்.[37] அப்போதும்கூட, சாதி என்கிற சமூகப் பிரிவு அழித்தொழிக்கப்படவேண்டும் என்று அவர் கூறவில்லை. இப்படிப்பட்ட கருத்தாக்கமானது இயல்பாகவே அம்பேத்கரின் பார்வைக்கு நேர்மாறானது. அம்பேத்கரின் பார்வையில் ஒரு சமத்துவமான சமூகத்தின் அடிப்படை பிரிவாகத் தனி மனிதரே திகழ வேண்டும். சாதிகள் என்கிற குழு அமைப்புகள் சமத்துவ அரசியலை முன்னெடுப்பதில் தற்காலிகமாக மட்டுமே பயன்தரும்.

அம்பேத்கரும் காந்தியும்

அம்பேத்கரும் காந்தியும் 1930களின் ஆரம்பகாலம்வரை சந்தித்துக் கொள்ளவில்லை.[38] ஆனால், 1920களில் இருந்தே மகாத்மாவின் செயல்

பாடுகள் அம்பேத்கர் உள்ளிட்ட தீண்டப்படாதோர் தலைவர்களின் ஆர்வத்தைப் பெருக்கியிருந்தது. காந்தி குறித்த அம்பேத்கரின் முதல் கருத்து வைக்கம் சத்தியாகிரகம் குறித்து 1925-ல் வெளிப்பட்டது. பம்பாய் மாகாண தாழ்த்தப்பட்ட வகுப்பினர் மாநாட்டின்போது, அம்பேத்கர் இப்படி முழங்கினார்:

> 'சமூகத்தில் நிலவும் பதற்றத்தையும் மோதல்களையும் களைய சமூக அநீதியைப் போக்குவது அவசியம் என்று இந்தத் தேசத்தில் மகாத்மா காந்திக்கு முன்னதாக எந்த அரசியல் தலைவரும் பேசியது இல்லை. சமூக அநீதியை நீக்குவதை ஒவ்வொரு இந்தியனும் தன்னுடைய புனிதக் கடமையாகக் கருதவேண்டும் என்று அவருக்கு முன்பாக யாரும் வலியுறுத்தியதில்லை. எனினும், ஒருவர் சற்றே கூர்ந்து நோக்கினால், மெல்லிய இணக்கமின்மை நிலவுவதைக் காண முடியும்... கதர் அணிவது, இந்து-முஸ்லிம் ஒற்றுமையின் அவசியம் ஆகியவற்றை வலியுறுத்தும் அளவுக்கு இதற்கு அழுத்தம் கொடுப்பதில்லை. அவற்றின் மீதிருக்கும் அதே அக்கறை இருந்திருந்தால், காங்கிரஸ் கட்சியில் தீண்டாமை ஒழிப்பை வாக்களிப்பதற்கான முன் நிபந்தனையாக அவர் முன்வைத்திருக்க முடியும். எப்படி வேண்டுமானாலும் இருக்கட்டும், எல்லாராலும் வெறுத்து ஒதுக்கப்படும் நிலையில் மகாத்மா காந்தி காட்டும் அனுதாபம் அளவிடமுடியா மதிப்பு கொண்டது.'[39]

அம்பேத்கரும் காந்தியின் வன்முறையற்ற போராட்ட முறையால் கவரப்பட்டார். மகத் இயக்கம் நடைபெற்ற 1927-ல் போராட்டப் பந்தலை மகாத்மாவின் புகைப்படம் அலங்கரித்தது. காந்தியின் சத்தியாகிரக அணுகுமுறையைப் பின்பற்றுவதாக அம்பேத்கர் வெளிப்படையாக அறிவித்தார். அம்பேத்கர் சத்தியாகிரகத்தை, 'உண்மைக்காகப் போராடும் கடமை' என்றும் 'சத்தியத்தை உறுதிப் படுத்துவது' என்றும் வரையறுத்தார்.[40] மகத் இயக்கம் சத்தியாகிரகத்தை ஒத்திருந்தது.

இதே மாதிரியான போராட்டமுறையே 1929-ல் தீண்டப்படாத மக்களுக்குப் பூனாவின் பார்வதி ஆலயத்தைத் திறந்து வைக்கும் போராட்டத்திலும் கைக்கொள்ளப்பட்டது. ஆனால், காந்தியின் ஆசிகள் இப்போராட்டத்துக்குக் கிட்டவில்லை. காங்கிரஸின் தீண்டாமை ஒழிப்பு துணைக்குழு ஆலய நுழைவு போராட்டம் நிகழ்ந்த இடத்தில் விசாரணை நடத்தியது. 'இந்தச் சத்தியாகிரகம் கசப்புணர்வு, அவநம்பிக்கையான சூழலை ஏற்படுத்திவிட்டது' என்று அக்குழு முடிவுக்கு வந்தது.[41] அந்த சத்தியாகிரகம் தோல்வி யடைந்தது. அக்கோயில் 1947-ல்தான் தீண்டப்படாத மக்களுக்குத்

திறந்து விடப்பட்டது. இப்படிப்பட்ட காந்தி, காங்கிரஸின் அணுகுமுறை அம்பேத்கரின் கோபத்தை மேன்மேலும் கூட்டியது. இதைப்போன்ற இன்னொரு சம்பவம் 1930-ல் நாசிக் ஆலயத்தைத் தீண்டப்படாத மக்களுக்குத் திறந்துவிடும் போராட்டத்திலும் ஏற்பட்டது.

எனினும், காந்தி, அம்பேத்கருக்கு இடையேயான பகைமை 1932-ல் தனித்தொகுதிகள் சார்ந்த பிரச்னையில்தான் முழுமையாக வெளிப் பட்டது. நாம் முன்னரே பார்த்தவாறு, மகாத்மாவின் பார்வையில், இப்படிப்பட்ட திட்டமானது இந்து சமூகத்தின் ஒற்றுமையைச் சிதறடித்துவிடும். காந்தி பம்பாய் அரசாங்கத்துக்கு அனுப்பிய அறிக்கையில் வகுப்புவாரிப் பிரதிநிதித்துவம் குறித்த தன்னுடைய கருத்தைப் பதிவு செய்திருந்தார்:

'(தீண்டப்படாதோர்) பிரிக்க முடியாத ஒரே குடும்பத்தின் உறுப்பினர்கள் ஆவர். [...] அவர்களையும் மீறி, இந்து மதத்தில் இருக்கும் நுண்மையான எதோ ஒன்று, வரையறுக்க முடியாத ஒன்று அவர்களை அதனோடு பிணைத்திருக்கிறது. இந்த மதத்தை வாழ்வியல் அனுபவமாக உணர்ந்தவன் என்கிற முறையில், இந்து மதத்தைப் பிரிக்கப் பார்க்கும் இந்த முயற்சியை நான் என் உயிரை விலையாகக் கொடுத்தேனும் தடுத்து நிறுத்துவது கட்டாய மாகிறது.'[42]

அதே அறிக்கையில் காந்தி, தீண்டப்படாத மக்களை இந்து மதத்தோடு பிணைத்திருக்கும் 'நுண்மையான எதோ ஒன்றை' 'அதிசயம்' என்று வேறொரு இடத்தில் குறிப்பிட்டார். இந்த அதிசயம் தீண்டப் படாதோரை சாதி அமைப்போடு, அதன் சமூக, பொருளாதாரச் சார்போடு, சடங்கியல் ரீதியான கட்டுப்பாடுகளோடு ஒன்றிணைக்கிற முயற்சியே ஆகும். இப்படிப்பட்ட படிநிலைகளால் ஆன அமைப்பில் தீண்டப்படாதோரை ஒன்றிணைப்பது நிகழ்கையில், அந்த 'நுண்மையான எதோ ஒன்றானது' அடக்குமுறையாக, அடையாள ரீதியான அல்லது உடல்ரீதியான வன்முறையாகவோ வெளிப் படுகிறது என்பதை காந்தியால் உணராமல் இருக்க முடியவில்லை.

மகாத்மாவே ஒப்புக்கொள்வதைப்போல 'அவர்களையும் மீறித்தான்' சாதியமைப்பில் தீண்டப்படாதவர்கள் இருக்க வேண்டியதாக இருக்கிறது. சாதியமைப்பில் நிலவும் இந்தக் குறைபாடுகளை காந்தி உணர்ந்தே இருந்தார். எனினும், ஆதிகாலத்தில் நிலவிய அமைப்பில் பிற்காலத்தில் ஏற்பட்ட இந்தக் களங்கங்களை சமூகச் சீர்திருத்தத்தின் மூலம் களைந்துவிட்டு பண்டைய தூய்மையான அமைப்பை மீட்டெடுக்க முடியும் என்று காந்தி நம்பினார். அம்பேத்கர் சாதியை

அழித்தொழிக்க முன்னெடுத்த செயல்பாடுகளை காந்தி நிராகரித்து, சமூகத்தைச் சமத்துவம் மிக்கதாக மாற்ற முயன்ற சீர்திருத்தவாதிகளின் முயற்சிகளுக்குத் தன்னுடைய ஆதரவை நல்கினார்.

வகுப்புவாரிப் பிரதிநிதித்துவத்துக்கு எதிராக காந்தி மேற்கொண்ட உண்ணாவிரதத்தின் இரண்டாவது நாளில் படேலோடு காந்தி உரையாடினார். அப்போது, '(தீண்டப்படாத மக்களுக்கான) தனித் தொகுதிகள் இந்துக்களிடையே பிளவை ஏற்படுத்தி ரத்த வெள்ளத்தை ஓடவைக்கும் என்பதை உணராமல் இருக்கிறார்கள் என்றார். 'தீண்டப்படாத' போக்கிரிகள் இஸ்லாமிய அடிப்படைவாதிகளோடு ஒன்று சேர்ந்துகொண்டு சாதி இந்துக்களை கொல்லக்கூடும். இதெல்லாம் பிரிட்டிஷ் அரசாங்கத்துக்குத் தெரியாதா என்ன? அப்படி இருக்காது என்றே எனக்குப்படுகிறது' என்றார்.[43] இந்த உரையாடலில், ஆங்கிலேயரின் ஆதரவில் ஏற்பட்டிருக்கும் இஸ்லாமிய, தலித் ஒற்றுமைக்கு எதிராகச் சாதி இந்துக்களைக் காக்கவேண்டும் என்று பரிந்துரைக்கிறார். இதே கருத்தைத்தான் ஏற்கெனவே இந்து மகாசபை தொடர்ந்து வெளிப்படுத்திக் கொண்டிருந்தது.

பூனா ஒப்பந்தம்/ தோல்வியடைந்த அம்பேத்கரின் அரசியல் திட்டம்

காந்தி உண்ணாவிரதம் இருந்து எதிர்கொண்ட ஒரே இந்திய அரசியல்வாதி அம்பேத்கர் மட்டுமே. அம்பேத்கர் வன்முறையைக் கையில் எடுக்கமாட்டார் என்று காந்தி தெளிவாக உணர்ந்திருந்ததால் தான் இப்படித் திட்டமிட்டுச் செயல்பட்டார். இரண்டாவது வட்ட மேசை மாநாட்டில் பேசிய காந்தி, 'நான் டாக்டர் அம்பேத்கர் குறித்து மிக உயர்ந்த மரியாதை வைத்திருக்கிறேன். அவருக்குக் கசப்புணர் வோடு இருப்பதற்கு எல்லா உரிமையும் இருக்கிறது. அம்பேத்கர் தன்னுடைய சுயகட்டுப்பாட்டால் நம்முடைய மண்டைகளைப் பிளக்காமல் இருக்கிறார் என்றே சொல்வேன்' என்றார்.

அம்பேத்கர் சட்டத்தைக் கையில் எடுப்பதை விரும்பாத வழக்கறிஞர். மகத்தில் அவர் சத்தியகிரகத்தைத் தன்னுடைய போராட்ட முறையாக 1927-ல் பயன்படுத்தினார். உபேந்திர பக்ஷி சுட்டிக்காட்டுவதைப் போல, அம்பேத்கரின் சுயகட்டுப்பாட்டைத் தந்திரமாகத் தனக்கு சாதகமாகப் பயன்படுத்தி காந்தி 1932-ல் வெற்றி பெற்றார்.[44] வகுப்புவாரிப் பிரதிநிதித்துவத்துக்கு எதிராகத் தான் உண்ணாவிரதம் இருக்கப் போவதாக அறிவித்ததும், காந்திக்கு நாடு முழுவதிலும் இருந்து ஆதரவுக் கடிதங்கள் குவிந்தன. காந்தி ஒரு வகையான புனிதத்தின் திரு உருவாகக் காணப்பட்டார். அதனால் அவரால் இந்து மதத்தின் பெரிய, சிறிய பண்பாடுகளிடையே பாலமாக இயங்க

முடிந்தது: சாதியைக் கடந்தவராகத் திகழ்ந்த காந்தியை தீண்டப் படாதோர் உள்ளிட்ட பெரும்பான்மையினர் ஏற்றுக்கொண்டார்கள். லாகூர், லக்னோ, கராச்சி, நாக்பூரில் நடைபெற்ற பொதுக்கூட்டங் களில் காந்தியின் தலைமை மீதான தங்களுடைய நம்பிக்கையைத் தீண்டப்படாதோர் வெளிப்படுத்தினார்கள்.[45]

காந்தியின் உண்ணாவிரதம் நாடு முழுக்க உணர்ச்சி வெள்ளத்தைப் பெருக்கெடுக்க வைத்தது.[46] காந்தி உண்ணாவிரதத்தைத் துவங்கிய செப்டம்பர் 19, 1932 அன்று ஒரு முக்கியமான நிகழ்வு நடந்தது. இந்து மகாசபையின் தலைவரும் தீவிரமான பிராமணிய பழமைவாதியு மான மதன் மோகன் மாளவியா (காங்கிரஸ் கட்சியின் உயர்சாதி இந்துக்களின் குரலாகக் கருதப்பட்டவர்) காந்தி உண்ணாவிரதத்தைத் துவக்கிய அதே தினத்தில் பம்பாயில் ஒரு கூட்டத்தைக் கூட்டினார். வகுப்புவாரிப் பிரதிநிதித்துவத்தின் உட்பிரிவுகளை மறு ஆய்வு செய்வதற்கு அம்பேத்கர் அழைக்கப்பட்டார். (அக்கூட்டம் 'இந்து தலைவர்கள், தீண்டப்படாத தலைவர்களின் மாநாடு' என்று அழைக்கப்பட்டதில் முரண்பாடும் உண்மையும் அப்பட்டமாக வெளிப்படுகிறது. காந்தி தீண்டப்படாத மக்களை இந்து மதத்தை விட்டு வெளியேறியவர்கள் என்று ஏற்க மறுத்தாலும், இந்து என்கிற பட்டம் அம்மாநாட்டில் கலந்து கொண்ட உயர்சாதி காங்கிரஸ் பிரமுகர்களுக்கு மட்டுமே உரியதாக இருந்தது)[47].

ஆரம்பகட்ட வரைவில் இருந்த சமரசங்கள் இந்தத் தலைவர்களால் படிப்படியாக வளர்த்தெடுக்கப்பட்டு காந்தியிடம் சமர்ப்பிக்கப் பட்டது. நாட்கள் கூடிக்கொண்டே செல்ல காந்தியின் உடல்நலம் நலிவடைந்து கொண்டே இருந்தது. காந்தியின் அரசியல் குருவான கோபால கிருஷ்ண கோகலேவால் துவங்கப்பட்ட 'இந்திய சமூகத்தின் சேவகர்கள்' (Servants of India Society) காங்கிரஸ் அமைப் போடு நெருக்கமான உறவைப் பேணியது. அந்த அமைப்பைச் சேர்ந்த கோதண்ட ராவ் இந்த உண்ணாவிரதத்தை நேரில் கண்டவர்களில் ஒருவர். அவரின் நினைவலைகள் எப்படிப்பட்ட அழுத்தத்தை அம்பேத்கர் அத்தருணத்தில் எதிர்கொண்டார் என்பதற்குச் சான்று பகர்கின்றன:

> உண்ணாவிரதத்தின் ஆறாவது நாளில் தேவதாஸ் காந்தி (காந்தியின் மகன்களில் ஒருவர்) சிறையிலிருந்து மாநாட்டுக்கு வந்தார். [...] அவர், 'அப்பா இறந்துகொண்டிருக்கிறார்' என்றார். ஒட்டுமொத்த மாநாட்டின் வேதனை சொற்களில் கடத்த முடியாத அளவுக்கு உணர்சிகரமாக மாறியது. அம்பேத்கர் பூனாவுக்கு வந்து சேர்ந்தார். ஒரு உணவு விடுதியில் தங்கியிருந்த அவர் சற்று அவநம்பிக்கையோடு பேசினார். அம்பேத்கர் தான் மட்டுமே

தீண்டப்படாத மக்களின் ஒரே பிரதிநிதி; மகாத்மா அல்ல என்று எண்ணினார். மகாத்மா தீண்டப்படாத மக்களின் தலைவராகத் தன்னைத்தானே கருதிக்கொள்வது வேண்டாத வேலை என்பது அம்பேத்கரின் பார்வையாக இருந்தது.

கொஞ்சம் அவநம்பிக்கையும் கொஞ்சம் குரூரமும் கலந்து, 'உண்ணாவிரதம் இருப்பதற்கு மகாத்மா யார்? என்னோடு உணவருந்த அவரை வரச் சொல்லுங்கள்' என்றார். இது ஏற்கனவே துயரத்தில் மிதந்து கொண்டிருந்த மக்களை மேலும் கோபப்படுத்தியது. இந்தத் தருணத்தில், மாநாட்டில் பங்கேற்றிருந்த மெட்ராஸ் மாகாணத்தைச் சேர்ந்த தீண்டப்படாதோரின் இன்னொரு தலைவரான எம்.சி.ராஜா அம்பேத்கரை நோக்கி இப்படிச் சொன்னார், 'ஆயிரமாயிரம் ஆண்டுகளாக நாம் தீண்டப்படாதவர்களாக, கீழானவர்களாக, அவமானத்துக்கு உரியவர்களாக, அருவருக்கப்பட வேண்டியவர்களாக நடத்தப்பட்டு இருக்கிறோம். நமக்காக மகாத்மா தன்னுடைய உயிரைப் பணயம் வைத்து உண்ணாவிரதம் இருக்கிறார். அவர் ஒருவேளை இறந்துவிட்டால், அடுத்த ஆயிரம் ஆண்டுகளுக்கு இதே மோசமான நிலையிலேயே அமிழ்ந்து கிடப்போம். நாம்தான் மகாத்மாவைக் கொன்று விட்டோம் என்கிற உணர்ச்சி ஒட்டுமொத்த இந்துக்கள் மனதிலும், பண்பட்ட சமூகத்தினரின் மனதிலும் ஏற்படும். அந்த வெறுப்போடு, நம்மை இன்னமும் வேகமாக எட்டி உதைத்து இதைவிடக் கீழான நிலைக்குத் தள்ளுவார்கள். உங்களோடு இனிமேலும் என்னால் இணைந்து இயங்க முடியாது. நான் மாநாட்டில் கலந்து கொண்டு, தீர்வை எட்டுவேன். உங்களின் சகவாசமே வேண்டாம்' என்றார்.[48] இதுவே அம்பேத்கரை இறங்கிவர செய்தது. 'நான் சமரசத்துக்குத் தயார்' என்றார் அம்பேத்கர்.[49]

இந்த நினைவலைகள், 'காந்தி உண்மையான சத்தியாகிரகியைப் போல எதிராளியான அம்பேத்கரின் மனதை வென்று அவரைச் சம்மதிக்கச் செய்துவிட்டார்' என்கிற ரவீந்தர் குமாரின் பார்வையைக் கேள்விக்கு உள்ளாக்குகிறது.[50] இறுதிக்கட்டப் பேச்சுவார்த்தைகள் காந்தியை அம்பேத்கர் எராவடா சிறையில் சந்தித்தபோது நிகழ்ந்தது. தனித்தொகுதி முறையை அம்பேத்கர் கைவிடுவதற்குக் கைமாறாகத் தற்போதைய தனித்தொகுதியில் முறையில் தீண்டப்படாத மக்களுக்கு ஒதுக்கப்பட்ட இடங்களை விடக் கூடுதல் இடங்களை ஒதுக்கவேண்டும் என்று பரிந்துரைத்தார் காந்தி. வகுப்புவாரி பிரதிநிதித்துவம் வழங்கிய 71 தொகுதிகளுக்கு மாறாக 'பூனா ஒப்பந்தம்' தீண்டப்படாத மக்களுக்கு 148 தொகுதிகளைச் சட்ட மன்றத்தில் ஒதுக்கியது. ஆனால், பூனா ஒப்பந்தம் தனித்தொகுதி முறையை நிராகரித்தது.

இந்த ஒப்பந்தத்தின்படி, தாழ்த்தப்பட்ட வகுப்பினர்களில் (அதிகாரபூர்வ கோப்பில் பயன்படுத்தப்பட்டுள்ள சொல்: Depressed Class) தீண்டப்படாத மக்கள் அதிகமாக உள்ள 148 தொகுதிகளில், நான்கு தலித் தலைவர்களைத் தாங்களே நியமனம் செய்வார்கள். இவர்களே போட்டியிடும் வேட்பாளர்கள் ஆவார்கள். அத்தொகுதியின் அனைத்து வேட்பாளர்களும் சாதி வேறுபாடின்றி வாக்களித்து இந்த வேட்பாளர்களில் வெற்றியாளரைத் தீர்மானிப்பார்கள்.[51] இந்த ஒப்பந்தம் ஏறத்தாழ ராஜா-மூஞ்சே ஒப்பந்தத்தை ஒத்திருந்தது. காந்தியைப் பொறுத்தவரை பூனா ஒப்பந்தம் வெறும் அரசியல் சமரசம் சார்ந்த செயல்பாடு மட்டுமல்ல, அதைத்தாண்டிய ஒன்று. இது அம்பேத்கருக்கு 1933-ல் அவர் அளித்த பதிலில் வெளிப்படுகிறது: 'பூனா ஒப்பந்தத்தை ஏற்றுக்கொண்டதன் மூலம் நீங்கள் இந்துக்கள் என்று ஏற்றுக்கொண்டீர்கள்'.[52]

தங்களின் சொந்த நலன்கள் சார்ந்து தமக்குள் சச்சரவு செய்து கொள்ளும் குழுக்கள், சாதிகள் ஆகியவற்றுக்கு அப்பாற்பட்டவராகத் தன்னை அறிவித்துக்கொண்ட காந்தி பூனா உடன்படிக்கையில் கையொப்பம் இடவில்லை. மாளவியா நடத்திய மாநாட்டின் 'இந்து தலைவர்களே' ஆதிக்கச் சாதிகளின் சார்பாக அந்த ஒப்பந்தத்தில் கையெழுத்திட்டார்கள். எதிர்தரப்பில் அந்த மாநாட்டில் பங்கேற்ற தலித் தலைவர்கள் கையெழுத்திட்டார்கள். காந்தி தன்னுடைய உண்ணாவிரதத்தைச் செப்டம்பர் 26, 1932 அன்று முடித்துக் கொண்டார்.

மூன்று நாட்கள் கழித்து, காந்தி ஜி.டி.பிர்லாவைக் கொண்டு அனைத்து இந்திய தீண்டாமை ஒழிப்புப் பேரவையை ஆறு லட்சம் ரூபாய் நிதித்திட்டத்தோடு உருவாக்க அனுமதி தந்தார்.[53] ஜி.டி.பிர்லா செல்வ வளமும் செல்வாக்கும் மிகுந்த தொழிலதிபர். அவர் மகாத்மாவின் பல்வேறு செயல் திட்டங்களுக்கு நிதியுதவி அளித்தவர். தீண்டப்படாத மக்களின் சார்பாக நடைபெறும் போராட்டங்கள் காந்தியின் முக்கிய அக்கறையாக இருந்தன. செப்டம்பர்-அக்டோபர் 1932-ல் 'தீண்டாமை ஒழிப்பு வாரத்தை'க் காந்தி துவங்கிவைத்தார். பிப்ரவரி 1933-ல், ஹரிஜன் (கடவுளின் குழந்தைகள்)[54] என்கிற வார செய்தி இதழைத் துவங்கினார். நாடு முழுக்கத் தீண்டப்படாத மக்களின் நலன்களுக்காக நவம்பர் 1933-ஆகஸ்ட் 1934வரை பரப்புரை பயணத்தில் ஈடுபட்டார்.

இந்தச் சுற்றுப்பயணத்தின்போது, காந்தி அடிக்கடி சனாதன தர்ம சபை, காங்கிரஸின் அங்கமாக அப்போது இருந்த இந்து மகாசபை ஆகியவற்றின் வன்முறை மிக்க எதிர்ப்புகளை எதிர்கொள்ள

வேண்டியிருந்தது. காந்தி தன்னுடைய சுற்றுப்பயணத்தைத் துவங்கிய நாக்பூர் நகரில், அரசாங்க துணை ஆணையர் இப்படிப் பதிவு செய்திருக்கிறார்: 'பழமைவாத இந்துக்கள் ஆலய நுழைவு மசோதா. தீண்டாமை ஒழிப்பு, காந்தியின் சுற்றுப்பயணம் ஆகியவற்றுக்கு எதிராகத் தீவிரமான பரப்புரையில் ஈடுபட்டிருக்கிறார்கள்'.[55] டெல்லியில், 'மூன்று சனாதனிகள் காந்தியின் வாகனத்துக்குள் கருப்புக் கொடிகளைத் தூக்கி வீசிக் கொஞ்சம் குழப்பத்தைத் தோற்றுவித்தார்கள்.'[56]

தெற்கு கனரா (கர்நாடகா), பெல்லாரி பகுதிகளில், 'பல்வேறு தடவை கருப்புக் கொடிகள் காட்டப்பட்டன. 'காந்தியே திரும்பிப்போ' என்கிற முழக்கங்கள் எழுப்பப்பட்டன. மிகப் பிரபலமான தலைவராகத் திகழ்ந்த காந்தியை இப்படியெல்லாம் எதிர்க்க இரண்டு, மூன்று ஆண்டுகளுக்கு முன்னர்வரை யாரும் கனவுகூடக் கண்டிருக்க மாட்டார்கள்.'[57] பீகாரின் அர்ராவில், 'காந்தியின் வாகனம் கால்வாய் பாலத்தின் வழியாகச் சென்றபோது, சனதானிகள் வண்டியின் குறுக்கே படுத்து அதனை நிறுத்தினார்கள். அவரை நோக்கிக் கருப்புக் கொடி காட்டினார்கள் [...] காந்தியின் தொண்டர்களும், சனதானிகளும் கைகலப்பில் ஈடுபட்டார்கள். காவல்துறை தலையிடாமல் போயிருந்தால் கைகலப்புக் கலவரமாக உருவெடுத்திருக்கும்'.[58]

காந்தி பழமைவாதத்துக்கு மாறான கருத்துகளை வெளியிட்டு வந்ததால், பூனாவின் சனதானிகள் பெருமளவில் கோபத்தில் இருந்தார்கள். பூனாவின் நகராட்சி அரங்கில் நிகழ்ந்த குண்டு வெடிப்பு அவர்களால் நடத்தப்பட்டிருக்கும் என்று தோன்றுகிறது.[59] வாரணாசியில் காந்தி வந்து கொண்டிருந்த தொடர்வண்டியைக் கருப்புக் கொடிகளோடு எதிர்கொள்ள நிலையத்தின் உள்ளே நாற்பது பேரும், வெளியே இன்னும் நாற்பது பேரும் குழுமியிருந்தார்கள்.[60]

இவையெல்லாம் காந்திமீது அம்பேத்கர் கொண்டிருந்த எதிர்ப்புணர்வைத் தணித்தது. இங்கிலாந்தில் நடைபெற இருந்த மூன்றாவது வட்ட மேசை மாநாட்டில் கலந்துகொள்ள நவம்பர் 1932-ல் கிளம்பினார் அம்பேத்கர். அப்போது தீண்டப்படாத மக்கள் குறித்துப் பொது மக்கள் மத்தியில் அக்கறையோடு காந்தி பேசியவற்றை வரவேற்றார். தன்னுடைய தோழர்களுக்கு எழுதிய கடிதங்களில், சில பிரச்னைகளில் தங்கள் இருவரின் நிலைப்பாடும் படிப்படியாக ஒன்றிணைவதாகக் குறிப்பிட்டார். எனினும், இன்னமும் காந்தி சாதி மறுப்புத் திருமணம், சாதி வேறுபாடின்றி அனைவரும் இணைந்து உணவு உண்பது ஆகியவற்றை ஏற்க மறுப்பது குறித்து வருத்தம் தெரிவித்தார்.

அம்பேத்கர் தான் எழுதிய ஒரு கடிதத்தில், காந்தியவாதி போல் தன்னுடைய கருத்தை வெளியிட்டார்: 'சட்டம் மட்டுமே

தீண்டத்தக்கவர்கள், தீண்டப்படாத மக்களை ஒன்று சேர்த்து விட முடியாது. நிச்சயமாகத் தனித்தொகுதிகளுக்குப் பதிலாகப் பொதுத் தொகுதிகளைக் கொண்டுவரும் தேர்தல் சட்டங்களால் மக்களை இணைத்து விட இயலாது. அவர்களைப் பிணைக்கக் கூடிய வல்லமை கொண்டது அன்பு மட்டுமே.'61 இன்னொரு கடிதத்தில், காந்திக்கு வழிகாட்டியாகத் திகழ்ந்தவர்களில் முக்கியமானவரான டால்ஸ்டாயின், 'அன்பு செய்பவர்கள் மட்டுமே சேவை செய்ய முடியும்' என்கிற வரியை அம்பேத்கர் மேற்கோள் காட்டுகிறார்.62

எனினும், காந்தி-அம்பேத்கர் நிலைப்பாடுகள் ஒன்று சேரவே முடியாத நிலை வெகு சீக்கிரத்தில் ஏற்பட்டது. சட்டரீதியாகத் தீண்டாமை ஒழிப்பு, தீண்டப்படாதோரின் ஆலய நுழைவு, தீண்டாமை எதிர்ப்புப் பேரவையின் பணிகள் என்ன முதலிய விவாதங்களில் மோதல் முற்றியது.

சட்டரீதியான தீண்டாமை ஒழிப்பு

பல்வேறு சட்டமன்றங்களில் தீண்டாமையைச் சட்ட ரீதியாக ஒழிக்கும் மசோதாக்களை உயர் சாதி காங்கிரஸ் உறுப்பினர்கள் கொண்டு வந்தார்கள். புதுத் தில்லியில் உள்ள நாடாளுமன்றத்தில் ரங்கா ஐயர், ராஜா, கயாபிரசாத் சிங், பி.சி.மித்ரா ஆகியோர் இது குறித்துப் பேசினார்கள். பம்பாய் சட்டமன்றத்தில் தீண்டாமை ஒழிப்புச் சட்டம் சார்ந்து எஸ்.கே.போலே, சுப்பராயன் இயங்கினார்கள்.

காந்தி பிப்ரவரி 1933-ல் அம்பேத்கரை ரங்கா ஐயர், சுப்பராயன் ஆகியோரின் சட்ட மசோதாக்களை ஆதரிக்குமாறு கேட்டுக் கொண்டார். ஆனால், இரு சட்ட வரைவுகளும் 'தீண்டாமை ஒரு குற்றம்' என்று கூடக் கண்டிக்காத நிலையில் காந்தியின் வேண்டு கோளை ஏற்க மறுத்தார். தன்னுடைய நிலைப்பாட்டில் உறுதியாக நிற்பதற்கான புதிய காரணங்களை அம்பேத்கர் காலம் செல்லச் செல்ல வலுவாக முன்வைக்க ஆரம்பித்தார். ஹரிஜனில் வெளிவந்த கட்டுரை ஒன்றில், வெறுமனே தீண்டாமையை மட்டும் ஒழிப்பதால் பயனொன்றும் இல்லை என்று அம்பேத்கர் எழுதினார்: சாதி என்கிற சமூகப் படிநிலையினால் உண்டான தீமையே தீண்டாமை ஆகும். ஒட்டு மொத்த சாதி அமைப்பையே ஒழிப்பதே தீர்வாகும்: 'சாதிகள் இருக்கும்வரை கீழ் சாதிகளும் (தீண்டப்படாதோர்) இருக்கவே செய்யும்.'63 பம்பாய் சட்டமன்றத்தில் நான்கு வர்ணங்களால் ஆன சதுர்வர்ணமே ஒழிக்கப்படவேண்டும் என்று அம்பேத்கர் முழங்கினார். அதற்குப் பதில் அளித்த காந்தி, வர்ணமுறையானது இந்து மதத்தின் அடிப்படை ஆகும். உண்மையான இந்து பண்பாடானது படிநிலையை ஏற்கவில்லை என்றார்.64

ஆலய நுழைவு குறித்த முரண்பாடுகள்

இதே காலத்தில் தீண்டப்படாத மக்களை ஆலயங்களுக்குள் வழிபட அனுமதிப்பது குறித்து அடுத்த விவாதம் ஏற்பட்டது. நவம்பர் 1931-ல் நாசிக்கில் உள்ள ஆலயத்தை அனைத்து மக்களுக்கும் திறந்துவிடும் போராட்டத்தை அம்பேத்கர் மேற்கொண்டார். இதைத்தொடர்ந்து அவரின் தளபதியான கேளப்பன் திருவிதாங்கூரின் (இன்றைய கேரளா) கொச்சியில் உள்ள குருவாயூர் ஆலயத்தில் போராட்டத்தில் ஈடுபட்டார். பூனா ஒப்பந்தம் கையெழுத்தான உடனே அவர் செப்டம்பர் 21, 1932 அன்று ஆலய நுழைவுக்காக உண்ணாவிரதத்தில் ஈடுபட்டார். இப்படிப்பட்ட அதீத முடிவைத் தற்போதைக்குத் தள்ளி வைக்குமாறும், ஒருவேளை ஜனவரி 1, 1933-க்குள் ஆலயக்கதவுகள் அனைவருக்கும் திறந்து விடாவிட்டால் தானே உண்ணாவிரதத்தில் இறங்குவதாகக் காந்தி வாக்களித்தார்.[65]

காந்தி இரு தரப்புக்கும் இடையே சமரசம் ஏற்படுத்த முடியாமல் திணறினார். உயர்சாதி இந்துக்கள் ஒரு கதவின் வழியாகவும் தீண்டப்படாத மக்கள் வேறொரு கதவின் வழியாகவும் ஆலயத்துக்குள் நுழையலாம் என்று பரிந்துரைத்தார். அதன் மூலம், உயர்சாதி இந்துக்களின் மனம் புண்படாமல் இருக்கும் என்றார். தீண்டப்படாத மக்கள் வழிபட்டுவிட்டு சென்றபின்பு ஆலயத்தைச் சுத்தம் செய்ய வேண்டும் என்கிற உயர் சாதி இந்துக்களின் வாதத்தைக்கூட ஏற்க காந்தி தயாராக இருந்தார். இத்தனை சலுகைகளை வழங்கியும் பழமைவாத இந்துக்களின் சந்தேகங்கள் தீர்ந்தபாடில்லை. அவர்களின் மனதை மாற்ற முடியாமல், காந்தி தன்னுடைய உண்ணாவிரதத் திட்டத்தை ரத்து செய்தார். உண்ணாவிரதத்தின் மூலம் அறநீதியான அழுத்தம் தருவது வன்முறை செயலாகும் என்று காந்தி கருதினார்.[66]

ரங்கா ஐயர் கொண்டு வந்த சட்ட மசோதாவின் ஒரு பத்தியில் தீண்டப்படாத மக்களுக்கு ஆலயங்களைத் திறந்துவிடுவது குறித்துப் பேசப்பட்டு இருந்தது. இந்தச் சட்டப்பிரிவு மாளவியா தலைமையிலான இந்து பழமைவாதிகளின் மிகக்கடுமையான எதிர்ப்பை எதிர்கொண்டது. காந்தி, ரங்கா ஐயர் ஆகியோருக்கு மாளவியா அடித்த தந்தியில் சட்ட மசோதாவுக்கு எதிரான தன்னுடைய நிலைப்பாட்டை வெளிப்படுத்தினார். மார்ச் 24, 1933 சட்டமன்றத்தில் அறிமுகப் படுத்தப்பட்ட இந்தச் சட்டம் வாக்கெடுப்புக்கு எடுத்துக்கொள்ளப் படவே இல்லை.[67] இந்த நிகழ்வு, காந்திக்கு எந்தப் பாகுபாடுகளும் இன்றி அனைவரும் இறைவனை வழிபடுவது எவ்வளவு முக்கியமானதாக இருந்தது என்பதை வெளிப்படுத்திய வகையில் சுவையானது. அம்பேத்கரிடம் 1933-ல், 'ஆலய நுழைவை ஆன்மிகப்

பிரச்னையாகவே கருதுகிறேன். அதன் மூலம் மற்ற அனைத்தும் கனிந்து வரும் என்று கருதுகிறேன்'[68] என்று காந்தி குறிப்பிட்டார்.

தீண்டாமை எதிர்ப்புப் பேரவையிலிருந்து ஹரிஜன் சேவக் சங்கம் வரை

காந்தியின் தீண்டாமை எதிர்ப்புப் பேரவையில் அம்பேத்கர் துவக்கத்தில் ஆர்வம் காட்டினார். காந்தி சிறையில் இருந்தபோது அக்டோபர் 1932-ல் அவரைச் சந்தித்த அம்பேத்கர் தீண்டாமை எதிர்ப்புப் பேரவையின் பல்வேறு குழுக்களில் பெரும்பான்மையினர் தீண்டப்படாதவர்களாக இருக்கவேண்டும் என்று பரிந்துரைத்தார்.[69] அம்பேத்கரின் பரிந்துரைகள் ஏறெடுத்தும் பார்க்கப்படவில்லை. தீண்டாமை ஒழிப்புப் பேரவையை காந்தி, 'செய்த தவறுகளுக்கு வருந்துபவர்களின் அமைப்பாக' நடத்த விரும்பியதால், பேரவையின் பெரும்பான்மை உறுப்பினர்கள் உயர் சாதி இந்துக்களாகவே இருந்தார்கள்.[70]

செப்டம்பர் 30, 1932-ல் துவங்கப்பட்ட பேரவையின் முதல் கூட்டத்துக்கு மதன் மோகன் மாளவியா தலைமை தாங்கினார். அதன் தலைவராக ஜி.டி.பிர்லாவும், செயலாளராகக் குஜாம்ரித் லால் தக்கரும் இயங்கினார்கள். (குஜாம்ரித் லால் தக்கர், 'தக்கர் பாபா' என்று அறியப்படுகிறார். குஜராத்தைச் சேர்ந்த சமூகச் சேவகரான இவர் பில் சேவை மண்டலை 1920களில் துவங்கினார். இந்திய சமூகச் சேவகர்கள் அமைப்பின் சார்பாக அவர் மேற்கொண்ட பணிகளுக்காகப் பெரிதும் மதிக்கப்பட்டார்.)

அந்த அமைப்பின் சாசனத்தின்படி, மைய வாரியத்தின் ஒன்பது உறுப்பினர்களில் குறைந்தபட்சம் மூவர் தீண்டப்படாதவர்களாக இருக்க வேண்டும். இந்த மூன்று உறுப்பினர்களாக எம்.சி.ராஜா, ராவ் பகதூர் சீனிவாசன், அம்பேத்கர் ஆகியோர் நியமிக்கப்பட்டார்கள். அம்பேத்கர் தக்கருக்கு எழுதிய கடிதத்தில், தீண்டாமை ஒழிப்புப் பேரவை சாதி ஒழிப்பு, சாதி மறுப்புத் திருமணம், சாதி வேறுபாடின்றி அனைவரும் இணைந்து உணவு உண்பது ஆகியவற்றை ஆதரித்துப் பரப்புரையில் ஈடுபடவேண்டும் என்று கேட்டுக்கொண்டார். இந்தக் கடிதத்துக்கு எந்தப் பதிலும் வந்ததாகத் தெரியவில்லை.

இதையடுத்து, அம்பேத்கர் உள்ளிட்ட அனைத்து தலித் பிரதிநிதிகளும் அமைப்பைவிட்டுப் பதவி விலகினார்கள். தீண்டாமை ஒழிப்புப் பேரவையின் பெயர் ஹரிஜன் சேவக் சங்கம் என்று மாற்றப்பட்டது. இந்த அமைப்பு பிர்லாவின் நிதி உதவியோடு செயல்பட ஆரம்பித்தது. அதன் செயல்பாடுகள் அரவணைப்புவாதத்தன்மை

கொண்டவையாக இருந்தன: சமூக மாற்றம் குறிப்பாகக் கல்வி சார்ந்து இயங்க ஆரம்பித்தது. மேலும், உயர் சாதியினரிடையே மனமாற்றத்தைடுக் கொண்டுவர முயற்சி செய்தது.[71]

இப்படிப்பட்ட ஹரிஜன சேவக் சங்கத்தின் நிலையையும் காந்தி மென்மையான அணுகுமுறையோடு நடந்து கொள்வதையும் எப்படிக் காண்பது? காந்தியின் கொள்கைகளுக்குப் பழமைவாத இந்துக்களிடையே வெறுப்புணர்வு நாளுக்கு நாள் கூடிக்கொண்டே போனது. தீண்டாமைக்கு எதிரான காந்தியின் சுற்றுப்பயணம் அவரின் நிலைப்பாட்டை மறுஆய்வு செய்துகொள்ளச் செய்தது என ஆங்கிலேய அதிகாரிகள் நினைத்தார்கள். அவர்கள் ஏப்ரல் 1934-ல் எழுதிய குறிப்பு இது: 'காந்தி வரவர பழமைவாதிகளின் எதிர்ப்பை மேலும் மேலும் தூண்டிவிட்டு விடக்கூடாது என்பதில் கவனமாக இருக்கிறார் எனத் தெளிவாகத் தெரிகிறது. பழமைவாதிகளின் எதிர்ப்பானது இத்தனை வலிமையானதாக இருக்கும் என்பதை அவர் ஆலய நுழைவு போராட்டங்களுக்கு முன்புவரை எதிர்பார்த்திருக்க வில்லை. காந்தியின் சுற்றுப்பயணத்தின் மூலம் ஒரு கட்சியாக காங்கிரஸ் எந்தப் பலனையும் பெறவில்லை. அப்படி ஏதேனும் பலன் கிட்டியிருந்தாலும் அது சொற்பமான ஒன்றாகவே இருந்தது.'[72]

எம்.சி.ராஜாவுக்குக் காந்தி 1938-ல் வழங்கிய அறிவுரையில் காந்தி படிப்படியாகத் தன்னுடைய செயல்வேகத்தை மட்டுப்படுத்திக் கொண்டார் என்பது புலனாகிறது. காங்கிரஸ் மெட்ராஸ் மாகாணத்தில் 1937 தேர்தலில் வென்ற பிறகு, எம்.சி.ராஜா ஆலய நுழைவு சட்ட மசோதா ஒன்றை சட்டமன்றத்தில் அறிமுகப்படுத்தப் போவதாகக் கூறினார். மெட்ராஸ் மாகாண முதல்வரான சக்கரவர்த்தி ராஜகோபாலாச்சாரி மசோதாவை விலக்கிக் கொள்ளுமாறு கூறினார்.[73] இது குறித்துக் காந்தியிடம் ராஜா புகார் கூறினார். 'ராஜாஜி தன்னால் முடிந்தவற்றை நிச்சயம் செய்வார் என நம்புங்கள் [...] அவரிடம் செல்லுங்கள், அவரோடு வாதிடுங்கள், அவரை ஒப்புக் கொள்ள வைக்கமுடியாவிட்டால், அவரைப் பொறுத்துக் கொள்ளுங்கள். இதுவே என்னுடைய அறிவுரை'[74] என்று காந்தி அறிவுரை தந்தார்.

அப்பட்டமாக, காந்தி தன்னுடைய கட்சியின் பழமைவாதத் தலைவர்களின் பக்கம் சாய்ந்து கொண்டிருந்தார். ஏமாற்றமடைந்த ராஜா, சீக்கிரமே அம்பேத்கரோடு இணைந்தார். இறுதியில், காந்தி, அம்பேத்கருக்கு இடையேயான போராட்டம் காந்தியின் வெற்றி யோடு முடிந்தது. சமூகச் சூழ்நிலையில் ஓரளவுக்கு மாற்றம் ஏற்பட்டது என்றாலும், தீண்டப்படாத மக்களைத் தனித்தொகுதிகளின் மூலம் அரசியல்மயப்படுத்தும் வாய்ப்பு கைநழுவியது. காந்தியின்

அடையாளபூர்வ வெற்றியான பூனா ஒப்பந்தம், தீவிரமான பின்விளைவுகளை ஏற்படுத்தியது.

முதலாவதாக, தனித்தொகுதிகள் தீண்டப்படாத மக்களை அவர்களுடைய மக்கள் தொகைக்கேற்ப அரசியல் பிரதிநிதித்துவம் பெறுவதற்கு அனுமதிக்கவில்லை. இந்திய அரசு சட்டம் 1935 புதுத் தில்லியில் உள்ள நாடாளுமன்றத்தின் மாநிலங்களவையில் (மேலவை) 156 இடங்களில் வெறும் 7 இடங்களை மட்டுமே ஒதுக்கியது. மத்திய அவையில் (கீழவை) 250 தொகுதிகளில் வெறும் 19 தொகுதிகள் மட்டுமே ஒதுக்கப்பட்டன. பல்வேறு மாநில சட்டசபைகளின் மொத்தமுள்ள 1,585 தொகுதிகளில் 151 தொகுதிகள் மட்டுமே ஒதுக்கீடு செய்யப்பட்டன.[75] அனைத்துக்கும் மேலாக, ஒதுக்கீட்டுத் தொகுதிகள் தீண்டப்படாத மக்களை அரசியல் சக்தியாக மாற்றும் அம்பேத்கரின் கனவு பொய்த்துப் போனது. எந்தத் தொகுதியிலும் தீண்டப்படாத மக்கள் பெரும்பான்மையினராக இல்லாத சூழல் நிலவியது. தீண்டப்படாத மக்கள் வாக்களிக்காத தீண்டப்படாத வகுப்பைச் சேர்ந்த வேட்பாளரை, உயர்சாதி, இடைநிலை சாதியினர் ஒன்றிணைந்து (அப்பட்டமாகவோ/மறைமுகமாகவோ) தேர்ந்தெடுக்க முடியும் என்கிற நிலை ஏற்பட்டது. இப்படிப்பட்ட கூட்டணிகளால் காங்கிரஸ் கட்சியே பலன்பெற்றது.

1932-33 காலத்தில் நிகழ்ந்த விவாதங்களால் காந்திமீது அம்பேத்கருக்கு இருந்த சிறு நம்பிக்கை கீற்றும் மங்கிப்போனது. எனினும் காந்தி அம்பேத்கரைத் தொடர்ந்து புகழ்ந்து கொண்டிருந்தார். கராச்சியில் மாணவர்களிடையே 1934-ல் பேசிய காந்தி:

'டாக்டர் அம்பேத்கர் தியாகத்தில் உயர்ந்து நிற்கிறார். அவர் தன்னுடைய பெரும்பணியில் தன்னைக் கரைத்துக் கொண்டார். அவர் எளிமையான வாழ்க்கை வாழ்கிறார். ஒவ்வொரு மாதம் ஒன்று முதல் இரண்டாயிரம்வரை பொருள் ஈட்ட அவரால் முடியும். அவர் விரும்பினால் ஐரோப்பாவில் சென்று வசதியாக வாழ முடியும். அவர் அங்கே வாழ விரும்பவில்லை. அவர் ஹரிஜனங்களின் நலன் குறித்தே அக்கறை கொண்டவராக உள்ளார்.'[76]

இந்திய அரசியல்வாதிகளில் முதன்முறையாக, சுயாட்சியின் பிரிக்க முடியாத அங்கமாகத் தீண்டாமை ஒழிப்பை மாற்றிய பெருமை காந்திக்கே உரியதாகும். அவர் தீண்டாமையை ஒருமனதாக எதிர்த்தார். அதனால் காங்கிரஸ் கட்சியில் முக்கியப் பொறுப்புகளில் இருந்த பழமைவாத இந்துக்கள் அவரை வெறுத்தார்கள். காந்தி அதி வேகமாக மாற்றங்களை முன்னெடுக்கிறார் எனக் கருதிய

இவர்களோடு காந்தி சமரசம் செய்துகொள்ள வேண்டியிருந்தது. அம்பேத்கரோ காந்தி மிகவும் மெதுவாகச் சாதி ஒழிப்பு முயற்சிகளை முன்னெடுக்கிறார் எனக் கருதினார். காந்தியின் செயல்களால் அவர் ஆழமாக ஏமாற்றமடைந்து, நம்பிக்கை இழந்தார். இதே மாதிரியான அனுபவம் ஆரிய சமாஜத்திலும் அம்பேத்கருக்குப் பின்னர் ஏற்பட்டது.

அம்பேத்கரும், ஆரிய சமாஜமும்

சில ஆரிய சமாஜ உறுப்பினர்கள் அம்பேத்கரின் தீண்டாமை ஒழிப்பு, சாதி அழித்தொழிப்பு குரலோடு தங்களைச் சேர்த்துப் பார்த்தார்கள். அவர்களில் ஒருவரான சந்த் ராம் லாகூரில் 1935-ல் உரையாற்ற வருமாறு அம்பேத்கருக்கு அழைப்புவிடுத்தார். அம்பேத்கர் எழுதி அனுப்பிய கட்டுரையில், 'சாதி அமைப்பு எந்த மத நம்பிக்கைகளின் மீது கட்டி எழுப்பப்பட்டிருக்கிறதோ அதை நிர்மூலமாக்க வேண்டிய' தேவை இருப்பதாகக் கூறியிருந்தார். அதன் மூலம் என்ன சொல்ல வருகிறார் என்பதைத் தெளிவுபடுத்துமாறு சந்த் ராம் கேட்டுக் கொண்டார்.[77] ஆனால், ஆரிய சமாஜத்தில் இருந்த பழமைவாதிகளான பாய் பரமானந்த், ஹன்ஸ்ராஜ், ராஜா நரேந்திர நாத், ஜி.சி.நரங் ஆகியோர் அம்பேத்கரின் பேச்சின் எழுத்து வடிவத்தில், வேதங்களே சாதி அடுக்குநிலைக்கான அடித்தளம் என்கிற விமர்சனம் இருப்பதைக் கண்டு காயப்பட்டார்கள்.[78]அவர்களின் அழுத்தத்தில் சந்த் ராம் தன்னுடைய முயற்சியைக் கைவிட வேண்டி வந்தது. அம்பேத்கருக்கான அழைப்புத் திரும்பப் பெறப்பட்டது, ஆரிய சமாஜர்கள் மீதான அம்பேத்கரின் அவநம்பிக்கை மேலும் வலுப்பட்டது. லாகூரில் அம்பேத்கர் நிகழ்த்த இருந்த பேச்சில் ஒரு சுவையான பத்தி இடம் பெற்றிருந்தது:

> '... [என்னுடைய லட்சியத்தில்] இருந்து வேறுபட்ட லட்சியத்தைக் கொண்டவர்களாகச் சில சீர்திருத்தவாதிகள் திகழ்கிறார்கள். அவர்கள் ஆரிய சமாஜர்கள் என அறியப்படுகிறார்கள். அவர்களின் லட்சிய சமூக அமைப்பு சதுர்வர்ணம் ஆகும். இது இந்திய சமூகத்தை நான்காயிரம் சாதிகளுக்குப் பதிலாக நான்கு வகுப்புகளாகப் பகுத்துப் பார்க்கிறது. சதுர்வர்ணத்தைத் தூக்கி பிடிக்கும் ஆட்கள், சதுர்வர்ண அமைப்பு பிறப்பின் அடிப்படை யிலானது இல்லை, அது குணத்தை அடிப்படையாகக் கொண்டது என்கிறார்கள். இதன்மூலம் சதுர்வர்ணத்தை இன்னமும் ஏற்புடைய தாக ஆக்கி, எதிர்த்தரப்பை வலுவிழக்க வைக்க முயல்கிறார்கள். சதுர்வர்ணம் குணத்தை அடிப்படையாகக்கொள்ள முயல்கிறது என்ற கருத்தையும் மீறி, அந்த லட்சியவாதத்தை என்னால்

ஏற்றுக்கொள்ள முடியவில்லை என்று வெளிப்படையாக ஒப்புக்கொள்கிறேன்.'[79]

அம்பேத்கரின் பார்வையில், சாதி அமைப்பின் நான்காயிரம் சாதி பாகுபாடுகளைத் தனிமனித பண்புகளைக்கொண்டு நான்கு வர்ணங்களாக மாற்றுவது சாத்தியமே இல்லை. ஏனெனில், உயர் சாதியினர் ஒருவரின் சமூக அந்தஸ்தை அவரின் திறனைக் கொண்டே உறுதியாகத் தீர்மானிக்கவேண்டும் என்பதை எப்போதும் ஏற்க மாட்டார்கள். இந்த மாற்றம் நிகழவேண்டும் என்றால், ஒருவர் முதலில் சாதி அமைப்பை அழித்தொழிக்கவேண்டும். சாதி அமைப்பு வர்ணங்களால் ஆன அமைப்புமுறையாக, குணங்களின் அடிப்படையில் இயங்குகிறது என்று வைத்துக் கொள்வோம், அப்போதும், பல்வேறு வர்ணங்களோடு காலம் காலமாகத் தொடர்புடைய சமூகக் கடமைகள் பிரச்னைகளைத் தோற்றுவிக்கும். எடுத்துக்காட்டாக, அறிவுசார்ந்த செயல்பாடுகள் பிராமணர்களின் தனிச் சொத்தாகத் திகழும். சூத்திரர்களோ நிலத்தில் உழுது, தங்களுக்கு மேலே இருக்கும் வர்ணங்களுக்குச் சேவை செய்யவேண்டிய நிலை ஏற்படும். இந்த வர்ணமுறையில், பிறப்பு அடிப்படையாக இல்லாவிட்டாலும், இப்படிப்பட்ட தனித்துவம் வாய்ந்த பாகுபடுத்தல்கள் சமூக அணிதிரட்டலுக்கு மிகப் பெரிய தடையாகத் திகழும்.

அம்பேத்கரின் பேச்சின் எழுத்து வடிவத்தைப் பஞ்சாபின் ஆரிய சமாஜ உறுப்பினர்கள் நிராகரிப்பதற்கு முன்னரே, அம்பேத்கருக்கு இவர்களின் சீர்திருத்தவாதம்மீது ஐயங்கள் இருந்தன. சமூக அமைப்பின் அடிப்படையான படிநிலையை அப்படியே கட்டிக்காக்கவே, சதுர்வர்ணத்தை இப்படி வேறுவிதமாகப் பொருள் கொண்டு திசை திருப்புகிறார்கள் என்று அவர் கருதினார். ஆகவே, அம்பேத்கர் இருவகையான சீர்திருத்தவாதிகளை எதிர்கொண்டார்- ஆரிய சமாஜர்கள், காந்தி ஆகிய இரு தரப்பினரும் தங்களுடைய சொற்களைச் செயலாக மாற்றிக்காட்டுவதில் பெரும் தயக்கம் கொண்டிருந்ததை அறிந்து கொண்டார். இவை அனைத்துக்கும் உச்சமாக, சாதியை வேறு பெயர்களில் காப்பாற்ற முயன்ற அவர்களின் அப்பட்டமான இரட்டைவேடத்தைப் புரிந்துகொண்டார்.

•

அம்பேத்கர் முப்பதுகளில் தனித்தொகுதிகளை அடிப்படையாகக் கொண்டு தன்னுடைய அரசியல் செயல்திட்டத்தை வகுத்துக் கொண்டார். காந்தி அவருடைய கோரிக்கைகளை எதிர்த்து வெற்றி பெற்றபோது, அம்பேத்கர் தன்னுடைய அணுகுமுறை இனியும்

செல்லுபடியாகுமா என்று ஐயப்பட்டார். அவர் ஆகஸ்ட் 1933-ல் இப்படி எழுதினார்: 'நான் ஒட்டுமொத்தமாக அரசியலில் இருந்து விலக உள்ளேன். இந்த வட்ட மேசை மாநாட்டுப் பணிகள்[80] முடிந்ததும் என்னுடைய தொழிலில் மட்டுமே முழுமையாக இயங்க உள்ளேன்.'[81]

அரசியல் செயல்பாட்டின்மீது அவருக்கு இருந்த நம்பிக்கை குறைந்து போன நிலையில், தீண்டாமைக் கொடுமையை விரட்டி அடிக்க வேறு மதத்துக்கு மாறலாமா என்று அம்பேத்கர் ஒரு நேரத்தில் சிந்தித்தார். எனினும், அம்பேத்கர் அரசியல்வாதியாகவே தொடர்ந்து இயங்கினார். நாசிக்கில் தன்னுடைய 15,000 தொண்டர்கள் முன்னால் 'வரப்போகிற சீர்திருத்தங்களில் [இந்திய அரசு சட்டம் 1935], நம்முடைய அரசியல் எதிர்காலத்தைத் தீர்மானிப்பதில் மிக முக்கியமான பங்காற்றச் சொல்லி நமக்கு அழைப்பு வரவிருக்கிறது' என்று 1934-ல் முழங்கினார்.[82]

அம்பேத்கர் புதிய அமைப்புகளில் இணைந்து ஒரு கை பார்த்து விடுவது என்று முடிவு செய்தார். அவர் குறிப்பிட்ட 1935 சீர்திருத்தம், வாக்குரிமையை விரிவுபடுத்தி, பூனா ஒப்பந்தத்தில் ஏற்றுக்கொள்ளப் பட்டவாறு தீண்டப்படாதோருக்குத் தொகுதிகளை ஒதுக்கியது. அடுத்து வரவிருந்த தேர்தலை ஒட்டி, அம்பேத்கர் தன்னுடைய முதல் அரசியல் கட்சியான விடுதலை தொழிலாளர் கட்சியை 1936-ல் துவங்கினார்.

அத்தியாயம் 5

அரசியல் களத்தில் அம்பேத்கரின் போராட்டங்கள்

'நம்மிடம் தாழ்த்தப்பட்ட மக்களின் பிரச்னையானது வெறும் சமூகப் பிரச்னை மட்டுமே; அதற்கான தீர்வு அரசியலுக்கு அப்பாற்பட்ட ஒன்றிலேயே உள்ளது என்று அடிக்கடி நினைவு படுத்துகிறார்கள். இந்தப் பார்வையில் இருந்து நாம் கடுமை யாக முரண்படுகிறோம். தாழ்த்தப்பட்ட மக்களின் கைகளுக்கு அரசியல் அதிகாரம் வந்து சேரும்வரை அவர்களுடைய பிரச்னை தீரவே தீராது என நாங்கள் உறுதியாகக் கருதுகிறோம். இது உண்மை என்றால், தாழ்த்தப்பட்ட மக்களின் பிரச்னை முழுக்க, முழுக்க அரசியல் பிரச்னை மட்டுமே. அதை அரசியல் பிரச்னையாக மட்டுமே அணுக வேண்டும்.' (லண்டனில் நடைபெற்ற முதலாவது வட்ட மேசை மாநாட்டில் அம்பேத்கரின் அறிக்கை, 1930)

அம்பேத்கர் துவங்கிய முதல் அரசியல் கட்சியான விடுதலை தொழிலாளர் கட்சி தீண்டப்படாத மக்களுக்காக மட்டும் துவங்கப் படவில்லை. அக்கட்சியின் தலைவராக, 'உழைக்கும் மக்களின்' தலைவராகத் தன்னை உருமாற்றிக்கொள்ள அம்பேத்கர் முயன்றார். தேர்தல் அரசியலில் வெற்றி பெறத் தனக்கு என்று இருக்கும் சமூக ஆதரவுத் தளத்தை விரிவுபடுத்தவேண்டும் என்று அம்பேத்கர் உணர்ந்து இருந்தார். அதற்கான யுக்தியாகவே தன்னுடைய கட்சிக்கு விடுதலை தொழிலாளர் கட்சி என்று பெயர் சூட்டினார். ஆனால், தன்னுடைய இயக்கத்தின் அடிப்படை அடையாளத்தைப் பெரிதாகச் சமரசம் செய்துகொள்ளாமல், தேர்தல் அரசியலில் எந்தளவுக்கு வெற்றியடைய முடியும் என்கிற சவால் அவர்முன் நின்றது.

தன்னுடைய அடிப்படை கொள்கையைக் காவு கொடுக்கக்கூடிய ஆபத்தைத் தவிர்க்கவே, பின்னர் 1942-ல் அம்பேத்கர் துவங்கிய அமைப்புக்கு, பட்டியல் சாதியினர் கூட்டமைப்பு என்று பெயரிட்டார். அந்த அமைப்பின் பெயர் உணர்த்துவதைப்போல, தன்னுடைய அரசியல் செயல்பாடுகளை மீண்டும் தீண்டப்படாத மக்கள் சார்ந்த ஒன்றாக அம்பேத்கர் மாற்றியமைத்துக்கொண்டார். ஆறு ஆண்டு இடைவெளிக்குள் துவங்கப்பட்ட இந்த இரு கட்சிகளும் அம்பேத்கரின் ஊசலாட்டத்தைத் துல்லியமாகப் படம்பிடிக்கின்றன. ஒரு பக்கம் அவர் தீண்டப்படாத மக்களின் பிரதிநிதியாக இயங்க வேண்டியிருந்தது, இன்னொரு புறம் தேர்தல் அரசியலில் வெற்றி பெற வேண்டியதோடு, 'தொழிலாளர்களாகவும்' திகழ்ந்த தீண்டப்படாத மக்களைக் கருத்தில் கொண்டு தனக்கான ஆதரவு தளத்தைப் பெருக்க வேண்டிய கட்டாயத்திலும் இருந்தார். இறுதியாக, அம்பேத்கர் ஆரம்பித்த அரசியல் கட்சிகள் தீண்டாமைக் கொடுமையை எதிர்த்தன. அதே சமயம், தீண்டப்படாத மக்கள் ஒட்டு மொத்தமாகத் தங்களைத் தனிக்குழுவாகக் கருதிக்கொள்கிறார்களா என்கிற முக்கியமான தடுமாற்றத்தை அம்பேத்கர் ஆரம்பித்த கட்சிகளின் அணுகுமுறைகள் வெளிப்படுத்தின.

விடுதலை தொழிலாளர் கட்சி: மார்க்சியராக இல்லாமல் தொழிலாளர்களின் நலன் பேணுவது எப்படி?

அம்பேத்கர்: தொழிலாளர்களின் தலைவர்

அம்பேத்கர் விடுதலைத் தொழிலாளர் கட்சியைத் துவங்கிய அதே தினம், அவரை நேர்முகம் செய்து டைம்ஸ் ஆஃப் இந்தியா ஒரு பேட்டியை வெளியிட்டு இருந்தது. அதில் அவருடைய கட்சியின் பெயர் குறித்துக் கேள்வி எழுப்பப்பட்டது. 'தொழிலாளர்களுக்குள் தாழ்த்தப்பட்ட மக்கள் அடங்கிவிடுவர் என்பதே 'தாழ்த்தப்பட்ட வகுப்பினர்' என்கிற சொற்களுக்குப் பதிலாக 'தொழிலாளர்' என்கிற சொல்லைப் பயன்படுத்தியிருப்பதன் காரணம் ஆகும்' என்றார்.[1]

விடுதலை தொழிலாளர் கட்சியின் செயல்திட்டத்தில் தீண்டப்படாத மக்கள் தொழிலாளர்களாக மட்டுமே அணுகப்பட்டார்கள். அக்கட்சி பொருளாதாரப் பிரச்னைகள் குறித்துப் பேசுவது, முதலாளித்துவத்தை விமர்சிப்பது ஆகியவற்றில் முக்கியமாகக் கவனம் செலுத்தியது. பிராமணியம், முதலாளித்துவம் ஆகிய இரண்டாலும் இந்தியத் தொழிலாளர்கள் பாதிக்கப்பட்டுள்ளார்கள். (பிராமணியத்தைப் பிராமண்ஷாஹி என்றும், முதலாளித்துவத்தைப் பந்த்வால்ஷாஹி

என்றும் குறிப்பிட்டார்).² இவை இரண்டிலும் ஒரே சமூகக் குழுவே ஆதிக்கம் செலுத்தியதே இதற்குக் காரணம் என்றார் அம்பேத்கர்.

அரசு முதன்மையாகத் தொழில்மயமாக்கலில் கவனம் செலுத்துவதன் மூலம் மட்டுமே பொருளாதார வளர்ச்சியை எட்ட முடியும் என்று அக்கட்சி வாதிட்டது. தொழிற்சாலை தொழிலாளர்கள் நலன்களைப் பேணுவது, தொழில்முறைக்கல்வி, தொழில்நுட்பக்கல்வி சார்ந்த வாய்ப்புகளைப் பெருக்குவது முதலிய சீர்திருத்தங்கள் முன்வைக்கப் பட்டன.³ விடுதலை தொழிலாளர் கட்சி 'அடித்தட்டு நடுத்தர வர்க்க⁴' குத்தகைதாரர்களின் நலன்களைப் பாதுகாக்கச் சட்டம் இயற்ற வேண்டும் என்று பரப்புரையில் ஈடுபட்டது. இத்தனைக்கும் அடித்தட்டு நடுத்தர வர்க்கக் குத்தகைதாரர்களில், தீண்டப்படாத மக்களின் எண்ணிக்கை வெகு சொற்பமே ஆகும். இன்னமும் குறிப்பாக, கட்சியின் இலக்குகளில் 'சாதி' என்கிற சொல்லே கட்சியின் கடைசி இலக்கில் மட்டுமே இடம்பெற்றிருந்தது:

> 'விடுதலை தொழிலாளர் கட்சி ஆட்சி நிர்வாகம் குறிப்பிட்ட ஒரு கட்சி அல்லது ஒரு சமூகத்தின் தனிச்சொத்தாக ஆவதைத் தடுக்க அயராது பாடுபடும். பம்பாய் மாகாண ஆட்சி நிர்வாகத்தில் எல்லாச் சாதிகள், சமூகங்களும் சரியான அளவில் பங்குகொள் வதையும், சிறப்பான நிர்வாகத்தைத் தருவதையும் ஒருங்கே சாதிக்க முனையும்.'⁵

ஆட்சி நிர்வாகத்தில் கீழ் சாதியினருக்கான இட ஒதுக்கீடு முக்கியமான இலக்காகக் கட்சிக்கு இருக்கவில்லை எனத் தெரிகிறது. தொழிலாளர் களின் நிலையோடு தீண்டாமையை இணைத்துப் போராடுகிற பரந்துபட்ட செயல்திட்டத்தினை அம்பேத்கர் கொண்டிருந்தார் என்று தோன்றுகிறது. இப்படிப்பட்ட மாற்றத்துக்கு எந்த மார்க்சியத் தாக்கமும் காரணமில்லை. அதற்கு மாறாக, கம்யூனிஸ்ட்கள் தொழிலாளர்களைச் சுரண்டித் தாங்களே கொழிக்கிறார்கள்⁶ என்று அம்பேத்கர் தொடர்ந்து குற்றஞ்சாட்டினார். கம்யூனிஸ்ட் இயக்கத்தில் பெரும்பாலும் உயர்சாதி தலைவர்களே ஆதிக்கம் செலுத்தியதைக் கவனித்தால் அம்பேத்கரின் பார்வைக்கான காரணத்தை விளங்கிக் கொள்ள முடியும்.

அம்பேத்கரைப் பொறுத்தவரை, இந்தியாவில் மார்க்சியத்தால் பெரிய பயன் எதுவுமில்லை. சாதி அமைப்பானது முதலாளி, பாட்டாளி வர்க்கம் என்கிற இரண்டு எதிரெதிர் வர்க்கங்கள் உருவாவதைத் தடுக்கிறது என அம்பேத்கர் கருதினார். விடுதலைத் தொழிலாளர் கட்சியைத் துவங்கிய அதே காலத்தில் அவர் எழுதிய 'சாதியை அழித்தொழிப்பது' நூலில், 'சாதி அமைப்புத் தொழில்களை

மட்டும் பிரிப்பதில்லை, அது தொழிலாளர்களையும் கூறுபோடுகிறது' (அழுத்தம் அம்பேத்கருடையது).⁷ இந்தக் கருத்தானது, அம்பேத்கரின், 'படித்தர சமத்துவமின்மை கோட்பாட்டை' ஒத்திருந்தது. தொழிலாளர்கள், அதிலும் தீண்டப்படாதோர் தங்களின் சாதிக்கு ஒதுக்கப்பட்ட தொழிலின் அடிப்படையில், வர்ணப்படிநிலையில் பாகுபடுத்தப்பட்டார்கள். இவர்கள் அனைவரையும் 'உழைக்கும் வர்க்கம்' என்று ஒன்று திரட்டுவது மாயையே ஆகும்.

அம்பேத்கரை மகர் தலைவராகவே சம்பர்கள், மங்குகள் அணுகியதால் அவர்களின் ஆதரவைப் பெறுவது அம்பேத்கருக்குப் பெரிய சவாலாக இருந்தது. மார்க்சியத் தாக்கத்தில் எழுந்த சோசியலிசம், உற்பத்தி மூலத்தில் ஒவ்வொரு வர்க்கமும் கொண்டிருக்கும் உறவைக்கொண்டு அவற்றைப் பாகுபடுத்துவதை வழக்கமாகக் கொண்டிருந்தது. ஆனால், சொத்து சார்ந்த உறவைக்கொண்டு ஆதிக்கத்தின் வடிவத்தைத் தீர்மானிப்பது தவறான அணுகுமுறை என்று அம்பேத்கர் கருதினார். அவரைப் பொறுத்தவரை, இந்தியாவில் ஆதிக்கத்தின் முதன்மையான வடிவங்களின் வேர்கள் வேறொன்றில் இருந்தன:

> ஏன் இந்தியாவில் கோடீஸ்வரர்கள், ஓட்டாண்டியாக இருக்கும் சாதுக்கள், சாமியார்கள் கால்களில் விழுகிறார்கள்? [...] இந்திய வரலாறு, மதமே அதிகாரத்துக்கான மூலம் என்று புலப்படுத்துகிறது. இந்தியாவில் அர்ச்சகரே பொது மக்களின் வாழ்க்கையைக் கட்டுப்படுத்துகிறார். அவருடைய தாக்கமானது பல சமயங்களில் நீதிபதியைவிட வலிமை மிகுந்ததாக இருக்கிறது. இந்தியாவில் போராட்டங்கள், தேர்தல்கள் முதலிய அனைத்தையும் மதத்தின் பக்கம் திருப்ப முடியும், அவற்றுக்கு எளிமையாக மதச்சாயம் பூசவும் முடியும்.'⁸

இந்தியாவுக்குப் புரட்சிக்கான அறைகூவல் ஒத்துவருமா என்று அடிப்படையிலேயே ஐயப்பட்ட அம்பேத்கர், அதே கருத்தை ஒட்டி சோசியலிஸ்ட்களிடம் இப்படிப் பேசினார்:

> புரட்சி வெற்றிபெற்ற பிறகு தாங்கள் சாதி, குல வேறுபாடு இன்றிச் சமத்துவமாக நடத்தப்படுவோம் என மக்களுக்குத் தெரியாத வரை, அவர்கள் சொத்துக்களை அனைவருக்கும் சமமாகப் பங்கு போட்டுக்கொடுக்கும் புரட்சியில் பங்கெடுக்கமாட்டார்கள். [...] சோசியலிஸ்ட்கள் வாய் நிறையக் கவர்ச்சிகரமான முழக்கங் களோடு நின்றுவிடக்கூடாது. சோசியலிஸ்ட்கள், தங்களுடைய கனவான சோசியலிசத்தை நினைவாக்க விரும்பினால், சமூகச் சீர்திருத்தமே அதற்கு அடிப்படை என்று உணர்ந்துகொள்ள வேண்டும். அதை முன்னெடுப்பதில் இருந்து அவர்கள் தப்பித்துக் கொள்ளமுடியாது.'⁹

அம்பேத்கரின் விடுதலை தொழிலாளர் கட்சி மார்க்சியச் சார்பற்ற, சாதி ஒழிப்புக்குத் தொடர்ந்து முக்கியத்துவம் தந்த அமைப்பே ஆகும். புரட்சியின் மூலம் அரசைக் கைப்பற்றுவதைவிட, சமூக மாற்றமே அம்பேத்கரின் அடிப்படை நோக்கமாக இருந்தது. இதை ஒட்டிப் பார்த்தால், 1937 தேர்தல் மக்களின் அரசியல் விழிப்புணர்வை வலுப்படுத்தவும், தேர்தலில் மக்களுக்கான உண்மையான பிரதிநிதிகளைத் தேர்ந்தெடுக்கவும் வாய்ப்பாகத் திகழ்ந்தது.

விடுதலைத் தொழிலாளர் கட்சியின் கொள்கைக்கும் அம்பேத்கர் தன்னுடைய பேச்சுகளில் மார்க்சியத்தை நிராகரிப்பதைத் தொடர்ந்து நியாயப்படுத்தியற்கும் இடையே இருந்த முரண்பாடு வெளிப்படை யானது: தன்னுடைய கட்சி தொழிலாளர்களுக்கானது என்று அம்பேத்கர் பொதுவாகச் சொல்லிக்கொண்டாலும், அவர் வர்க்க ரீதியாகச் சமூகத்தை அணுகுவதில் எந்தப் பயனும் இல்லை என்ற தோடு, சாதியே சமூகத்தின் அடிப்படை கூறாகத் திகழ்கிறது என்று அழுத்திச் சொன்னார் அம்பேத்கர்.

இந்த முரண்பாடு 1937 ஆண்டுத் தேர்தல் முடிவுகளில் நன்கு வெளிப்பட்டது. பம்பாய் மாகாணத்தில் விடுதலை தொழிலாளர் கட்சி 17 தொகுதிகளில் வேட்பாளர்களை நிறுத்தியது. பட்டியல் சாதியினருக்கு ஒதுக்கப்பட்ட பதிமூன்று தொகுதிகளில் பதினொன்றில் அக்கட்சி வெற்றிபெற்றது, பொதுத்தொகுதிகளில் நான்கே தொகுதிகளில் மட்டும் நின்று மூன்றில் வென்றது. அந்த நான்கு தொகுதிகளிலும் உயர்சாதி வேட்பாளர்களையே[10] அக்கட்சி நிறுத்தியது. வட்டமேசை மாநாடுகள், காந்தியுடனான மோதல் களுக்குப் பிறகு தேசிய அளவில் புகழ்பெற்ற அம்பேத்கர், தன்னுடைய கட்சியை பம்பாய் மாகாணத்தைத் தாண்டியும் வளர்த் தெடுக்க விரும்பினார். ஆனாலும், மத்திய மாகாணம், பீகார் மாநிலங்களில் தீண்டப்படாத மக்களுக்கு ஒதுக்கப்பட்ட இருபது தொகுதிகளில் வெறும் மூன்று தொகுதிகளில் மட்டுமே அக்கட்சி வென்றது.[11]

இந்தத் தேர்தல் முடிவுகள், அம்பேத்கரின் முயற்சிகளைத் தாண்டி விடுதலை தொழிலாளர் கட்சி மகாராஷ்டிராவை மையமாகக் கொண்ட தீண்டப்படாத மக்களின் கட்சியாகவே திகழ்ந்தது என்பதைக் காட்டியது. அக்கட்சி மகாராஷ்டிராவில் பெற்ற வெற்றிக்கும் பெரும் பாலும் அம்பேத்கரின் சொந்த சாதியினரான மகர்களே காரணம். பெரும்பாலான வேட்பாளர்கள் மகர் சாதியைச் சேர்ந்தவர்களே. வேட்பாளர் பட்டியலில் ஒரே ஒரு மங்குவும், குஜராத்தைச் சேர்ந்த மகர் அல்லாத தீண்டப்படாத வகுப்பைச் சேர்ந்த இன்னொரு

வேட்பாளரும் நிற்க வைக்கப்பட்டிருந்தனர். மங்குகள், மகர்களை விடச் சமூக-பொருளாதார வளர்ச்சியில் மேம்பட்டு இருந்த சம்பர்கள் விடுதலைத் தொழிலாளர் கட்சியில் அரிதாகவே காணப்–பட்டார்கள். அவர்களுடைய பார்வையிலும் மங்குகள் பார்வையிலும் அம்பேத்கர் மகர்களின் தலைவர். அவரின் கட்சி தொழிலாளர்களுக்கான கட்சியில்லை, அது ஒரு சாதிக்கான கட்சி.[12]

பம்பாய் மாகாணத்தில் வெற்றி பெற்ற பத்து தொகுதிகளோடு சட்டமன்றத்தில் முஸ்லீம் லீக் கட்சிக்கு அடுத்தபடியாக இரண்டாவது பெரிய எதிர்க்கட்சியாக விடுதலை தொழிலாளர் கட்சி உருவெடுத்தது. அங்கே ஆட்சியில் காங்கிரஸ் கட்சி இருந்தது. அந்தப் பத்து தேர்ந்தெடுக்கப்பட்ட உறுப்பினர்களில் அம்பேத்கரும் ஒருவர். பம்பாய் சட்டமன்றத்தில் 1937-38 காலத்திலான அம்பேத்கரின் உரைகள், குறுக்கீடுகள் தொழிலாளர்களின் சமூக-பொருளாதார நிலையை மேம்படுத்துவதில் அக்கறை கொண்டதாக இருந்தன.

தொழிலாளர்களுக்காகப் போராடுவது

சட்டமன்றத்தில் அம்பேத்கரின் முக்கிய நோக்கமாக வட்டன், கோட்டி முதலிய முறைகளை நீக்குவது இருந்தது. செப்டம்பர் 17, 1937-ல் வட்டன் முறையை நீக்கும் சட்ட மசோதாவை அம்பேத்கர் தாக்கல் செய்தார்.[13] மகர்கள், கிராமத்துக்கு வழங்கிய சேவைகளுக்காக அவர்களுக்கு வழங்கப்பட்ட நிலத்திலேயே இருக்க அனுமதித்து அதன் மூலம் அடிமைப்படுத்தும் முறையே வட்டன் முறை.[14]

கோட் என்கிற இடைத்தரகரைக் கொண்டு நிலவரியை வசூல் செய்யும் கோட்டி முறையை நீக்கவும் அம்பேத்கர் ஒரு சட்ட மசோதாவைக் கொண்டு வந்தார். அரசால் கிராமங்களில் வரி வசூல் செய்ய நியமிக்கப்பட்ட கோட்டி, வரியில் ஒரு பகுதியை, தான் வைத்துக் கொள்வதோடு நில்லாமல், ‘குறுநில மன்னர்’ப்போல நடந்து கொள்வார். கோட்டி பெரும்பாலும் உயர்சாதியைச் சேர்ந்தவராகவே இருந்ததால் அவரின் அடாவடி தொல்லையின்றித் தொடர்ந்தது எனச் சொல்லித் தெரியவேண்டியதில்லை.

தன்னுடைய பகுதிக்குள் கோட்டி வசூல் செய்த ஒட்டுமொத்த வரியில் ஒரு சதவிகிதத்தை மட்டும் இழப்பீடாகத் தந்துவிட்டு இந்த முறையை ஒழிக்கவேண்டும் என்று அம்பேத்கர் கோரினார்.[15] சட்டமன்றத்தில் பெரும்பான்மை பலத்தோடு இருந்த காங்கிரஸ் இந்தப் பரிந்துரையை ஏற்க மறுத்தது. நிதி அமைச்சர் ஏற்கனவே கோட்டி முறையைச் சீர்திருத்தத் திட்டமிட்டிருப்பதாகத் தெரிவித்தது அக்கட்சி.[17]

விடுதலை தொழிலாளர் கட்சி ஊரக எதிர்ப்புப் போராட்டத்தை அறிவித்தது. அந்தப் போராட்டத்துக்குத் தீண்டப்படாத தலைவர்கள் மட்டுமல்லாமல் கோட்டி முறையால் பாதிக்கப்பட்ட குன்பிக்கள் உள்ளிட்டவர்களும் ஆதரவு தெரிவித்தார்கள். அம்பேத்கர் பம்பாயில் ஜனவரி 12, 1938-ல் முன்னின்று நடத்திய போராட்டத்தில் தானா, கொலாபா, ரத்னகிரி, சத்தாரா, நாசிக் என்று பல மாவட்டங்களில் இருந்து வந்திருந்த இருபதாயிரம் விவசாயிகள் கலந்து கொண்டார்கள். இந்திய கம்யூனிஸ்ட் கட்சி உறுப்பினர்களும் இந்தப் போராட்டத்தில் கலந்து கொண்டார்கள். இந்தத் தருணத்தில் உரையாற்றிய அம்பேத்கரின் உரையில் மார்க்சிய நெடி தூக்கலாக இருந்தது:

> 'உண்மையில் பார்த்தால், உலகத்தில் இரு சாதிகள் மட்டுமே இருக்கின்றன. ஒன்று பணக்காரர்களின் சாதி, இன்னொன்று ஏழைகளின் சாதி [...] நாம் ஒன்று திரண்டு, இங்கு கூடியிருக்கிற இந்தத் தருணத்தில் நம்முடைய சாதி, மத வேறுபாடுகளை மறந்துவிட்டு நம்முடைய அமைப்பை வலுப்படுத்த வேண்டும்.'[17]

தன்னுடைய 'கம்யூனிச தோழர்களிடம்', தனக்குப் 'பாட்டாளிகளின் வர்க்கப் போராட்டங்கள்' குறித்த மார்க்சியக் கோட்பாடுகளின்மீது வேறுபாடுகளும் விமர்சனங்களும் உண்டு என்றாலும், கம்யூனிச தத்துவத்தோடு தான் தாங்கள் நெருக்கமாக உணர்வதாகக் குறிப்பிட்டார் அம்பேத்கர்.[18] அம்பேத்கரின் தலைமையில் சென்ற தூது குழு மாகாணத்தின் முதல்வராகத் திகழ்ந்த காங்கிரஸ் கட்சியைச் சேர்ந்த பி.ஜி.கேரை சந்தித்துப் பேசியது. எனினும், எந்த விடிவும் ஏற்படவில்லை.[19]

காங்கிரஸ் கட்சி 1937-ல் ஆட்சிக்கு வந்ததில் இருந்து ஏற்பட்ட பல்வேறு ஏமாற்றங்களில் இதுவும் ஒன்று. கோட்டி முறையை நீக்க அம்பேத்கர் தன்னுடைய சட்ட மசோதாவைத் தாக்கல் செய்து பத்து மாதங்கள் கழித்தும் சட்டசபையில் எந்த வாக்கெடுப்பும் நடைபெற வில்லை. நிலச்சுவான்தார்களாக இருந்த மராத்தாக்கள், பிராமணர்கள் ஆகியோர் ஆதிக்கம் செலுத்திய காங்கிரஸ் கட்சி, அவர்களின் பகையைச் சம்பாதித்துக்கொள்ள விரும்பவில்லை என்று தெளிவாகத் தெரிந்தது. இறுதியாக, கோட்டி முறை 1949-ல் தான் நீக்கப்பட்டது.[20]

கிராமங்களில் காலங்காலமாக நிலவி வந்த சமூக-பொருளாதார அமைப்புகளால் பாதிக்கப்பட்ட மக்களின் வலிகளை உரக்கச் சொல்லும் உரிமைக்குரலாக அம்பேத்கர் வெளிப்பட்டார். இதையே வட்டன், கோட்டி முறைக்கு எதிரான அம்பேத்கரின் செயல்பாடுகள் புலப்படுத்தின. அதிலும், தீண்டப்படாத மக்களில் வட்டன்தாரர் களாகத் திகழ்ந்த ஒரே சாதி மகர்கள் மட்டுமே. ஆனால், அம்பேத்கர்

நகர்ப்புறத் தொழிலாளர்களின் தலைவராகவும் மாற விரும்பினார். பம்பாய் நகராட்சி பணியாளர்களுக்கு என்று பம்பாய் நகராட்சி காம்கர் சங்கத்தை 1935-ல் துவங்கினார். அதன் உறுப்பினர் எண்ணிக்கை 1937-ல் 800-ஆக இருந்ததில் இருந்து 1,325 உறுப்பினர்களைக் கொண்டதாக 1938-ல் மாறியது. இது ஒட்டுமொத்த நகராட்சி தொழிலாளர்களில் ஐந்து சதவிகிதம் ஆகும்.[21]

முதலாளிகள், தொழிலாளர்களுக்குள் ஏற்படும் சச்சரவுகளை முடிவுக்குக் கொண்டு வரப் பேச்சுவார்த்தை சார்ந்த சமரச முறையை அமல்படுத்துவதைத் 'தொழில்சார் சச்சரவுகள் மசோதா' நோக்கமாகக் கொண்டிருந்தது. இதற்கு எதிராக அம்பேத்கர் செப்டம்பர் 1938-ல் குரல் கொடுத்தார். காங்கிரஸ் அரசு தொழிலாளர் வேலை நிறுத்தங்கள் கூடிக்கொண்டே போவதைச் சுட்டிக்காட்டி, அதனால் இச்சட்டம் அவசியம் என்று வாதிட்டது. அம்பேத்கரோ, வேலை நிறுத்தம் செய்வது அடிப்படை உரிமையாகும், அதை எந்தக் காரணத்தைக் கொண்டும் நீர்த்துப் போக அனுமதிக்க முடியாது என்று முழங்கினார்.[22] வேலை நிறுத்த உரிமையின் காவலராக அம்பேத்கர் உருவெடுத்தார். கம்யூனிஸ்ட் கட்சியினர் ஒரு நாள் பொது வேலை நிறுத்தத்தை மேற்கொள்ளலாம் என்றனர். இந்த யோசனையை அம்பேத்கர் ஆர்வத்துடன் ஏற்றுக்கொண்டார். கம்யூனிஸ்ட் தலைவர்களும், விடுதலை தொழிலாளர் கட்சியினரும் ஒன்றிணைந்து இயங்கிய செயல்பாட்டுக் குழு போராட்டத்தை முன்னின்று நடத்தியது.

விடுதலை தொழிலாளர் கட்சி முன்னின்று நவம்பர் ஆறு அன்று நடத்திய போராட்டத்தில் எண்பதாயிரம் பேர் கலந்து கொண்டனர். அதற்கு அடுத்த நாள் நடந்த வேலை நிறுத்தத்துக்கு நல்ல வரவேற்பு இருந்தது. இன்னொரு கூட்டத்துக்கு ஏறத்தாழ ஒரு லட்சம் பேர் திரண்டார்கள். தற்போது இருக்கும் சட்டமன்றங்களில் தங்களுடைய பிரதிநிதிகளைத் தேர்ந்தெடுப்பதன் மூலம் தொழிலாளர்கள் அதிகாரத்தைக் கைப்பற்றவேண்டும் என்று அம்பேத்கர் அறிவுறுத்தினார். இதன் மூலம் புரட்சிகரமான செயல்திட்டம் எதற்கும் வாய்ப்பில்லை என்று அம்பேத்கர் சொல்லாமல் சொல்லிவிட்டார். இப்படிப்பட்ட நிலைப்பாட்டை எடுத்தாலும் அவர் கம்யூனிஸ்ட் தலைவர் எஸ்.ஏ.டாங்கேவுடன் இணைந்து மேடையேறினார்.[23] எனினும், தொழில்சார் சச்சரவுகள் மசோதா பம்பாய் சட்டசபையில் நிறைவேற்றப்பட்டதோடு போராட்டம் வலுவிழந்தது.[24]

விடுதலைத் தொழிலாளர் கட்சி படிப்படியாக முழுமையான அரசியல் இயக்கமாகத் தன்னை வளர்த்தெடுத்துக் கொண்டது. அம்பேத்கர் 1940-ல் அதற்குச் சிவப்புக் கொடி ஒன்றை

உருவாக்கினார். அக்கொடியின் மேற்பகுதியின் இடது ஓரத்தில் பிரிட்டிஷ் இந்தியாவின் பதினொரு மாகாணங்களைக் குறிக்கும் பதினொரு விண்மீன்கள் பொறிக்கப்பட்டன. இது அக்கட்சி இந்தியா முழுவதற்குமான கட்சியாக உருவெடுக்கக் கனவு கண்டது என்பதைப் புலப்படுத்தியது. உண்மையில், விடுதலை தொழிலாளர் கட்சி பம்பாயில் மட்டுமே வேர்விட்டு வலுவான இயக்கமாக உருவெடுத்தது. அக்கட்சியின் பம்பாய் நகரக் கிளையில் 1938-ல் 4,000 உறுப்பினர்கள் இருந்தார்கள். தனஞ்செய் கீர் அரசியல் கட்சியை அமைப்புரீதியாக வலுப்படுத்துவதில் அம்பேத்கருக்கு இருந்த போதாமைகளைச் சுட்டிக்காட்டுகிறார்:

> நவீன பாணியில் அம்பேத்கர் தன்னுடைய கட்சியைக் கட்டமைக்கவில்லை. ஒரு தனி இயக்கத்தை எப்படி நடத்துவது என்கிற அனுபவம் அவருக்கு இருக்கவில்லை. அவர் சார்ந்திருந்த இயக்கங்கள் வருடாந்திர மாநாடுகளையோ பொதுக்கூட்டங் களைத் தொடர்ந்து முறையாக நடத்தவில்லை. அவர் எங்கே, எப்போது அமர்கிறாரோ அதுவே மாநாடு கூடுகிற இடம், நேரம் ஆக இருந்தது. இயக்கத்தின் தலைவரோ, செயலாளரோ, செயற்குழுவோ எதுவாக இருந்தாலும் அம்பேத்கரின் தீர்மானத்துக்குக் கட்டுப்பட வேண்டும். [...] தன்னுடைய பதாகையின் கீழ் மக்கள் அணிதிரளவேண்டும் என்று அம்பேத்கர் விரும்பினால், அழைப்புக் குரல் கொடுப்பார். மழைக்குப் பிறகு சிலிர்த்து எழும் பயிர்போல அமைப்பு வீறுகொண்டு எழும்.[25]

எனினும், அம்பேத்கர் ஓர் அமைப்பை வளர்த்து எடுப்பதில் சறுக்கியதை இன்னமும் நுண்மையாக அணுகவேண்டும் என நான் சொல்வேன். அம்பேத்கர் முப்பதுகளில் சமதா சைனிக் தள் (சமத்துவப் போராளிகளின் கட்சி) கட்சியைச் சிறப்பாகக் கட்டி எழுப்பினார். அந்த அமைப்பு விடுதலைத் தொழிலாளர் கட்சியோடு இணைந்து வீடு வீடாக, தெருத்தெருவாக நடத்தப்பட்ட போராட்டங்களுக்கான தொண்டர்களையும் போராட்டங்களின்போது கூட்டத்தை ஒழுங்கு படுத்தத் தேவையான ஆர்வலர்களையும் ஒருங்கே தந்தது. சமதா சைனிக் உறுப்பினர்கள் களத்தில் அவர்களுடைய பெரிய எதிரியான ஆர்.எஸ்.எஸ். அமைப்பினரைப் போலவே காக்கி கால்சட்டையை அணிந்தார்கள். அவர்களின் சட்டை சிவப்பு நிறத்தில் இருந்தது என்றாலும், கட்சியின் கொடி நீல நிறத்தில் இருந்தது. அப்போதில் இருந்து தலித் அரசியலின் ஆதர்ச நிறமாக நீலம் மாறியது.

வசந்த் மூன் நினைவுகூர்வதைப்போல, அந்த அமைப்பு தலித்து களிடையே ராணுவத்தைப்போன்ற ஒழுங்கை ஓரளவுக்குக் கொண்டு

வந்தது. ஆர்.எஸ்.எஸ் உறுப்பினர்களைப்போல இந்த இயக்கத்தின் உள்ளூர் உறுப்பினர்கள் சூரிய உதயத்திலும், அந்தி மாலையிலும் ஒன்று கூடினார்கள்.[26] ஆனால், விடுதலை தொழிலாளர் கட்சி ஆர்.எஸ்.எஸ். அமைப்பைப்போல வலிமையான கட்டமைப்பைக் கொண்டிருக்கவில்லை. இதைக் குறித்து அம்பேத்கர் போதுமான கவனம் செலுத்தவில்லை என்பதை ஒருவர் ஒப்புக்கொள்ள வேண்டும்.

இப்படி அமைப்புரீதியாகக் கட்சி கோட்டைவிட்டது போக, ஏற்கனவே சுட்டிக்காட்டியதைப்போலக் கருத்தியல் ரீதியாக அக்கட்சியில் இருந்த முரண்பாடுகளும் இயக்கத்தை வலுவிழக்கச் செய்தது. தலித் செயல்பாட்டாளர்களைக் கொண்டு கட்டி எழுப்பப் பட்ட இயக்கமாகத் திகழ்ந்த அக்கட்சி அனைத்துத் தொழிலாளர் களுக்குமான அமைப்பாக மாறவே முடியவில்லை. அக்கட்சியின் அனுதாபிகளாகத் திகழ்ந்த ஏராளமான குன்பிக்கள்கூட அக்கட்சியை விட்டு விலகினார்கள். அச்சாதியில் கொடிய வறுமையில் உழன்று கொண்டிருந்தவர்கள்கூட, தீண்டப்படாத மக்களை விடத் தங்களை மேலானவர்களாகக் கருதிக்கொண்டார்கள்.[27] ஆகவே, விடுதலை தொழிலாளர் கட்சி எடுத்த நிலைப்பாடு செல்லுபடியாகவில்லை. ஆகவே, அக்கட்சிக்குப் பதிலாக அம்பேத்கர் பட்டியல் சாதியினர் கூட்டமைப்பை 1942-ல் ஏற்படுத்தினார்.

பட்டியல் சாதியினர் கூட்டமைப்பும் சாதி அரசியலும்

அம்பேத்கர் பட்டியல் சாதியினர் கூட்டமைப்பை (மராத்தி மொழியில் தலித் கூட்டமைப்பு) ஜூலை 1942-ல் ஏற்படுத்தினார். அந்த அமைப்பின் பெயர் தெளிவுபடுத்துவதைப்போல அம்பேத்கரின் அரசியல் யுக்தி மீண்டும் சாதிக்கு முக்கியத்துவம் தந்து பயணிக்க ஆரம்பித்தது. இந்தியாவில் அரசியலமைப்பு சார்ந்து நிலவிய இழுபறியைத் தீர்க்கும் பொருட்டு கிரிப்ஸ் தூதுக்குழு ஒரு திட்டத்தை மார்ச் 1942-ல் பரிந்துரைத்தது. அதனை ஒட்டியே இக்கட்சி துவங்கப் பட்டது. கிரிப்ஸ் தூதுக்குழு முன்மொழிந்த திட்டத்தில், இஸ்லாமியர் களுக்குக் கிட்டத்தட்ட ஒரு தனி நாட்டுக்கான உத்தரவாதம் தரப்பட்டிருந்தது. மேலும் அது பரிந்துரைத்த அரசியலமைப்பு சட்ட உருவாக்கக் குழுவுக்கான தேர்தல் திட்டத்தில் தீண்டப்படாதவர் களின் கோரிக்கைகள் துளிகூடக் கண்டுகொள்ளப்படவில்லை. தன்னுடைய சமூகத்தின் நலன்கள் இப்படிக் காவு கொடுக்கப்படும் என்பதை அம்பேத்கர் துளியும் எதிர்பார்த்திருக்கவில்லை.

> ஓர் அரசியலமைப்பு சட்ட சபையை ஏற்படுத்தவேண்டும் என்கிற பிரிட்டிஷாரின் தீர்மானம் காங்கிரஸைத் தங்கள் பக்கம் ஈர்க்கவே என்பது அப்பட்டமாகத் தெரிகிறது. பாகிஸ்தான் குறித்த பரிந்துரை

முஸ்லீம் லீகையும் ஈர்க்கும் முயற்சியே. தாழ்த்தப்பட்ட வகுப்பினரை இந்தப் பரிந்துரைகள் எப்படி நடத்துகின்றன? சுருக்கமாகச் சொல்வது என்றால், அவர்களின் கையும், காலும் கட்டப்பட்டு அப்படியே சாதி இந்துக்களிடம் ஒப்படைக்கப்பட்டுள்ளார்கள். அவர்களுக்கு ஒன்றுமே தரப்படவில்லை: ரொட்டி கேட்டால் அவர்களுக்குக் கல்லே கிடைத்துள்ளது. இந்த அரசியலமைப்பு சட்ட உருவாக்கக் குழுவால் தாழ்த்தப்பட்ட மக்களுக்கு இழைக்கப்பட்டது துரோகமே அன்றி வேறொன்றுமில்லை.

[...] அங்கே தாழ்த்தப்பட்ட மக்கள் இடம் பெற்றாலும், சுதந்திரமான, முடிவைத் தீர்மானிக்கக் கூடிய அதிகாரம் அவர்களுக்கு வழங்கப்படவில்லை. முதலாவதாக, தாழ்த்தப்பட்ட வகுப்பினரின் பிரதிநிதிகள் அரசியலமைப்புச் சட்டசபையில் அவநம்பிக்கையோடு அவதிப்படும் சிறுபான்மையினராக இருப்பார்கள். இரண்டாவதாக, அரசியலமைப்பு சட்டசபையில் எடுக்கப்படும் அனைத்து முடிவுகளுக்கும் ஒரு மனதான வாக்களிப்பு தேவையில்லை.[28]

கிரிப்ஸ் பரிந்துரைகளுக்கு எதிராக நாக்பூரில் அனைத்து இந்திய தாழ்த்தப்பட்ட வகுப்பினரின் மாநாடு கூடியது. பஞ்சாப், ஐக்கிய மாகாணங்கள், வங்கம், மெட்ராஸ் மாகாணம் ஆகியவற்றில் இருந்தும், பம்பாய், மத்திய மாகாணங்கள், பீராரில் இருந்தும் பெருமளவில் திரண்டிருந்த பிரதிநிதிகளின் எண்ணிக்கை 70,000 ஆக இருந்தது.[29]

அம்மாநாட்டில் நிறைவேற்றப்பட்ட முதல் தீர்மானம் தீண்டப்படாதோருக்கு தனித்தொகுதிகளைக் கோரியது. இரண்டாவதாகத் தீண்டப்படாதோருக்குத் தனியான கிராமங்களை ஏற்படுத்தக் கோரியது. இந்தக் 'கிராமங்கள் இந்து கிராமங்களில் இருந்து தள்ளியே இருக்க வேண்டும்' என்று அது கேட்டுக்கொண்டது. மூன்றாவதாக, பட்டியல் சாதியினர் கூட்டமைப்பின் உருவாக்கத்தை மாநாட்டுத் தீர்மானம் அறிவித்தது.[30]

பட்டியல் சாதியினர் கூட்டமைப்பின் உருவாக்கம் தீண்டப்படாத மக்களிடையே புத்துணர்ச்சியும் தங்களின் அடையாளம் குறித்த புதிய விழிப்புணர்வும் ஏற்பட்டிருப்பதைப் பிரதிபலித்தது.[31] இஸ்லாமியர்களைப்போலத் தங்களையும் சிறுபான்மையினராகக் கருதவேண்டும் என்று பட்டியல் சாதியினர் விரும்பினார்கள். அதன் மூலம், தனித்தொகுதிகளை மட்டுமல்லாமல், தங்களுக்கு மட்டுமே உரிய பகுதிகள் முதலிய சலுகைகளையும் பெற முடியும் என்று கருதினார்கள். அம்பேத்கர் 1926-ல் இருந்தே புதிய நிலப்பகுதிகளில் தீண்டப்படாத மக்கள் சென்று புதிய வாழ்க்கையைத் துவங்க

வேண்டும் என்று அறிவுறுத்தினார். சிந்து, இந்தோர் சமஸ்தானங்களின் மகராஜாவோடு நெருக்கமாக இருந்த அம்பேத்கர், அவரின் ஆட்சிப்பகுதியில் இருந்த யாருக்கும் சொந்தமில்லாத ஆனால் விவசாயத்துக்கு உகந்த நிலங்களை அளக்கவேண்டும் என்று 1929-ல் ஆலோசனை தந்தார்.[32]

நாக்பூர் தீர்மானங்களில் காணப்பட்ட பொதுவான வழிகாட்டுதல்கள், செப்டம்பர் 1944-ல் மெட்ராஸில் கூடிய பட்டியல் சாதியினர் கூட்டமைப்பின் செயற்குழு கூட்டத்தில் தெளிவுபடுத்தப்பட்டது.[33] ஒரு தீர்மானம் இந்தியாவின் தேசிய வாழ்வில் பட்டியல் சாதியினர் தனித்துவமான, தனி அடையாளத்தைக் கொண்டிருப்பதாக அறிவித்தது. ஒரு வகையில் சீக்கியர்கள், இஸ்லாமியர் ஆகியோரை விடவும் உண்மையான மதச் சிறுபான்மையினராகத் திகழ்வதால் கிரிப்ஸ் பரிந்துரையில் தாழ்த்தப்பட்ட மக்களுக்குத் தனி இடம் தரப்படவேண்டும் என்று அத்தீர்மானம் வலியுறுத்தியது.[34] பட்டியல் சாதியினரின் ஒப்புதலைப் பெறாத எந்த அரசியலமைப்புச் சட்டத்தையும் ஏற்றுக்கொள்ளக்கூடாது என்றது. பட்டியல் சாதியினருக்குத் தனித்தொகுதிகள், ஆட்சி நிர்வாகத்தில் இட ஒதுக்கீடு, அவர்களின் கிராமங்களுக்கு என்று வேறுபட்ட வரிவிதிப்பு முறை ஆகியவை ஏற்கப்பட்டால் மட்டுமே அரசியலமைப்புச் சட்டத்தை ஏற்போம் என்று நிபந்தனை விதித்தது மாநாட்டுத் தீர்மானம்.[35] இதே காலத்தில் தான் தலித் கிராமங்கள் என்கிற சிந்தனையும் உருப்பெற்றது. 1944-ல் பெவெர்லி நிகோலஸ் என்கிற ஆங்கிலேய அதிகாரியிடம் அம்பேத்கர் நம்பிக்கையோடு இப்படிப் பேசினார்:

> 'ஒவ்வொரு கிராமத்திலும் தீண்டப்படாத மக்கள் மிகக் குறைந்த எண்ணிக்கை பலம் கொண்ட சிறுபான்மையினராக இருக்கிறார்கள். இவர்களை எல்லாம் அணி திரட்டி, பெரும்பான்மையினராக மாற்ற விரும்புகிறேன். இதைச் சாதிக்கவேண்டும் என்றால் மக்களை இடம் மாற்றுவது, புதிய கிராமங்களைக் கட்டி எழுப்புவது என்று எக்கச்சக்கமான பணிகள் காத்திருக்கின்றன. இதை (பிரிட்டிஷார் அனுமதித்தால்) எங்களால் செய்து முடிக்க முடியும்.'[36]

இதே காலத்தில், மெட்ராஸில் பெரியாரை அம்பேத்கர் சந்தித்தார். அவரோடு உரையாடி, திராவிடஸ்தான் உருவாக்குவதற்கான வாய்ப்புகள் குறித்து விவாதித்தார். தென்னிந்தியாவில் தனியான திராவிட அரசியல் அமைப்பாகத் திராவிடஸ்தான் உருவெடுக்கவேண்டும் என்கிற கனவு இருந்தது. தீண்டப்படாதவர்களின் பெயரால் தனிப்பகுதிகளைப் பட்டியல் சாதியினர் கூட்டமைப்பு கேட்டதைப் போன்றதொரு கனவையே திராவிடஸ்தானைக் கோரியவர்களும் கொண்டிருந்தார்கள்.[37]

பெரியார், பிராமணர் அல்லாதோரின் இயக்கமாகத் திகழ்ந்த நீதிக்கட்சியின்மீது கொண்டிருந்த விமர்சனங்களை அம்பேத்கரும் கொண்டிருந்தார். அக்கட்சி 1920-ல் மெட்ராஸில் ஆட்சிக்கு வந்தது. அக்கட்சியின் தலைவர்கள் சமஸ்கிருதமயமாக்கலின் சில கூறுகளை மீண்டும் அறிமுகப்படுத்தினார்கள் என்று அம்பேத்கர் குறை கூறினார்:

> பிராமணியத்தைக் கை கழுவாமல், தாங்கள் அடைய வேண்டிய லட்சியமாக அதை வரித்துக்கொண்டு இத்தலைவர்கள் செயல் படுகிறார்கள். பிராமணர்கள்மீது அவர்களின் கோபம் என்னவாக இருக்கிறது என்றால், தங்களுக்கு இரண்டாம் தரப் பட்டங்களை மட்டுமே பிராமணர்கள் தந்துவிட்டார்கள் என்பதாக இருக்கிறது [...] பிராமணர் அல்லாதவர்களின் இயக்கமான நீதிக்கட்சியின் அரசியல் செயல்திட்டத்தில் ஒரு குறைபாடு உள்ளது. அதன் மையக் கவலை, இடைநிலை சாதிகளைச் சேர்ந்த தமது இளைஞர் களுக்குப் போதுமான வேலைவாய்ப்புகளைப் பெற்றுவிட வேண்டும் என்பதாகவே இருக்கிறது.
>
> [...] அக்கட்சி பதவியில் இருந்த இருபதாண்டு காலத்தில் கிராமங்களில் வாழும் பிராமணர் அல்லாத 90% மக்களை மறந்துவிட்டது.[38]

நீதிக்கட்சியின் வீழ்ச்சிக்குப் பதவி, வேலைவாய்ப்புகளை மட்டும் தொடர்ந்து துரத்திக் கொண்டிருந்த அக்கட்சி தன்னுடைய உண்மை யான ஆதரவு தளத்துக்குத் துரோகம் இழைத்துவிட்டது என்று அம்பேத்கர் விமர்சிப்பது சரியே. அம்பேத்கர் தன்னுடைய அரசியலை தீண்டப்படாத மக்கள் குறித்து மட்டுமே பெருமளவில் அக்கறை கொண்டதாக மடைமாற்றிக் கொண்டதும், நீதிக்கட்சி மீதான அவரின் விமர்சனமும் ஒத்துப்போகின்றன. அவர் மெட்ராஸில், ‘நம்முடைய இலக்கு என்ன என்பதை நீங்கள் அறிந்திருக்கவேண்டும் [...] சில வேலைகளுக்கும், சில வசதிகளுக்கும் போரிடுவதல்ல நம் இலக்கு. நம்முடைய இதயத்தில் கனன்று கொண்டிருக்கும் உன்னதக் கனவு ஒன்று உண்டு. நாம் ஆட்சி புரியும் சமூகமாக அங்கீகரிக்கப்படும் கனவை நினைவாக்குவதே நம்முடைய லட்சியம்’ என்று முழங்கினார்.[39] மெட்ராஸ் ரயில்வே தொழிலாளர்கள் கூட்டிய கூட்டத்தில் உரையாற்றிய அம்பேத்கர், மேற்சொன்ன தொனியில், ‘தொழிலாளர் கூட்டமைப்பின் முக்கியத்துவத்தைச் சற்றும் குறைத்துக்கொள்ளாமல், அரசியல் அதிகாரத்தைக் கைப்பற்ற வேண்டியது முக்கியமாகும்’ என்று அம்பேத்கர் பேசியதாகச் செய்தித்தாள்கள் தெரிவித்தன.[40]

தன்னுடைய லட்சியங்களை அடைவதற்குக் கட்சி வெகுதூரம் பயணிக்கவேண்டும் என்பதை 1945-46-ம் ஆண்டுத் தேர்தல்கள்

புலப்படுத்தின. அந்தத் தேர்தல்கள் இரண்டு இலக்குகளைக் கொண்டு நடத்தப்பட்டன. அவை மாகாண சட்டமன்றங்களுக்குப் புதிய உறுப்பினர்களைத் தேர்ந்தெடுப்பது, இந்தியாவுக்குப் புதிய அரசியலமைப்பு சட்ட உருவாக்கக் குழுவை ஏற்படுத்துவது ஆகியவை ஆகும். இரண்டிலுமே பட்டியல் சாதியினர் கூட்டமைப்பு பலத்த பின்னடைவைச் சந்தித்தது. வங்கம், ஐக்கிய மாகாணங்கள்-பீரார் ஆகிய இரு மாகாணங்களிலும் சேர்த்து இரண்டே தொகுதிகளில் அக்கட்சி வென்றது.

இத்தோல்விக்கு வாக்களிப்பு முறையும் ஓரளவுக்குக் காரணமாகும். தீண்டப்படாத மக்கள் மட்டுமே வாக்களித்த முதல்கட்டத்தேர்தல்களில், மெட்ராஸ், பம்பாய், மத்திய மாகாணங்களில் காங்கிரஸ் கட்சியை விடப் பட்டியல் சாதியினர் கூட்டமைப்பு கூடுதலான வாக்குகளைப் பெற்றது. இப்படி முதல்கட்ட தேர்தல்களில் ஏராளமான வாக்குகளைப் பெற்றாலும், அவை தேர்தல் முறையால் இடங்களைப் போதுமான அளவு பெற்றுத்தரவில்லை.

இந்தத் தேர்தல் முறையில் இருந்த குளறுபடிகளை ஐக்கிய மாகாணத்தின் நிலை அப்பட்டமாகப் படம் பிடித்துக் காண்பித்தது. அந்த மாகாணத்தில் நான்கு நகர்ப்புறத் தொகுதிகள் உட்பட இருபது தொகுதிகள் பட்டியல் சாதியினருக்கு ஒதுக்கப்பட்டு இருந்தன. அந்தத் தொகுதிகளில் மட்டுமே பட்டியல் சாதியினர் கூட்டமைப்பு நின்றது. அவற்றில், முதல் கட்டத்தேர்தலில் கட்சியின் ஒன்பது வேட்பாளர்கள் வென்று இருந்தார்கள். காங்கிரஸ் வெறும் நான்கு தொகுதிகளில் மட்டுமே வெற்றி பெற்றிருந்தது. எனினும், அடுத்தகட்டத் தேர்தலில் தலித் அல்லாத வேட்பாளர்களின் ஆதரவோடு இருந்த இருபது தொகுதிகளையும் காங்கிரஸ் கட்சியே அள்ளியது. அதிலும் ஆக்ராவில், நான்கு பட்டியல் சாதியினர் கூட்டமைப்பு வேட்பாளர்கள் 46.39 % வாக்குகளை அள்ளியபோது நான்கு காங்கிரஸ் வேட்பாளர்கள் வெறும் 27.1% வாக்குகளையே பெற்றார்கள்.[41]

இப்படிப்பட்ட மோசமான நிலைமையே நிலவி வந்ததால், தீண்டப்படாத மக்களுக்குத் தனித்தொகுதிகள் தேவை என்கிற அம்பேத்கரின் நிலைப்பாடு மேலும் வலுப்பட்டது. அவர் பிரிட்டிஷாரை மட்டுமே இது சார்ந்து நம்பியிருந்தார். தன்னுடைய கருத்துகளை முன்வைக்க அவர் இங்கிலாந்துக்கு 1946-ன் பிற்பகுதியில் பயணித்தார். இந்தியாவுக்குத் திரும்பிய பின்னர், அம்பேத்கர் *Globe Agency* என்கிற இதழுக்கு நேர்முகம் தந்தார்:

> ‘பட்டியல் சாதியினரின் உரிமைகளுக்கு எப்போதும் சட்ட மன்றத்தில் போராடக்கூடிய நம்பகமான சட்டமன்ற

உறுப்பினர்களைப் பட்டியல் சாதியினரே தேர்ந்தெடுப்பதைத் தனித்தொகுதி முறை மட்டுமே உறுதி செய்யும். ஆட்சி அதிகாரத்தில் இருப்பவர்கள் தீண்டப்படாத மக்களுக்கு வழங்கப் பட்ட உரிமைகளை ஒழித்துக் கட்ட முயன்றால் அவற்றை எதிர்க்கவும் தனித்தொகுதிகள் தேவைப்படுகின்றன. வெவ்வேறு மாகாணங்களில் உள்ள சட்டமன்ற தொகுதிகளில் காங்கிரஸ் கட்சி பட்டியல் சாதி வேட்பாளர்களை நிறுத்தி வெற்றி பெற வைத்துள்ளது. ஆனால், இந்த வெற்றி பெற்ற வேட்பாளர்களில் எவரும் சட்டமன்றத்தில் ஒரு கேள்வி கூட எழுப்பவில்லை, பட்டியல் சாதியினரின் வலிகளை வலிமையாகக் கொட்டித் தீர்ப்பதற்காக ஒரே ஒரு வெட்டுத் தீர்மானத்தைக் கூடக் கொண்டுவரவில்லை [...] இப்படிப்பட்ட பட்டியல் சாதி உறுப்பினர்களைச் சட்டமன்றத்துக்கு அனுப்புகிற மோசடிக்கு பதிலாகப் பட்டியல் சாதியினருக்குச் சட்டமன்றத்தில் இடமே தராமல் இருந்துவிடலாம்.[42]

அம்பேத்கர் தன்னுடைய கோரிக்கைகளை அழுத்தமாக முன்வைத்தும், பிரிட்டிஷார் அவருடைய குரலுக்குச் செவிமடுக்கவில்லை. 1945-46 தேர்தல்களில் பெருந்தோல்வியைப் பட்டியல் சாதியினர் கூட்டமைப்பு சந்தித்ததை அடுத்து அதனை ஒரு பொருட்டாகவோ, அரசியலமைப்பு சட்ட உருவாக்கக் குழுவின் அங்கமாகவோ பிரிட்டிஷ் அரசு யோசித்துப் பார்க்கவில்லை.[43]

தேர்தல் முறையோடு பட்டியல் சாதியினர் கூட்டமைப்புத் தேர்தலில் அடைந்த தோல்விக்கு இன்னொரு முக்கியக் காரணமும் இருந்தது. அக்கட்சி மிகக் குறைவான வேட்பாளர்களையே தேர்தலில் நிறுத்தியது. தீண்டப்படாத மக்களுக்கு என்று ஒதுக்கப்பட்ட 151 தொகுதிகளில் 129 தொகுதிகளில் அக்கட்சி வேட்பாளர்களையே நிறுத்தவில்லை என்பது அக்கட்சி அமைப்பு ரீதியாக வலுவில்லாமல் இருந்ததைப் புலப்படுத்துகிறது.

வரலாற்று ஆசிரியர் சேகர் பண்டோபாத்தியாயா கூர்மையாகச் சுட்டிக்காட்டுவதைப்போல, 'பட்டியல் சாதியினர் கூட்டமைப்புக்கு அமைப்புரீதியான பலம் அறவே இல்லை.'[44] அக்கட்சிக்கு என்று கிளைகள் இருக்கவில்லை, கையளவு தொண்டர்களே இருந்தார்கள். உண்மையில், அம்பேத்கரைக் கட்சி மலைபோல நம்பியிருந்தது. ஆனால், அம்பேத்கர் கட்சியில் மட்டும் கவனம் செலுத்தாமல் வேறு பணிகளிலும் மூழ்கியிருந்தார். வைஸ்ராய் அரசின் உறுப்பினராகவும் திகழ்ந்ததால் ஒழுங்காகத் தேர்தல் பரப்புரைக்குக்கூட அம்பேத்கரால் செல்ல முடியவில்லை. ஜில்லியட் சுட்டிக்காட்டுவதைப்போல

அம்பேத்கர் 'காங்கிரஸும், காந்தியும் தீண்டப்படாத மக்களுக்குச் செய்தது என்ன?'[45] என்கிற நூலை எழுதும் பணிகளிலும் மூழ்கி இருந்தார். அம்பேத்கர் அறிவுஜீவியாகவும், அரசியல்வாதியாகவும் திகழ்ந்தார் என்றாலும் அவருக்குக் கட்சி அரசியல் கைகூடி வரவில்லை என்பதையே இது காட்டுகிறது.

இவற்றோடு, பட்டியல் சாதியினர் கூட்டமைப்பின் தோல்விக்குக் காங்கிரஸ் கட்சிக்கு மக்களிடம் இருந்த பலத்த ஆதரவும் காரணம். விடுதலை போராட்டத்துக்குத் தன்னை அர்ப்பணித்துக் கொண்ட காங்கிரஸ் கட்சிக்குத் தீண்டப்படாத மக்கள்கூட வாக்களித்தார்கள். இதற்கு மாறாக, வைஸ்ராயின் அரசில் பங்கெடுத்து இருந்ததால் அம்பேத்கரை 'தேசப்பற்று இல்லாதவர்' என்று முத்திரை குத்தினார்கள். அடிமட்டத்தில், அம்பேத்கரை 'தேசத்துரோகி' என்று தூற்றினார்கள் என்பதற்கு நாக்பூரில் நடந்த தேர்தல் பரப்புரை ஓர் எடுத்துக்காட்டு.[46]

பட்டியல் சாதியினர் கூட்டமைப்பின் செல்வாக்கு ஓரளவுக்கே உயர்ந்த நிலையில், அம்பேத்கர் தீண்டப்படாதோரைத் தாண்டியும் தன்னுடைய ஆதரவுத் தளத்தை விரிவுபடுத்த விரும்பினார். அதற்காக, விடுதலை தொழிலாளர் கட்சி நடத்தியபோது தான் பின்பற்றிய யுக்தியை மறு ஆய்வு செய்தார். இப்போது வேறு வகையில் தன்னுடைய அரசியலை முன்னெடுக்கலாம் என்று முடிவெடுத்தார்.

பட்டியல் சாதியினரின் கூட்டமைப்பில் இருந்து இந்தியக் குடியரசுக் கட்சி – விடுதலை தொழிலாளர் கட்சிக்கே திரும்பினாரா அம்பேத்கர்?

விடுதலைக்குப் பிறகும் அம்பேத்கர் இரு வகையான கட்சி வளர்ப்பு யுக்திகளுக்கு நடுவே சிக்கிக்கொண்டு தடுமாறினார். உழைக்கும் வர்க்கத்தை ஈர்க்கும் வகையில் கட்சியை வழிநடத்துவதா... தனித்துவமான தீண்டப்படாதோர் அடையாள அரசியலை முன்னெடுத்துக் கட்சியை நடத்துவதா என்று விடுதலைக்குப் பின்பும் அம்பேத்கர் குழம்பினார். 1951-52-ஆம் ஆண்டு வெளியிடப்பட்ட தேர்தல் அறிக்கையில், பட்டியல் சாதியினர் கூட்டமைப்பு, மேன்மேலும் சமத்துவம் வளர்த்தெடுக்கப்படவேண்டும் என்றும், பிற்படுத்தப்பட்ட மக்களின் வளர்ச்சியைக் கல்வியின் மூலமும், நிர்வாகத்தில் இட ஒதுக்கீட்டின் மூலமும் மேம்படுத்தவேண்டும் என்றும் முழங்கியது.

தீண்டப்படாத மக்கள், இதர பிற்படுத்தப்பட்ட வகுப்பினர் (தீண்டப் படாதவர்கள் அல்லாத பிற்படுத்தப்பட்ட வகுப்பினர் - குறிப்பாகச்

சூத்திரர்கள். இவர்களுக்கு 1950-ல் இயற்றப்பட்ட அரசியலமைப்புச் சட்டம் தனிக்கரிசனம் காட்டுவதாக உறுதியளித்து இருந்தது) ஆகியோருக்குப் பலன் தரும் நிலச் சீர்திருத்தங்களை முன்னெடுக்க வேண்டும் என்றும் அந்த அறிக்கை கோரியது.[47] பட்டியல் சாதியினர் கூட்டமைப்பு சாதி சார்ந்த அரசியலில் கவனம் செலுத்தினாலும், அது வர்க்க ரீதியான அரசியலை மொத்தமாகக் கண்டுகொள்ளாமல் இருந்துவிடவில்லை. தன்னுடைய தேர்தல் அறிக்கையில், அக்கட்சி, 'ஒரு மனிதனை இன்னொரு மனிதனும், ஒரு வர்க்கத்தை இன்னொரு வர்க்கமும், ஒரு நாட்டை இன்னொரு நாடும் ஒடுக்குகிற, சுரண்டுகிற' எல்லா வகையான அநீதிகளுக்கு எதிராகவும் போராடும் என்று உறுதியளிக்கப்பட்டது.[48]

விவசாய நிலங்கள் அனைத்தையும் கூட்டுப்பண்ணைகளாக மாற்றுவது, காப்பீட்டுத்துறையை தேசியமயமாக்குவது முதலிய கட்சியின் பரிந்துரைகள் வலிமையான மார்க்சியத் தாக்கத்தைக் கொண்டிருந்தது கவனிக்கத்தக்கது. சாதி சார்ந்த பரப்புரைகளை ஈடுகட்ட வர்க்கம் குறித்து மட்டுமே அம்பேத்கர் பேசவில்லை. ஐரோப்பாவின் அறிவியக்கத் தத்துவ அறிஞர்கள் வலியுறுத்திய உலகப் பொதுமையையும் அவர் முன்மொழிந்தார். பட்டியல் சாதியினர் கூட்டமைப்பு வலியுறுத்திய சமத்துவமானது பிரெஞ்சு புரட்சியின் முழக்கத்தை அடிப்படையாகக் கொண்டது. அதை அக்கட்சியின் தேர்தல் அறிக்கை மிகத்தெளிவாக, 'ஒவ்வொரு இந்தியனும் தனக்காக வாழ வேண்டும். தன்னுடைய வளர்ச்சியை உறுதிப்படுத்திக் கொள்ளும் எல்லா உரிமையும் ஒவ்வொரு இந்தியனுக்கும் உண்டு' என்றது. தேர்தல் அறிக்கை நாடாளுமன்ற அரசு குறித்துக் குறிப்பிட்டது. அம்பேத்கர் வரைந்த அரசியலமைப்புச் சட்டம் அப்போதுதான் நாடாளுமன்ற அரசை இந்தியாவில் நிறுவியிருந்தது. நாடாளுமன்ற ஆட்சியே, 'ஆகச் சிறந்த ஆட்சிமுறை. அதுவே பொதுமக்கள், தனி நபர் ஆகிய இருவரின் நலன்களையும் சமமாகக் காக்கிற முறையாகும்' எனக் கட்சியின் அறிக்கை போற்றியிருந்தது. அதே சமயம், பட்டியல் சாதியினர் கூட்டமைப்பு, 'தூய்மையான தேசியவாதத்தையும், நவீனத்துவத்தையும்' தூக்கிப்பிடிக்கும் கட்சியாகத் திகழவே விரும்பியது.

பட்டியல் சாதியினர் கூட்டமைப்பு ஒரு முரண்பாட்டில் சிக்கிக் கொண்டதாகத் தெரிகிறது. தனி நபர்களின் உரிமைகளைத் தீவிரமாகக் காக்க முனைவதையும், கீழ் சாதியினரைத் தனிக்குழுவாகச் சிறப்புக் கவனம் செலுத்துவதையும் எப்படி ஒன்றிணைத்துக் கொண்டு அரசியல் செய்வது என்பதே அந்த முரண்பாடு. ஒரு குறிப்பிட்ட குழுவுக்குப் பயன் தரும் வகையில் இட ஒதுக்கீடு, நிலச் சீர்திருத்தங்

களை மேற்கொள்வதையும், தனி நபர்களின் உரிமைகளைக் காப்பதையும் எப்படி ஒன்று சேர்க்க முடியும்? தொடர்ந்து தீண்டப்படாத மக்கள் குறித்தே தேர்தல் அறிக்கையில் குறிப்பிடுவதன் மூலம், தேர்தல் களத்தில் தன்னுடைய வாக்கு வங்கியை அக்கட்சி தானாகவே குறைத்துக் கொண்டதா?[49]

மேலும், ஏழைகள் மற்றும் பட்டியல் சாதியினருக்கு வளங்களைப் பங்கிட்டுத் தருவது குறித்த எந்தக் கவர்ச்சிகரமான வாக்குறுதியும் அறிக்கையில் தென்படவில்லை. உற்பத்தியைப் பெருக்குவது அல்லது அதீத மக்கள் தொகை வளர்ச்சியைக் கட்டுப்படுத்துவதன் மூலம் வளர்ச்சியை எட்ட முடியும் என்ற அறிக்கை,[50] நிலச்சீர்திருத்தம் குறித்து எதுவும் பேசவில்லை. நிலமில்லாத விவசாயக் கூலித்தொழிலாளர்களுக்கு உதவ, அரசு முதலில் நீர்ப்பாசனத்தை மேம்படுத்த வேண்டும். காடுகளை அழித்து, அந்தக் களர்நிலங்களில் 'நவீன அறிவியலை' கொண்டு விவசாயத்தை வளர்த்தெடுக்க வேண்டும் என்றெல்லாம் அறிக்கை அடுக்கிக்கொண்டு போனது.[51] ஏழை விவசாயக் கூலித்தொழிலாளிகள் இந்தத் திட்டத்தால் துளிகூட ஈர்க்கப்பட்டிருக்க மாட்டார்கள் என்பதில் ஐயமில்லை.

நாற்பத்தி ஆறாம் ஆண்டைப் போன்றே மோசமான தேர்தல் முடிவே 1951-52 ஆம் ஆண்டிலும் பட்டியல் சாதியினர் கூட்டமைப்புக்குக் கிடைத்தது. ஒட்டுமொத்த வாக்குகளில் 2.1% வாக்குகளையும், ஹைதராபாத், பம்பாய் மாநிலங்களில் தலா ஒரு தொகுதியிலும் அக்கட்சி வெற்றி பெற்றது. குறிப்பாக அம்பேத்கரே தோற்றுப் போனார். பம்பாய் மாகாணத்தில் அக்கட்சி எதிர்பார்த்ததைவிட மோசமாகவே வாக்குகளைப் பெற்றது. இன்னொரு புறம், அக்கட்சி மெட்ராஸ், ஹைதராபாத், மைசூர் மாநிலங்களிலும், பாட்டியாலா - கிழக்கு பஞ்சாப் மாநில ஒன்றியம் (PEPSU), ஹிமாசல பிரதேசத்திலும் சட்டசபையில் இடம் பிடித்தது.

இந்த மோசமான தேர்தல் தோல்விகளால் அம்பேத்கர் மூன்று முடிவுகளுக்கு வந்து சேர்ந்தார். ஒதுக்கீட்டு இடங்களை அவர் எதிர்த்தது சரியே என்பது உறுதியானது. இந்தியாவில் தனித் தொகுதிகள் தொடரவேண்டும் என்று அவர் இப்போது விரும்ப வில்லை, அதற்கு மாறாக, தாழ்த்தப்பட்ட மக்களுக்கான ஒதுக்கீட்டு இடங்களை ஒழிக்கவேண்டும் என விரும்பினார். அத்தொகுதிகள், தீண்டப்படாத மக்களின் வாக்கு வங்கியைக் கூறுபோட்டு, மற்ற சமூகக் குழுக்களின் வாக்கு வங்கியை ஈர்க்கும் முயற்சிக்குத் தடையாக இருந்தது என்று அவர் கருதினார். ஆகஸ்ட் 1955-ல் பட்டியல் சாதியினர் கூட்டமைப்பின் செயற்குழு நிறைவேற்றிய

தீர்மானம், பட்டியல் சாதியினருக்கு தொகுதிகளை ஒதுக்குவதை முடிவுக்குக் கொண்டு வரச்சொல்லி கேட்டுக்கொண்டது.[52]

இரண்டாவதாக, பட்டியல் சாதியினர் கூட்டமைப்பு தீண்டப்படாத மக்களின் அரசியல் விழிப்புணர்வை அதிகரித்தது. என்றாலும், அதே சமயம் அக்கட்சியை விட்டுப் பிற சமூக மக்கள் ஒதுங்கியிருக்கவும் அதுவே காரணம் என்று அம்பேத்கருக்குப் புரிந்தது. ஆகவே, அக்டோபர் 1956-ல் நாக்பூரில் கூடிய கூட்டத்தில் இன்னமும் பரந்துபட்ட பார்வை கொண்ட ஒரு கட்சியை ஆரம்பிக்கவேண்டும் என்றும், தன்னுடைய இயக்கத் தொண்டர்கள் பிற சமூகத் தலைவர்களோடு இணைந்து பணியாற்றவேண்டும் என்றும் வாதிட்டார்.[53]

மூன்றாவதாக, பிற சமூக, அரசியல் பிரிவுகளோடு கூட்டணி அமைத்துக்கொள்வது இன்றியமையாத தேவை என்பதைக் கச்சிதமாக உணர்ந்துகொண்டார். அவர் பிரஜா சோசியலிஸ்ட் கட்சியினரோடு மீண்டும் பேச்சுவார்த்தையைத் துவங்கினார். அதையடுத்து, ராம் மனோகர் லோகியாவின் சோசியலிஸ்ட் கட்சியோடு பேச்சுவார்த்தைகளைத் தொடர்ந்தார். 1954-ல் மகாராஷ்ட்ராவின் பண்டேரா தொகுதியில் சோசியலிஸ்ட் தலைவர் அசோக் மேத்தாவுடன் இணைந்து தேர்தலில் நின்றார். அந்த இரட்டை தொகுதியில் அம்பேத்கர் ஒதுக்கீட்டு தொகுதியிலும், அசோக் மேத்தா பொதுத் தொகுதியிலும் தேர்தலில் நின்றார்கள்.

இந்தச் சிந்தனைகளின் இறுதி வெளிப்பாடே இந்தியக் குடியரசுக் கட்சி. அது அதிகாரப்பூர்வமாக அக்டோபர் 1957-ல் துவங்கப் பட்டாலும், அம்பேத்கர் தன்னுடைய மரணத்துக்குச் சில காலத்துக்கு முன்பே அக்கட்சியை உருவாக்கவேண்டும் என்று திட்டமிட்டு இருந்தார். கம்யூனிஸ்ட் கட்சிக்கு மாற்றாக ஒரு இயக்கத்தை உருவாக்க வேண்டும், இல்லை என்றால், அக்கட்சி தீண்டப்படாத மக்களின் வாக்குகளைக் கைப்பற்றிக் கொண்டுவிடும் என்று அம்பேத்கர் பயந்தார். அவரே 1956-ல் அறிவித்ததைப் போல,

> நான் இறப்பதற்கு முன்பு, என் மக்களுக்கு ஒரு தெளிவான அரசியல் பாதையை நான் உருவாக்க வேண்டும். அவர்கள் காலங்காலமாக ஏழையாக, ஒடுக்கப்பட்டவர்களாக, வாய்ப்புகள் மறுக்கப்பட்டவர்களாகவே இருக்கிறார்கள். அதனால், இப்போது ஒரு புதிய விழிப்புணர்வும், புதிய கோபாவேசமும் அவர்களிடையே வளர்ந்து கொண்டிருக்கிறது. இப்படிப்பட்ட சமூகம் கம்யூனிசத்தால் கவரப்படுவது இயல்பானதே. என் மக்கள் கம்யூனிஸ்ட்களின் பிடிக்குள் வீழ்ந்துவிடக்கூடாது என்பதே என்னுடைய விருப்பமாகும்.[54]

ஒரு புதிய கட்சியைத் துவங்க இருக்கும் தன்னுடைய திட்டத்துக்கு அம்பேத்கர் சோசியலிஸ்ட் தலைவர்களான ராம் மனோகர் லோகியா, பி.கே.ஆத்ரே, எஸ்.எம்.ஜோஷி ஆகியோரோடு கலந்து ஆலோசித்தார். அவர்களின் ஆதரவையும் அம்பேத்கர் கோரினார். தன்னுடைய கட்சிக்கு அம்பேத்கர் குடியரசுக் கட்சி எனப் பெயரிட இரு காரணங்கள். குடியரசுக் கட்சி என்பது லிங்கனின் அமெரிக்கக் குடியரசுக் கட்சியையும், புத்தர் காலத்தில் இந்தியாவில் இருந்த குடியரசுகளையும் ஒருங்கே நினைவுகூரும் வகையில் அப்பெயர் சூட்டப்பட்டது.[55] குடியரசுக் கட்சி என்கிற பெயர் விடுதலை தொழிலாளர் கட்சியின் கொள்கைகளுக்கு அம்பேத்கர் திரும்ப விரும்புவதையும் புலப்படுத்தியது. அம்பேத்கர் கீழ் சாதிக் குழுக்களில் குறிப்பாகத் தீண்டப்படாதோர், சமூகத்தில் கொடிய வறுமையில் இருக்கும் மக்கள் குழுக்கள் ஆகிய இருதரப்பையும் இணைத்துக் கொண்டு தன்னுடைய அரசியல் ஆதரவை விரிவுபடுத்த முடியும் என்று எண்ணினார்.

இந்தியக் குடியரசுக் கட்சியின் செயல்திட்டத்தில் சாதி பின்னுக்குத் தள்ளப்பட்டு, வர்க்கத்துக்கு முக்கியத்துவம் தரப்பட்டது. ஆனால், அக்கட்சி ஏற்கனவே சமூகத்தில் கீழானவர்களாக நடத்தப்படும் தலித்துகள், இதர பிற்படுத்தப்பட்ட வகுப்பினர், பழங்குடியினர் ஆகிய ஒடுக்கப்பட்ட மக்களின் கூட்டமைப்பாகத் தன்னை மாற்றிக் கொள்ள விரும்பியது. பிப்ரவரி 1957 தேர்தலுக்கு முன்பு வெளியிடப் பட்ட அறிக்கையில், பட்டியல் சாதியினர் கூட்டமைப்பு தன்னுடைய பெயரை ‘பிற்படுத்தப்பட்ட வகுப்பினர் கூட்டமைப்பு’ என்று மாற்றிக்கொள்ளத் தயாராக இருப்பதாகச் சொன்னது. இதன்மூலம், இதர பிற்படுத்தப்பட்ட வகுப்பினர், பழங்குடியினரை பட்டியல் சாதியினரோடு ஒரே பொது அமைப்புக்குள் இணைக்க அது முயன்றது.[56]

அக்கட்சியின் சாசனம், ‘இந்தியாவின் கடைக்கோடி மக்களைக் குறிப்பாகப் புத்த மதத்தினர் (குறிப்பாக மதம் மாறிய மகர்கள்), பட்டியல் சாதியினர், பழங்குடியினர், இதர பிற்படுத்தப்பட்ட வகுப்பினர் ஆகியோரை ஒன்று திரட்டுவதே கட்சியின் குறிக்கோள் என்கிறது.[57] இந்தியக் குடியரசுக் கட்சி ஒரு புறம் தீண்டப்படாத மக்களின் உரிமைகளைக் காப்பதையும், இன்னொரு புறம் வர்க்க அரசியலை முன்னெடுப்பதையும் தன்னுடைய கொள்கையாகக் கொண்டிருந்தது. இது கத்திமீது நடப்பதைப்போல் சவாலானது.

சமூகவியல் அறிஞர் வெப்பர் சமூகத்தில் வெவ்வேறு குழுக்கள் தங்களின் கௌரவம், இனம், மதம் முதலிய பல்வேறு கூறுகளில்

வெவ்வேறு 'அந்தஸ்து குழுக்களாக'ப் பகுக்கப்படுவதை விளக்கினார். இப்படி இந்திய சமூகத்தில் தங்களுடைய அந்தஸ்துக்கு ஏற்ப ஒடுக்கப்படும் 'அந்தஸ்து குழுக்களான' பழங்குடியினர், பட்டியல் சாதியினர், இதர பிற்படுத்தப்பட்ட வகுப்பினரின் உரிமைக்குரலாக ஒலிக்க முயன்றது அக்கட்சி.[58] இதன் மூலம், மார்க்சிய வர்க்க வலையிலும் சிக்கிக்கொள்ளாமல், தாராளவாத கற்பிதமான தனிமனிதக் குடிமகனையும் ஏற்காமல் இரண்டையும் தாண்டி தன்னுடைய இலக்கை அக்கட்சி விரிவுபடுத்திக்கொண்டது.

தலித் அடையாளத்தை சமரசம் செய்து கொண்டதால் பிற அரசியல் கட்சிகளோடு கூட்டணிவைத்துக்கொள்வது சாத்தியமானது. இந்திய ஒன்றியத்தின் மாநில எல்லைகளை மொழி வாரியாக மாற்றியமைக்க வேண்டும் என்கிற போராட்டத்தோடு இணைத்துக்கொண்டதன் மூலம், மேற்சொன்ன குறிக்கோளை எட்டும் முயற்சிகள் தொடர்ந்தன. ஆரம்பத்தில் அம்பேத்கர் இந்திய வரைபடத்தை மொழிவாரியாக உருமாற்றுவதற்கும், பம்பாய் மாகாணத்தை அதனடிப்படையில் உருவாக்குவதற்கும் எதிராக இருந்தார். அவருடைய பார்வையில், குஜராத்தி, மராத்தி, கன்னடம், தெலுங்கு என மொழிகளைக் கொண்ட மாநிலங்களை உருவாக்கினால், அது ஆதிக்க சாதிகளின் எண்ணிக்கை வலிமையையும், அதனால், அரசியல் வலிமையையும் கூட்டவே செய்யும் என்று அவர் கருதினார்.

இந்த மொழிவாரி மாநில உருவாக்கத்தால், மகாராஷ்டிராவில் முதன் முதலில் பயன் பெற இருப்பது மராத்திகளே. அதனால், அவர்கள் தீண்டப்படாத மக்களின் மீதான தங்களுடைய கட்டுப்பாட்டை மேலும் நிலைநாட்டிக்கொள்வார்கள் என்பதே அவருடைய பார்வையாக முதலில் இருந்தது.

ஆனால், மகாராஷ்ட்ராவில் மொழித்தேசியத்துக்கான ஆதரவு மிகவும் வலிமையாக இருந்ததால், அம்பேத்கரும் சற்றே சந்தர்ப்பவாதம் மிக்கவராக, அந்த இயக்கத்தில் தன்னை இணைத்துக் கொண்டார். நேருவை வழிக்குக் கொண்டு வர, கம்யூனிஸ்ட்கள், சோசியலிஸ்ட்கள் இணைந்து சம்யுக்த மகாராஷ்டிரா சமிதியை (ஒன்றிணைந்த மகாராஷ்டிராவுக்கான குழு) துவங்கினார்கள். தேசத்தின் நிர்வாக வரைபடத்தைப் பல்வேறு குழுக்களின் விருப்பங்களுக்கு ஏற்ப மாற்றியமைக்கத் தயக்கம் காட்டுபவராக நேரு இருந்தார். ஒரு தேசமானது, தனி நபர்களின் விசுவாசத்தின்மீது கட்டி எழுப்பப்பட வேண்டும் என்பது நேருவின் பார்வையாக இருந்தது. நேருவின் கருத்தோடு மனதளவில் ஒப்புபவராக அம்பேத்கர் இருந்தாலும், பட்டியல் சாதியினர் கூட்டமைப்பின் சார்பாக நவம்பர் 1956-ல்

அம்பேத்கர் சம்யுக்த மகாராஷ்டிர சமிதியோடு கைகோர்த்துக் கொண்டார்.

மாநில எல்லைகளை மொழி அடிப்படையில் திருத்தியமைக்க வேண்டும் என்கிற போராட்டத்தின் நியாயத்தை ஏற்றுக்கொண்டு, அதற்கு ஆதரவையும் பட்டியல் சாதியினர் கூட்டமைப்பு வழங்கியது. இது பிப்ரவரி 1957-ல் நடந்த தேர்தல்களில் அதன் வெற்றிக்கு உதவியது. அக்கட்சி நான்கு நாடாளுமன்றத் தொகுதிகளில் பம்பாய் மாகாணத்தில் வென்றது. அதில் இரண்டு தீண்டப்படாதோருக்கு ஒதுக்கப்பட்ட தொகுதிகள். சட்டமன்ற தேர்தலிலும் பதினைந்து இடங்களைப் பெற்ற அக்கட்சி பெரும்பாலான இடங்களைப் பம்பாய் மாநகரிலே வென்றது. பம்பாய் நகரின் மேயராக அம்பேத்கரின் தளபதிகளில் ஒருவரான பி.டி.போரலே தேர்ந்தெடுக்கப்பட்டார்.

இந்தத் தேர்தல் முடிவுகள் வருவதற்கு மூன்று மாதங்களுக்கு முன்பு அம்பேத்கர் மரணமடைந்து விட்டார். எனினும், இத்தேர்தலில் பட்டியல் சாதியினர் கூட்டமைப்பு பெற்ற வெற்றிகள், கள நிலவரத்துக்கு ஏற்ப முடிவெடுத்த அம்பேத்கரின் சாதுரியத்துக்கான காலந்தாழ்ந்த பரிசாகத் திகழ்ந்தன. இப்படிப்பட்ட அம்பேத்கரின் சாதுரியமான அரசியல் செயல்பாடு அவரின் தனித்துவமான பண்புநலன்களில் ஒன்றாகும். இது குறித்து விரிவாக அடுத்த அத்தியாயத்தில் காணலாம்.

•

ஒரு கட்சியின் தலைவராக அம்பேத்கர் இரு வகையான செயல் திட்டங்களுக்கு இடையே ஊசலாடிக் கொண்டிருந்தார். விடுதலை தொழிலாளர் கட்சியைத் துவக்கி அதன் மூலம் தலித்துகளை மட்டுமல்லாமல் அனைத்து வகையான் தொழிலாளர்களையும் கட்சிக்குள் ஈர்க்க முயன்றார். அனைத்துத் தொழிலாளர்களையும் கட்சிக்குள் இழுக்கும் செயல்திட்டத்தோடு அம்பேத்கரின் மைய தலித் கொள்கைகள், அம்பேத்கரியத்தின் சமூகவியல் ஆகியவற்றை ஒன்றிணைப்பது பெரும்பாடாக இருந்தது. ஆகவே, பட்டியல் சாதியினர் கூட்டமைப்பைத் துவங்கியதன் மூலம் தீண்டப்படா தோரின் நலனில் அவர் அக்கறை காட்டினார். அக்கட்சியினால் பெரிதாகச் சாதிக்க முடியாமல் போனது.

இதை அடுத்து, அம்பேத்கர் விடுதலை தொழிலாளர் கட்சியை ஆரம்பித்தபோது கொண்டிருந்த கொள்கைக்கே வேறொரு வகையில் திரும்பினார். முன்னர் தொழிலாளர்களை ஒன்று சேர்க்கும் கட்சி ஒன்றைக் கட்டியெழுப்ப முயன்ற அம்பேத்கர், தற்போது சமூகத்தில்

கீழ்நிலையில் இருக்கும் மக்களான பட்டியல் சாதியினர், இதர பிற்படுத்தப்பட்ட வகுப்பினர், பட்டியல் சாதியினர் ஆகியோருக்கான இயக்கமாகத் தன்னுடைய கட்சியை மாற்ற விரும்பினார்.

அடிக்கடி திசைமாறிக் கொண்டிருந்த அம்பேத்கரின் அரசியல் பயணம் எதைக் காட்டுகிறது? சமூகத்தை வர்க்க ரீதியாக அணுகுகிற தர்க்கத்துக்கும் சமூகத்தின் அடிப்படையான அலகாகச் சாதியை இயல்பாக அணுகும் அம்பேத்கரின் அழுத்தமான பார்வைக்கும் இடையேயான ஊசலாட்டத்தையே அது புலப்படுத்துகிறது. வர்க்க ரீதியாக அரசியலை முன்னெடுப்பது என்பது, ஜெ.கோகலே சுட்டிக் காட்டுவதைப் போலத் தீண்டப்படாதோர் தங்களைப் போலவே சமூக அரசியல் ரீதியாகப் பாதிக்கப்பட்டுள்ள பிற சமூக மக்களோடு கூட்டணி அமைப்பதை அடிப்படையாகக் கொண்டது.

பட்டியல் சாதியினர் கூட்டமைப்பின் சாதி ரீதியாகச் சமூகச் சிக்கல்களை அணுகும் அரசியலானது வேறொரு அணுகுமுறையைப் பின்பற்றியது. அது தீண்டப்படாத மக்களை சமூகத்தின் மற்ற பிரிவுகளில் இருந்து தனித்து விடப்பட்டவர்களாகக் கருதுவதே ஆகும். சாதி அடுக்கில் கீழாக இருக்கும் மக்களைக்கூட அது தன்னோடு சேர்த்துக்கொள்ளத் தயங்கியது. அவர்களின் மீதும் இந்து மதம் தாக்கம் செலுத்துகிறது என்பதால் அவர்களோடு ஒன்றிணைவது சாத்தியமில்லை என்பது இந்த அரசியலின் பார்வையாகும்.[59]

இந்து சமூகத்தோடு தன்னுடைய உறவுகளை முழுமையாகத் துண்டித்துக் கொள்வதா, இல்லை இந்து சமூகத்துக்குள் இருந்து கொண்டே மேலெழ முனைவதா என்கிற அலை பாய்தலில் சிக்கிக் கொண்டு அம்பேத்கர் முடிவெடுக்க முடியாமல் திணறினார். ஜெ.கோகலே அம்பேத்கரை சாதி சார்ந்த அரசியல், வர்க்க அடிப்படையிலான அரசியல் என்கிற இரு துருவங்களுக்குள் மட்டும் குறுக்குவதன் மூலம் அவரின் இறுதிக்கால அரசியல் சோதனைகளைக் கவனத்தில்கொள்ளத் தவறுகிறார். அம்பேத்கர் இறுதியாகக் கனவு கண்ட கட்சியானது வர்க்கரீதியான அரசியலைக் கடந்ததாக, அதே நேரத்தில், தீண்டப்படாதோர் வாழ்க்கையின் பாடுகளோடு மட்டும் தன்னைச் சுருக்கிக்கொள்ளாமல் இருக்கும். அது கீழ் நிலைக்குத் தள்ளப்பட்டிருக்கும் சாதிகள், பழங்குடியினர் ஆகியோரின் உரிமைக்குரலாக ஓங்கி ஒலிக்கும். இந்த அரசியலானது இந்திய சமூகத்தை மார்க்சிய வகைப்பாடுகளில் அணுகிப் புரிந்துகொள்ள முடியாது என்கிற அம்பேத்கரின் பார்வையோடு நீக்கமறக் கலந்ததாக இருந்தது. அதே சமயம், படித்தர சமத்துவமின்மை என்பது பின்னுக்குத் தள்ளப்பட்டு, சமூகத்தில் தாழ்த்தப்பட்டுக் கிடக்கும்

சாதிகள், பழங்குடியினர் ஒன்று சேர்ந்து தங்களைச் சுரண்டும் ஆதிக்க சக்திகளுக்கு எதிராக ஒரே அணியாக இயங்க இயலும் என்று அக்கட்சி கனவு கண்டது.

அம்பேத்கர் உருவாக்கிய கட்சி முயற்சிகள் எதுவுமே தீண்டப்படாத மக்களின் ஒரே பிரதிநிதியாக அவர் கருதப்பட வழிவகுக்கவில்லை. அவரின் கட்சி உச்சத்தில் இருந்தபோதுகூட, அவரை எதிர்த்து அரசியல் செய்தவர்களை ஓரங்கட்டிவிட்டு தலித்துகளை அரசியல் ரீதியாக அம்பேத்கரால் ஒன்று திரட்ட முடியவில்லை. அனைத்து இந்திய தாழ்த்தப்பட்ட தலைவர்கள் மாநாடு 1926-ல் நடைபெற்ற போது அதில் அம்பேத்கர் பங்கேற்றிருக்கவில்லை. அந்த மாநாட்டின் விளைவாகத் தீண்டப்படாத மக்களுக்கான முதல் அகில இந்திய இயக்கமான அனைத்து இந்திய தாழ்த்தப்பட்ட வகுப்பினர் அமைப்பு உருவெடுத்தது. அது காங்கிரஸ் கட்சியால் தோற்றுவிக்கப்பட்டது. அதன் துணைத் தலைவராகக் கூட்டத்தில் பங்குகொள்ளாமல் போனாலும் அம்பேத்கர் நியமிக்கப்பட்டார். ஆனால், அந்த அமைப்பின் தலைவராக எம்.சி.ராஜா ஆனார்.

அம்பேத்கர் தலைமை பொறுப்புக்கு முன்மொழியப்பட்ட 1928-ம் ஆண்டு டில்லி மாநாட்டிலும் அம்பேத்கர் கலந்துகொள்ளவில்லை. இறுதியாக 1930-ல் அம்பேத்கர் இந்த இயக்கத்துக்கு மாற்றாக அனைத்து இந்திய தாழ்த்தப்பட்ட வகுப்பினர் காங்கிரஸை ஏற்படுத்தினார். 1932-ல் எம்.சி.ராஜா தனித்தொகுதிகளை நிராகரித்து விட்டு காந்தியின் பக்கம் பூனா ஒப்பந்தத்தின்போது நின்ற காலத்தில் இந்த இரு அமைப்புகளுக்கும் இடையேயான மோதல் உச்சத்தை எட்டியது. 1937-ல் தேர்ந்தெடுக்கப்பட்ட ராஜாஜி அரசு உள்ளிட்ட பல்வேறு காங்கிரஸ் அரசுகளின் செயல்பாடுகளால் எம்.சி.ராஜா ஏமாற்றமடைந்தார், இறுதியாக அவர் பட்டியல் சாதியினர் கூட்டமைப்பில் 1942-ல் இணைந்தார்.

இப்போது அம்பேத்கர் ஒரு புதிய எதிரியை எதிர்கொள்ள நேரிட்டது. அது அனைத்து இந்திய தாழ்த்தப்பட்ட வகுப்பினர் லீக். இந்த அமைப்புக் காங்கிரஸ் கட்சியினரால் 1935-ல் துவங்கப்பட்டது. இந்தப் புதிய அமைப்பின் முக்கியத் தலைவராக, பீகார் காங்கிரஸ் தலைவரான ராஜேந்திர பிரசாத்தின் அணுக்கச் சீடர் ஜெகஜீவன் ராம் திகழ்ந்தார். இந்த அமைப்பு, 1935 இந்திய அரசு சட்டத்தில் ஒதுக்கப்பட்டுள்ள இடங்களில் காங்கிரஸ் கட்சி வெற்றி பெற தலித் வாக்காளர்களை அணி திரட்டும் அரசியல் முன்னணியாக இயங்கத் துவங்கப்பட்டது.[60] அந்த அமைப்பின் முயற்சிகளால் மொத்தமுள்ள 151 ஒதுக்கீட்டு இடங்களில் எழுபத்தி மூன்றில் அக்கட்சி 1937-ல் வென்றது.

ஆனாலும், அதே காலத்தில் ஆங்கிலேயரின் கண்களில் அம்பேத்கரே தீண்டப்படாத மக்களின் மிக உயர்ந்த பிரதிநிதியாகத் திகழ்ந்தார். அம்பேத்கரைப் பல தீண்டப்படாத தலைவர்கள் எதிர்த்தாலும் அவரை ஆங்கிலேயர்கள் அவர்களைவிட முக்கியத்துவம் மிக்க தலைவராகவே அம்பேத்கரை அணுகினார்கள். இந்தியாவுக்கு 1942-ல் கிரிப்ஸ் தூதுக்குழு வந்தபோது, அது காங்கிரஸால் தோற்று விக்கப்பட்ட லீகின் உறுப்பினர்களைக் காணாமல், அம்பேத்கர், எம்.சி.ராஜா ஆகியோரையே கலந்தாலோசித்தது. வேவல் அம்பேத்கரையே 1945-ல் நடைபெற்ற சிம்லா மாநாட்டுக்கு அழைத்திருந்தார்.[61] ஆனால், 1945-6-ல் நடந்த தேர்தலில் அம்பேத்கர் கட்சி 151 இடங்களில் இரண்டே தொகுதிகளில் வென்றதால் ஆங்கிலேயர்கள் அம்பேத்கர்மீது கொண்டிருந்த நம்பிக்கையில் பேரிடி இறங்கியது.

பட்டியல் சாதியினர் கூட்டமைப்பு இனிமேலும் தானே தீண்டப்படாத மக்களின் பிரதிநிதி என்று அழைத்துக்கொள்ள முடியாது. ஏப்ரல் 1946-ல் பிரிட்டிஷ் அரசால் கேபினெட் தூதுக்குழு ஒன்று இந்தியாவுக்கு அனுப்பப்பட்டது. அது இந்திய அரசியல் தலைவர்களோடு உரையாடி, எப்படி அதிகார மாற்றத்தை அமல்படுத்துவது என்பது குறித்த அவர்களின் கருத்துகளைப் பெற வந்திருந்தது. அந்தத் தூதுக்குழு அம்பேத்கரிய தலைவர்களைச் சந்திக்காமல் காங்கிரஸ் கட்சியால் உருவாக்கப்பட்ட லீகின் தலைவர்களையே சந்தித்தது. அந்த லீகின் தலைவரான ஜெகஜீவன் ராம் சில மாதங்கள் கழித்து ஏற்படுத்தப்பட்ட இடைக்கால அரசில் தொழிலாளர் துறை அமைச்சராக நியமிக்கப்பட்டார்.[62]

ஆகவே, அம்பேத்கர் தீண்டப்படாத மக்களுக்கான அரசியல் கட்சியை உருவாக்குவதில் தோல்வி கண்டார். அவருக்கு என்று 1947-ல் எந்தக் குறிப்பிடத்தகுந்த அரசியல் ஆதரவும் இருக்கவில்லை. ஆனால், இப்படிப்பட்ட இக்கட்டான காலத்தில் தான் அவர் வாழ்வின் உன்னதமான தருணம் நிகழ்ந்தது. நேருவின் அரசில் சட்ட அமைச்சரான அம்பேத்கர், அரசியலமைப்புச் சட்ட வரைவுக் குழுவின் தலைவராகவும் ஆனார். அம்பேத்கர் எப்படித் தனக்கு ஏற்பட்ட பின்னடைவில் இருந்து மீண்டார்? இதற்கு முன்புவரைத் தன்னுடைய பரமவைரிகளாக இருந்தவர்களோடு கைகோர்க்கும் தலைகீழ் முடிவை எப்படி அம்பேத்கர் எடுத்தார்? அரசியல் களத்தில் காலத்துக்கு ஏற்றார்போலத் தன்னை உருமாற்றிக் கொள்ளும் அம்பேத்கரின் சாதுரியமே அவரைத் தோல்விகளில் இருந்து மீண்டெழும் மகத்தான தலைவராக ஆக்கியிருந்தது. இந்த இக்கட்டான கட்டத்தில் மட்டுமல்லாமல் (1947-ல்) அவரின் பொதுவாழ்க்கையின் தாரக மந்திரமாகவும் இந்தச் சாதுரியமே திகழ்ந்தது.

அத்தியாயம் 6

எதிர்ப்பதா, ஒன்று சேர்ந்து இயங்குவதா?
அம்பேத்கரின் சாதுரியமும் மீட்சியும்

'**கா**ங்கிரஸ் கட்சிக்கும் சோசியலிஸ்ட்களுக்கும் இடையே நடைபெறும் போராட்டத்தை நாம் பயன்படுத்திக்கொள்ள வேண்டும். நம்முடைய தனித்துவமான அடையாளத்தை விட்டுக்கொடுக்காமல், எந்தத் தரப்பு நம்முடைய எல்லா நிபந்தனைகளையும் ஏற்றுக்கொள்கிறதோ அதனோடு ஒத்துழைக்கவேண்டும். அதன்மூலம், அதிகபட்ச பலன்களைப் பெறமுடியும். அதிகாரமே சமூக வளர்ச்சிக்கான திறவுகோல்.' (1948-ல் அம்பேத்கரின் அறிக்கை - M.S.Gore, *The Social Context of an Ideology* பக்கம் 182-ல் மேற்கோள் காட்டப்பட்டுள்ளது.)

'எனக்கு வேண்டியதெல்லாம் அதிகாரம்- என் மக்களுக்கான அரசியல் அதிகாரம்- அதிகாரம் கிட்டினால் மட்டுமே சமூக அந்தஸ்து நமக்குரியதாகும்.' (ஐக்கிய மாகாணப் பட்டியல் சாதியினர் கூட்டமைப்பின் ஐந்தாவது ஆண்டு மாநாட்டு ஏப்ரல் 24-25, 1948 ல் நடைபெற்றது. அதில் அம்பேத்கரின் உரை.)

பிரிட்டிஷார் – இலக்கை அடைவதற்கான கூட்டாளிகளா?

மேற்கின் சமத்துவச் சிந்தனைகள் சார்ந்த தங்களுடைய பார்வைகளின் அடிப்படையில், இந்தியாவின் தாழ்த்தப்பட்ட சாதித் தலைவர்கள் ஐரோப்பியர்களோடு மிகவும் நெருக்கமாக உணர்ந்தார்கள். அவர்கள் மிஷனரிகள், பிரிட்டிஷ் ஆசிரியர்களிடம் இருந்து தானே சமத்துவம், விடுதலை முதலிய கருத்தாக்கங்களைக் கற்றுக்கொண்டார்கள்? எடுத்துக்காட்டாக புலே மிஷனரி கல்வி, தாமஸ் பெய்னின்

சிந்தனைகளால் ஈர்க்கப்பட்டார். இந்த பந்தங்களைத் தாண்டி, தீண்டப்படாத அறிவுஜீவிகளும், பொதுவாகவே கீழ்நிலை சாதியினரும் சமத்துவம், விடுதலை முதலிய விழுமியங்களின் அறங்காவலர் களாகத் திகழும் பிரிட்டிஷார் தங்களுடைய விடுதலைக்கு வழிகோலுவார்கள் என்று நம்பினார்கள். சான்றாக, 1910-ல் முன்னாள் மகர் ராணுவ வீரர்கள் தங்களுடைய சாதியினரை ராணுவத்தை விட்டு விலக்கி வைத்திருப்பதைத் திரும்பப் பெறவேண்டும் என வேண்டுகோள் விடுத்திருந்த மனுவில் இப்படி விண்ணப்பித்து இருந்தார்கள்:

'முடிவற்ற சுய தியாகங்கள் புரிந்து கொண்டிருந்த நீக்ரோக்களை விடுவித்த தேசம் இல்லையா உங்கள் தேசம்? தங்களுடைய காமன்வெல்த் நாடுகளின் ஏழை மக்களுக்கு அறிவூட்டி, உயர்த்திய நாடு அல்லவா நீங்கள்? எங்களுக்கு உதவிக்கரம் நீட்டாமல் பாராமுகமாக இருப்பது தகுமோ?'[1] இந்த மனுவில் கையொப்பம் இட்டிருந்தவர்கள் தாங்கள், 'முழுமையான பிரிட்டிஷ் குடிமக்களாக முழு உரிமைகளுக்கு உரியவர்கள்' எனக் குறிப்பிட்டுக் கொண்டார்கள். இதன்மூலம், தங்களுடைய சமூகச் சமத்துவத்துக்கான அங்கீகாரத்தைக் கோரினார்கள்: 'காட்டுமிராண்டித்தனம் மிக்க இந்து மரபு எங்கள் மீது திணிக்கும் அடிமைத்தனத்தால் நொந்து போயிருக்கிறோம். பிரிட்டிஷ் தேசமும் அரசாங்கமும் தன்னுடைய ஆளுகைக்குள் வரும் அனைத்து மக்களுக்கும் பாகுபாடின்றி முழுமையான விடுதலையை வழங்க உறுதி பூண்டிருக்கிறது என அறிவோம். அந்த விடுதலைக்காகக் காத்துக் கிடக்கிறோம்.'[2]

இந்தக் காரணத்துக்காகக் கீழ் சாதியினர் அரசை இந்தியமயப் படுத்தலைக் கடுமையாக எதிர்த்தார்கள். காங்கிரஸ் கட்சி துவங்கப் பட்ட காலத்தில் இருந்தே, ஆட்சி நிர்வாகத்தில் இந்தியர்களுக்கு இடம் தரவேண்டும் என்று குரல் கொடுத்தது. இதைக் கீழ் சாதி தலைவர்கள் கடுமையாக எதிர்த்தார்கள். அதிகாரத்தின் மேல் அடுக்குகளில் இந்தியர்களுக்கு இடம் தந்தால், அது மீண்டும் மேல்சாதியினரின் தனித்த ஆதிக்கத்துக்குத் தாழ்த்தப்பட்ட மக்கள் ஆளாக்கும் எனக் கருதினார்கள். தாழ்த்தப்பட்ட இந்தியா அமைப்பும், சோமவம்சிய சமூகச் சேவகர் அமைப்பு இணைந்து சைமன் கமிஷன் முன்னர் சமர்ப்பித்த கூட்டு அறிக்கை இதைத் தெளிவாக வெளிப்படுத்துகிறது:

> '...அதிகாரம் மிகுந்த இடத்தில் சாதி இந்து அமர்ந்தால், தாழ்த்தப் பட்ட வகுப்பினரை சமூக, பொருளாதார ரீதியாக முன்னேறவே விடமாட்டார். அதற்குமாறாக, அவர் தாழ்த்தப்பட்ட வகுப்பினர் காலத்துக்கும் மரம் வெட்டிக்கொண்டும், நீர் இறைத்துக்

கொண்டும் உருக்குலைக்கும் தொழில்களிலேயே உழலும்படியே செய்வார். இவர்களை நம்புவதை விட நாங்கள் எந்த மத, சாதி சார்பும் இல்லாத, கபடமிகுந்த மரபினால் மாசுபடாதவரான பிரிட்டிஷ் அதிகாரியைக் கூடுதலாக நம்புகிறோம். அவரே தன்னுடைய மனசாட்சியின் குரலுக்கு உடனடியாகச் செவிமடுத்து, மானுடத்தின் பாதையில் தீர்க்கமாகப் பயணிப்பார்.' [3]

இந்தச் சிந்தனைப் போக்கை அம்பேத்கரும் பகிர்ந்து கொண்டார். அவர் 1931-ல் தாழ்த்தப்பட்ட வகுப்பினர் அமைப்பின் சார்பாக விண்ணப்பம்' என்கிற பெயரில் நாற்பதாயிரம் பவுண்ட்களைத் திரட்ட முயன்றார். அந்த விண்ணப்பத்தில் 'மானுடம் மறுதலிக்கப் பட்டவர்களுக்கு உதவுமாறு ஐரோப்பியர்கள், அமெரிக்கர்களிடம்' கேட்டுக்கொண்டார். அவர்களும் மானுடத்திரளின் அங்கமே என்று அம்பேத்கர் சுட்டிக்காட்டினார்.[4] (அம்பேத்கர் தன்னுடைய எழுத்துக்களில் அடிக்கடி மனுஷ்கி என்கிற மராத்தி சொல்லைப் பயன்படுத்தினார். இதன் இணையான பதம், 'மனிதநேயம்' ஆகும்).[5]

அவருடைய தேசிய உணர்வுகள் ஐரோப்பியர்கள்மீது அம்பேத்கருக்கு இருந்த ஈர்ப்பை மட்டுப்படுத்தின. எனினும், முப்பதுகளின் இறுதியில் காங்கிரஸ் கட்சி அதிகாரத்தில் இருப்பது தீண்டப்படாத மக்களின் நலன்களுக்குக் கேடு விளைவிக்கிறது என்று உணர்ந்து கொண்டதால், அம்பேத்கர் பிரிட்டிஷாருடன் நெருக்கமானார்.

தேசியம் தன்னுடைய தடுப்பாற்றலை இழக்கிறது

அம்பேத்கர் 1920-30 காலத்தில் விடுதலை இயக்கத்தை எதிர்க்கக் கூடாது என்று கவனமாக இருந்தார். அவர் காந்தி, காங்கிரஸுக்கு எதிராகப் போரிட்டாலும், தன்னுடைய விமர்சனங்களின் வெம்மையை தேசிய ஒற்றுமையின்மீது தனக்குள்ள பிடிப்பைச் சுட்டிக்காட்டித் தணித்தார். முதல் வட்டமேசை மாநாட்டில் இந்தியர்களுக்குச் சுயாட்சி உரிமை வழங்கப்படவேண்டும் என்று அம்பேத்கர் முழங்கினார்.[6] அம்பேத்கர் ஏன் இப்படியொரு நிலைப் பாட்டை எடுத்தார் என்பதற்கு இரண்டு முக்கியக் காரணங்கள் அடிப்படையாக இருந்தன.

முதலாம் வட்ட மேசை மாநாட்டில் கலந்து கொண்டதற்காக அம்பேத்கரை ஏற்கனவே தேசத்துரோகி என்று காங்கிரஸ் விமர்சித்து இருந்தது. விடுதலையையும் எதிர்த்தால் அம்பேத்கர் 'தேசத்துரோகி யாக' எண்ணப்படுவது உறுதி என்பதால் அம்பேத்கர் அதற்கு வாய்ப்பளிக்கவில்லை. நேரு தந்த அழுத்தத்தால் டிசம்பர் 1929-ல் காங்கிரஸ் கட்சியின் செயல்திட்டத்தில் பூரணச் சுதந்திரமே லட்சியம்

என்பது சேர்க்கப்பட்டது. ஆகஸ்ட் 8, 1930-ல் நாக்பூரில் கூடிய அனைத்து இந்திய தாழ்த்தப்பட்ட வகுப்பினர் காங்கிரஸ் பூரணச் சுதந்திரத்தை வெளிப்படையாக எதிர்த்தது. அம்பேத்கரின் அமைப்பு முழு விடுதலைக்குப் பதிலாக டொமினியன் அந்தஸ்து தரப்பட வேண்டும் என்று கோரியது.[7]

இரண்டாவதாக, அம்பேத்கர் ஆங்கிலேயரின் போக்கால் கடுமையாக அதிருப்தி அடைந்திருந்தார். இது முதலாவது வட்ட மேசை மாநாட்டில் அம்பேத்கர் பேசியதில் இருந்து புலப்படுகிறது:

'காலங்காலமாகத் தொடரும் சாதி இந்துக்களின் கொடுங் கோன்மை, ஒடுக்குமுறையில் இருந்து தங்களை விடுவிக்க வந்த மீட்பர்களாக பிரிட்டிஷாரை தாழ்த்தப்பட்ட வகுப்பினர் கருதினார்கள் [...] பிரிட்டிஷார் வருவதற்கு முன்னால் இந்திய சமூகத்தில் நாங்கள் பெருங்கொடுமைகளைப் பொறுத்துக்கொள்ள வேண்டியிருந்தது. அப்போது இருந்த நிலையையும், இப்போது எங்களுடைய நிலையையும் ஒப்பிட்டுக்கொண்டால் முன்னோக்கி நடைபோடுவதற்குப் பதிலாக, அதே இடத்தில் நின்றுகொண்டு முன்னோக்கி நடப்பதாகப் பாவனை செய்து கொண்டிருக்கிறோம்.'[8]

இப்படித் தாழ்த்தப்பட்ட மக்களின் நிலையில் எந்த முன்னேற்றமும் ஏற்படாமல் போனதற்குக் காலனிய அரசுக்கு இந்தியா குறித்த புரிதல் இல்லாததே காரணம் என்று அம்பேத்கர் குற்றஞ்சாட்டினார். சமூகத்தைச் சீர்திருத்த பிரிட்டிஷ் அரசு தவறிவிட்டதோடு, தன்னுடைய அதிகாரத்தை நிறுவ ஆதிக்கச் சாதியினரே ஆதிக்கம் செலுத்தும் உள்ளூர் அமைப்புகள், நிர்வாகமுறையை அது சார்ந்திருந்தது என்றும் அம்பேத்கர் சாடினார். ஆகவே, முதலாம் வட்டமேசை மாநாட்டின்போது அதிகாரத்தைக் கைமாற்றுவதற்கு ஆதரவாக அம்பேத்கர் பேசினார்:

'நமக்கு எப்படிப்பட்ட அரசாங்கம் அதிகாரத்தில் இருக்க வேண்டும் தெரியுமா? நீதிக்காகவும், மக்கள் நலனுக்காகவும் சமூக, பொருளாதார வாழ்க்கை முறைகளைச் சீர்திருத்த அஞ்சாத அரசாங்கமே அவசரத்தேவை. இந்தப் பணியைப் பிரிட்டிஷ் அரசாங்கத்தால் எப்போதும் மேற்கொள்ளவே முடியாது. [...] எங்களுடைய துயரங்களை வேறு யாரும் துடைத்து அகற்றிட முடியாது என உணர்கிறோம். எங்கள் கைகளுக்கு அதிகாரம் வந்து சேராதவரை எங்கள் துயரங்களை மாய்க்க முடியாது.'[9]

அம்பேத்கர் இப்படிப்பட்ட கருத்துகளை 1937-க்கு பிறகு மிகுதியாகப் பேசினார். இவ்வாறு பேசிக்கொண்டே, தன்னைத் தேசியவாத

சட்டகத்தில் இருந்து விடுவித்துக் கொண்ட அம்பேத்கர், பிரிட்டிஷாரின் ஆதரவை நாடினார். இன்னமும் குறிப்பாக, காங்கிரஸ் பம்பாய் மாகாணம் உள்ளிட்ட பல்வேறு பகுதிகளில் ஆட்சியைப் பிடித்திருந்ததும் அம்பேத்கரின் போக்கை மாற்றியது. தேசியவாத இயக்கம் சார்ந்து என்ன முடிவெடுப்பது எனக் குழம்பிக்கொண்டு இருந்த அம்பேத்கரின் ஊசலாட்டத்தை அது முடிவுக்குக் கொண்டு வந்தது.

சாதியைப் பற்றிப் புரிதலே இல்லாத ஆட்சியாளர்களான பிரிட்டிஷாரின் இடத்துக்கு, உயர்சாதி இந்துக்கள் ஆதிக்கம் செலுத்தும் காங்கிரஸ் கட்சியின் 'சமூக ஒடுக்குமுறையாளர்கள்' வந்துள்ளார்கள் எனக் கருதினார். காங்கிரஸ் கட்சி 1937-ல் ஆட்சிக்கு வந்த பிறகு கைக்கொண்ட அரசியல் பாதை அம்பேத்கரின் கருத்தை வலுப்படுத்தியது. அக்கட்சி பம்பாய் மாகாணத்தில் பழமைவாத அரசியலையே பின்பற்றியதாக அம்பேத்கர் எண்ணினார். முன்னரே சுட்டிக்காட்டியதைப் போல, விடுதலை தொழிலாளர் கட்சியின் ஆதரவோடு தொழிலாளர்கள், விவசாயக் கூலிகள் போராடியபோது காங்கிரஸ் அரசு கடும் அடக்குமுறையை ஏவிவிட்டது.[10]

'தொழில்சார் சச்சரவுகள் மசோதா' செப்டம்பர் 2, 1938 அன்று நிறைவேற்றப்பட்டது. இச்சட்டம் சில சூழல்களில் மேற்கொள்ளப் படும் வேலை நிறுத்தங்களைச் சட்டத்துக்குப் புறம்பானதாக அறிவித்தது.[11] கோட்டி, வட்டன் முறைகளை நீக்க காங்கிரஸ் கட்சி மறுத்ததும் அம்பேத்கரைக் கடுங்கோபத்துக்கு ஆளாக்கியது.[12]

அம்பேத்கரின் அரசியல் அணுகுமுறையில் இரு வகையான போக்குகள் ஒன்றாகப் பயணித்தன. ஒருபுறம் அவரின் காங்கிரஸ் கட்சி எதிர்ப்பு நாளுக்கு நாள் அதிகரித்துக் கொண்டே போனது. இன்னொரு பக்கம், தேசபக்தியை ஒரு கருத்தியலாக அவர் முற்றாக நிராகரித்தார். அவர் முப்பதுகளின் ஆரம்பத்திலேயே காந்தியிடம், 'தீண்டப்படாத மக்களுக்கு என்று தாய்மண் என்று எதுவுமில்லை' என்றார்.[13] 1939-ல் தன்னுடைய நிலைப்பாட்டை அம்பேத்கர் மீண்டும் உறுதிப்படுத்தினார். இடைப்பட்ட ஆண்டுகளில் அவரின் நிலைப்பாடு இன்னமும் கெட்டிப்பட்டிருந்தது:

> ... என்னுடைய சொந்த நலன்களுக்கும் நாட்டின் நலன்களுக்கும் இடையே மோதல்கள் ஏற்படும் போதெல்லாம் தேசத்தின் நலனையே சொந்த நலன்களுக்கு மேலானதாக வைத்திருக்கிறேன். இந்திய மக்களின் மனங்களுக்கு ஒன்றைத் தெளிவுபடுத்த விரும்புகிறேன். நான் பிறந்து வளர்ந்த, என்னுடைய தீண்டப்படாத சமூகத்துக்கு நான் எப்போதும் விசுவாசம் உள்ளவனாக இருப்பேன். என் சமூகத்தை நான் எப்போதும் கைவிட மாட்டேன்

என்று நம்புகிறேன். அச்சமூகத்தின் மீதான விசுவாசத்துக்கு எப்போதும் கட்டுப்பட்டவன். அதனை எப்போதும் என்னால் விட்டுக்கொடுக்க முடியாது. இந்த அவைக்கு (பம்பாய் சட்டமன்றம்) ஒன்றை உறுதிபட, தெளிவாகச் சொல்லிக்கொள்ள விரும்புகிறேன். தேசத்தின் நலன்களுக்கும் தீண்டப்படாத மக்களின் நலன்களுக்கும் இடையே மோதல் ஏற்படும் என்றால், என்னளவில் தேசத்தின் நலனைவிடத் தீண்டப்படாத மக்களின் நலனுக்கே முன்னுரிமை தருவேன். [14]

இந்தியா ஒரு தேசம் கிடையாது என்கிற புலேவின் கருத்தை அம்பேத்கர் பகிர்ந்துகொண்டார். அவர் 1950-ல் மீண்டும், 'பல ஆயிரம் சாதிகளாகப் பிரிந்திருக்கும் மக்களை எப்படி ஒரே தேசம் என்பது?' எனக் கேட்டார்.[15] ஒருவேளை, விடுதலையும் சமத்துவமும் மிக்க தனி நபர்களால் ஆன தேசமாக இந்தியா இருந்திருந்தால், அதில் மக்களைப் பிளவுபடுத்தும் சாதி முதலிய இடைநிலை அமைப்புகள் காணாமல் போயிருந்தால் தன்னைத் தேசியவாதியாக அம்பேத்கர் நிச்சயம் அறிவித்திருப்பார். இப்படிப்பட்ட ஒரு தேசம் எழும் வரையில், அம்பேத்கர் தீண்டப்படாத மக்களின் சார்பாகப் பணியாற்றுவதில் கவனம் செலுத்தினார். இந்த முடிவை இப்போது சீர்தூக்கிப் பார்க்கையில், அது இந்தியாவைக் குடிமக்களுக்கான தேசமாக, சமத்துவத்தை வளர்த்து எடுப்பதைக் குறிக்கோளாகக் கொண்ட ஒன்றாக மாற்றுவதற்கு உதவியுள்ளது எனலாம்.

மேட்டுக்குடியினர் ஆதிக்கம் செலுத்திய தேசிய இயக்கத்தில், முதல் பலியாட்களாகப் பெரும்பாலான சமயங்களில் கடைக்கோடி மக்களே இருந்தார்கள். இப்படிப்பட்ட இயக்கத்தில் தன்னுடைய நேரத்தை வீணடிக்க அம்பேத்கர் விரும்பவில்லை. அவரே 1943-ல் தொழிற்சங்கச் செயல்பாட்டாளர்கள், முன்னால் குறிப்பிட்டதைப் போல, 'தேசியம் என்று அழைக்கப்படுகிற ஒன்றுக்காக அடிக்கடி பாட்டாளி வர்க்கமே முழுமையான தியாகத்தை மேற்கொள்கிறது. ஆனால், பாட்டாளிகள் இப்படித் தங்களை முழுமையாக ஒப்புக்கொடுக்கும் தேசியம், வெற்றி பெற்றதும் பாட்டாளிகளுக்கான சமூக, பொருளாதாரச் சமத்துவத்தை வழங்குமா என்று சிந்திப்பதே இல்லை. பல முறை, வெற்றிகரமான தேசியத்தில் இருந்து எழும் சுதந்திரமான தேசிய அரசானது, தங்களுடைய முதலாளிகளின் மேலாதிக்கத்தில் சிக்கிக்கொண்டு அல்லல்படும் தொழிலாளர்களின் எதிரியாகவே மாறுகிறது.'[16]

காங்கிரஸ் கட்சி எப்படி மாகாணங்களை ஆட்சி செய்கிறது என்பதைக் கண்ட அம்பேத்கர் தன்னை காங்கிரஸ் கட்சி முன்னின்று செலுத்திய விடுதலை இயக்கத்தில் இருந்து துண்டித்துக்கொண்டார். ஒரு

வேளை விடுதலை விரைவில் கிடைத்தால், காங்கிரஸ் கட்சி எப்படி அதிகாரத்தைப் பயன்படுத்தும் என்பதற்கான முன்னோட்டம் நம்பிக்கை ஊட்டக்கூடியதாக இல்லை என அம்பேத்கர் உணர்ந்தார். அக்டோபர் 1939-லேயே அம்பேத்கர் பம்பாய் சட்டமன்றத்தில் இப்படி முழங்கினார்:

'நான் அதை ஒருக்காலும் பொறுத்துக்கொள்ளமாட்டேன். என்னுடைய உடலின் இறுதித்துளி குருதியையும் சிந்தியாவது அவர்களின் அதிகாரத்தை வேரறுப்பேன். இந்துக்கள் என்மீது செலுத்தும் சமூக ஆதிக்கம், பொருளாதார ஆதிக்கம், மத ஆதிக்கம் ஆகியவற்றோடு அரசியல் ஆதிக்கமும் சேர்ந்து கொள்ளும் என்றால் அதை நான் சகிக்கமாட்டேன். நான் ஒருக்காலும் அதனைப் பொறுத்துக்கொள்ள மாட்டேன். நான் மீண்டுமொரு முறை சொல்கிறேன். அதை நான் எப்போதும் அனுமதிக்க மாட்டேன். ஆளும் வர்க்கத்தின் தன்னல ஆட்சியை நிறுவுவதை நோக்கமாகக் கொண்டு அரசியலைத் தவறான பாதையில் செலுத்துவதற்கு எதிராக அயராது போரிடுவோம்.'[17]

தீண்டப்படாத மக்களின் பாதுகாப்பே அவருக்கு முதன்மையானதாக இருந்தது.[18] அதுவே அவரைக் காலனிய ஆட்சியோடு மேலும் நெருக்கமாக ஒத்துழைக்க வைத்தது.

பிரிட்டிஷாரோடு இணைந்து இயங்குவது

காங்கிரஸ் கட்சியைக் கலந்து ஆலோசிக்காமல் இரண்டாம் உலகப்போரில் இந்தியாவைப் பிரிட்டிஷ் அரசு ஈடுபடுத்தியது. இதனால், காங்கிரஸ் கட்சி பதவியில் இருந்த மாகாணங்களில் எல்லாம் காங்கிரஸ் அமைச்சரவைகள் பதவி விலகின. பிரிட்டிஷ் அரசுக்கு, இரண்டாம் உலகப்போரில் ஈடுபட மேன்மேலும் இந்தியர்களை அணிதிரட்ட, இந்தியாவில் புதிய தலைவர்கள் தேவைப்பட்டார்கள். அக்டோபர் 1939-ல் நெடிய விவாதங்களுக்குப் பிறகு, இந்திய தொழிலாளர் கட்சியின் செயற்குழு, பிரிட்டிஷாரோடு ஒத்துழைப்பது என்கிற முடிவெடுத்தது:

மகாகணம் வைஸ்ராய் அவர்கள் உலகப்போர் முடிந்ததும், அவரின் மாட்சிமைமிக்க அரசானது பல்வேறு சமூகங்கள், கட்சிகள், ஆர்வலர்கள் ஆகியோருடன் கலந்து ஆலோசித்து இந்திய அரசியலமைப்புச் சட்டத்தில் மாற்றங்களை மேற்கொள்ளும் என்று உறுதி தந்திருக்கிறார். மேலும், அவரின் மாட்சிமைமிக்க அரசானது, இந்தியாவுக்கு டொமினியன் அந்தஸ்து வழங்குவதே தன்னுடைய இலக்கு என்று உறுதி தந்திருப்பதைக்

கருத்தில்கொள்ள வேண்டியிருக்கிறது. இந்த உலகப்போர் இந்தியாவுக்கே ஆபத்தாகத் திசை திரும்ப நேரிடலாம். அப்போது, பிரிட்டனுக்கு உதவுவதா, வேண்டாமா என்கிற கேள்வியை விட, இந்தியாவைப் பாதுகாப்பதே மிக முக்கியமானதாக மாறக்கூடும். இவற்றை எல்லாம் கருத்தில் கொண்டு, செயற்குழு பிரிட்டனுடன் ஒத்துழைப்பை நிறுத்திவைக்க இது உகந்த தருணம் இல்லை என்று கருதுகிறது.[19]

இந்தியா குறித்த அக்கறையே மேலே மேற்கோள் காட்டப் பட்டிருக்கும் தீர்மானத்தில் மையமானதாக இருக்கிறது. அதிலும், தீர்மானத்தில் இறுதியாகக் குறிப்பிடப்படும் இந்தியாவைப் படையெடுப்பில் இருந்து காப்பது முக்கியம் என்கிற காரணத்தைக் கவனிக்க வேண்டும். ஜப்பானியர்கள் இந்தியாமீது படையெடுக்கும் ஆபத்துத் தீவிரமான போதுதான் தேசபக்தியினால் பிரிட்டிஷாரோடு கைகோர்க்க நேர்ந்தது என்று அம்பேத்கர் தன்னுடைய முடிவை நியாயப்படுத்தியதன் அடிப்படை புரியும். இதே அடிப்படையில் தான் ஆகஸ்ட் 1942-ல் காந்தி 'வெள்ளையனே வெளியேறு' இயக்கத்தை அறிவித்தபோது அதனை அம்பேத்கர் எதிர்த்தார். 'இப்படிப்பட்ட இயக்கங்கள் அராஜகத்தையும், குழப்பத்தையும் கூட்டி, சந்தேகத்துக்கு இடமில்லாமல் ஜப்பானியர்கள் இந்தியாவை அடிமைப்படுத்த உதவுவதோடு, இந்தியாவைக் கைப்பற்ற வழியமைத்துக் கொடுக்கவும் செய்யும்' என்பதால், 'எல்லாத் தேசபக்திமிக்க இந்தியர்களும் இப்படிப்பட்ட இயக்கங்களைத் தடுக்க வேண்டும்' என்றார்.[20]

இப்படிப்பட்ட கருத்துகளை அம்பேத்கர் மட்டுமே கொண்டிருக்க வில்லை. வெள்ளையனே வெளியேறு இயக்கம் சர்வதேச அளவில் எப்படிப்பட்ட விளைவுகளை ஏற்படுத்தும் என்று காங்கிரஸ் கட்சிக்குள்ளே நேரு கவலைப்பட்டார். இங்கிலாந்தைப் பலவீனப் படுத்தி அது ஃபாசிஸ்ட்களின் கரங்களை வலுப்படுத்திவிடக்கூடாது என்று இந்தியாவின் வருங்கால பிரதமர் அஞ்சினார். ஃபாசிஸ்ட்கள் எப்படிப்பட்டவர்கள் என்பதை ஐரோப்பாவில் இருபதுகள், முப்பதுகளில் நேரு கண்கூடாகப் பார்த்தவர். அம்பேத்கரைப் பொறுத்தவரை ஆங்கிலேயரின் சார்பாக உலகப்போரில் பங்கெடுப்பதை விட, காலனிய ஆட்சியோடு ஒத்துழைத்து அதன்மூலம் தீண்டப் படாத மக்களுக்குச் சலுகைகளை வென்றெடுப்பது முக்கியமானதாக இருந்தது.

1941-ன் ஆரம்பத்தில் ராணுவத்தில் தீண்டப்படாதோரைப் பரவலாகப் பணியில் அமர்த்தவேண்டும் என்று கோரிக்கை வைத்தார். அதிலும்,

குறிப்பாக, மகர் பட்டாலியன் மீண்டும் ஏற்படுத்தவேண்டும் என்று அம்பேத்கர் கேட்டுக்கொண்டார். அம்பேத்கரின் கோரிக்கையைப் பிரிட்டிஷ் அரசு ஏற்றுக்கொண்டது. தன்னுடைய சாதியினரைப் பெருமளவில் ராணுவத்தில் இணையுமாறு அம்பேத்கர் குரல் கொடுத்தார்.[21] அதே கையோடு, பிரிட்டிஷ் ஆட்சி நிர்வாகத்தில் பங்கெடுக்க ஒப்புக்கொண்டார். வைஸ்ராயால் ஏற்படுத்தப்பட்ட பாதுகாப்பு அறிவுரை குழுவுக்கு ஜூலை 1941-ல் அம்பேத்கர் நியமிக்கப்பட்டார்.

உலகப்போர் சார்ந்த முன்னெடுப்புகளில் இந்திய தலைவர்களையும் இணைத்ததன் காரணம் என்ன? அதன்மூலம் உலகப்போரில் கட்டாயமாக இந்தியா ஈடுபடுத்தப்பட்டதற்கு ஓரளவுக்கு அங்கீகாரத்தைப் பெற முடியும் எனப் பிரிட்டிஷ் அரசு எண்ணியது (எம்.சி.ராஜாவும் பாதுகாப்பு அறிவுரைக் குழுவில் உறுப்பினராக இருந்தார்). அடுத்த ஆண்டு, அம்பேத்கர் வைஸ்ராயின் செயற்குழுவில் தொழிலாளர் உறுப்பினராக இணைந்துகொண்டார். அதன் மூலம், தீண்டப்படாத மக்களின் வாழ்க்கை நிலையை முன்னேற்ற முடியும் என்று நம்பினார். அக்குழுவின் உறுப்பினராக அம்பேத்கர் நிறைவேற்றிய சட்டங்களில் முக்கியமானது, இந்திய தொழிற்சங்கங்கள் (திருத்த) மசோதா ஆகும். இதன்மூலம், எல்லா நிறுவனங்களிலும், தொழிலாளர் அமைப்புகள் பிரதிநிதித்துவம் உள்ளிட்ட சில நிபந்தனைகளைப் பூர்த்திச் செய்வதும், அதன்மூலம் தொழிற்சங்கமாக அரசிடம் அங்கீகாரம் பெறுவதும் கட்டாயம் ஆக்கப்பட்டது.

நவம்பர் 1943-ல் தீண்டப்படாத மக்களுக்கு நிர்வாக ரீதியாக என்னென்ன அனுகூலங்கள் கிட்டின என்று அம்பேத்கர் பட்டியலிட்டார், தேசிய நிர்வாகத்தில் உள்ள ஒட்டுமொத்த இடங்களில் 8.33% இடங்கள் மெட்ராஸ் மாகாணத்தைப்போலப் பட்டியல் சாதியினருக்கு ஒதுக்கப்பட்டன. பிரிட்டனில் உள்ள தொழில்நுட்ப கல்விக்கூடங்களிலும் இடங்கள் ஒதுக்கப்பட்டதோடு, மத்திய மன்றத்தில் ஓர் இடம் கூடுதலாக ஒதுக்கப்பட்டது. மாநில சபையில் (இன்றைய நாடாளுமன்றத்தின் மேலவைக்கு ஒப்பானது)[22] ஓர் இடம் பட்டியல் சாதியினருக்கு ஒதுக்கப்பட்டது.

தென்னிந்தியாவில் அம்பேத்கர் 1944-ல் சுற்றுப்பயணம் மேற்கொண்ட போது, காலனிய ஆட்சி நிர்வாகத்தின் பலன்களைப் பட்டியலிட்டுப் பேசினார்.[23] 68,000 மாணவர்களுக்குப் பயன் தரும் தொழில்நுட்பக் கல்வித்திட்டம், முதலாளிகள் தங்களுடைய தொழிலாளிகளுக்கு நிர்ணயிக்கப்பட்ட ஊதியத்தை வழங்க வேண்டியது, பணிச்சூழலை மேம்படுத்துவதைக் கட்டாயமாக்கும் சட்டம் ஆகியவற்றை ஆதரித்து உரையாற்றினார். தொழிற்துறை உறுப்பினராக, அம்பேத்கர் ஊதியம்

வழங்கல் (திருத்த) சட்டம், பல்வேறு தொழிற்சாலைகள் (திருத்த) சட்டங்கள் எனப் பலவற்றை முன்னெடுத்தார்.[24] அதேபோல, பெண் தொழிலாளர்களின் பணிகளை நெறிப்படுத்தல் (சுரங்கங்களில் பெண்கள் பணியில் அமர்த்தப்படுவதற்குத் தடை)[25], சுரங்கத் தொழிலாளர்களின் பணிச்சூழலை மேம்படுத்தல் சார்ந்தும் பல்வேறு நடவடிக்கைகளை அம்பேத்கர் முன்னெடுத்தார்.[26]

எனினும், பிரிட்டிஷ் தரப்பிடம் அம்பேத்கர் கொண்டிருந்த எதிர்பார்ப்புகள் பெருமளவில் பொய்த்துப் போயின. அக்டோபர் 1942-ல் அம்பேத்கர் பிரிட்டிஷ் அரசிடம் சமர்ப்பித்த விண்ணப்பத்தில் பட்டியல் சாதியினருக்கான பல்வேறு கோரிக்கைகள் பட்டியலிடப் பட்டு இருந்தன. அவர்களுக்குச் சட்டமன்றங்கள், நிர்வாகம், கல்விக்கூடங்கள் ஆகியவை சார்ந்து என்னென்ன எதிர்பார்ப்புகள் உள்ளன என அது தெளிவுபடுத்தியது. அரசியல் தளத்தில், தீண்டப்படாதோரின் நிலைமை மோசமாக இருந்ததை அம்பேத்கர் சுட்டிக்காட்டினார்.

தேசிய சபையில் இரண்டே தீண்டப்படாத உறுப்பினர்களும், செயற்குழுவில் ஒரே ஒரு உறுப்பினர் (அம்பேத்கர்) தீண்டப்படாத வகுப்பைச் சேர்ந்தவராக இருந்தார்கள். இந்தியக் குடிமைப்பணியில் ஒட்டுமொத்த 1,056 இடங்களில் ஒரே ஒரு தீண்டப்படாத உறுப்பினர் மட்டுமே இடம்பெற்றிருந்தார். கல்வித்துறையில் 1940 வாக்கில் தீண்டப்படாத வகுப்பினரில் இருந்து நானூறு-ஐநூறு பட்டதாரிகள் மட்டுமே இருந்தார்கள். கல்வியில் பின்தங்கியிருக்கும் பட்டியல் சாதியினரின் நிலையை மேம்படுத்த தீண்டப்படாத மாணவர் களுக்கும் பிள்ளைகளுக்கும் கல்வி உதவித்தொகைகள் வழங்கப்பட வேண்டும் என்று அவர் பரிந்துரைத்தார்.

ஆட்சிப்பணிகளில் தாங்கள் அனுமதிக்கப்படவேண்டும் என்பதற்கு அம்பேத்கர் முன்னுரிமை தந்தார். வியாபாரத்திலும் தொழிற் சாலைகளிலும் வாய்ப்புகள் தீண்டப்படாத மக்களுக்கு தொடர்ந்து வாய்ப்புகள் மறுக்கப்பட்டே வந்ததால், பொதுத்துறையில் பட்டியல் சாதி இளைஞர்களுக்கு அரசு முன்னுரிமை தரவேண்டும் என்று அவர் எண்ணினார். ஆட்சி நிர்வாகத்தைத் தீண்டப்படாத மக்களுக்குத் திறந்துவிடுவதன் மூலம் அவர்கள் கல்வி கற்பதை ஊக்குவிக்க முடியும் என்று வலியுறுத்தினார். ஆட்சி நிர்வாகத்தில் தீண்டப் படாதோர் இருந்தால் அதன் மூலமாகக் கட்டாயமாகச் சட்டங்கள் செம்மையாக அமல்படுத்த முடியும் என்று அம்பேத்கர் கூறினார்.[27]

உள்துறை அலுவலகம் எப்படி 1934-ல் முக்கிய நிர்வாகத்துறைகளில் இஸ்லாமியர்கள், ஆங்கிலோ-இந்தியர்கள், சீக்கியர்கள், பார்சிக்கள்

ஆகிய பிரிவுகளுக்கு இட ஒதுக்கீடுகளை வழங்கியதோ, அதைப் போலத் தீண்டப்படாத மக்களையும் தனிப்பிரிவாக அங்கீகரிப்பதன் மூலம் அவர்களின் வேலைவாய்ப்பைப் பெருக்க முடியும் என்றார். எனினும், இந்தப் பரிந்துரையால் பெரிதாக மாற்றங்கள் ஏற்பட்டிருக்காது. 1936-ல் ஆட்சி நிர்வாகத்தில் 8.33% இடங்கள் தீண்டப்படாத மக்களுக்கு ஒதுக்கப்பட்டாலும் அது செயல்படுத்தப் படவில்லை. இரண்டு காரணங்கள், அம்பேத்கர் பொறுப்பு வகித்த அமைச்சகத்தைத் தவிர்த்து மற்றவை இதில் ஆர்வம் காட்டவில்லை. இன்னொரு காரணம், இப்பணிகளுக்குத் தகுதியான நபர்களைத் தீண்டப்படாதோரில் இருந்து கண்டுபிடிப்பது சவாலானதாக இருந்தது.[28] அரசியல் தளத்தில், அம்பேத்கர் அரசிடம் வித்தியாசமான, மிதமான கோரிக்கையை முன்வைத்தார். அது தேசிய சபையில் தீண்டப்படாத மக்களின் எண்ணிக்கையை அதிகரிக்கவேண்டும் என்கிற கோரிக்கையே ஆகும்.

அம்பேத்கரின் பரிந்துரைகளைப் பிரிட்டிஷ் அரசாங்கம் கணக்கில் எடுத்துக்கொள்ளவே இல்லை என்பதை கிரிப்ஸ் தூதுக்குழுவின் பரிந்துரைகள் புலப்படுத்தின. அந்தத் தூதுக்குழு பரிந்துரைத்த அரசியலமைப்புச் சட்ட உருவாக்கக் குழு உறுப்பினர்கள் தேர்வு முறையில் தீண்டப்படாத மக்களுக்கு என்று எந்த உத்தரவாதமும் தரப்படவில்லை. ஏப்ரல் 1,1942 அன்று அம்பேத்கரும் எம்.சி.ராஜாவும் இணைந்து இந்தச் செயல்திட்டம், தீண்டப்படாத மக்களை உயர்சாதி இந்துக்களின் தயவுக்கு உட்படுத்தி விடும் என்று எதிர்த்தார்கள்: 'இது எங்களைக் கடந்த காலத்தின் இருண்ட நாட்களுக்கே தள்ளுகிறது. இதை எங்களால் நிச்சயமாகப் பொறுத்துக்கொள்ள முடியாது. எங்களுடைய கையில் இருக்கும் எல்லா வகையான வழிமுறைகளைக் கொண்டும் எங்கள் மக்கள் தலையில் இறக்கப்படும் இந்தப் பேரிடரை எதிர்த்தே தீருவது என்பதில் உறுதியாக இருக்கிறோம்.'[29]

இப்படிப்பட்ட கசப்பான ஏமாற்றம் ஏற்பட்ட சூழலிலும் அம்பேத்கர் செயற்குழுவை விட்டு வெளியேறவில்லை. இந்திய சமூகத்தில் தீண்டப்படாத மக்கள் எத்தனை இக்கட்டான நிலையில் உழல்கிறார்கள் என்று 1943-1945 காலத்தில் சுட்டிக்காட்டி, அதிகாரத்தில் இருந்தவர்களுக்கு அழுத்தம் கொடுத்தார். மே 1945-ல் அரசியலமைப்புச் சட்ட உருவாக்கக் குழு குறித்த தன்னுடைய பரிந்துரைகளை முன்வைத்தார். அதன்படி தீண்டப்படாத மக்களுக்கு அரசியலமைப்புச் சட்ட உருவாக்கக் குழுவில் இட ஒதுக்கீடு வழங்க வேண்டும்; அதன் மூலம், இந்துக்களுக்கும் இஸ்லாமியர்களுக்கும் இடையே உண்மையான மத்தியஸ்தர்களாகத் தீண்டப்படாதோர் திகழ்வார்கள் என்று

அம்பேத்கர் கூறினார். அவருடைய பரிந்துரையை யாரும் சட்டை செய்யவில்லை. பிரிட்டிஷ் அரசு அம்பேத்கரிடம் பாராமுகமாக இருப்பது வேவல் திட்டத்தில் தெளிவானது.

வைஸ்ராய் வேவல் 1945-ல் இந்துக்கள், இஸ்லாமியர்கள் இடையே சமரசத்தைக் கொண்டு வர முயன்றார். தேர்தல் முடிவுகளில் முஸ்லீம் லீக், காங்கிரஸ், பிற கட்சிகளுக்கு எவ்வளவு ஆதரவு இருக்கிறது என்பதை முதலில் பார்த்துவிட்டு, அடுத்த நடவடிக்கைகளை மேற்கொள்ளலாம் என்று முடிவு செய்திருந்தார். அம்பேத்கரின் பட்டியல் சாதியினர் கூட்டமைப்பு 1946 தேர்தலில் படுதோல்வி அடைந்திருந்ததால் வைஸ்ராயின் தீர்மானத்தினால் அது வெகுவாகப் பாதிக்கப்பட்டது.

சுருக்கமாக, அம்பேத்கர் பிரிட்டிஷாரோடு நெருக்கமாக ஒத்துழைத்ததன் மூலம், தீண்டப்படாத மக்களுக்கு நிர்வாகம், கல்வி முறை, தொழிலாளர் சட்டங்களில் குறிப்பிடத்தகுந்த அளவு பிரதிநிதித்துவத்தை, சலுகைகளைப் பெற்றுத் தந்தார். அதே சமயம், அவருடைய இலக்குகளில் அவரால் வெற்றி பெற முடியவில்லை. இந்தியா விடுதலையை நோக்கி வேகமாக 1946-ல் வேகமாக முன்னேறிக் கொண்டு இருந்தது என்பதால் அதிகார பீடத்தில் உறுதியாக அமரப்போகிற காங்கிரஸோடு அவர் நெருக்கமானார்.

அம்பேத்கர் – விடுதலைக்குப் பிந்தைய இந்தியாவில் அதிகாரத்தில் இருந்த தலித் தலைவர்

இந்தியாவுக்கு அதிகாரத்தை எப்படிக் கைமாற்றுவது என்பதைத் தீர்மானிக்க கேபினட் தூதுக்குழு அனுப்பப்பட்டது. அது காங்கிரஸின் வேண்டுகோளுக்கு இணங்க காங்கிரஸ் கட்சியால் நடத்தப்பட்ட லீகின் தலைவர்களான பாபு ஜெகஜீவன் ராம் உள்ளிட்ட தீண்டப்படாத தலைவர்களை ஏப்ரல் 1946-ல் சந்திக்க ஒப்புக்கொண்டது. அதே சமயம், பட்டியல் சாதியினர் கூட்டமைப்பு மக்களின் ஆதரவை வெல்லத் தவறியதால் அதன் தலைவர்களை அது முற்றாகப் புறக்கணித்தது. பிரிட்டிஷ் அரசு தனக்குப் பல ஆண்டுகளாக வழங்கி வந்த ஆதரவை, தான் இழந்து கொண்டிருப்பதை அம்பேத்கர் புரிந்துகொண்டார். இஸ்லாமியர்களைப்போலச் சிறுபான்மையினர் என்கிற அங்கீகாரம், சலுகைகள் ஆகியவற்றைப் பெற ஜூலை மாதம் பூனாவில் உள்ள பம்பாய் சட்டமன்ற கட்டடத்தின் முன்னால் பட்டியல் சாதியினர் கூட்டமைப்புச் சத்தியாகிரகத்தைத் துவங்கியது.[30]

மத்திய மாகாணங்கள், பீரார், ஐக்கிய மாகாணங்களிலும் பேரணிகள் நடைபெற்றன. செப்டம்பர் மாதத்தில் நாக்பூரில் உள்ள சட்ட

மேலவையின் முன்னால் ஆயிரக்கணக்கான அம்பேத்கரியர்கள் திரண்டார்கள்.[31] ஆனால், இந்தக் கிளர்ச்சிகள் எல்லாம் குறைந்த காலத்துக்கே நீடித்தன. இவற்றின் மூலம் அம்பேத்கர், 'நேரடிச் செயல்பாட்டின் மூலம் தனக்கு இருந்த வெகுமக்கள் ஆதரவை நிரூபிக்கக் கிடைத்த வாய்ப்பை பயன்படுத்திக்கொள்ளத் தவறி விட்டார்.'[32] இதனால், பிரிட்டிஷார் அவரைத் தொடர்ந்து ஓரங்கட்டினார்கள்.

இந்தக் கட்டத்தில், அம்பேத்கர் காலனிய சக்தியிடம் இருந்து தன்னை விடுவித்துக் கொண்டார். உயர் சாதியினர் ஆதிக்கம் செலுத்திய காங்கிரஸ் கட்சிக்குத் தன்னுடைய சேவைகளை வழங்க முன்வந்தார். அவர் 1942-லேயே, 'இந்துக்கள் தாழ்த்தப்பட்ட வகுப்பினருக்கு போதுமான உத்தரவாதங்களைத் தருவார்கள் என்றால் அவர்களோடு தோளோடு தோள் சேர்ந்து அவர்களின் போர்களில் பங்கேற்போம். இல்லையென்றால், சமரசம் என்கிற பேச்சுக்கே இடமில்லை' என்று கூறியிருந்தார்.[33]

இப்படிப்பட்ட நிபந்தனையோடு கூடிய ஆதரவு என்கிற அம்பேத்கரின் கொள்கை சாதுரியம் மிக்க அரசியலாகும். அதனை, பச்சையான சந்தர்ப்பவாதம் என்று எண்ணக்கூடாது. தனக்கு என்ன பதவிகள் தரப்படும் என்பதற்காகத் தன்னுடைய கூட்டாளிகளை அவர் மாற்றிக்கொண்டிருக்கவில்லை, அதற்கு மாறாக, தீண்டப் படாதோர் நலனுக்கு எது உகந்ததோ அப்பக்கம் அவர் சேர்ந்து கொண்டார். இந்த வகையில் அம்பேத்கரின் அரசியல் பயணம் பாபு ஜெகஜீவன் ராமின் அரசியல் பயணத்தில் இருந்து வேறுபட்டு நிற்கிறது. ஜெகஜீவன் ராம் நாற்பதுகளில் இருந்து எழுபதுகள்வரை காங்கிரஸ் கட்சியில் முக்கியமான தீண்டப்படாதோர் தலைவராக இருந்தார். தன்னுடைய நிலையைப் பயன்படுத்திக்கொண்டு அவர் தம் மக்களுடைய நிலையை முன்னேற்ற முயலவில்லை. அதற்கு மாறாக, தலித்துகள் உள்ளிட்ட சமூகத்தின் எல்லாத் தரப்பு மக்களின் கட்சியாக காங்கிரஸ் திகழ்கிறது என்கிற தோற்றத்தை ஏற்படுத்தவே அவர் உதவினார்.

அம்பேத்கருக்கும் காங்கிரஸுக்கும் இடையே புரிந்துணர்வு அரசியலமைப்பு சட்ட நிர்ணய சபையில் ஏற்பட்டது. ஜவஹர்லால் நேருவால் சபையின் 'நோக்கங்கள், குறிக்கோள்கள்' குறித்துக் கொண்டுவரப்பட்ட தீர்மானம் பற்றி டிசம்பர் 17, 1946 அன்று அம்பேத்கர் உரையாற்றினார். அந்த உரை சபையில் இருந்து அனைத்துத் தரப்பின் உற்சாகமான வரவேற்பைப் பெற்றது:

'நாம் அரசியல்ரீதியாக, சமூகரீதியாக, பொருளாதாரரீதியாகப் பிளவுபட்டுக் கிடக்கிறோம் என்று அறிவேன். நாம் நமக்குள்

சண்டையிட்டுக் கொண்ட பல்வேறு குழுக்களின் கூட்டமே. நான் இன்னும் ஒரு படி மேலே சென்று, நானே இப்படிப்பட்ட ஒரு குழுவின் தலைவன்தான் என்று ஒப்புக்கொள்வேன். ஆனால், ஐயா, இவை எல்லாவற்றோடும், இருக்கின்ற நேரம், சூழல்கள் ஆகியவற்றைக் கருத்தில் கொண்டு பார்க்கையில், இந்த உலகில் இருக்கும் எதுவும் நாம் ஒன்று சேர்வதைத் தடுத்துவிட முடியாது என்று உறுதிபட நம்புகிறேன். [கரவொலிகள்] நம்முடைய இத்தனை சாதிகள், நம்பிக்கைகளோடு, நாம் எல்லோரும் எதோ ஒரு வகையில் ஒன்றுபட்ட மக்களாகத் திகழ்வோம் என்பதில் எனக்குத் துளி ஐயமும் இல்லை. [ஆர்ப்பரிப்பு] முஸ்லீம் லீக் இந்தியாவின் பிரிவினைக்காக நிகழ்த்திக் கொண்டிருக்கும் கிளர்ச்சியையும் தாண்டி ஒருநாள் இஸ்லாமியர்களையும் விடியல் கீற்றுகள் வந்தடையும். ஒன்றுபட்ட இந்தியாவை விட மேம்பட்ட தீர்வு தங்களுக்கு இல்லை என்று இஸ்லாமியர்களும் சிந்திக்க ஆரம்பிப்பார்கள் எனச் சொல்வதில் எனக்கு எந்தத் தயக்கமும் இல்லை.' [பலத்த ஆர்ப்பரிப்பு, கரவொலிகள்]'³⁴

அரசியலமைப்பு சட்ட நிர்ணய சபைக்கு அம்பேத்கரைத் தேர்ந்தெடுத்த முஸ்லீம் லீக் கட்சியைக் கேள்வி கேட்டதன் மூலம்³⁵ காங்கிரஸ் கட்சியைக் கவர்ந்தார். புதிய இந்தியாவைக் கட்டி எழுப்பும் பணியில் ஈடுபட்டுக் கொண்டிருந்த நிலையில், ஒன்றுபட்ட இந்தியாவை அற்புதமாக ஆதரித்த அம்பேத்கரின் உரையால் காங்கிரஸ் உறுப்பினர்கள் மெய்சிலிர்த்துப் போனார்கள். இப்பணிக்கு அம்பேத்கரை இணங்க வைப்பது பெரிய திருப்பமாக அமைந்தது. அம்பேத்கருக்கு முன்னரே இருபது பேர் உரையாற்ற வரிசை முறையில் காத்துக்கொண்டு இருந்தாலும், சபையின் தலைவரான ராஜேந்திர பிரசாத் அம்பேத்கரை முதலில் பேசுமாறு அழைத்தார். அம்பேத்கர் அவையைத் தன் வசப்படுத்திக்கொள்ளவேண்டும் என்று ராஜேந்திர பிரசாத் விரும்பியது தெரிகிறது.

காங்கிரஸுக்கும் அம்பேத்கருக்கும் இடையே ஏற்பட்ட இந்தச் சமரசம் 1947 முழுக்கத் தொடர்ந்தது. முதலாவதாக, அரசியலமைப்பு சட்ட சபையில் தன்னுடைய இடத்தைக் காப்பாற்றிக்கொள்ள அம்பேத்கருக்கு காங்கிரஸின் உதவி தேவைப்பட்டது. இந்தச் சபையில் இணைய 1946-ல் அம்பேத்கர் காங்கிரஸ் கட்சி ஆட்சியில் இருந்த பம்பாய் மாகாணத்தில் போட்டியிடவில்லை. அதற்கு மாறாக முஸ்லீம் லீக் கட்சியின் ஆதரவோடு வங்கத்தில் போட்டியிட்டு வென்றார். ஆனால், பிரிவினையால் அவர் வென்ற தொகுதி பாகிஸ்தானுக்குச் சென்றதால் அம்பேத்கர் தன்னுடைய இடத்தைச் சபையில் 1947-ல் இழந்தார். பம்பாயில் காங்கிரஸ் கட்சியின் சார்பாகத்

தேர்ந்தெடுக்கப்பட்ட உறுப்பினரான எம்.ஆர்.ஜெயகர் பதவி விலகினார். அங்கு நடந்த இடைத்தேர்தலில் அம்பேத்கர் போட்டி யிட்டார். ராஜேந்திர பிரசாத் உள்ளிட்ட காங்கிரஸ் கட்சித் தலைவர்களின் வேண்டுகோளுக்கு இணங்கி, சட்டமன்றத்தின் காங்கிரஸ் கட்சி உறுப்பினர்கள் அம்பேத்கரை வெற்றி பெறச் செய்தார்கள். இதன்மூலம், அம்பேத்கர் மீண்டும் அரசியலமைப்பு சட்ட நிர்ணய சபையின் உறுப்பினரானார். [36]

ஆகஸ்ட் 1947-ல் நேரு, அம்பேத்கரை விடுதலை இந்தியாவின் முதல் அரசாங்கத்தின் சட்ட அமைச்சராக நியமித்தற்கு காந்தியின் அழுத்தமே காரணம் என்பதில் எந்த சந்தேகமும் இல்லை.[37] பிரதமர் தன்னைச் சட்ட அமைச்சராக நியமித்ததை ஏற்றுக்கொண்டார் அம்பேத்கர். ஏன் இப்படிச் செய்தார் என அம்பேத்கரே பின்னாட்களில் விளக்கினார்: 'முதலாவதாக இந்தப் பதவி எந்த நிபந்தனைகளும் இல்லாமல் வழங்கப்பட்டது. இரண்டாவதாக, பட்டியல் சாதியினரின் நலன்களுக்காக வெளியில் இருந்து இயங்குவதைவிட அரசாங்கத்தின் உள்ளே இருந்து இயங்குவது சுலபமானது.'[38] எனினும், அம்பேத்கர் தனக்குத் தொழிலாளர் அல்லது திட்டமிடல் துறை[39] வழங்கப்பட வில்லை என்பதில் ஏமாற்றமடைந்தார். அதற்குப் பதிலாக, 'வயதான வழக்கறிஞர்கள் மட்டுமே விளையாடி மகிழக்கூடிய காலியான சோப்பு டப்பாவே எனக்குத் தரப்பட்டது' என்றார் அம்பேத்கர்.[40]

அரசியலமைப்பு சட்ட நிர்ணய சபையிலும், அரசாங்கத்திலும் அம்பேத்கர் தீண்டப்படாதோர் நலனை வளர்த்தெடுத்தார்.[41] இந்திய சமூகத்தைச் சீர்திருத்தக்கூடிய விசேஷக் கருவியாக அவர் வரப்போகும் அரசியலமைப்புச் சட்டத்தைக் கருதினார். மார்ச் 1947-ல் தன்னுடைய சொந்த முன்னெடுப்பில் அரசியலமைப்பு சட்ட நிர்ணய சபையின் முன்னால், அரசியலமைப்புச் செயல்திட்டத்தை முன்வைத்தார். இதில் தீண்டப்படாத மக்களின் மக்கள் தொகைக்கு ஏற்ப மத்திய, மாநில அரசுகளில் தனித்தொகுதிகள் ஒதுக்கப்பட வேண்டும் என்று அவர் கோரினார். இதே வகையான ஒதுக்கீட்டை உள்ளூர், பிரதேச, தேசிய நிர்வாகங்களிலும் வழங்கவேண்டும் என்று பரிந்துரைத்தார்.[42] மாநில நிலங்களைத் தீண்டப்படாத மக்களுக்குப் பகிர்ந்து கொடுத்து, அதன் மூலம் அவர்களுக்கு என்று 'தனிக் கிராமங்களை' எழுப்ப உதவும் ஆணையத்தை அரசியலமைப்புச் சட்டம் ஏற்படுத்தவேண்டும் எனவும் கேட்டுக்கொண்டார்.[43]

அம்பேத்கர் தன்னுடைய சமரசத்துக்கு இடமில்லாத பழைய நிலைப்பாடுகளுக்குத் திரும்பியதற்கான காரணங்களை, பாகிஸ்தான் உருவாக்கத்தில் இருந்து அவருக்குக் கிடைத்த பாடங்கள் ஓரளவுக்கு விளக்க முடியும். அம்பேத்கர் தயாரித்த வரைவில், இந்தியாவின்

இஸ்லாமியர்களுக்குத் தனித்தொகுதிகள் வழங்கப்பட அவர்கள் வேறு மதத்தைச் சேர்ந்தவர்கள் என்பது மட்டுமே காரணமில்லை. இந்துக்கள், முசல்மான்கள் இடையேயான சமூக உறவுகளில் சமூக ரீதியான பாகுபாடு மையமானதாக இருந்தது என்கிற அடிப்படை உண்மையும் காரணமாகும் என்று அம்பேத்கர் அழுத்தமாகப் பதிவு செய்தார்.[44] இப்படிச் சமூகரீதியாகப் பாகுபாட்டை எதிர்கொள்ளும் தீண்டப்படாத மக்களுக்கும் இதே அளவுகோல்களைப் பயன் படுத்தினால், அவர்களும் சிறுபான்மையினர் ஆவார்கள் அல்லவா? அவருடைய பாகிஸ்தான் அல்லது இந்தியப்பிரிவினை நூல் 1940-46 ஆண்டுகளுக்குள் மூன்று பதிப்புகள் கண்டது. அந்நூலில், முஸ்லீம் லீகின் கோரிக்கை முழுக்க நியாயமான ஒன்றே என்று அம்பேத்கர் விளக்கினார்.[45]

'மற்ற இந்துக்களிடம் இருந்து சமூகத்தில் பிரிக்கப்பட்டிருக்கும் தீண்டப்படாதவர்களைப் புவியியல், பிராந்திய ரீதியாகவும் தனியே பிரிக்கவேண்டும்'. அப்போது இஸ்லாமியர்களைப் போலத் தீண்டப் படாத மக்களும் தங்களுக்கு என்று தனிப்பகுதிக்கு உரிமை உடையவர்கள் ஆவார்கள்.[46] பிரிவினைக்குப் பிறகு, அம்பேத்கர் காஷ்மீர் மாநிலத்தை இரண்டாகப் பிரிப்பதற்கும் தான் ஆதரவாக இருப்பதாக அறிவித்துக் கொண்டார். மேலும், 1951-52 ஆண்டில் வெளியிடப்பட்ட பட்டியல் சாதியினர் கூட்டமைப்பின் தேர்தல் அறிக்கை காஷ்மீரின் பிரிவினையை இனிமேலும் கேள்விக்கு உட்படுத்தக் கூடாது என்றது. ஏற்கனவே ஏற்பட்டு விட்ட பிரிவினையை யாரும் மாற்ற முனையக்கூடாது, ஜம்மு காஷ்மீர் மாநிலத்தின் இஸ்லாமியர் பகுதி பாகிஸ்தானுக்கே நிச்சயமாகச் செல்லவேண்டும் என்றும் அது பேசியது.[47]

அரசியலமைப்பு சட்ட நிர்ணய சபையில் இருந்த மற்ற இரு தலித் தலைவர்களான ஹெச்.ஜெ.காண்டேகர், ஜெகஜீவன் ராம் ஆகிய இருவர் முன்வைத்த அரசியலமைப்புச் செயல்திட்டத்தைவிட அம்பேத்கரின் செயல்திட்டம் புரட்சிகரமானதாக இருந்தது. காண்டேகர், பிறப்பால் மகர். அவர் எம்.சி.ராஜா, கவாய் இருவருக்கும் நெருக்கமானவர். நாற்பதுகளில் காங்கிரஸ் கட்சியில் இணைந்த அவர், ராஜா-மூஞ்சே ஒப்பந்தத்துக்கு ஆதரவு அளித்து அம்பேத்கரோடு ஏற்கனவே மோதியவர். இந்து மதத்தை விட்டு வெளியேறுவதைக் காண்டேகர் கடுமையாக எதிர்த்தார்.[48]

அரசியலமைப்பு சட்ட நிர்ணய சபையில் தீண்டப்படாத மக்களுக்குக் கூட்டுத்தொகுதிகளை ஒதுக்கீட்டு இடங்களோடு தரவேண்டும் என்று காண்டேகர் கேட்டுக்கொண்டார்.[49] காண்டேகரின் கருத்தோடு ஒத்துப்போனதோடு, ஜெகஜீவன் ராம், இன்னமும் ஒரு படி முன்னே

சென்று, இந்து சமூகத்துக்குள் தீண்டப்படாத மக்களைப் பிணைப்பதற்கு முன்னுரிமை தருவதாகத் தெளிவுபடப் பேசினார். 'இதர சிறுபான்மையினரை (பட்டியல் சாதியினர் போன்றோர்) சமூகத்தின் மற்ற உறுப்பினர்களைப் போலச் சமமான இடத்துக்குக் கொண்டு வந்து அதன் மூலம் அவர்களைத் தற்போதைய தாய் அமைப்பினில் கலக்க வைப்பதையே' தான் விரும்புவதாக ஜெகஜீவன் ராம் கூறினார்.[50] ஆகவே, தீண்டப்படாத மக்களுக்கு ஆலயங்களைத் திறந்துவிடவேண்டும் என்றும், இந்துக்களின் பண்டிகைகளிலும், அவர்கள் நடத்தும் 'இதர சமூக விழாக்களிலும்' கலந்துகொள்ளத் தீண்டப்படாத மக்கள் அனுமதிக்கப்படவேண்டும் என்றும் கேட்டுக்கொண்டார். இந்த நிலைப்பாடு அம்பேத்கரின் கருத்துகளில் இருந்து வேறுபட்டதாக இருந்தது.

அரசியலமைப்பு சட்டசபை விரைவிலேயே தன்னைப் பல்வேறு துணை குழுக்களாகப் பிரித்துக்கொண்டு தனித்துவமான பணிகளில் கவனம் செலுத்தியது. சிறுபான்மையினர் பிரச்னையைக் கவனிக்க வேண்டிய பொறுப்பு அம்பேத்கர், காண்டேகர், ஜெகஜீவன் ராம் உள்ளிட்டோர் உறுப்பினர்களாக இருந்த குழுவிடம் ஒப்படைக்கப் பட்டது. அக்குழு தனித்தொகுதிகளுக்குக் கொள்கை அளவில் எதிராக இருப்பதை 28-3 என்ற வாக்களிப்பின் மூலம் தெளிவுபடுத்தியது. அக்குழு, ஒதுக்கீட்டுத் தொகுதிகளுக்குத் தன்னுடைய ஆதரவை 26-3 என்று பதிவு செய்தது. அக்குழுவின் தலைவராகவும், துணைப் பிரதமர், உள்துறை அமைச்சராகவும் திகழ்ந்த வல்லபாய் படேல், தனித்தொகுதி முறையே இஸ்லாமிய பிரிவினைவாதத்தை வளர்த்து எடுத்தது என்று நேரடியாகவும், மறைமுகமாகவும் வாதிட்டார். அதன்மூலம் வெற்றிகரமாகத் தனித்தொகுதி முறைக்கான முயற்சி களை அவர் தோற்கடித்தார்.

படேலின் பார்வையில், தனித்தொகுதிகள் சமூகப் பாகுபாடுகளை மேலும் வலுப்படுத்தும். இவற்றை விரட்டி அடித்தால் மட்டுமே இந்தியா வலுவான நாடாக மாறமுடியும்.[51] குறைந்தபட்சம், சிறுபான்மையினரின் வேட்பாளர் தன்னுடைய சமூகத்தின் பெரும் பான்மை வாக்குகளை (எடுத்துக்காட்டாகத் தீண்டப்படாதோர்) பெற்றால் மட்டுமே வெற்றி பெற்றதாக அறிவிக்கப்படவேண்டும் என்று அம்பேத்கர் பரிந்துரைத்தார். இதைத் துணைக்குழு ஏற்க மறுத்துவிட்டது. இந்த நடைமுறையும் தனித்தொகுதிகள் முறையைப் போலவே தீங்கிழைக்கும் என்று படேல் உறுதிபடச் சொன்னார்.[52]

அரசியலமைப்பு சட்ட நிர்ணய சபையின் முழு அமர்வின் துணைக்குழுவின் அறிக்கையை படேல் சமர்ப்பித்தார். அதில் இதே பிரச்னை மீண்டும் விவாதிக்கப்பட்டது. ஆகஸ்ட் 28, 1947 அன்று

அம்பேத்கரின் தளபதிகளில் ஒருவரான எஸ்.நாகப்பா துணைக் குழுவின் அறிக்கையில் திருத்தம் மேற்கொள்ளப்படவேண்டும் என்று பரிந்துரைத்தார். அது அவரின் தலைவரான அம்பேத்கரின் நிலைப் பாட்டை ஒத்திருந்தது. அவர் பட்டியல் சாதியினருக்கு என்று ஒதுக்கப் பட்ட தொகுதிகளில், தலித் மக்களின் வாக்குகளில் 35% வாக்குகளை யாவது பெற்றவரே வெற்றி பெற்றதாக அறிவிக்கப்படவேண்டும் என்று திருத்தம் மேற்கொள்ளப்படவேண்டும் என்று பரிந்துரைத்தார்.

இந்தத் திருத்தமானது, பூனா ஒப்பந்தத்தைப் போலத் தலித் பிரதிநிதிகளை மேல்சாதியினர் விரும்பியவாறு தேர்ந்தெடுக்கும் ஆபத்தைத் தடுக்க முயன்றது. தன்னுடைய தீர்மானத்துக்கு ஆதரவாகப் பேசிய நாகப்பா, ஒதுக்கீட்டு இடங்களில் வெற்றிபெறும் தலைவர்களை அடித்தட்டில் உள்ள தீண்டப்படாத மக்கள் ஏற்பதில்லை. தங்களுடைய கட்சியின் சார்பாக இவர்கள் தேர்தல் பரப்புரைகளின்போது தீண்டப்படாத மக்களைச் சந்தித்து வாக்குச் சேகரிக்க முயல்கையில், 'இங்கே இருந்து வெளியேறுங்கள். நீங்கள் எல்லாம் சாதி இந்துக்களின் அடியாட்கள், கையாட்கள். நம்முடைய சமூகத்தை நீங்கள் விற்றுவிட்டீர்கள். அவர்களின் சார்பாக எங்கள் கழுத்தறுக்கவே நீங்கள் இங்கே வந்திருக்கிறீர்கள். எங்களுடைய பிரதிநிதியாக உங்களை எங்களால் ஏற்க முடியாது' என்றே சொல்லப்படுகிறது.[53]

இந்தத் திருத்தத்தை நாகப்பா அறிமுகப்படுத்துவதற்கு முன்பே, அதனை முன்மொழிந்து பின்னர் நாகப்பாவே அந்தத் திருத்தத்தைத் திரும்பப் பெறவேண்டும் என்று படேல் உறுதி பெற்றிருந்தார். இத்தகைய அருவக்கத்தக்க முரண்பாட்டோடு, படேல் அந்தத் திருத்தத்தை வரவேற்றார். வாய்கொள்ளாத சிரிப்போடு, நாகப்பா 'இந்தத் திருத்தத்தை அறிமுகப்படுத்தி உரையாற்றிவிட்டு, அதனைத் திரும்பப் பெற்றுக்கொள்வார்' எனப் படேல் உறுதிபட அறிவித்தார்.[54] அதே தொனியில் தன்னுடைய பேச்சை படேல் தொடர்ந்தார்; ...இந்தத் திருத்தத்தை முன்மொழிய நாகப்பா ஒரு நிபந்தனையோடு அனுமதிக்கப்பட்டுள்ளார். அது இந்தத் திருத்தத்தை அறிமுகப்படுத்தி விட்டு அவரே திரும்பப்பெறுவார் என்பதே ஆகும். தன்னுடைய சமூகத்துக்கு, தான் விலை போய்விடவில்லை என்று காட்டவே அவர் இப்படி நடந்துகொள்கிறார். இதைப் பெரிதாக எடுத்துக் கொண்டு, இந்தத் திருத்தத்துக்கு விவாத முக்கியத்துவம் தந்தால், அதில் எதோ அடிப்படை உண்மை இருக்கிறது எனத் தோன்றி விடும்'.[55]

படேல் விவாதத்தை முடித்துவைத்தபோது, 'அம்பேத்கரோ, அவரின் குழுவினரோ என்ன செய்தார்கள் என்பதை மறந்துவிடுங்கள்' என்றதோடு, '..பெரும்பான்மை இந்து சமூகம் நீங்கள் நன்றாக

இருக்கவேண்டும் என்றே ஆசைப்படுகிறது. அவர்கள் இல்லாமல் போனால், நீங்கள் எங்கே செல்வீர்கள்? ஆகவே, நீங்கள் பட்டியல் சாதியினர் என்பதை மறந்துவிடுங்கள்; அவர்களின் நம்பிக்கையைப் பெறப்பாருங்கள்' என்றார்.[56]

அம்பேத்கர் உள்ளிட்ட நான்கு உறுப்பினர்கள் கையெழுத்திட்ட திருத்தத்தை நாகப்பா திரும்பப் பெற்றுக்கொண்டார். இந்த நிகழ்வு நடந்தபோது அம்பேத்கர் அவையில் இல்லை என்பது விநோதமானது. முன்பு துணைக்குழுவில் நடைபெற்ற விவாதத்துக்குப் பிறகே அம்பேத்கர் மனந்தளர்ந்துவிட்டார் எனலாம். அநேகமாக, தனித்தொகுதிகளுக்கு எழுந்த எதிர்ப்பைப் பார்த்துவிட்டு, இதற்காக முழு அமர்வில் வாதிடுவதில் எந்தப் பயனும் இல்லை என்று அவர் எண்ணியிருக்கக் கூடும்.

தனித்தொகுதிகளை காங்கிரஸ் கட்சியினர் ஏற்காமல் போனதற்கு என்ன காரணம். 1932-ல் பூனாவில் தன்னுடைய உயிரைப் பணயம் வைத்து, தனித்தொகுதிகளை நிராகரித்த காந்திக்குத் துரோகம் செய்யக்கூடாது என்று காங்கிரஸ் கட்சியினர் நினைத்திருக்கலாம். அடுத்ததாக, அப்போது ஏற்பட்டிருந்த பிரிவினைக்கும் அதை ஒட்டி ஏற்பட்ட வரலாறு காணாத மதக்கலவரங்களுக்கும் பல ஆண்டுகளுக்கு முன்னால் இஸ்லாமியர்களுக்கு வழங்கப்பட்ட தனித்தொகுதிகளே காரணம் என்று காங்கிரஸ் கருதியது.

மேலும், சில இஸ்லாமிய பிரதிநிதிகளின் மனப்பான்மையினால் நாகப்பாவின் கோரிக்கையின் நியாயம் மேலும் வலுவிழந்தது. ஒவ்வொரு தொகுதியிலும் சிறுபான்மையினரின் 35 % வாக்குகளைப் பெறுகிற வேட்பாளரே வெற்றி பெற்றவராக அறிவிக்கப்பட வேண்டும் என்கிற அவரின் கோரிக்கையைப் பயன்படுத்திக்கொண்டு அந்த உரிமையை இஸ்லாமிய சமூகத்துக்கும் தரவேண்டும் என்று அத்தலைவர்கள் வாதிட்டார்கள். அரசியலமைப்பு சட்ட நிர்ணய சபையில் இஸ்லாமிய வெறுப்பு உச்சத்தில் இருந்ததால், இஸ்லாமிய தலைவர்களின் கோரிக்கையை ஒத்ததொரு பரிந்துரைகளை முன் வைத்தால் பட்டியல் சாதியினர் இழப்புகளைச் சந்தித்திருக்கக் கூடும்.

பெரும்பாலான தலித் உறுப்பினர்களும் தனித்தொகுதிகளுக்கு எதிராக இருந்ததால், அம்பேத்கர் தன்னுடைய கோரிக்கையைக் கைவிட்டார். குறைந்தபட்சம், படேல் இந்தப் பிரச்னையை இப்படித்தான் பார்த்தார். தேர்ந்தெடுக்கப்பட்ட உறுப்பினர்களோடு தான் மேற்கொண்ட உரையாடல்களில் வெறும் இரண்டு, மூன்று உறுப்பினர்களே தனித்தொகுதிகளுக்கு ஆதரவாக இருப்பதாக படேல் தெரிவித்தார்.[57]

தனித்தொகுதிகளைப் பெற்றுவிட முடியாமல் பின்வாங்க நேர்ந்த அம்பேத்கர் அதனை ஈடுகட்டத் திட்டமிட்டார். தான் உருவாக்கிக் கொண்டிருந்த அரசியலமைப்பு சட்ட வரைவினைப் புரட்சிகர மானதாக மாற்றியமைக்க முடிவு செய்தார். நவம்பர் 4, 1948 அன்று அரசியலமைப்பு சட்ட உருவாக்கத்தை 'வரைவுக்குழு'வின் தலைவராகத் துவங்கிய அம்பேத்கர் பெரும்பாலான பகுதிகளைத் தானே எழுதினார்.

அரசியலமைப்பு சட்டத்தின் எந்தப் பிரிவும் சாதியை ஒழிக்க முயற்சி செய்திருக்காவிட்டாலும், அவை மதம், இனம், சாதி, பாலினம், பிறப்பிடம் சார்ந்து பாகுபடுத்துவதைச் சட்டத்துக்குப் புறம்பானதாக அறிவித்தன. இந்த வரைவே அரசியலமைப்புச் சட்டப்பிரிவு 15-ஆனது. கடைகள், உணவகங்கள், உண்டிச்சாலைகள், பொழுது போக்கு இடங்கள், கிணறுகள், தெருக்கள், அரசின் நிதியுதவி பெறும் இதர பொது இடங்களில் மதம், இனம், சாதி, பாலினம், பிறப்பிடம் சார்ந்து மக்களைப் பாகுபடுத்தக்கூடாது என்று அரசியலமைப்புச் சட்டம் சொன்னது. இவை அனைத்துக்கும் மேலாக, 17-வது சட்டப்பிரிவு தீண்டாமையைச் சட்டப்பூர்வமாக ஒழித்தது. கொடிய வேலைகளில் ஈடுபடுத்துவது, பரம்பரை, பரம்பரையாகச் சேவகம் செய்யக் கட்டாயப்படுத்திய பேகர் முதலிய முறைகள் சட்டப்பிரிவு 23-ன் மூலம் ஒழிக்கப்பட்டன. (இந்த வகையான அடிமை முறைகளால் தலித்துகளே பெரும்பாலும் பாதிக்கப்பட்டார்கள்.)

இன்னமும் சமத்துவம் மிக்கச் சமூகத்தை, புதிதாக உருவாகியிருக்கும் அரசியலமைப்புச் சட்டம் கட்டமைக்கும் என்கிற நம்பிக்கை அம்பேத்கருக்கு ஏற்பட்டது. விட்டுக்கொடுக்காமல் தான் விரும்பியதைப் பெற முயல்வதைவிட, சமூகத்தை நவீனப்படுத்தும் செயல் முறைகளின்மீது அம்பேத்கருக்கு இருந்த நம்பிக்கையே இவற்றில் வெளிப்படுகிறது. இந்த நம்பிக்கையினால், தனித்தொகுதிகளை அம்பேத்கர் வலியுறுத்தாமல் விட்டார். (அவர் மிகவும் விரும்பிய தனித்தொகுதிகளுக்கு ஆதரவாக அவர் வாக்களித்தும், அதிகாரம் வெவ்வேறு கைகளில் இருந்ததால் அது வெற்றி பெற முடியாமல் போனது.) இதனை ஒட்டி, நவம்பர் 4 அன்று அம்பேத்கர் இப்படி அறிவித்தார்:

'இந்த நாட்டில் சிறுபான்மையினர், பெரும்பான்மையினர் ஆகிய இரு தரப்பும் தவறான பாதையிலேயே பயணித்து இருக்கிறார்கள். பெரும்பான்மையினர் சிறுபான்மையினர்களின் இருப்பை ஏற்க மறுப்பது தவறாகும். சிறுபான்மையினர் தாங்கள் சிறுபான்மை யினராகவே தொடரவேண்டும் என்று எண்ணுவதும் தவறாகும். இரு தரப்புக்கும் பயன் தரக்கூடிய ஒரு தீர்வை கண்டடைய

வேண்டும். அந்தத் தீர்வின் மூலம் பெரும்பான்மையினரும் சிறுபான்மையினரும் ஒன்று சேரும் நாளொன்று வந்தே தீரும்.' [58]

இறுதியாக, அம்பேத்கர் தற்காலிக ஒதுக்கீட்டு இடங்களை வழங்கும் திட்டத்தை ஏற்றுக்கொண்டார். இந்திய அரசியலமைப்புச் சட்டம் தீண்டப்படாத மக்களுக்கு ஒதுக்கீட்டு இடங்களை வழங்கித் திருப்திப்பட்டுக் கொண்டது. இந்த இடங்களை ஒவ்வொரு பத்தாண்டுகளுக்கு ஒருமுறை அவர்களின் மக்கள் தொகைக்கு ஏற்ப புதுப்பிக்கவேண்டும் என்றும் தீர்மானிக்கப்பட்டது.

•

முப்பதுகளில் அம்பேத்கரை உறுத்திக் கொண்டிருந்த தேசியவாத உணர்ச்சிகள் ஓரங்கட்டப்பட்டதும், அம்பேத்கர் பிரிட்டிஷாரோடு இணைந்து இயங்க ஆரம்பித்தார். இந்தத் திசைமாற்றத்துக்குக் காங்கிரஸின் மனப்பான்மையே முக்கிய காரணம். விடுதலைக்குப் பிறகு காங்கிரஸ் கட்சி இந்தியாவை வழிநடத்த நேரிட்டபோது, தன்னுடைய சாமர்த்தியமான அரசியலை அம்பேத்கர் தொடர்ந்தார். ஜனவரி 1950-ல் பட்டியல் சாதியினரை காங்கிரஸ் கட்சியோடு ஒத்துழைக்குமாறு கேட்டுக்கொண்டார். இந்தத் தருணங்கள் அனைத்திலும் அம்பேத்கர் சந்தர்ப்பவாத அரசியலை விடச் சாமர்த்தியமான அரசியலையே மேற்கொண்டார் எனலாம்.

அம்பேத்கர் எந்த ஒரு கட்டத்திலும், பதவிகளுக்காகத் தன்னுடைய சுய நலன்களுக்காகத் தன்னுடைய அரசியலை மாற்றிக் கொள்ளவில்லை. அதற்கு மாறாக, தீண்டப்படாத மக்களின் நலனை வளர்த்தெடுக்கவே தன்னுடைய பதவிகளைப் பயன்படுத்திக் கொண்டார். அம்பேத்கரைத் தன்னோடு அணிசேர்த்துக்கொண்டு, அதன் மூலம் புரையோடிப் போயிருக்கும் சமூக அநீதிக்கு எதிராக மக்களை அணிதிரட்டக் கூடிய அம்பேத்கரின் ஆற்றலை ஒழித்துக் கட்ட காங்கிரஸ் முயன்றது. எனினும், அம்பேத்கர் விடுதலையுணர்வு மிக்க ஆளுமையாகத் திகழ்ந்தார். தொடர்ந்து சமூகச் சீர்திருத்தத்திற்கு அயராது குரல் கொடுத்தார்.

அவர் மிக முக்கியமான நடவடிக்கையாகக் கருதிய இந்து சட்ட மசோதாவை காங்கிரஸ் அரசு நிறைவேற்ற மறுத்தபோது, தன்னுடைய பதவியை விட்டு விலகிப் பரப்புரையில் ஈடுபட்டார் என்பதைப் பின்னர் காண்போம். அம்பேத்கர் விலைபோகக் கூடியவர் அல்ல. அவர் குர்ஸியின் (பதவி நாற்காலியின்) பின்னால் போகிறவரும் இல்லை. 1951-ல் பஞ்சாபில் அம்பேத்கர் ஆற்றிய உரையில் இது அற்புதமாக வெளிப்படுகிறது:

'நான் காங்கிரஸ் அரசிலேயே காலத்துக்கும் தொடர்ந்து இருந்தால், எனக்கு நிச்சயமாக அங்கே நல்ல இடம் கிடைத்திருக்கும். அப்படி நான் தொடர என்னுடைய சுயநலமான நோக்கங்கள் மட்டுமே காரணமாக இருந்திருக்கும். அப்படித் தொடர்ந்திருந்தால், என் சமூகத்தின்மீது எனக்கு எந்த மதிப்பும் இல்லை என்று ஆகி இருக்கும். எனக்கு ஏதேனும் லைசென்ஸோ, பெர்மிட்டோ தேவை என்றால் அங்கேயே இருந்திருப்பேன். தங்களுடைய சுய லாபங்களுக்காக லைசென்ஸ், பெர்மிட்களை நாடுபவர்களே தங்களுடைய சமூகத்தின் நலன்களைக் காவு கொடுப்பார்கள். இத்தகைய அனுபவமே காங்கிரஸ் அரசில் இருந்த காலத்தில் எனக்குக் கிட்டியது.'[58]

இப்படிப்பட்ட சாதுரியமான மனப்பான்மையோடு அதிகாரத்தை அணுகியதே அம்பேத்கர் தோல்விகளில் இருந்து மீண்டு எழுந்ததை விளக்கும்: 1946-ல் அம்பேத்கர் நிராதரவாக நிற்பதாகத் தோன்றிய நிலையில், 1947-ல் அவர் மீண்டு எழுந்தார். அரசியல் களத்தில் தான் கொண்டிருந்த அதே இலக்குக்காக மீண்டும் அவரால் பணியாற்ற முடிந்தது. பிரிட்டிஷ் அரசே முன்வந்து நிர்வாகத்தில் தீண்டப் படாதோருக்குக் கொடுத்த இடங்களைவிடக் கூடுதலான இடங்களை அம்பேத்கர் தன்னுடைய முயற்சிகளின் மூலம் பெற்றுத் தந்தார் என்பதில் ஐயமில்லை. அம்பேத்கர் 1947-ல் சமர்ப்பித்த அரசியலமைப்புச் சட்ட வரைவில் இருந்த தனித்தொகுதிகள், இறுதியாக ஏற்கப்பட்ட அரசியலமைப்புச் சட்டத்தில் பட்டியல் சாதியினருக்கான ஒதுக்கீட்டு இடங்களாக மாறிய வகையில் அம்பேத்கர் மோசமாகத் தோற்றார். அதே சமயம், அரசியலமைப்புச் சட்ட வரைவின் பிற கூறுகளில் அம்பேத்கர் குறிப்பிடத்தகுந்த தாக்கத்தைச் செலுத்தினார் என்பதே அவரின் சாதுரியமான அரசியல் தேர்வை நியாயப்படுத்தப் போதுமானதாகும்.

அத்தியாயம் 7

இந்திய அரசியலமைப்புச் சட்டத்தை உருவாக்குவது

'**ந**ல்ல உயரம், கட்டுகோப்பான உடல், கரிய நிறம். லாகவமாகவும் துரிதமாகவும் இயங்கும் மூளைக்குச் சொந்தக்காரர். அவர் அறிவின் பேருரு. வெளியே கரடு முரடாகத் தெரிந்தாலும், உள்ளுக்குள் மானுடம் மிகைத்த பண்பாளர். இன்னல்கள் இடைவிடாது துரத்தினாலும், எப்போதும் வளைந்து கொடுக்காத, விட்டுக்கொடுக்காத தீரம் மிக்கவர். ஒரு காலத்தில் சமூகத்தில் மேல்தட்டினர் வாழும் பகுதியில் அவர் கீழ்சாதி என்பதால் தங்கக்கூட இடம் தரப்படவில்லை. அவரின் மனவுறுதியின் தீரம் அவரை மகத்தான இடங்களுக்கு அழைத்துச் சென்றது.' (Hari Sharan Chabra (ed.), *Opposition in the Parliament*, Delhi: New Publishers, 1952, pg 142)

மேற்கோள்காட்டப்பட்டிருக்கும் பத்தி ஐம்பதுகளின் ஆரம்பத்தில் ஒரு பிராமணரால் எழுதப்பட்டது. இது அப்போது அம்பேத்கர் தன்னுடைய அரசியல் வாழ்வின் உச்சத்தில் இருந்தார் என்பதைத் தெளிவாக நிறுவுகிறது. இப்படிப்பட்ட அங்கீகாரம் அம்பேத்கருக்குக் கிடைத்தற்கு அவர் விடுதலை இந்தியாவின் முதல் சட்ட அமைச்சராக நியமிக்கப்பட்டது ஒரு காரணம். அதைவிட முக்கியமாக, தேசத்தின் அரசியலமைப்புச் சட்டத்தை உருவாக்க வேண்டிய பொறுப்புக்கு உரிய 'வரைவுக்குழு'வின் தலைவராக அம்பேத்கர் திகழ்ந்ததும் காரணம். அந்த வரைவுக்குழுவில் சட்ட நிபுணரான அம்பேத்கர் உன்னதமான உச்சத்தை எட்டினார். அதுவே அம்பேத்கரின் வாழ்வின் பெருமைமிகு காலமாகும். இறுக்கமான சூட், டை, வட்ட வடிவிலான கண்ணாடி, கச்சிதமாக வாரப்பட்ட தலைமுடி, கையில்

அரசியலமைப்புச் சட்டம் என்கிற அம்பேத்கரின் உருவமே பொதுமக்களின் மனக்கண்ணில் இன்றும் அகலாமல் ஆழமாகப் பதிந்திருக்கிறது. இப்படி அம்பேத்கரை சிலையாகச் செதுக்குவதும் வழக்கமானது.¹

தீண்டப்படாத சாதியைச் சேர்ந்த ஒருவர் தேசிய அரசியலில் மாபெரும் தாக்கம் செலுத்துகிற நிலையை அடைந்தார் என்பதே உயர் சாதி இந்துக்களிடமிருந்து கசப்பான விமர்சனங்களை ஊற்றெடுக்க வைக்கப் போதுமானதாக இருந்தது. அரசியலமைப்புச் சட்ட நிர்ணய சபையில் அரசியலமைப்புச் சட்ட உருவாக்கத்தில் அம்பேத்கர் மிக முக்கியமான பங்காற்றினார் என்பதையே நிராகரிக்கிற அளவுக்குச் சிலர் சென்றார்கள்.

அம்பேத்கர் 'போலி மனுவா'?

அரசியலமைப்பு சட்ட வரைவுக்குழுவுக்கு அம்பேத்கர் நியமிக்கப் பட்டதால், அவருக்கு 'நவீன மனு' என்கிற பட்டம் சூட்டப்பட்டது. இப்பட்டம் மனுநீதியை இயற்றிய புராதன மனுவை நினைவு படுத்தியது. மனுநீதி நூலை 1927-ல் நடைபெற்ற மகத் சத்தியாகிரகத்தின்போது அம்பேத்கர் எரித்தார் என்பதை நினைவுகூர்ந்தால் இந்தப் பட்டம் வேடிக்கையானதாகத் தெரியும்.

அம்பேத்கரை விமர்சித்து எழுதிய புத்தகத்தில் அருண் ஷோரி, அவரை 'போலி மனு' என்று முத்திரை குத்துகிறார். அரசியலமைப்புச் சட்ட உருவாக்கத்தில் பல்வேறு துணைக்குழுக்கள் உருவாக்கிய சட்டப்பிரிவுகளைச் செப்பனிடும் பொறுப்பு மட்டுமே வரைவுக் குழுவுக்கு இருந்தது. வரைவுக்குழுவின் பரிந்துரைகளையும் கூட அரசியலமைப்புச் சட்ட நிர்ணய சபையின் முழு அமர்வு விவாதித்தே முடிவுகள் எடுக்கப்பட்டன. இதனால், அரசியலமைப்புச் சட்ட உருவாக்கத்தில் அம்பேத்கர் எந்தவகையிலும் தாக்கம் செலுத்த வில்லை என்பது அருண் ஷோரியின் வாதம். மேலும் அம்பேத்கர் காங்கிரஸ் கட்சியைச் சேர்ந்தவர் இல்லை. அக்கட்சியினருக்குள்தான் ஒவ்வொரு சட்டப்பிரிவின் முக்கியமான அம்சங்கள் தீர்மானிக்கப் பட்டன என்பது அருண் ஷோரியின் வாதம்.²

அம்பேத்கர் துணை குழுக்கள், வரைவு குழு, முழு அமர்வு ஆகிய பல இடங்களில் நடைபெற்ற வாக்கெடுப்புகளில் தோற்கிற பக்கமே இருந்தார் என்று ஷோரி வாதிடுகிறார். அருண் ஷோரியின் இக்கருத்துகள் அரசியலமைப்பு சட்ட நிர்ணய சபையில் அம்பேத்கரின் பங்களிப்பைக் குறைத்து மதிப்பிடுகின்றன என்பதே என்னுடைய வாதமாகும். காங்கிரஸ் தலைவர்கள் முன்னரே

பேசிவைத்துக்கொண்டு சில சட்டப்பிரிவுகளை வேகமாக நிறைவேற்ற முயன்றார்கள் என்று அம்பேத்கர் அவ்வப்போது குறைபட்டுக்கொண்டார் என்றாலும், அம்பேத்கர் மற்றவர்கள் உருவாக்கிய சட்டப்பிரிவுகளை வெறுமனே செப்பனிடுவதோடு மட்டும் நின்றுவிடவில்லை. [3]

அருண் ஷோரி அம்பேத்கரைச் சித்திரிக்கும் விதத்தில் இருந்து அறிஞர்கள் ஹெச்.எஸ்.வர்மா, நீதா வர்மா முற்றிலும் முரண் படுகிறார்கள். அம்பேத்கர் அரசியலமைப்புச் சட்ட நிர்ணய சபைக்குத் தேர்ந்தெடுக்கப்பட அவரின் நிர்வாகத்திறனும், அரசியல் தாக்கமும் தான் காரணம் என்கிறார்கள்.[4] அம்பேத்கரை வரைவுக்குழுவின் தலைவராகத் தேர்ந்தெடுக்கக் காரணமான சம்பவத்தைச் சுட்டிக் காட்டுகிறார்கள்.

1946-ல் சபையில் விவாதங்கள் நிகழ்ந்து கொண்டிருந்தபோது, அம்பேத்கரின் தலையீடு பலரையும் கவர்ந்தது. நேரு அரசியலமைப்புச் சட்ட நிர்ணய சபையின் முன் அரசியலமைப்புச் சட்டத்தின் நோக்கங்களைப் பட்டியலிட்டார். சபையின் இன்னொரு உறுப்பினராக ஜெயகர் ஒரு பிரச்னையை எழுப்பினார். பாகிஸ்தானா இந்தியாவா என்று இன்னமும் ஊசலாடிக்கொண்டிருந்த முஸ்லீம் லீக் உறுப்பினர்கள் சபையில் இணைவதா வேண்டாமா என்று முடிவெடுக்காத நிலையில் இந்தத் தீர்மானத்தை வாக்கெடுப்புக்கு எடுத்துக்கொள்ளமுடியாது என்றார் ஜெயகர். அடுத்து எழுந்த அம்பேத்கர், மிகவும் அற்புதமானதொரு உரையை நிகழ்த்தினார். அந்த உரை நடுநிலைமையோடு திகழ்ந்ததோடு, அம்பேத்கருக்கு இருந்த கச்சிதமான, ஆழ்ந்த சட்ட அறிவையும் புலப்படுத்தியது. அம்பேத்கர் அனைவரும் ஏற்றுக்கொள்ளக் கூடிய ஒரு சமரசத் தீர்வை முன்வைத்தார். ஆகவே, அம்பேத்கரின் திறமையினால்தான் அவரை அரசியலமைப்பு சட்ட வரைவுக்குழுவின் தலைவராக நியமித்தார்கள் என்று வர்மாக்கள் சொல்கிறார்கள்.

அடுத்ததாக, நாம் அரசியலமைப்புச் சட்ட வரைவுக்குழுவின் செயல்பாட்டை மறு ஆய்வு செய்ய வேண்டியிருக்கிறது. இக்குழு அடிப்படையான சட்டங்களை இயற்றுகிற பணியில் ஈடுபட வில்லை. பல்வேறு துணைக்குழுக்கள் பரிந்துரைத்த சட்டப் பிரிவுகளை, செம்மைப்படுத்தி, செப்பனிட்டு அரசியலமைப்பு சட்ட நிர்ணய சபையின் முன்னால் சமர்ப்பிக்க வேண்டிய பொறுப்பே வரைவுக்குழுவுக்கு உரியது. சபையானது பல்வேறு வரைவுகளை வாசிக்கவேண்டிய சூழல்கள் ஏற்பட்டன. அப்போதெல்லாம் சட்டப்பிரிவுகள் குறித்து நிகழ்ந்த விவாதங்களை நெறிப்படுத்தி,

வழிநடத்தும் பணியில் வரைவுக்குழுவின் உறுப்பினர்கள், அதிலும் அடிக்கடி அம்பேத்கரே ஈடுபட்டார். மேலும், அரசியலமைப்பு சட்ட நிர்ணய சபையில் வரைவுக்குழுவின் உறுப்பினராகவும் பதினைந்து குழுக்களில் ஒன்றுக்கும் மேற்பட்ட குழுக்களின் உறுப்பினராகவும் திகழ்ந்த வெகு சில உறுப்பினர்களில் அம்பேத்கரும் ஒருவர்.⁵ ஆகவே, அம்பேத்கரால் அனைத்து சட்டப்பிரிவுகள் சார்ந்து நடை பெற்ற விவாதங்களையும் கவனிக்க முடிந்தது. சிறுபான்மையினர் உரிமைகள் உள்ளிட்ட மிக முக்கியமான சட்டப்பிரிவுகள் சார்ந்த விவாதங்களையும் கூர்ந்து நோக்க முடிந்தது.

பல்வேறு குழுக்களின் பரிந்துரைகள் வரைவுக்குழுவின் தலைவர் என்கிற முறையில் அம்பேத்கருக்கும் குழுக்களின் செயலாளராகத் திகழ்ந்த எஸ்.என்.முகர்ஜிக்கும் (இவருக்கு இறுதியாக அம்பேத்கர் நெகிழவைக்கும் புகழாரத்தைச் சூட்டினார்) அனுப்பி வைக்கப் பட்டன. இவர்கள் சட்டப்பிரிவுகளைத் திருத்தியமைப்பதோடு, பல சட்டப்பிரிவுகளுக்கு விளக்கங்கள் தேவைப்படுகிறபோது அவற்றைப் பல்வேறு குழுக்களிடம் இருந்து பெறுகிற பொறுப்பும் இருவருக்கும் இருந்தது. அரசியலமைப்புச் சட்ட வரைவுக்குழுவின் பெரும்பாலான உறுப்பினர்கள் கூட்டங்களில் தொடர்ந்து கலந்துகொள்ளவே இல்லை. இதனால், இந்தத் திருத்தியமைக்கும் பணிச்சுமைகள் பெரும்பாலும் அம்பேத்கரின் தோளிலேயே விழுந்தன. இந்த வரைவுக்குழுவின் உறுப்பினர்களில் ஒருவரான டி.டி.கிருஷ்ணமாச்சாரி நவம்பர் 1948-ல் சபையின் முன்னால் இப்படிப் பேசினார்:

'நீங்கள் வரைவுக்குழுவுக்கு நியமித்த ஏழு உறுப்பினர்களில் ஒருவர் பதவியை விட்டு விலகியதால், அந்த இடத்துக்கு வேறொரு நபரை நியமனம் செய்தீர்கள். ஒரு உறுப்பினர் காலமானார். அவரின் இடம் நிரப்பப்படவில்லை. இன்னொரு உறுப்பினரோ அமெரிக்காவில் இருந்தார். அவரின் இடத்துக்கும் யாரும் கொண்டுவரப்படவில்லை. இன்னொரு நபரோ அரசாங்க அலுவல்களில் மும்முரமாக மூழ்கிவிட்டார். ஓரிரு உறுப்பினர்கள் டெல்லியில் இருந்து வெகுதூரம் தள்ளியிருந்தார்கள். அவர்களின் உடல்நலக்குறைவால் கூட்டங்களில் கலந்துகொள்ள முடிய வில்லை. இறுதியாக, அரசியலமைப்புச் சட்டத்தை வடிவமைக்கும் ஒட்டுமொத்த பொறுப்பும் டாக்டர்.அம்பேத்கரின் தலைமேல் விழுந்தது. இப்பணியை மெச்சத்தக்க வகையில் சிறப்பாகச் செய்து முடித்திருக்கும் டாக்டர். அம்பேத்கருக்கு நாம் அனைவரும் நன்றிக்கடன்பட்டிருக்கிறோம் என்பதில் எனக்கு எந்த ஐயமுமில்லை.'⁶

அம்பேத்கர் மட்டுமே அரசியலமைப்புச் சட்டத்தை எழுதவில்லை என்றாலும், அதன் உருவாக்கத்தின் எல்லாக் கட்டங்களிலும் அவரின் கைவண்ணம் இருந்துகொண்டே இருந்தது. அவர் குழுக்களின் பரிந்துரைகளைத் திருத்தியமைப்பதோடு இருந்துவிடவில்லை. சபையின் முழு அமர்வில் கலந்துகொண்டு, பொறி பறக்கும் விவாதங்களில் சட்டப்பிரிவின் ஒரு வரைவு ஏன் மற்றொன்றை விட மேம்பட்டது என விளக்கினார். விவாதங்களின் போக்கையே தொடர்ந்து திசைமாற்றும் பணியிலும் அவர் அயராது ஈடுபட்டார். ஆகவே, இந்திய அரசியலமைப்புச் சட்டத்தின் உருவாக்கத்தில் அம்பேத்கர் மிக முக்கியமான பங்காற்றினார். இதுவே, ஏன் அருண் ஷோரி அவர்மீது இத்தனை வன்மம் மிகுந்த விமர்சனங்களை வைக்கிறார் என்பதை விளக்குகிறது. அருண் ஷோரியின் இன்னொரு வாதமான, காந்திய சிந்தனைகளை அம்பேத்கர் புறந்தள்ளினார் என்பதில் ஓரளவுக்கு உண்மை இருக்கிறது.

காந்தியைப் பழிதீர்த்த மேற்கத்திய ஜனநாயகவாதி

அம்பேத்கர் இளவயதில் வெளிநாட்டில் படித்தபோது தான் உள்வாங்கிக்கொண்ட விழுமியங்களையும் அரசியல் மாதிரிகளையும் அரசியலமைப்பு சட்ட நிர்ணய சபையில் நியாயப்படுத்தினார். அவர் தாராளவாத ஜனநாயகத்தில் நம்பிக்கை கொண்டவராகத் திகழ்ந்தார். அரசியலமைப்புச் சட்டத்தின் முதல் சட்டப்பிரிவில், இந்தியாவைச் 'சோசியலிஸ்ட் நாடு' என அறிவித்து இந்தியக் குடியரசை முழுவதும் மாற்றியமைக்க முயன்ற இடதுசாரிகளை அம்பேத்கர் எதிர்த்தார். அப்படி, இந்தியக் குடியரசை சோசியலிஸ்ட் என்று அறிவித்து விட்டால், 'அது ஜனநாயகத்தை எளிதில் அழித்துவிடும்' என்று எண்ணினார்.[7] மக்களால் தேர்ந்தெடுக்கப்படும் அரசே எது மிகச் சிறந்த சமூக அமைப்பு என்பதை முடிவு செய்யவேண்டும். இதனை, அவர் நவம்பர் 19, 1948 அன்று கீழ்கண்டவாறு விளக்கினார்:

> 'நாம் நம்முடைய அரசியலமைப்புச் சட்டத்தின் வாயிலாக அரசியல் ஜனநாயகத்தை ஏற்படுத்தியிருக்கிறோம். எந்த வகையிலும் எந்த ஒரு குறிப்பிட்ட மக்கள் குழுவும் தொடர்ந்து சர்வாதிகாரத்தோடு கோலோச்சக்கூடாது என்கிற காரணத்துக் காகவே அரசியல் ஜனநாயகத்தை உருவாக்கியுள்ளோம். நாம் அரசியல் ஜனநாயகத்தை நிறுவிவிட்டோம் என்பதால், லட்சியவாதமிக்க பொருளாதார ஜனநாயகத்தையும் ஏற்படுத்த வேண்டும் என்று விருப்பப்படுகிறோம்...
>
> [...] [இப்போது], பொருளாதார ஜனநாயகத்தை ஏற்படுத்துவதற்குப் பல்வேறு மக்கள் பல்வேறு வழிகளைக் கைக்கொள்ளலாம் என்று

நம்புவார்கள். தனி உரிமைக் கோட்பாடே மிகச் சிறந்த பொருளாதார ஜனநாயகம் என்று சிலர் நம்புகிறார்கள்; வேறு சிலரோ சோசியலிச அரசே மிகச் சிறந்த பொருளாதார ஜனநாயகம் என்று கருதுகிறார்கள்; இன்னும் சிலர், கம்யூனிச சிந்தனைகளே மிகக் கச்சிதமான பொருளாதார ஜனநாயக வடிவம் என்று எண்ணுகிறார்கள் [...] [இப்படிப்பட்ட சூழல்களில்] வழிகாட்டு நெறிமுறைகளில் நாங்கள் பயன்படுத்தியிருக்கும் மொழி திட்டமிட்டே இறுக்கமானதாக, நங்கூரம்போல் நிலையானதாக எழுதப்படவில்லை. பல்வேறு வகையான சிந்தனைகள் கொண்ட பல்வேறு மக்களுக்குப் போதுமான இடத்தை வழங்கியுள்ளோம். லட்சியவாதமிக்க பொருளாதார ஜனநாயகத்தை அடைய அவரவரும் அவர்களின் சொந்த வழியில் முயற்சி செய்யலாம். அவர்களின் வழியே பொருளாதார ஜனநாயகத்தை எட்டுவதற்கு மிகச் சிறந்ததாகும் என்று பொதுமக்களை நம்பவைக்க அவர்கள் முயலட்டும்.'[8]

இந்த வாதத்துக்குத் தன்னை உளமார ஒப்புக்கொடுத்ததன் அடையாளமாக, இயற்கை வளங்கள் அனைத்தையும் தேசிய மயமாக்கவேண்டும் என்கிற அரசியலமைப்பு சட்டத் திருத்தத்தை எதிர்த்தார். அந்தச் சட்டத்திருத்தம் வாக்களிப்புக்குக்கூட எடுத்துக் கொள்ளப்படவில்லை. இது அம்பேத்கர் அரசியலமைப்பு சட்ட நிர்ணய சபையில் எத்தகைய தார்மிக வல்லமை மிக்கவராக திகழ்ந்தார் என்பதற்கு அடையாளமாகத் திகழ்கிறது.[9]

அம்பேத்கர் தாராளவாத ஜனநாயகத்தின்மீது அளவற்ற பற்றுக் கொண்டிருந்தார் என்பதற்கு ஆதாரமாக ஒரு சம்பவம் நடைபெற்றது. எப்போதும், வரைவுக்குழுவால் இறுதி செய்யப்பட்ட சட்ட வடிவத்தை நியாயப்படுத்துவதையே அம்பேத்கர் செய்வார். ஆனால், ஒருமுறை அவ்வாறு சட்ட வடிவத்தைத் தாக்கல் செய்தபோது, அதில் திருத்தம் மேற்கொள்ள வேண்டுமென்று முழு அமர்வைக் கேட்டுக்கொண்டார். அவர் தாக்கல் செய்த சட்டவடிவத்தைத் திருத்தி, அரசு நிர்வாக அதிகாரத்தையும், நீதித்துறையையும் முழுமை யாகப் பிரித்தே வைத்திருக்கவேண்டும் என்று கேட்டுக்கொண்டார்.[10]

சில உறுப்பினர்கள், அரசின் அதிகாரத்துக்கு ஆதரவாக வாதிடுவதாகச் சொல்லிக்கொண்டு, நீதித்துறையின் மிகக் கடுமையான கட்டுப்பாடு அரசைப் பலவீனப்படுத்தும் என்றார்கள். நிற்கக் கூட நேரமின்றி பிரதமராக பல்வேறு பொறுப்புகளோடு இயங்கிக்கொண்டு இருந்த நேருகூட, அம்பேத்கரின் சட்டத் திருத்தத்தை ஆதரிக்கும் பொருட்டு விவாதத்தில் கலந்துகொண்டார்.[11] இதன் விளைவாக, அம்பேத்கரின்

பரிந்துரை ஏற்கப்பட்டு, இந்த முழுமையான அதிகாரப் பிரிப்பு, வழிகாட்டு நெறிமுறைகள் சட்டப்பிரிவு 50 ஆனது. பிரிட்டிஷ் நீதித்துறையின் தாக்கத்தில் ஒரு நீதிபரிபாலன முறையை ஏற்படுத்தி இருப்பதை அம்பேத்கர் பின்னர் நியாயப்படுத்திப் பேசினார்.[12] அதிகாரங்களைப் பிரித்துவைப்பது, எந்த வகையிலும் அரசைப் பலவீனப்படுத்திவிடாது என்பது அவரின் பார்வையாக இருந்தது.

கூட்டாட்சி முறையினால் ஏற்படும் அதீதமான அதிகாரப் பரவலாக்கம், ஒட்டுமொத்த இந்தியாவுக்கும் ஒரு பொதுவான அரசியலமைப்புச் சட்டத்தை அமல்படுத்துவதைப் பாதிக்கும் என்பதால் அம்பேத்கர் வலிமைமிக்க மத்திய அரசையே ஆதரித்தார். எடுத்துக்காட்டாக, மாநிலங்களுக்குக் கூடுதலான சுயாட்சி கிடைத்தால், தீண்டாமை ஒழிப்பைக் கட்டாயமாக்கும் அரசியலமைப்பு சட்டப்பிரிவை அனைத்து மாநிலங்களும் ஒரே மாதிரி அமல் படுத்தாமல் போகக்கூடும் என்று வாதிட்டார்.[13]

காந்தியவாதிகள் கிராமத்தில் இருந்து துவங்கி எல்லா மட்டத்திலும் அதிகாரத்தைப் பரவலாக்கவேண்டும் என்கிற பார்வை கொண்டிருந்தார்கள். இதனால், அதிகாரத்தை மையத்தில் குவிக்க வேண்டும் என்கிற முடிவு காந்தியின் ஆதரவாளர்களைக் காயப் படுத்தியது. மிகவும் தீவிரமான காந்தியவாதிகளின் பரிந்துரைகளை அம்பேத்கர் புறந்தள்ளினார். அல்லது அவற்றின் தாக்கத்தை மட்டுப் படுத்தினார். இவ்வாறு அம்பேத்கர், மகாத்மா காந்தியின் மறைவுக்குப் பிறகு அவரைப் பழிதீர்த்துக் கொண்டார்.

அரசியலமைப்பு சட்ட வரைவுக்குழு, அரசியலமைப்புச் சட்டத்தை எழுத உபயோகப்படுத்திய எழுத்துகள் பெரும்பாலும் காந்தியப் பார்வை கொண்டவையாக இருக்கவில்லை. நேரு கொண்டுவந்த அரசியலமைப்பு சட்டத்தின் நோக்கங்கள் குறித்த தீர்மானத்தில் மகாத்மா காந்தியின் தாக்கம் ஒரே ஒரு இடத்தில் மட்டுமே தென்பட்டது. பல்வேறு குழுக்கள், துணைக்குழுக்களின் அறிக்கைகள் (இவற்றில் முக்கியமான குழுக்கள், துணைக்குழுக்களுக்கு நேரு, படேல் தலைமை தாங்கினார்கள்) காந்தி குறித்து மூச்சே விடவில்லை. இவற்றால் மட்டுமே, நவம்பர் 1948-ல் அம்பேத்கர் சமர்ப்பித்த அரசியலமைப்புச் சட்டத்தில் காந்தியத்தின் முத்திரை இல்லாமல் போனது என்று சொல்லமுடியாதுதான்.

அம்பேத்கர் தாக்கல் செய்த சட்ட வடிவத்தில், மலைப்பை ஏற்படுத்தும் வகையில் 315 சட்டப்பிரிவுகள் இருந்தன. இதனால்தான், அம்பேத்கர் மிகுந்த மனநிறைவோடு, 'உலகத்தின் வேறு எந்த அரசியலமைப்புச் சட்டமும் இத்தனை பெரிதில்லை' என்றார்.[14]

அதற்குப் பின்னர், அம்பேத்கர், அரசியலமைப்புச் சட்டத்தில் கிராமங்களுக்கு இடம் தரப்படவில்லை என்கிற காந்தியவாதிகளின் விமர்சனத்துக்குக் கீழ்க்கண்ட பதிலை முன்வைத்தார்:

'வரைவு அரசியலமைப்பு சட்டத்தின்மீது வைக்கப்படும் இன்னுமொரு குற்றச்சாட்டு உண்டு. அது பண்டைய இந்திய ஆட்சியமைப்பை எந்த வகையிலும் பிரதிபலிக்கவில்லை என்பதே அந்தக் குற்றச்சாட்டாகும். புதிய அரசியலமைப்புச் சட்டத்தைப் பண்டைய இந்து அரசை மாதிரியாகக் கொண்டு உருவாக்கியிருக்கவேண்டும் என்கிறார்கள். மேற்கின் கோட்பாடு களை ஏற்றுக்கொண்டதற்குப் பதிலாக, புதிய அரசியலமைப்புச் சட்டத்தைக் கிராம, மாவட்ட பஞ்சாயத்துகளை அடிப்படையாகக் கொண்டு கட்டியெழுப்பி இருக்கவேண்டும் என்றும் சொல்கிறார்கள்.

இன்னும் சிலர், இன்னமும் தீவிரமான காந்தியப்பார்வை கொண்டவர்களாக இருக்கிறார்கள். இந்தியாவில் எந்த மத்திய, மாநில அரசுகளும் அவர்களுக்கு வேண்டாம். அவர்களுக்கு இந்தியாவில் ஏராளமான கிராம அரசுகள் மட்டும் இருந்தால் போதுமானது. அறிவார்ந்த இந்தியர்கள் கிராம சமூகத்தின்மீது கொண்டிருக்கும் காதல் பரிதாபப்படும்படியாக இருப்பதாகச் சொல்லமுடியாவிடினும் அளவில்லாததாக இருக்கிறது. [...] கிராமம் என்னவாக இருக்கிறது? உள்ளூர் பெருமிதம் ஊற்றெடுக்கும் சாக்கடையாக, அறியாமை, குறுகிய மனப்பான்மை, வகுப்புவாதம் ஆகியவற்றின் கிடங்காக அல்லவா இருக்கிறது. வரைவு அரசியலமைப்புச் சட்டம் கிராமத்தைத் தூக்கி எறிந்துவிட்டு, தனி நபரைத் தன்னுடைய அடிப்படையாக ஏற்றிருப்பதில் மகிழ்ச்சி அடைகிறேன்.'[15]

அம்பேத்கரின் இந்த உரை பல காந்தியர்களை உசுப்பேற்றுவதாக இருந்தது. அரசியலமைப்பு சட்ட நிர்ணய சபையில், மிக ஆர்வமாக விவாதங்களில் கலந்துகொண்ட தேர்ந்தெடுக்கப்பட்ட உறுப்பினரான ஹெச்.வி.காமத், இப்படி அம்பேத்கருக்குப் பதில் சொன்னார்:

'அம்பேத்கர் அவர்களின் பேச்சை மிகுந்த உற்சாகத்தோடு காதுகொடுத்துக் கேட்டேன். ஆனால், அப்பேச்சால் ஒரு பயனுமில்லை. நம்முடைய கடந்த கால அரசியல், இந்திய மக்களின் அரசியல், ஆன்மிக ஞானத்தில் இருந்து அரசியலமைப்பு எதையேனும் கடன் வாங்கியிருக்கிறதா என அவர் சொல்வார் என்று எதிர்பார்த்தேன். [...] நம்முடைய கிராமங்கள், ஊரக மக்கள் குறித்துக் கருணையும், அன்பும், கனிவும் கொண்டவர்களாக நாம் இருக்காவிட்டால், இந்த நாட்டை எப்படிக் கைதூக்கி

விடமுடியும் என்று எனக்குத் தெரியவில்லை. மகாத்மா காந்தி தன்னுடைய வாழ்நாளின் இறுதிக்காலத்தில் பஞ்சாயத்து ராஜ்ஜியத்துக்காக அயராது பாடுபடுமாறு அறிவுறுத்தினார். அதுவே அவர் எங்களுக்குக் கற்பித்த இறுதி மந்திரமாகும்.[16]

காந்தியின் பார்வையை அம்பேத்கர் ஏற்காவிட்டால், கிராமங்களை முன்னேற்ற அம்பேத்கர் என்ன தீர்வை, அருமருந்தைக் கைவசம் வைத்திருக்கிறார் என்று எனக்குத் தெரியவில்லை. [...] ஐயா, டாக்டர். அம்பேத்கர் நமது கிராமங்கள் குறித்து இழிவாக இல்லா விட்டாலும், வெறுப்போடு பேசியது எனக்கு மிகுந்த அளவு துயரத்தைக் கொடுத்திருக்கிறது. அடிப்படையில் வரைவுக் குழுவிலேயே கோளாறு இருக்கிறது. அதன் உறுப்பினர்களில் ஸ்ரீயுத் (கே.எம்.)முன்ஷி அவர்களைத் தவிர்த்து வேறு யாரும் விடுதலைப்போரில் பங்கேற்றவர்கள் இல்லை. இவர்களால் எங்களின் போராட்டத்தின் ஆன்மாவை, எது எங்களைக் கிளர்ந்து எழச்செய்ததோ அதன் துடிப்பை உணர்ந்துகொள்ள முடியவில்லை.’ [17]

இந்திய விடுதலை இயக்கத்தில் பங்கேற்ற மூத்த தலைவர்களை ஓரங்கட்டிவிட்டு, வரைவுக்குழு அமைக்கப்பட்டதே இந்திய அரசில் கிராமங்களின் பங்கு குறித்த காந்தியின் கனவுக்குத் துரோகம் இழைக்கக் காரணம் என்பதே காமத் கருத்தின் சாரம். இதைக் கையில் எடுத்துக்கொண்ட அருண் ஷோரி, பிரிட்டிஷாரோடு கைகோர்த்து இயங்கியவர் என்று அம்பேத்கரையும், அவரின் வாழ்க்கை, பங்களிப்புகளையும் அருண் ஷோரி சாடுகிறார். அரசியலமைப்பு சட்ட நிர்ணய சபையின் பிற உறுப்பினர்கள் அருண் ஷோரியைவிடக் காட்டமாகப் பேசினார்கள். வங்காளியான அருண் சந்திர குஹா, அரசியலமைப்புச் சட்டத்தின் ஒட்டுமொத்தக் கட்டமைப்பையே கேள்விக்குள்ளாக்கினார்:

‘... டாக்டர். அம்பேத்கர் கிராமங்கள் குறித்துச் சில கருத்துகளை முன்வைத்தார். நாங்கள் காங்கிரஸ் கட்சியில் பல ஆண்டுகளாக இருந்துள்ளோம். இந்திய நிர்வாக இயந்திரத்தின் எதிர்காலமே கிராமப் பஞ்சாயத்துகளில்தான் இருக்கிறது என்று சிந்திக்கவே எங்களுக்குக் கற்றுக்கொடுத்தார்கள். காந்தியும் காங்கிரஸும் கனவு கண்ட வருங்கால இந்தியாவுக்கான அரசியலமைப்பானது கிராமங்களை அடிப்படையாகக் கொண்ட பிரமிடு வடிவம் கொண்டதாக இருந்திருக்கும்.

[...] நமக்கு வலுவான மத்திய அரசு வேண்டும் என்பதை ஏற்றுக்கொள்கிறேன்; அதற்காக அதன் தோள்கள் வலிமையுற்று

> இருக்கவேண்டும் என்று அர்த்தமில்லை [...] இந்த நாட்டின் வருங்கால நிர்வாகத்தில் கிராமப் பஞ்சாயத்துகள் ஓரளவுக்கேனும் சிறப்பான பங்காற்றும் வகையில் சில சட்டப்பிரிவுகளை அரசியலமைப்புச் சட்டத்தில் சேர்க்குமாறு இந்த அவையை வேண்டிக்கொள்கிறேன்.'[18]

இன்னொரு மூத்த காங்கிரஸ் உறுப்பினரான கோகுல்பாய் தவுலத்ராம் பட்டும் இதே கோரிக்கையை வலியுறுத்தினார்.[19] அம்பேத்கர் தாக்கல் செய்த அரசியலமைப்பு வரைவில் திருத்தம் ஒன்றைச் செய்ய வேண்டும் என்று பேராசிரியர் கே.டி.ஷா எழுந்தார். அவர், கால ஓட்டத்தில், இந்தியாவில் தங்களுக்குள் சமமாகத் திகழும் சுயாட்சி பொருந்திய உள்ளூர் அமைப்புகளே இந்தியாவை வலிமைப்படுத்துவ தோடு, விடிவுகாலத்தை நோக்கியும் இட்டுச்செல்லும்[20] என்றார்.

அவர் முன்வைத்த திருத்தமானது, 'இந்திய ஒன்றியத்தில் உள்ள உறுப்பு மாநிலங்கள் அனைத்தும் ஒத்த கிராமப் பஞ்சாயத்துக் குழுக்களை அடிப்படையாகக் கொண்டவையாகக் கட்டமைக்கப்பட வேண்டும். இந்தக் கிராமங்கள் தங்களுக்குள் ஒத்துழைப்பவையாக இருப்பதோடு, ஒன்றியத்துக்குள் ஜனநாயக அமைப்புகளாக இயங்க வேண்டும்' என்றார்.[21] இந்தத் திருத்தத்தைக் கே.டி.ஷா இந்தியக் கூட்டரசின் பல்வேறு பிரிவுகள் விளக்கப்பட்டிருந்த அரசியலமைப்பின் முதல் சட்டப்பிரிவில் சேர்க்க வேண்டுமென்றார். இதைவிடக் கிராமங்களுக்கு ஒருவர் முக்கியத்துவம் தந்துவிட முடியாது. அம்பேத்கர் இந்தச் சட்டத்திருத்தத்தை எல்லைமீறியதாக இருக்கிறது என்கிற காரணத்துக்காக எதிர்த்தார். அவரின் கருத்தோடு அரசியலமைப்பு சட்ட நிர்ணய சபையின் மூன்று உறுப்பினர்களாவது ஒப்பினார்கள். கே.டி.ஷாவின் திருத்தப் பரிந்துரை ஏற்கப்பட வில்லை. சில நாட்கள் கழித்து, தமிழ் பிரதிநிதி ஒருவர் சட்டப்பிரிவு 31-ல் ஒரு திருத்தத்தைப் பரிந்துரைத்தார்: அது, '...அரசானது கிராம பஞ்சாயத்துகளை ஏற்படுத்தவும், அவை தன்னாட்சி பெற்றுச் செயல்படத் தேவையான அதிகாரங்களை வழங்குவதற்கும் நடவடிக்கைகள் எடுக்க வேண்டும்' என்றது.[22]

இந்தத் திருத்தத்தை அம்பேத்கர் ஏற்றுக்கொண்டார். மூத்த காங்கிரஸ் தலைவர்களான ராஜேந்திர பிரசாத் (அரசியலமைப்பு சட்ட நிர்ணய சபையின் தலைவர்), சேத் கோவிந்த் தாஸ் ஆகியோர் நிம்மதிப் பெருமூச்சு விட்டனர்.[23] காந்தியவாதிகள் உற்சாகத்தில் மிதந்தார்கள். பண்டைய இந்தியாவை உன்னதமாகச் சித்திரிக்கும் கற்பனை வளம் மிகுந்த வரிகளை மேற்கோள் காட்டிப் பேசினார்கள். தங்களின் மரபின் கருவூலமாகத் திகழும் கிராமங்களைச் சிலாகித்தனர்.[24] மகாத்மா

காந்தியின் வரிகளை மேற்கோள் காட்டியதோடு அம்பேத்கருக்கு நன்றி தெரிவித்தார்கள்.[25]

இந்தச் சட்டத்திருத்தங்கள் நிறைவேற்றப்படுவதில் அம்பேத்கர் முக்கியப் பங்காற்றினார் என்பது அவர்களின் உரைகளின் மூலமே தெளிவாகத் தெரிகிறது. ஆனால், காந்தியவாதிகள் அம்பேத்கர் தங்களுடைய பேச்சுகளால் மனம் மாறிவிட்டார் என்றோ, தன்னுடைய தோல்வியை ஒப்புக்கொண்டார் என எண்ணியதோ பிழையானது. மேலோட்டமாகப் பார்த்தால் அம்பேத்கர் பின்வாங்கியதைப் போலத் தெரியும்.

முதலாம் சட்டப்பிரிவில் கிராமங்கள் பற்றிக் குறிப்பிடுவதைக் கடுமையாக எதிர்த்த அம்பேத்கர், முப்பது சட்டப்பிரிவுகள் தள்ளி அதனைக் குறிப்பிடலாம் எனத் தாராள மனதோடு ஒப்புக்கொண்டது ஏன்? கிராம பஞ்சாயத்துகள் பற்றிக் குறிப்பிடும் சட்டப்பிரிவு 31 வழிகாட்டு நெறிமுறைகளின் கீழ் வந்தது. இவை இந்திய ஒன்றியத்தின் மாநிலங்களுக்குத் தங்களின் அன்றாடச் செயல்திட்டங்களைச் சிறப்பாக மேற்கொள்ள வழங்கப்பட்டிருக்கும் பரிந்துரைகளின் பட்டியல் ஆகும். இவை மாநில அரசுகளின்மீது அள்ளி வீசப்பட்ட பயனற்ற அறிவுரைகளே. அரசுகள் தங்களுடைய சமூகச் செயல் திட்டங்களை இன்னமும் செம்மையாகச் செயல்படுத்த அவை வழிகாட்டின. மிக முக்கியமாக, அரசியலமைப்பு சட்டத்தின் ஆரம்பச் சட்டப்பிரிவுகளில் காணப்படும் அடிப்படை உரிமைகளைப்போல இவற்றை நீதிமன்றப் படியேறி அமல்படுத்த முடியாது.

அம்பேத்கர் பல்வேறு நாடாளுமன்ற ஜனநாயக நாடுகளை அலசிப் பார்த்து, சுதந்திர அயர்லாந்து நாட்டில் இருந்து இந்த வழிகாட்டு நெறிமுறைகளை இந்திய அரசியலமைப்பில் இணைத்தார். அம்பேத்கர், 'வழிகாட்டு நெறிமுறைகளை', 'அறிவுரைகள்' என்று கருதினார். அதே சமயத்தில், 'சட்டரீதியாக எந்த மதிப்பும் அவற்றுக்கு இல்லை' என்று சுட்டிக்காட்டினார்.[26] ஆகவே, அம்பேத்கர் நடைமுறையில் எந்த மாற்றத்தையும் ஏற்படுத்தாத வகையில் அரசியலமைப்புச் சட்டத்தில் கிராமங்கள் பற்றிய குறிப்பு இடம்பெறுமாறு பார்த்துக் கொண்டார். இவ்வாறு அரசியலமைப்பு சட்டத்தின் வடிவத்தை ஒட்டுமொத்தமாக மாற்றியமைத்திருக்கக்கூடிய காந்தியவாதிகளின் வலிமைமிக்க கோரிக்கையை அம்பேத்கர் செயலிழக்க வைத்தார்.

இதே பாணியில், அம்பேத்கர் பல்வேறு காந்திய பரிந்துரைகளின் கதையை முடித்தார். எடுத்துக்காட்டாக, சட்டப்பிரிவு 34-ஐ, 'அரசானது ஊரகப்பகுதிகளில் கூட்டுறவு முறைகளில் குடிசைத் தொழில்களை வளர்த்தெடுப்பதற்கு முனையவேண்டும்' எனத்

திருத்தவேண்டும் என்கிற கோரிக்கையை ஏற்றுக்கொண்டார்.[27] இதைப்போன்ற நிலையே, மதுவிலக்கு சார்ந்தும் ஏற்பட்டது. மீண்டும், காந்தியின் அடியொற்றி காங்கிரஸ் உறுப்பினர்கள் இயங்கினார்கள். மகாவீர் தியாகி எனும் உறுப்பினர் பேசுகையில், 'காந்தியடிகளின் ஆக்கப்பூர்வ திட்டத்தில் முதன்மையானது மதுவிலக்கே [ஆரவாரம்]. அந்தச் செயல்திட்டத்தைச் செயல்படுத்த வேண்டும் என நாங்கள் உறுதியாக இருக்கிறோம்' என்றார்.[28]

அம்பேத்கர், அரசானது, 'போதையூட்டும் மதுபானங்கள், போதை மருந்துகள் ஆகியன மருந்துக்காகப் பயன்படுத்துவதைத் தவிர வேறுவிதமாகப் பயன்படுத்துவதைத் தவிர்க்கும் வகையில் மதுவிலக்கை அமல்படுத்த வேண்டும்' என்கிற திருத்தத்தை ஏற்றுக் கொண்டார். இதுவே வழிகாட்டு நெறிமுறைகளில் சட்டப்பிரிவு 47 ஆனது. அம்பேத்கர் மீண்டுமொரு முறை வழிகாட்டு நெறிமுறைகள் கட்டாயமாக அமல்படுத்தக்கூடியவை இல்லை என்று வலியுறுத்தினார்.

'இந்த நெறிமுறையை அமல்படுத்தவேண்டும் என்று அரசுக்கு எந்தக் கட்டாயமும் இல்லை. இதைச் செயல்படுத்தலாமா வேண்டாமா என்பது அரசு, பொதுமக்களின் விருப்பத்தைப் பொறுத்ததாகும். அரசு இன்னமும் மதுவிலக்கை அமல்படுத்த உகந்த காலம் வரவில்லை என்று எண்ணினாலோ படிப்படியாகவோ, ஓரளவுக்கோ மதுவிலக்கை அமல்படுத்தலாம் என்று முடிவு செய்தாலோ அதற்கு வழிகாட்டு நெறிமுறைகள் முழு சுதந்தரம் அளிக்கிறது' என்றார்.[29]

இறுதி விவாதம், பசு குறித்து நடைபெற்றது. பல இந்துக்களைப் போலவே காந்தியும் பசுவைப் புனிதமாகக் கருதினார். அதனால், பசுவதையைத் தடை செய்யவேண்டும் என்பது அவரின் பார்வையாக இருந்தது. சேத் கோவிந்த் தாஸ் பசுவதையை அரசியலமைப்பு சட்டத்தின் அடிப்படை உரிமைகளில் சேர்க்கவேண்டும் என விரும்பினார்.[30] இந்தக் கோரிக்கையை அம்பேத்கர் சாதுரியமாகக் கையாண்டார். கோவிந்த் தாஸின் நெருங்கிய நண்பரான, தாகூர் தாஸ் பார்கவாவுடன் இணைந்து சட்டத்திருத்தத்தை வேறொரு வடிவத்தில் சமர்ப்பித்தார். இந்தத் திருத்தம் நவம்பர் 24, 1948-ல் அம்பேத்கரின் மனதுக்கு நெருக்கமான நவீனப்படுதலின் அங்கமாக அறிமுகப்படுத்தப்பட்டது:

> வேளாண்மை மற்றும் கால்நடை பராமரிப்புக்கு நவீன அறிவியல் முறைகளைப் புகுத்துவதற்கு முயற்சி மேற்கொள்ளவேண்டும். குறிப்பாக உயர் ரகக் கால்நடைகளைப் பாதுகாப்பதற்கும் மேம்படுத்துவற்கும் பசுக்கள், கன்றுகள் மற்ற பால்தரும் விலங்குகள் வண்டி இழுக்கும் கால்நடைகள் ஆகியவற்றைக்

கொல்வதைத் தடுப்பதற்கும் வேண்டிய முயற்சிகளை அரசு எடுத்தல் வேண்டும்.[31]

இப்படி உருவாக்கப்பட்ட இந்தச் சட்டப்பிரிவு வழிகாட்டு நெறிமுறைகளில் இடம் பிடித்தது. தாகூர் பார்கவா, 'இந்தச் சட்டத்திருத்தத்தில் அம்பேத்கர் முக்கியப் பங்காற்றினார்' என்றும், இன்னமும் குறிப்பாக, 'அவர் உருவாக்கியது அது' என்றார். இதன்மூலம், அம்பேத்கர் ஒரு திருத்தத்தை உருவாக்கினால் அது உடனடியாக ஏற்கப்படுவது கிட்டத்தட்ட உறுதி என்று தெரிகிறது. ஆனால், இந்த முறை, காந்தியர்கள் அம்பேத்கரின் அழுத்தத்துக்குப் பெரும் தயக்கத்தோடுதான் ஒப்புக்கொண்டார்கள். இதை இவ்வாறு பார்கவா பதிவு செய்கிறார்:

'இந்தத் திருத்தத்தை அறிமுகப்படுத்தும் வேளையில், என்னைப் போன்றவர்களுக்கும் அம்பேத்கரின் பார்வையை ஏற்க முடியாதவர்களுக்கும் இது ஒருவகையான தியாகமே என்று ஒப்புக்கொள்வதில் எனக்கு எந்தத் தயக்கமும் இல்லை. சேத் கோவிந்த் தாஸ் அவர்கள் இதேபோன்றதொரு திருத்தத்தை அறிமுகப்படுத்தி, இந்தப் பிரிவை அடிப்படை உரிமைகளில் சேர்க்கவேண்டுமென்றார். அதைப்போன்ற திருத்தங்கள் பிற உறுப்பினர்களாலும் முன்மொழியப்பட்டது. இந்தத் திருத்தத்தைக் கூட அடிப்படை உரிமையில் சேர்த்திருந்தால் இன்னமும் சிறப்பாக இருந்திருக்கும். எனினும், அவையில் உள்ள சில நண்பர்கள் இந்தக் கருத்தோடு முரண்பட்டார்கள். இந்தத் திருத்தத்தை அடிப்படை உரிமைகளில் இணைப்பதற்குப் பதிலாக, வழிகாட்டு நெறிமுறைகளில் சேர்க்கவேண்டும் என்பது டாக்டர். அம்பேத்கரின் விருப்பமே.'[32]

தெளிவாக, இந்திய அரசியலமைப்புச் சட்டத்தைச் செதுக்கிய முக்கியமான சிற்பிகளில் அம்பேத்கர் முக்கியமானவர். ஸ்ரீ.பி.என்.ராவும் அரசியலமைப்பை உருவாக்குவதில் முக்கியப் பங்காற்றினார். இந்திய அரசியலமைப்பில் பெரும் பகுதிகள் இந்திய அரசு சட்டம், 1935, 1928-ம் ஆண்டு வெளிவந்த நேரு அறிக்கை ஆகியவற்றில் இருந்து எடுத்தாளப்பட்டன என்பது உண்மையே. எனினும், அரசியலமைப்புச் சட்டம் உருப்பெற்றபோது, அதில் அம்பேத்கரின் தாக்கம் பிரமிக்க வைப்பது. இதற்கு காந்திய அணுகுமுறை பெருமளவில் ஒதுக்கப்பட்டது சான்று பகர்கிறது. இந்த ஒதுக்கலுக்கு மரபான, கிராமத்தை அடிப்படையாகக்கொண்ட சிந்தனைகள் மீது நேரு கொண்டிருந்த ஒவ்வாமை மட்டுமே காரணமில்லை. ஆனால், அம்பேத்கருக்கு இந்திய அரசியலமைப்புச்

சட்டம் வெறும் எலும்புக்கூடு என்பதும், அதற்கு உயிரூட்டப்பட வேண்டும் என்பதும் நன்கு தெரிந்தே இருந்தது. அரசியலமைப்புச் சட்டத்தை ஏற்பதற்கு முன்னால் நடைபெற்ற இறுதி விவாதத்தில், ஜனவரி 1950-ல் இந்த விஷயங்களைத் தொட்டு அம்பேத்கர் உரையாற்றினார்:

> 'ஜனவரி 26, 1950 (அரசியலமைப்புச் சட்டம் அமலுக்கு வரும் தினத்தன்று) அன்று நாம் முரண்பாடுகளால் ஆன வாழ்க்கைக்குள் நுழைய இருக்கிறோம். அரசியலில் சமத்துவத்தைப் பெற இருக்கும் நாம், சமூக, பொருளாதார வாழ்க்கையில் ஏற்றத் தாழ்வோடு வாழ்வோம். [...] இந்த முரண்பாடுகளை எவ்வளவு சீக்கிரம் முடியுமோ அதற்குள் அகற்ற வேண்டும். இல்லையேல் இந்த ஏற்றத்தாழ்வுகள் நாம் இத்தனை அரும்பாடுபட்டு உருவாக்கிய அரசியல் ஜனநாயகத்தின் ஒட்டுமொத்தக் கட்டமைப்பைச் சிதறடித்துவிடும்!' [33]

அரசியல் ஜனநாயகமானது சமூக ஜனநாயகத்தோடு கைகோர்த்து இயங்காவிட்டால் அதில் எந்தப் பயனும் இல்லை என்று அம்பேத்கர் முழங்கினார். தன்னுடைய அளவற்ற உழைப்பைச் செலுத்தி உருவாக்கிய அரசியலமைப்புச் சட்டம் நடைமுறையில் சிறப்பாகச் செயல்படும் என்று அம்பேத்கர் கனவு காணவில்லை என்பதையே இது தெளிவுபடுத்துகிறது. அதேநேரம், அவர் மேலிருந்து மேற்கொள்ளப்படும் புரட்சிகளின் முக்கியத்துவத்தை நிராகரித்தார் என்று பொருளில்லை. எளிமையாகச் சொல்வது என்றால், அரசியலமைப்புச் சட்டத்தைத் தொடர்ந்து அடுத்தடுத்த நடவடிக்கைகள் எடுக்கப்படவேண்டும். இந்தக் காரணத்தால்தான், அவர் இந்து சட்ட மசோதாவைத் தீவிரமாக ஆதரித்தார்.

இந்து சீர்திருத்தச் சட்ட மசோதாவும் நேருவை விட்டு பிரிதலும்

அரசியலமைப்பு சட்ட நிர்ணய சபையின் விவாதங்களில், அம்பேத்கர் இந்திய சமூகத்தைச் சீர்திருத்துவதில், அவர் உறுதியாக இருப்பதைத் தொடர்ந்து வெளிப்படுத்திக்கொண்டே இருந்தார். மேற்கின் தாக்கத்தில் எழுந்த பொது சிவில் சட்டத்தை அமல்படுத்தவேண்டும் என்று அம்பேத்கர் பரிந்துரைத்தார். இந்தியாவில் இருக்கும் தனிக் குழுக்கள் சார்ந்த சட்டங்கள் அப்படியே தொடரவேண்டும் என்று சில உறுப்பினர்கள் அதிலும் குறிப்பாக இஸ்லாமிய உறுப்பினர்கள் ஷரியா சட்டம் என்னவாகும் என்று கவலைப்பட்டார்கள். இதற்குப் பதிலளித்து அம்பேத்கர் இப்படிப் பேசினார்:

என்னளவில், ஒட்டுமொத்த வாழ்க்கையையும் கட்டுப்படுத்தும் இத்தனை விரிவான, பெரிய சட்டவரம்பை ஏன் மதத்துக்கு வழங்கவேண்டும் என்று புரியவில்லை. இந்தச் சட்டங்களுக்குள் நாடாளுமன்றம் நுழைவதைத் தடுக்கவும் விரும்புகிறார்கள். பின் எதற்கு, இந்த விடுதலை எல்லாம்? இந்தச் சமூக அமைப்பு முழுக்க ஏற்றத்தாழ்வுகளும், பாகுபாடுகளும், அடிப்படை உரிமைகளுக்கு எதிரான கூறுகளுமே நிரம்பியுள்ளன. இப்படிப்பட்ட சமூகத்தைச் சீர்திருத்தவே இந்த விடுதலையைக் கைக்கொண்டிருக்கிறோம்.'[34]

எனினும், அம்பேத்கருக்கு வழிகாட்டு நெறிமுறைகளில் இது தொடர்பாக ஒரே ஒரு சட்டப்பிரிவு மட்டுமே இடம்பெற வைக்க முடிந்தது. அது, 'குடிமக்களுக்கு இந்திய நிலப்பகுதி முழுவதும் ஒரே மாதிரியான உரிமையியல் சட்டத்துக்கு அரசு முயற்சி செய்தல் வேண்டும்' என்று அமைந்திருந்தது. இந்தச் சட்டம் வெற்றுக் காகிதமாகிப் போனது. இஸ்லாமியர்கள் உள்ளிட்ட சிறுபான்மையினர் தங்களின் தனிப்பட்ட சட்டங்களில் கைவைக்கவே கூடாது என்று உறுதியான நிலைப்பாட்டை எடுத்தனர். ஏராளமான காங்கிரஸ் உறுப்பினர்களும் சொத்துரிமை, திருமணம், விவாகரத்து, தத்தெடுத்தல் முதலிய இந்து மத வழக்கங்களைச் சீர்திருத்த முனைந்த இந்து சட்ட மசோதாவைக் கடுமையாக எதிர்த்தார்கள். அச்சட்ட மசோதா என்ன ஆனது என்பதைக் காண்போம்.

இந்து மதச் சட்ட மசோதா என்பது இந்து சமூகத்தைச் சீர்திருத்துவதை லட்சியமாகக் கொண்ட நீண்டகால முயற்சியைக் குறிக்கிறது. சதி ஒழிப்பு (1829), இந்து பெண்களுக்கு சொத்து உரிமை தரும் சட்டம் (1937) ஆகிய பல்வேறு சட்டங்களை இயற்ற ஆரம்பித்து நூற்றாண்டு ஆன பிறகே இந்துச் சட்டங்களைத் தொகுக்க முயன்றார்கள். இந்து சட்டக்குழு பி.என்.ராவ் தலைமையில் 1941-ல் நியமிக்கப்பட்டது. இக்குழு தன்னுடைய இந்து சட்ட வரைவை 1944-ல் வெளியிட்டது. இந்த வரைவில் பெற்றோர்களின் இறப்பின்போது சொத்தில் மகள்களும் மகன்களும் குறிப்பிட்ட பங்கைப் பெறுவது, கைம்பெண்களுக்குச் சொத்தில் முழு உரிமை வழங்குவது, ஒரு தார திருமணத்தைச் சட்டப்படி அமல்படுத்துவது, விவகாரத்தைச் சில சூழல்களில் அனுமதிப்பது ஆகிய கூறுகள் இடம்பெற்றன. இச்சட்ட வரைவு ஏப்ரல் 1947-லேயே நாடாளுமன்றத்தில் அறிமுகப்படுத்தப் பட்டுவிட்டாலும் விடுதலையும் பிரிவினையும் சட்ட வரைவினை விவாதிக்கவிடாமல் செய்தன.

நேரு 1948-ல் புதிய இந்து மதச் சட்டத்தை உருவாக்கும் பொறுப்பை அரசியலமைப்பு சட்ட நிர்ணயசபையின் துணைக்குழுவிடம்

ஒப்படைத்தார். அந்தத் துணைக்குழுவின் தலைவராக அம்பேத்கரை நேரு நியமித்தார்.[35] இந்தப் புதிய வரைவில், ஆண்-பெண் இருவரும் சமம் என்கிற அடிப்படை லட்சியத்தோடு பல்வேறு பிரிவுகள் அம்பேத்கரால் எழுதப்பட்டன. அவை சொத்துரிமை, தத்தெடுத்தல், ஒரு தார திருமணத்துக்கு மட்டுமே சட்ட உரிமை வழங்குவது, 'மண முடித்தலில் நிலவி வந்த சாதி ரீதியான தடையை' நீக்குவது என நீண்டன.[36]

இந்தச் சட்ட வரைவுக்கு முன்புவரை கணவன் தனக்குத் தோன்றும் போது மனைவியை விவாகரத்துச் செய்யலாம். ஆனால், இந்தச் சட்ட வரைவில் விவாகரத்து கோருவதை நியாயப்படுத்த வலுவான காரணம் இருக்கவேண்டும் என்கிற பிரிவு சேர்க்கப்பட்டது.[37] இச்சட்டங்கள் இந்துக்களின் தனிப்பட்ட வாழ்க்கையை வழிநடத்திக் கொண்டிருந்த பாரம்பரியப் பழக்க வழக்கங்களைக் கேள்விக்கு ஆளாக்கின. இது இந்து மகாசபையின் பழமைவாதிகளையும், காங்கிரஸ் கட்சித்தலைவர்களான ராஜேந்திர பிரசாத் உள்ளிட்டோரையும் உணர்ச்சிப்பிழம்பாக மாற்றியது. இந்தச் சீர்திருத்தங்களைத் தான் கடுமையாக வெறுப்பதாக ராஜேந்திர பிரசாத் படேலுக்கு எழுதிய கடிதத்தில் குறிப்பிட்டார். இந்தச் சட்டத்தின், 'புதிய கருத்தாக்கங்கள், புதிய கருத்துகள் இந்து சட்டத்துக்கு அந்நியமானது, இவை ஒவ்வொரு குடும்பத்தையும் கூறு போடக்கூடும்' என்று அதனைக் கடுமையாக எதிர்த்தார் ராஜேந்திர பிரசாத்.[38]

பொதுத்தேர்தல்கள் **1951-52**-ல் வரவிருந்த சூழலில் இந்தச் சட்ட மசோதா பழமைவாதிகளான நிலச்சுவான்தார்களைப் பெரும்பான்மையாகக் கொண்ட காங்கிரஸுக்கு எதிராகத் திருப்பும் என்று கட்சித்தலைவர் பட்டாபி சீதாராமையா உள்ளிட்ட பல தலைவர்கள் பயந்தார்கள். இப்படிப்பட்ட வாதங்களைப் பொதுவெளியில் ராஜேந்திர பிரசாத் முன்வைக்கவில்லை என்றாலும், தனிப்பட்ட அளவில் இச்சட்ட மசோதாவுக்கு எதிராக இயங்கினார். இடைக்கால நாடாளுமன்றம் மக்களால் தேர்ந்தெடுக்கப்படாதபோது, அதன் உறுப்பினர்கள் இப்படிப்பட்ட பிரச்னைகளில் முடிவெடுப்பது சரியானது அல்ல என்று வாதிட்டார்.

இந்தியாவை நவீனப்படுத்தும் மைல்கல்லாக இந்தச் சட்டம் திகழும் என்று அம்பேத்கரைப் போல, ஜவஹர்லால் நேருவும் நம்பினார். இந்த மசோதா சட்டமாவது மிக முக்கியமானது என்று அவரும் கருதினார். இந்தச் சட்ட மசோதா நிறைவேறாமல் போனால், தன்னுடைய அரசு பதவி விலகும் என்று கூட நேரு அறிவித்தார்.[39]

எவ்வளவு சீக்கிரம் முடியுமோ, அவ்வளவு விரைவாக இச்சட்ட மசோதாவை நாடாளுமன்றத்தில் அறிமுகப்படுத்துமாறு அம்பேத்கர் நேருவுக்கு அழுத்தம் தந்தார். பிரதமர் நேருவோ தனக்குக் கொஞ்சம் அவகாசம் தருமாறு கேட்டுக்கொண்டார். மேலும், எதிர்ப்பாளர்களின் எதிர்ப்பைப் பிசுபிசுக்க வைக்க அந்தச் சட்ட மசோதாவை நான்கு தனித்தனி சட்ட மசோதாக்களாகப் பிரித்து செப்டம்பர் 17,1951 அன்று அவையில் முன்வைத்தார்.

இந்தச் சட்ட மசோதாவை எந்தளவுக்குப் பழமைவாத காங்கிரஸ் கட்சியினர் வெறுத்தார்கள் என்பதை நாடாளுமன்றத்தில் நடந்த விவாதங்கள் வெளிப்படுத்தின. நான்கு நாட்கள் நடந்த தொடர் விவாதங்களுக்குப் பிறகு, அம்பேத்கர் உணர்ச்சிகரமாக உரையாற்றினார். இந்து மதம் பெண்களை எப்படி மோசமாக நடத்துகிறது என்பதற்கு கிருஷ்ணனுக்கும் ராதைக்கும் இடையே மண உறவுக்கு அப்பாற்பட்ட உறவைச் சுட்டிக்காட்டினார் அம்பேத்கர். இது பழமையில் ஊறிப்போன நாடாளுமன்ற உறுப்பினர்களை உசுப்பேற்றியதில் எந்த ஆச்சரியமும் இல்லை. டி.பார்கவா எனும் உறுப்பினர், அண்மையில் அம்பேத்கர் பிராமண மருத்துவரோடு சேர்ந்து வாழ்வதற்குச் சட்டரீதியான அங்கீகாரத்தைப் பெறப் பார்க்கிறார் என்று குற்றஞ்சாட்டினார்.[40] அம்பேத்கர் அரசியலமைப்பு சட்ட வரைவுக் குழுவின் தலைவராக ஓயாமல் பணியாற்றியதால், அவரின் உடல்நலம் வெகுவாகச் சீர்குலைந்தது. அதனால், 1947-ல் மருத்துவர் சாரதா கபீரிடம் சிகிச்சை பெற்றிருந்தார். பின்னர் அவரையே ஏப்ரல் 1948-ல் அம்பேத்கர் திருமணம் செய்துகொண்டிருந்தார்.

திருமணம், விவாகரத்து ஆகியவற்றை நெறிப்படுத்தும் இந்து சட்ட மசோதாவில் செப்டம்பர் 25 அன்று பல்வேறு சட்டத் திருத்தங்கள் மேற்கொள்ளப்பட்டு அந்தச் சட்டத்தைச் சிதைத்தார்கள். இறுதியாக, அந்தச் சட்டத்தை மொத்தமாகக் குழிதோண்டிப் புதைத்தார்கள். இதற்கு எதிராக நேரு ஒரு வார்த்தையைக்கூட முணுமுணுக்க வில்லை. தனக்குப் போதுமான ஆதரவைத் தன்னுடைய பிரதமர் வழங்கவில்லை என்று கருதிய அம்பேத்கர் பதவி விலகல் கடிதத்தைச் செப்டம்பர் 27 அன்று வழங்கினார்.[41]

இப்படி நேரு பின்வாங்கக் காரணம் காங்கிரஸ் கட்சியினர் அவருக்குக் கொடுத்த அழுத்தமே காரணம் என்று அம்பேத்கர் பதவி விலகலுக்குச் சில காலம் கழித்து வெளியிட்ட அறிக்கையில் குறிப்பிட்டார்: 'நான் பிரதமருக்கு சற்றும் விசுவாசமாக இல்லாத தலைமை கொறடாவையும், விசுவாசமற்ற தலைமைக் கொறடாவுக்கு முழுவதும் விசுவாசமாக இருக்கும் பிரதமரையும் இதற்கு முன் பார்த்ததே இல்லை.'[42]

| 181 |

உண்மையில், நேரு காங்கிரஸ் நாடாளுமன்ற உறுப்பினர்கள் இந்து சட்ட மசோதாவைப் பெருந்திரளாக நிராகரிப்பார்கள் என்றும், குடியரசுத் தலைவர் ராஜேந்திர பிரசாத் சட்டத்தில் கையொப்பம் இடமாட்டேன் என்று தன்னுடைய எதிர்ப்பைக் காட்டக்கூடும் என்றும் நேரு அஞ்சினார்.[43]

தன்னுடைய பதவி விலகலுக்கான பல்வேறு காரணங்களில் ஒன்றாகவே இந்து சட்ட மசோதாவை அம்பேத்கர் முன்வைத்தார். தனக்குத் திட்டமிடல் துறை (பிளானிங்) அமைச்சர் பொறுப்பை வழங்காமல் போனதற்கும் நேருவை அம்பேத்கர் குறை கூறினார். பாகிஸ்தானுக்கு முஸ்லிம்கள் பெரும்பான்மையாக இருக்கும் காஷ்மீர் பள்ளத்தாக்குச் சென்றிருக்கவேண்டும் என்று கருதிய வகையிலும் அவர் நேருவிடம் இருந்து முரண்பட்டார்.

இப்படி அம்பேத்கர் பட்டியலிட்ட பல்வேறு காரணங்களோடு, அவர் சொல்லாத ஒரு காரணமும் இருந்தது. விடுதலை இந்தியாவின் முதல் பொதுத்தேர்தல் நெருங்கிக்கொண்டு இருந்த நிலையில், அம்பேத்கர் தன்னுடைய கட்சியின் சார்பாகப் போட்டியிடவேண்டும் என்று விரும்பினார். எனினும், இந்து சட்ட மசோதா பிரச்னையினாலேயே அம்பேத்கர் நேருவை விட்டு விலக முடிவெடுத்தார் என்பது மிகவும் முக்கியமானது. வெறுமனே அரசியலமைப்பில் மட்டும் சமூகச் சீர்திருத்தத்துக்கான கட்டமைப்பை ஏற்படுத்தினால் போதாது. அதனைத் தாண்டி, சமூகச் சீர்திருத்தத்தை முன்னெடுக்கிற அரசியல் பாதையை வளர்த்தெடுக்கவேண்டும் என்று நம்பினார்.

காலங்காலமாகப் பின்பற்றப்படும் சமூகப் பழக்கவழக்கங்களை மாற்றியமைக்கிற உறுதியான நடவடிக்கைகளை அமல்படுத்த வேண்டும் என்பதே இதன் பொருளாகும். இந்திய ஜனநாயகத்தின் அரசியலமைப்புச் சட்டத்தில் சமூக சீர்திருத்தத்துக்கான கட்டமைப்பை நிறுவுவதை ஏராளமான காங்கிரஸ் கட்சியினர் ஏற்றுக் கொண்டார்கள். ஆனால், சமூகம் முன்பிருந்தவாறே தொடர்வதைக் கேள்விக்கு உட்படுத்தவேண்டும் என்றோ முன்னோக்கி நகர்வதற்கான நடவடிக்கைகளை ஆதரிக்கவேண்டும் என்றோ அவர்கள் கருதவில்லை.

●

அம்பேத்கர் 1930களின் இறுதிப்பகுதியில் இருந்து 1950கள்வரை தீண்டப்படாதோரின் அவலநிலையைப் போக்கும் அரசியல் தீர்வுக்காகத் தன்னுடைய ஒட்டுமொத்த ஆற்றலையும் அர்ப்பணித்து அயராது உழைத்தார். தீண்டப்படாத மக்களைக் காக்கக்கூடிய அரசியல் கட்சிகளைக் கட்டி எழுப்புவதற்குக் கடுமையாக

உழைத்தார். பொதுவாகத் தொழிலாளர்களையும் காக்கும் கட்சியை ஏற்படுத்தவும் முயன்றார். தன்னுடைய மக்களுக்குச் சில உத்தரவாதங்களைப் பிரிட்டிஷார் தர ஒப்புக்கொண்டதால் அவர்களோடும், அதே காரணத்துக்காகப் பின்னர் காங்கிரஸ் கட்சியோடும் இணைந்து இயங்கினார்.

அம்பேத்கர் இல்லாமல் போயிருந்தால் காந்திய சிந்தனைகள் இன்னமும் வலுவாக அரசியலமைப்புச் சட்டத்தில் இடம் பிடித்திருக்கும் என்பதில் ஐயமில்லை. அப்படி நடந்துவிடாமல், அம்பேத்கர் அரசியலமைப்புச் சட்டத்தில் காந்திய சிந்தனைகளைத் தள்ளிவைப்பதை உறுதி செய்தார். அரசாங்க அமைப்பின்மீது தன்னால் எந்தளவுக்குத் தாக்கம் ஏற்படுத்த முடிகிறது என்று தனித்தொகுதிகள், இன்னமும் குறிப்பாக இந்து சட்ட மசோதாவின் போது பரிசோதித்துப் பார்த்தார். அரசியலமைப்புச் சட்டத்தைத் தாண்டி, இந்திய சமூகம் சமூகச் சீர்திருத்தங்களால் தன்னை முழுமையாகப் புதுப்பித்துக் கொள்வதற்கான அவசரத் தேவை இருக்கிறது என்று அம்பேத்கர் கருதினார். அதனால்தான், இந்து சட்ட மசோதாவைத் தன்னுடைய போர்க்களமாகக் கருதினார். ஆனால், இந்தச் சீர்திருத்தங்களுக்கு காங்கிரஸ் தயாராக இருக்கவில்லை.

நேருவின் அரசை விட்டு விலகிய பிறகு, அரசியல் குறித்து ஓரளவுக்கு அவநம்பிக்கையோடு அம்பேத்கர் பேசினாலும், அரசியல் வாழ்க்கையை விட்டு அவர் விலகவில்லை. அவர் 1951-52 தேர்தல் பரப்புரைகளில் ஈடுபட்டதோடு, 1956-ல் மரணமடைவதற்கு முன்னால் இந்தியக் குடியரசுக் கட்சிக்கான வித்தை விதைத்தார். அதே நேரத்தில், அவர் மதரீதியான, இன்னமும் குறிப்பாக ஆன்மிகத் தேடலை துவங்கினார். அவரின் இந்தத் தேடல் புத்த மதத்தை மையப்படுத்தி நிகழ்ந்தது. அந்த மதத்தில்தான் தீண்டாமையை ஒழிக்கக்கூடிய ஏற்புடைய தீர்விருப்பதாக அம்பேத்கர் படிப்படியாகக் கண்டுகொண்டார்.

அத்தியாயம் 8

'மதமாற்றம் எனும் 'தீர்வு'

'இந்தப் போலியான அரசியல் தேர்தல்களை வைத்துக் கொண்டு எனக்குச் செய்வதற்கு ஒன்றுமில்லை. இந்தப் போலித்தேர்தல்களைப் பயன்படுத்திக் கொண்டிருந்தால் நான் இந்தியாவின் பிரதமராகக் கூட ஆகியிருப்பேன். ஆனால், அதனை நான் ஒரு பொருட்டாகவே மதிக்கவில்லை [...] நான் பௌத்தத்தைப் பற்றிக்கொண்டேன். நீங்கள் அனைவரும் அவ்வாறே செய்யவேண்டும் என்று விரும்புகிறேன். தீண்டப் படாதோர் மட்டுமல்ல, ஒட்டுமொத்த இந்தியாவும், ஏன் அகில உலகமே பௌத்தத்துக்கு மாறவேண்டும் [...] பௌத்தம் உலக மக்களின் நலன், மகிழ்ச்சி ஆகியவற்றுக்காகப் பாடுபடச் சொல்கிறது. அது அனைவரிடையே அன்பை வளர்த்தெடுக்க வலியுறுத்துகிறது. இந்த மதத்தை மனிதர்கள் மட்டுமல்லாமல் கடவுள்களும் ஏற்றுக்கொள்ளவேண்டும் [...] உலகத்தில் சொற்ப எண்ணிக்கையில் இருக்கும் கம்யூனிஸ்ட்களை விட்டு விட்டுப் பார்த்தால், மதம் வேண்டாம் என்று சொல்கிறவர்கள் யாருமே உலகத்தில் இல்லை. அனைவருக்கும் சம வாய்ப்பு களை வழங்கும் மதமே உண்மையான மதமாகும். மற்ற மதங்கள் அனைத்தும் போலியான மதங்களே.' *(பம்பாயில் அம்பேத்கர் ஜனவரி 14, 1955-ல் ஆற்றிய இவ்வுரை M.S.Gore, The Social Context of an Ideology நூலில் பக்கம் 220-ல் மேற்கோள் காட்டப்பட்டுள்ளது.)*

அம்பேத்கருக்கு முன்னரே மத மாற்றத்தைக் கொண்டு சாதி அமைப்பிலிருந்து தப்பிக்கப் பல தீண்டப்படாதோர் முயன்றிருக் கிறார்கள். கிறிஸ்தவ மிஷனரிகள் தங்களுடைய மத மாற்றத்தைத்

துரிதப்படுத்த, கிறிஸ்தவத்தில் இணைந்தால் சாதிக்கொடுமையில் இருந்து விடுபடலாம் என்று நம்பிக்கை தந்தார்கள். மகாராஷ்டிராவில் 1876, 1879 ஆண்டுகளில் பெரும் பஞ்சங்கள் ஏற்பட்டன. சமூகத்தில் கடைக்கோடி மனிதர்களாகத் துன்பப்பட்டுக் கொண்டிருந்தவர்களைப் பஞ்ச காலத்தில் காப்பாற்ற கிறிஸ்தவ மிஷனரிகள் ஓடோடி வந்தார்கள்.[1] இதைத்தொடர்ந்து பல்வேறு மகர்கள் கிறிஸ்தவ மதத்துக்கு மாறினார்கள். பத்தொன்பதாம் நூற்றாண்டின் இறுதிக் காலத்தில், மகாராஷ்டிராவின் கிறிஸ்தவர்களில் பெரும் பான்மையினர் மகர்களே ஆவர்.

இந்த முன்னுதாரணத்தை எடுத்துக்காட்டி, தான் மதம் மாறுவதை நியாயப்படுத்த வேண்டிய தேவை அம்பேத்கருக்கு இல்லை. இந்து மதத்தின் பிரிக்க முடியாத பண்பாகச் சாதி அமைப்பு இருப்பதை அம்பேத்கர் உறுதிபட நிறுவினார். சாதி அமைப்பானது சமூகப் படிநிலைகளைக் கொண்டு ஏற்றத்தாழ்வைக் காப்பாற்றி வருவதை அம்பேத்கர் அசாத்தியமான அறிவுத்திறத்தோடு கவனப்படுத்தினார். சாதி குறித்த அவரின் ஆழமான ஆய்வின் மூலம் புரிய வந்த உண்மைகளே மதம் மாறுவதற்கான நியாயங்களை முன்வைக்கப் போதுமானதாக இருந்தது. இந்து மதத்தை விட்டு வெளியேறுவதே சமத்துவத்தை அடையும் ஒரே வழி என்று அம்பேத்கர் புரிய வைத்தார்.

இந்து மதத்தில் இருந்து வேறு மதத்துக்கு மாறுவது குறித்த குறிப்பு முதன்முதலில் அம்பேத்கர் 1927-ல் மகத் மாநாட்டில் பேசியதில் காணப்படுகிறது. 'நமக்கு சமூகத்தில் சம உரிமை வேண்டும். இந்து மதத்துக்குள் இருந்துகொண்டே முடிந்தவரை சம உரிமைகளைச் சாதிக்க முயல்வோம். தேவைப்பட்டால், இந்தப் பயனற்ற இந்து அடையாளத்தை எட்டி உதைத்துவிட்டு சம உரிமைகளைப் பெறுவோம். இந்து மதத்தைக் கைவிட வேண்டிய அவசியம் ஏற்பட்டால், அதற்குப் பிறகு கோயில்கள் குறித்துக் கவலைகொள்ள வேண்டியதில்லை' என்றார் அம்பேத்கர்.[2]

அதே ஆண்டின் ஆரம்பத்தில், ஜல்காவ்னில் (பீரார்) நடைபெற்ற தாழ்த்தப்பட்ட வகுப்பினர் மாநாட்டுக்குத் தலைமை தாங்கினார் அம்பேத்கர். அந்த மாநாட்டில் மேற்சொன்ன உரையின் சாரத்தை ஒட்டி ஒரு தீர்மானம் நிறைவேற்றப்பட்டது. தீண்டப்படாதோர் மகத் சத்தியாகிரகத்தின் மூலம் புதிதாகத் தோண்டப்பட்ட குளங்களைப் பயன்படுத்தும் உரிமை கேட்டுப் போராடினார்கள். அவர்களின் போராட்டத்தை முடிவுக்குக் கொண்டுவரப் பழமைவாத இந்துக்கள் முயன்று கொண்டிருந்தார்கள். இந்த நிலையில் பன்னிரெண்டு

மகர்கள் இஸ்லாமுக்கு மதம் மாறினார்கள். இது பழமைவாத இந்துக்களைப் பேரதிர்ச்சிக்கு உள்ளாக்கியது. ஒட்டுமொத்தமாகத் தீண்டப்படாத மக்கள் மதம் மாறிவிடுவார்கள் என்கிற எண்ணமே அச்சுறுத்துவதாக இருந்தது. இந்து மதத்துக்குள்ளேயே தீண்டப்படாதோர் இருந்தால், அவர்களை வேதனைப்படுத்திக்கொண்டிருக்கும் சில மத விதிகளைச் சாதி இந்துக்கள் தளர்த்துவதற்கு வாய்ப்புண்டு என்று பழமைவாத இந்துக்கள் சொன்னார்கள்.[3] 1930-களின் ஆரம்பத்தில் தான் மதமாற்றத்தை அம்பேத்கர் தன்னுடைய சாதி ஒழிப்புக்கான யுக்திகளில் ஒன்றாகக் கையில் எடுத்தார்.

சமூக விடுதலைக்கான கருவியா மதமாற்றம்?

மேம்பட்ட சமத்துவத்தை நாடி மதம் மாறுவது

மூன்றாவது வட்ட மேசை மாநாட்டில் அம்பேத்கரோடு தீண்டப்படாதோரின் பிரதிநிதியாகக் கலந்துகொண்டார் கவாய். அவரிடம் அம்பேத்கர் இந்து மதத்தைவிட்டு, தான் விலக விரும்புவதாக 1933-ம் ஆண்டின் வசந்தகாலத்தில் தெரிவித்தார். மேலும், இஸ்லாம்மீது தனக்கு ஈர்ப்பு ஏற்படவில்லை; புத்த மதத்தையே தன்னுடைய மனம் நாடுகிறது என்றும் கூறினார் அம்பேத்கர்.[4]

தன்னுடைய பத்தாண்டு காலப் போராட்டம், எந்தளவுக்குச் சாதித்திருக்கிறது என்று ஆராய அக்டோபர் 1935-ல் தாழ்த்தப்பட்ட வகுப்புகளைச் சேர்ந்த பிரதிநிதிகளின் கூட்டம் ஒன்றை இயோலா நகரில் கூட்டினார் அம்பேத்கர். கவாயிடம் மதம் மாற்றம் குறித்துப் பேசியதற்குப் பிறகு, அது குறித்துச் சில காலம் பேசாமல் இருந்த அம்பேத்கர் இந்தக் கூட்டத்தில் மீண்டும் அந்தப் பேச்சை எடுத்தார். தான் பத்தாண்டுகளாக முன்னின்று நடத்திய இயக்கம், திருப்பு முனையை நெருங்கிவிட்டது என்றும், ஆகவே, தன்னுடைய இயக்கத்தைப் புது வேகத்தோடு மீண்டும் ஆரம்பிக்கவேண்டும் என்றார். தான் மதம் மாறப்போகிற முடிவை அறிவித்தார் அம்பேத்கர்.[5] ஆலய நுழைவு இயக்கத்தின் மூலம் இந்து மதத்தோடு இன்னமும் நெருக்கமாக முயன்ற தன்னுடைய முயற்சிகள் விழலுக்கு இறைத்த நீரானதை அம்பேத்கர் ஒப்புக்கொண்டார்[6]:

'நாம் எதிர்கொண்ட அவமானங்களுக்கும் எதையும் செய்ய முடியாமல் தவித்த கணங்களுக்கும் முழுக்காரணம், நாம் இந்து சமூகத்தின் உறுப்பினர்களாக இருப்பதே. இந்த மதத்தை விட்டு விலகி, நமக்கு சம அந்தஸ்து, பாதுகாப்பான நிலை, நியாயமான மரியாதையை வழங்கும் மதத்தில் இணைவதே சிறப்பாக

இருக்கும் அல்லவா? இந்து மதத்தோடு உங்களுக்கு உள்ள தொடர்புகளை முற்றாக வேரறுத்துவிட்டு வேறு எந்த மதத்திலாவது சேருங்கள் எனக் கேட்டுக்கொள்கிறேன். உங்களுடைய புதிய மதத்தைத் தேர்வு செய்வதில் கவனமாக இருங்கள். அம்மதம் உங்களுக்குச் சமமான மரியாதை, அந்தஸ்து, வாய்ப்புகளை எந்தவிதத் தயக்கமும் இன்றி வழங்க வேண்டும்.

[...] துரதிர்ஷ்டவசமாக, நான் தீண்டப்படாத இந்துவாகப் பிறந்து விட்டேன். அதைத் தடுக்கிற சக்தி எனக்கில்லை. ஆனால், இப்படிப்பட்ட இழிவான, அவமானகரமான வாழ்க்கையை ஏற்க மறுப்பதற்கான வல்லமை எனக்கு உண்டு என்று முழங்குகிறேன். நான் இந்துவாகச் சாகமாட்டேன் என்று உங்களுக்கு உறுதிபடத் தெரிவித்துக் கொள்கிறேன்.'[7]

இந்தக் கூட்டத்தில் கலந்துகொண்டவர்கள் இந்து மதத்தைவிட்டு விலகுவது என்று ஒருமனதாகத் தீர்மானம் நிறைவேற்றினார்கள். பத்து மாதங்கள் கழித்து, தன்னுடைய மதமாற்ற முடிவுக்கு ஆதரவு திரட்டுவதற்காகப் பம்பாயில் மே 31, 1936 அன்று ஒரு கூட்டத்தைக் கூட்டினார். இந்தக் கூட்டத்தில் மகர்கள் மட்டுமே கலந்துகொள்ள அழைக்கப்பட்டார்கள். ஒவ்வொரு தீண்டப்படாத சாதியையும் தனித்தனியே சந்தித்துத் தன்னுடைய கருத்துகளைத் தெரிவிக்கத் திட்டமிட்டு இருப்பதாக அம்பேத்கர் கூறினார். மதம் மாறுகிற முடிவில் சாதிக்கு எப்படி முக்கியமான இடம் இருக்கிறது என்பதை இது புலப்படுத்துகிறது. கடந்த காலத்தில், ஒட்டுமொத்தமாக ஒரு சாதியினர் மதம் மாறிய நிகழ்வுகள் உண்டு. அம்பேத்கர் பம்பாயில் இப்படி அறிவித்தார்:

விடுதலையே நம்முடைய இலக்கு. இப்போது நமக்கு வேறு எதைக் குறித்தும் கவலையில்லை. நமக்கு மதமாற்றத்தின் மூலம் விடுதலை கிட்டும் என்கிறபோது, இந்து மதத்தைச் சீர்திருத்தும் பொறுப்பை நாம் ஏன் தூக்கிச் சுமக்கவேண்டும்? நம்முடைய உடல், பொருள், ஆவி, நேரத்தை ஏன் அதில் வீணடிக்க வேண்டும்? நம்முடைய போராட்டத்தின் நோக்கம் இந்து மதத்தைச் சீர்திருத்துவது அல்ல. இந்து மதத்தில் இருந்து விடுதலை பெறுவதே ஆகும் என்பதில் எந்தக் குழப்பமும் வேண்டாம்.

நம்முடைய இயக்கம் தீண்டப்படாதோருக்கு சமூக, பொருளாதார, சமய விடுதலையைச் சாதிக்கவேண்டும் என்பதையே இலக்காகக் கொண்டுள்ளது. தீண்டப்படாத மக்களைப் பொறுத்தவரை, மதமாற்றத்தால் மட்டுமே விடுதலை சாத்தியப்படும்.'[8]

அம்பேத்கரின் இந்த உரை கூர்ந்து நோக்க வேண்டியது. ஒரு பக்கம் தன்னுடைய அரசியல் வாழ்க்கையின் ஒரு அத்தியாயத்துக்கு மூடுவிழா நடத்திய அம்பேத்கர், இன்னொரு புதிய அத்தியாயத்துக்கு அடிகோலுகிறார். ஒருபுறம், பல ஆண்டுகளாக இந்து மதத்தைச் சீர்திருத்த அயராது பாடுபட்ட அவர் தன்னுடைய முயற்சிகளை முடித்துக் கொள்கிறார். அந்தப் போராட்டம் பயனற்றது, தான் பிறந்த மதத்தை விட்டு வெளியேறுவதைத் தவிரத் தனக்கு வேறு வழியில்லை என்கிறார். இன்னொருபுறம், மத நம்பிக்கை குறித்த விவாதத்தில் இருந்து தன்னுடைய மக்களை மற்ற பிரச்னைகளை நோக்கித் திசை திருப்புகிறார். இந்து மதமும் பிற மதங்களோடும் தொடர்புடைய சமூக, பொருளாதார, சமய விடுதலைகள் குறித்து விவாதிக்கிறார்.

சமூக அமைப்புகளின் பார்வையில் இந்தியாவில் பின்பற்றப்படுகிற மதங்களை ஒப்பிடுகிற வகையிலும் அம்பேத்கரின் பம்பாய் உரை முக்கியமானது. கிறிஸ்தவ, இஸ்லாமிய சமூகங்களிலும் சாதி பாகுபாடுகள் இருப்பதை அம்பேத்கர் கவனத்தில் கொள்ளாமல் இல்லை. அதேவேளையில், இந்த மதங்களின் சமூக அமைப்புகள் எப்படி இந்து மதத்தில் இருந்து வேறுபடுகின்றன என்பதைத் துல்லிய மாகக் கவனத்தில் கொள்கிறார். இந்து மதத்தில் சாதி எப்படி இயங்குகிறது என அவர் விளக்குகிறார்: '... தங்களுடைய மதத்தில் உள்ள சாதி அமைப்பை முற்றாக ஒழிப்பதற்கு இஸ்லாமியர்களோ கிறிஸ்தவர்களோ ஒரு இயக்கம் துவங்கினால், அவரவரின் மதங்கள் அதற்கு எந்தவகையிலும் தடையாக நிற்காது. ஆனால், இந்துக்களால் தங்களுடைய மதத்தை அழிக்காமல் சாதி அமைப்பை வேரறுக்கவே முடியாது."[9]

இந்த ஆய்வுப்பார்வையானது, இந்து மதம் சாதிப்படிநிலைகளால் ஆனது; மற்ற மதங்கள் சமத்துவத்தை அங்கீகரிக்கின்றன என்கிற அம்பேத்கரின் சிந்தனையின் மையப்பொருளாகும். அவர் 1936-ல் அனைவருக்கும் எழுதிய திறந்த மடலில்[10], தான் மதம் மாற உகந்த மதங்களான இஸ்லாம், கிறிஸ்தவம், சீக்கிய மதம் ஆகிய ஒவ்வொரு மதத்துக்கு மாறுவதாலும் ஏற்படும் வெவ்வேறு நன்மைகள் குறித்துப் பேசுகிறார்:

இந்த மூன்று மதங்களையும் ஒப்பிட்டுப் பார்த்தால், தாழ்த்தப் பட்ட வகுப்பினருக்குத் தேவையான அனைத்தையும் இஸ்லாம் வழங்குகிறது. இஸ்லாமுக்குப் பின்னால் இருக்கும் செல்வ வளங்கள் எல்லையில்லாதது. முகமதியர்கள் இந்தியா முழுவதும் பரவியுள்ளார்கள் [...] முகமதியர்களுக்கு என்ன உரிமைகள் உள்ளதோ, அவை அனைத்தும் தாழ்த்தப்பட்ட வகுப்பினருக்கும் கிடைக்கும்.

[...] இதே அளவுக்கு, கிறிஸ்தவ மதமும் என்னை ஈர்க்கிறது. இந்திய கிறிஸ்தவர்கள் எண்ணிக்கையில் சொற்பமாக இருப்பதால் தாழ்த்தப்பட்ட வகுப்பினர் மதம் மாறத் தேவையான நிதி உதவியை அவர்களால் தர இயலாது. ஆனால், தாழ்த்தப்பட்ட வகுப்பினர் தாங்கள் கிறிஸ்தவ மதத்துக்கு மாறத் தயாராக உள்ளோம் என்று அறிவித்தால் போதும். கிறிஸ்தவ நாடுகளான அமெரிக்கா, இங்கிலாந்து அளவில்லாத வளங்களைக் கொண்டு வந்து கொட்டும். சமூகத்தில், மதம் மாறும் தாழ்த்தப்பட்ட வகுப்பினருக்கு ஆதரவு அளிக்கும் அளவுக்கு எண்ணிக்கையில் கிறிஸ்தவர்கள் வலுவாக இல்லை. ஆனால், அரசே கிறிஸ்தவத்துக்குப் பின்னால் நிற்கும். இஸ்லாம் தருகிற அதே உரிமைகளைக் கிறிஸ்தவ மதமும் வழங்கும்.

[...] கிறிஸ்தவம், இஸ்லாம் ஆகியவற்றை ஒப்பிடும்போது சீக்கிய மதத்தில் சில அம்சங்கள் மட்டுமே ஈர்க்கும் வண்ணம் உள்ளன. நாற்பது லட்சம் மக்களை மட்டுமே கொண்டுள்ள சீக்கிய மதத்தால் நிதி உதவி செய்ய முடியாது [...] பஞ்சாபில் மட்டுமே சீக்கியர்கள் நிறைந்திருப்பதால், மற்ற பகுதிகளில் வாழும் பெரும்பான்மையான தாழ்த்தப்பட்ட வகுப்பினரை சமூகரீதியாக ஆதரிக்க முடியாது. இஸ்லாம், கிறிஸ்தவ மதத்தை ஒப்பிடும்போது பஞ்சாபுக்கு வெளியே சீக்கிய மதத்துக்கு இன்னுமொரு பாதகமான பண்புள்ளது. மற்ற மாநிலங்களின் சட்டமன்றங்கள், அரசாங்கப் பணிகளில் சீக்கியர்களுக்கு என்று எந்தத் தனி இட ஒதுக்கீடும் இல்லை.

[...] இப்படிப்பட்ட மதமாற்றத்தால் ஒட்டுமொத்த இந்தியாவையும் அது எப்படிப் பாதிக்கும் என்பதைக் கருத்தில்கொள்ள வேண்டியது அவசியமாகிறது. இஸ்லாம், கிறிஸ்தவ மதங்களுக்கு மாறினால் தாழ்த்தப்பட்ட வகுப்பினர் தேசிய நீரோட்டத்தை விட்டுவிலகி விடுவார்கள். அவர்கள் இஸ்லாம் மதத்துக்கு மாறினால், இஸ்லாமியர்களின் மக்கள் தொகை இரு மடங்காகி விடும். இந்தியா இஸ்லாமிய ஆதிக்கம் என்கிற ஆபத்தை எதிர்கொள்ள நேரிடும். அவர்கள் கிறிஸ்தவ மதத்துக்கு மாறினால், இந்தியாவில் கிறிஸ்தவர்களின் எண்ணிக்கை 5-6 கோடியைத் தொடும். மேலும், இந்தியாவின் மீதான பிரிட்டிஷாரின் பிடியானது இன்னமும் வலுப்படும். இவற்றை எல்லாம் விடுத்து விட்டு, சீக்கிய மதத்துக்கு மாறினால் அது தேசத்தின் எதிர்காலத்தை எந்தவகையிலும் பாதிக்காது. மேலும், சீக்கிய மதமாற்றம் இந்தியாவின் வளமான எதிர்காலத்துக்கும் உதவிகரமாக இருக்கும். தீண்டப்படாத மக்கள் தேசிய நீரோட்டத்தை விட்டு விலகுவதும் நிகழாது. அதற்கு மாறாக, இந்தியாவின் அரசியல் முன்னேற்றத்துக்குச் சீக்கிய மதத்துக்கு மாறியவர்கள் உதவுவார்கள்.[11]

அம்பேத்கர் இஸ்லாம், கிறிஸ்தவம் மதத்துக்கு மாறினால் அது மதம் மாறிய மக்களை 'தேசிய நீரோட்டத்தை விட்டு விலக்கிவிடும்' என்றது கவனிக்கத்தக்கது. மதம் மாறுவதால் இப்படி ஒரு தாக்கம் ஏற்பட்டு, அதனால் விடுதலைப்போராட்டம் வலுவிழக்கும் என்று அம்பேத்கர் அஞ்சியது தெரிகிறது. அன்றைய நிலையில் அம்பேத்கர், பிற்காலத்தில் வலுவடைய உள்ள 'பிரிவினைவாத' முழக்கத்தை முழுமையாக ஏற்கவில்லை என்பது தெளிவாகிறது.[12] 'அந்நிய' மதங்களான இஸ்லாம், கிறிஸ்தவம் ஆகியவற்றுக்குத் தீண்டப் படாதோர் மாறுவதைத் தடுக்க விரும்பினால், அவ்விரு மதங்களைப் போலச் சீக்கிய மதத்தையும் வசீகரமிக்க மதமாக மாற்றவேண்டும் என்றார் அம்பேத்கர். அதாவது, மதம் மாறிய தீண்டப்படாத மக்களுக்குத் தொகுதிகளை ஒதுக்கீடு செய்ய வேண்டும்.

'நாம் செய்ய வேண்டியதெல்லாம் ஒன்றே ஒன்றுதான். பஞ்சாப் அல்லாத மாகாணங்களில் உள்ள பட்டியல் சாதிகளின் பெயர்களுக்கு முன்னால் சீக்கிய என்கிற சொல்லைச் சேர்த்துவிட வேண்டும், இதன்மூலம், தாழ்த்தப்பட்ட வகுப்பைச் சேர்ந்த யாரேனும் சீக்கிய மதத்துக்கு மாறினால் அவர்கள் எந்த அரசியல் உரிமைகளையும் இழக்கமாட்டார்கள்.[13]

நாசிக் மாவட்டத்தின் கிராமங்களைச் சேர்ந்த எண்ணூறு தாழ்த்தப் பட்ட வகுப்பு இளைஞர்கள் அம்பேத்கரை 1935-ல் சந்தித்தார்கள். தாங்கள் இந்து மதத்தை விட்டு வெளியேறுவதில் உறுதியாக இருப்பதாக அம்பேத்கரிடம் தெரிவித்தார்கள். அவர்கள் மனு ஸ்ம்ருதியை எரித்தார்கள். மேலும், தீண்டப்படாத மக்கள் இந்து யாத்திரைகளில் கலந்துகொள்ளக் கூடாது; இந்து புனிதத் தலங்களுக்குச் செல்லக்கூடாது; இந்து அர்ச்சகர்களுக்கு தட்சணை தரக்கூடாது; இந்து பண்டிகைகளைக் கொண்டாடக்கூடாது என்று தீர்மானம் இயற்றினார்கள்.[14] அம்பேத்கரின் புதிய யுக்தியான மதமாற்றச் செயல்திட்டம் அவருடைய சாதியினரிடம் எத்தகைய தாக்கத்தை ஏற்படுத்தியது என்பதை பம்பாயில் மே 1936-ல் கூடிய மகர்கள் நிறைவேற்றிய தீர்மானங்கள் நன்றாக வெளிப்படுத்துகின்றன:

1) மதமாற்றத்தின் மூலம் மட்டுமே மகர்கள் விடுதலை, சமத்துவத்தை அடைய முடியும்
2) ஒட்டுமொத்தமாக மதம் மாற மகர்கள் தயாராக உள்ளார்கள்
3) மதமாற்றத்தை நோக்கிய முதல் படியாக, மகர்கள் இந்துக் கடவுள்களை வணங்கமாட்டார்கள். இந்து பண்டிகைகளைக் கொண்டாட மாட்டார்கள். இந்து புனிதத் தலங்களுக்கு யாத்திரை செல்ல மாட்டார்கள்.[15]

அக்டோபர் 1935-ல் எயோலாவில் பேசிய கூட்டத்துக்கும், மே மாதம் 1936-ல் பம்பாயில் நடைபெற்ற கூட்டத்துக்கும் இடைப்பட்ட காலத்தில் அம்பேத்கர் தன்னுடைய நோக்கங்களைத் தெளிவு படுத்தினார். மேலும், தான் மதம் மாற ஆயத்தமாக இருப்பதாகவும் உறுதிப்படுத்தினார். இந்த மதமாற்ற முடிவை சிறுபான்மையினரில் சிலர் உற்சாகமாக வரவேற்றார்கள். ஆனால், அம்பேத்கரின் முடிவுக்கு உயர் சாதி இந்துக்கள், பிற தீண்டப்படாதோர் தலைவர்கள், சில சிறுபான்மையினர் எதிர்ப்புத் தெரிவித்தார்கள். இதை அடுத்து, அம்பேத்கர் தன்னுடைய திட்டங்களை மாற்றியமைத்துக்கொள்ள நேரிட்டது.

தீண்டப்படாதோரிடையே காணப்பட்ட எதிர்வினைகள், எதிர்ப்புகள், பிளவுகள்

அம்பேத்கர் ஒட்டுமொத்தமாக மதம் மாறப்போகிற திட்டத்தை வெளிப்படுத்தியதும், அது குறித்த தங்களுடைய கவலைகளை இந்திய கிறிஸ்தவர்கள் உடனே வெளிப்படுத்தியது துரதிர்ஷ்ட வசமானது. எந்தவித ஆன்மிக அடிப்படையும் இல்லாமல், ஒட்டு மொத்தமாகக் கிறிஸ்தவ மதத்துக்கு மாறுவதற்குத் தங்களுடைய எதிர்ப்பை கிறிஸ்தவப் பிரதிநிதிகள் அதிகாரப்பூர்வமாகப் பதிவு செய்தார்கள். இப்படிப்பட்ட மதமாற்றத்தின் மூலம் தீண்டப் படாதோர் சமூகத்தில் மேல்நிலையை எட்டுவது மட்டுமே நிகழும் என்பது அவர்களின் பார்வையாக இருந்தது. உண்மையில், இந்த மாதிரிப் பெருந்திரளான மக்கள் மதம் மாறுவது பல்வேறு சமூகங்களுக்கு இடையே மோதல்களை ஏற்படுத்திவிடும் என்று அஞ்சினார்கள். மேலும், 'பழைய கிறிஸ்தவர்கள்' குறிப்பாக மேட்டுக்குடியாகத் தம்மைக் கருதிய சிரிய கிறிஸ்தவர்கள் உள்ளிட்டவர்கள் சாதிப்படிநிலையில் கீழான இடத்தில் இருப்பவர்கள் தங்களுடைய மதத்தில் திடீரென்று கலப்பதை ஏற்க மறுத்தார்கள்.[16] கிறிஸ்தவர்கள் இடையே நிலவிய சாதிய ஏற்றத் தாழ்வுகளை நன்கு அறிந்திருந்ததால், அம்பேத்கர் கிறிஸ்தவ மதத்துக்கு மாறும் எண்ணமில்லை என்று அறிவித்தார். கிறிஸ்தவ மதம் இந்தியாவுக்கு அந்நியமானது என்பதால், அதனைவிட்டு அம்பேத்கர் வெகுதூரம் விலகினார் என்று கருதுகிறார் ஜில்லியட்.[17]

அம்பேத்கர் தான் முன்வைத்த தீர்வுகளில் பௌத்தம் குறித்து யோசித்ததாகத் தெரியவில்லை. குறைந்தபட்சம், தன்னுடைய பொது மேடை பேச்சுகளில் அம்பேத்கர் பௌத்த மதத்துக்கு மாற இருப்பதாக அறிவிக்கவில்லை. எனினும், பௌத்தத் தலைவர்கள் அம்பேத்கரை அன்போடு வரவேற்றார்கள். எயோலாவில் அம்பேத்கர் பேசிய

பிறகு, வாரணாசியில் உள்ள மகாபோதி சங்கத்தின் செயலாளர், தீண்டப்படாத மக்கள் பௌத்தத்துக்கு மாறினால் அவர்களைப் பௌத்தர்கள் மனதார வரவேற்பார்கள் என்றார். 'எங்கள் மதத்துக்கு மாறுகிற எல்லாருக்கும் சம அந்தஸ்தை வழங்குகிறோம்' என்று விளம்பரப்படுத்தும் உற்சாகத்தோடு பேசினார்.[18] பௌத்தத்தில் சாதி பாகுபாடுகள் இல்லவே இல்லை என்று அவர் உறுதிபடத் தெளிவுபடுத்தினார்.

இந்தியாவில் இருந்த இஸ்லாமிய தலைவர்களும், அயல்நாட்டில் இருந்தவர்களும் இஸ்லாம் மதத்துக்கு அம்பேத்கரை வரவேற்றார்கள். அரேபிய ஊடகங்கள் அம்பேத்கரின் திட்டத்தில் ஆர்வம் காட்டின. எகிப்தின் கெய்ரோ நகரத்தில் உள்ள அல் அசார் பல்கலைக்கழகத்தின் துணை வேந்தர், மதம் மாறினால் சுன்னத் செய்துகொள்ள வேண்டியதோ, முகத்திரை அணிந்துகொள்ளவேண்டும் என்பதோ கட்டாயமில்லை என்றார். அவர் இந்தியாவுக்கு ஒரு தூதுக்குழுவை டிசம்பர் 1936-ல் அனுப்பிவைத்தார்.[19]

இந்திய கிலாபத் மத்திய குழுவின் உறுப்பினரான மௌலானா முகமது இர்ஃபான் அம்பேத்கரிடம் அக்டோபர் 1935-ல் பேசினார். இஸ்லாம் சமத்துவத்தின் மதம். இஸ்லாமுக்கு மதம் மாறினால் இந்தியாவின் மிகப் பெரிய சிறுபான்மையினரின் தலைவராக அம்பேத்கர் மாறமுடியும் என்று இர்ஃபான் தெரிவித்தார். இதே மாதத்தில் அகில இந்திய உலாமாக்கள் அமைப்பின் தலைவரான அகமது சையது, அம்பேத்கருக்கு இர்ஃபானைப்போலவே செய்தி சொல்லி அனுப்பினார்.[20] பஞ்சாப் மாநில முஸ்லீம்கள் புதிதாக மதம் மாறியிருந்த கன்னையா லால் கௌபா எனும் சட்டசபை உறுப்பினரை அம்பேத்கரை இஸ்லாமுக்கு மாற இசைய வைக்குமாறு பணித்தார்கள். பல்வேறு இஸ்லாமிய சுதேச சமஸ்தானத்தின் உலாமாக்கள் தங்கள் பகுதியில் இருந்த தீண்டப்படாத மக்களை இஸ்லாமுக்கு மாறுமாறு கேட்டுக் கொண்டார்கள்.[21]

சீக்கியர்கள் எப்படி தன்னுடைய மதமாற்றத் திட்டத்தை எதிர் கொள்வார்கள் என்று அம்பேத்கர் மிகவும் ஆவலோடு காத்திருந்தார். பம்பாயில் தீண்டப்படாத மக்களுக்கும் தங்களுடைய கல்லூரியில் இடம் கொடுத்த சீக்கிய நிர்வாகிகளோடு அம்பேத்கர் சில காலமாகத் தொடர்பில் இருந்தார்.[22] அம்பேத்கர் இந்து மதத்தில் இருந்து வேறொரு மதத்துக்கு மாறுகிற எண்ணம் கொண்டிருப்பதாகத் தெரிவித்ததும் ஒரு கடிதம் வந்தது. அமிர்தசரஸ் நகரில் உள்ள பொற்கோயில் நிர்வாகக் குழுவின் துணைத்தலைவர் சர்தார் தலிப் சிங் தோவாபியா அம்பேத்கருக்குக் கடிதம் வரைந்திருந்தார். அதில், அம்பேத்கர் என்னவெல்லாம் எதிர்பார்க்கிறாரோ அத்தனையும்

சீக்கிய மதத்தில் இருக்கிறது; தீண்டப்படாதோரை சீக்கியர்கள் தங்களுடைய மதத்துக்கு வரவேற்கிறார்கள் என்று குறிப்பிடப்பட்டு இருந்தது.[23]

பூனாவில் ஜனவரி 1936-ல் தீண்டப்படாத இளைஞர்களுக்கான இரண்டு நாள் கூட்டத்துக்கு அம்பேத்கர் தலைமை தாங்கினார். அப்போது, சீக்கிய மதப் பஜனைகள் இசைக்கப்பட்ட பிரார்த்தனை நிகழ்வில் அவர் கலந்து கொண்டார். தங்கள் மதத்தில் இணையுமாறு சீக்கியர்கள் அம்பேத்கருக்கு அழைப்புவிடுத்தார்கள். அதே வாரத்தில், இரண்டு இஸ்லாமிய தூதுக்குழுக்களும் அம்பேத்கரைத் தங்கள் மதத்துக்கு மாறுமாறு வற்புறுத்தின.[24] பஞ்சாப், கேரளா, ஐக்கிய மாகாணங்கள், மத்திய மாகாணத்தைச் சேர்ந்த தீண்டப் படாதவர்கள் கலந்துகொண்ட சீக்கிய மிஷன் மாநாடு ஏப்ரல் மாதத்தில் நடந்தது. அதில் அம்பேத்கர் கலந்து கொண்டார்.

இந்த மாநாட்டில், ஐம்பதுக்கும் மேற்பட்ட மக்கள் சீக்கிய மதத்துக்கு மாறினார்கள். மே மாதத்தில், அம்பேத்கரின் மகன் யஷ்வந்த், அம்பேத்கரின் மருமகனும் அமிர்தசரஸ் சென்று ஆறு வாரங்கள் பொற்கோயிலில் வாழ்ந்தார்கள். இவை அனைத்துக்கும் மேலாக, அம்பேத்கர், மதமாற்ற இயக்கப் படை ஒன்றை ஏற்படுத்தி அதன் பதிமூன்று உறுப்பினர்களையும் அமிர்தசரஸ் நகருக்கு அனுப்பி வைத்தார். சீக்கிய மதத்துக்கு மாறுவதன் சாத்தியக்கூறுகள் குறித்து ஆய்வு செய்யும் பொறுப்பு இந்தப் படைக்குக் கொடுக்கப்பட்டு இருந்தது.[25]

தீண்டப்படாதோர் இன்னொரு மதத்துக்கு மாறினால் அது பெரும் பான்மை சமூகமான இந்து மதத்தை எண்ணிக்கை ரீதியாகப் பலவீனப் படுத்தும். அதனால், தேர்தல்களிலும் பெரும்பான்மை சமூகம் பாதிக்கப்படும் என்று இந்து மகாசபை அஞ்சியது. இப்படித் தீண்டப்படாதோர் மதம் மாறினால் அது தீண்டப்படாதோர், இந்திய சிறுபான்மை மதத்தினர் ஒன்று சேர்வதற்கும் வழிகோலும் என்றும் கவலை கொண்டது இந்து மகாசபை.

இதற்கு முன்பே அம்பேத்கர் இரண்டாவது வட்ட மேசை மாநாட்டில், இஸ்லாமியர்கள் உள்ளிட்ட சிறுபான்மை தலைவர்களோடு, 'சிறுபான்மையினர் உடன்படிக்கை' ஒன்றில் கையெழுத்திட்டார். இந்த உடன்படிக்கை தனித்தொகுதிகளைக் கேட்டது. மேலும், இஸ்லாமியர்கள், கிறிஸ்தவர்கள், ஆங்கிலோ-இந்தியர்கள், ஐரோப்பியர்கள், தாழ்த்தப்பட்ட வகுப்பினருக்கு உரிய இடங்கள் ஒதுக்கப்படவேண்டும் என்றும் கோரியது. இதனால், மதம் மாற்றம் நிகழ்ந்தால், மேற்சொன்ன சிறுபான்மையினரோடு அம்பேத்கர் கூட்டணி அமைத்துக் கொள்வது சுலபமாகும். இதனால், இந்து

மதமே பாதிப்படையும் என்பது இந்து மகாசபையின் கவலையாக இருந்தது.

எயோலா கூட்டம் நடைபெறுவதற்குச் சிறிது காலத்துக்கு முன்னால், இந்து மகாசபையின் பம்பாய் பகுதியைச் சேர்ந்த தூதுவர்கள் அம்பேத்கரைச் சந்தித்தார்கள். அவர்களிடம் அம்பேத்கர், 'எந்த இறுதி முடிவையும் எடுப்பதற்கு முன்னால், இந்து மகாசபை உள்ளிட்ட இந்து அமைப்புகளிடம் கலந்து உரையாடுவேன்' என உறுதியளித்தார்.[26] இந்து மகாசபை அக்டோபர் 29, 1935 அன்று பம்பாயில் அவசரக் கூட்டம் ஒன்றைக் கூட்டியது. இந்து மகாசபையிலேயே தீவிரமான பழைமைவாதியாகத் திகழ்ந்த மதன் மோகன் மாளவியா தலைமை தாங்கிய இந்தக் கூட்டத்தில் ஆயிரம் பிரதிநிதிகள் கலந்துகொண்டனர்.

மகாராஷ்டிரா மாநிலப்பிரிவின் முக்கியத் தலைவர்களில் ஒருவரான என்.சி.கேல்கர் அம்பேத்கருக்கு காந்தியிடம் துளிகூட நன்றியில்லை என்று கொதித்தார். தீண்டப்படாதோர் பிரச்னை குறித்து காந்தி 1932-ல் இருந்தே அக்கறை கொண்டு இயங்கி வருவதாகச் சுட்டிக்காட்டினார் கேல்கர். அந்தாண்டு டிசம்பரில் நடைபெற்ற இந்து மகாசபையின் வருடாந்திர கூட்டத்திலும் இதே கருத்தை முன்வைத்து கேல்கர் பேசினார்.[27] அம்பேத்கரைத் தனிமைப்படுத்தும் நோக்கத்தோடு பல்வேறு தீண்டப்படாதோர் தலைவர்களைத் தன்னுடைய அமைப்பில் இந்து மகாசபை இணைத்துக் கொண்டது. அதன் உறுப்பினர்களாக நியமிக்கப்பட்ட தீண்டப்படாதோர் தலைவர்கள் - ஜெகஜீவன் ராம், ஜெ.எம்.மண்டல் (வங்கத்தைச் சேர்ந்த நாமசூத்திர தலைவர்), ரசிக்லால் பிஸ்வாஸ் (அம்பேத்கரின் அனைத்து இந்திய தாழ்த்தப் பட்ட வகுப்பினர் காங்கிரஸின் உறுப்பினராக இருந்த நாமசூத்திரர் தலைவர்), தர்ம பிரகாஷ் (உத்திர பிரதேசத்தைச் சேர்ந்த சமர் தலைவர்), பி.என்.ராஜ்போஜ் (பூனாவை சேர்ந்த சம்பர் தலைவர்- அம்பேத்கரின் தளபதிகளில் ஒருவராக விளங்கியவர்), எம்.சி.ராஜா, பல்வாங்கர் பாலு (சமர் தலைவர், கிரிக்கெட் வீரர்)[28] ஆவர். இவர்களைக் கொண்டு தாழ்த்தப்பட்ட வகுப்பினரின் முன்னேற்றக் குழு ஒன்று இந்து மகாசபையில் ஏற்படுத்தப்பட்டது.[29]

பம்பாயில் 1936-ல் கூடிய ஒரு கூட்டத்தில் மகர்கள் ஒட்டுமொத்தமாக மதம் மாறுவதற்கான இயக்கத்தை மீண்டும் துவங்குவது குறித்து விவாதிக்கப்பட்டது. இது இந்து மகாசபையைப் பெருமளவில் கவலைக்கு ஆளாக்கியது. அந்த அமைப்பு வெளியிட்ட செய்தி குறிப்பு ஆனது, 'தீண்டப்படாதோர் இஸ்லாம் மதத்துக்கு மாறினால், தங்களுடைய தாய் மண்ணிலேயே இந்துக்கள் முழுவதும்

அழித்தொழிக்கப்படும்' ஆபத்து இருப்பதாக அச்சப்பட்டு இருந்தது.[30] ஒவ்வொரு பத்தாண்டுகளுக்கு ஒருமுறை வெளியிடப் பட்ட மக்கள்தொகை கணக்கெடுப்புகள் ஒவ்வொரு மதத்திலும் எவ்வளவு பேர் இருக்கிறார்கள் என்று தெரிவித்தன.[31] இதில் இந்து மக்கள் தொகை குறைந்து கொண்டு இருந்த அதே வேளையில், இஸ்லாமியர்களின் எண்ணிக்கை கூடிக்கொண்டிருந்தது.

இவ்வாறு இரு மதங்களின் மக்கள் தொகை வளர்ச்சியில் நிலவிய வேறுபாடு இந்தியாவில் இந்துக்கள் அழித்தொழிக்கப்படுவார்கள் என்கிற அச்சத்துக்குக் காரணமானது. இந்த அச்சத்தை 'மறுக்க முடியாத' இஸ்லாமிய சதி இருப்பதற்கான வாய்ப்பு குறித்த கவலைகள் வளர்த்து எடுத்தன. இப்படி மத மாற்ற முயற்சிகள் நடப்பதற்குப் பின்னால் இந்தியாவின் மிகப்பெரிய சுதேச சமஸ்தானமான ஹைதராபாத் நிஜாமின் கை இருப்பதாக இந்து மகாசபை குற்றஞ்சாட்டியது. நிஜாம் தாராளமாக நிதியுதவி புரிவதே பிரச்னையின் ஆணிவேராக உள்ளது என்றார்கள் இந்து தேசியவாதத் தலைவர்கள்.

இஸ்லாமுக்கு மாறினால் நான்கு கோடி தருவதாக அம்பேத்கருக்கு நிஜாம் ஆசை காட்டியதாகக் குற்றஞ்சாட்டினார்கள். இந்தக் குற்றச்சாட்டை நிரூபிக்கச் சான்றுகள் எதுவுமில்லை.[32] இதே பாணியில், நாக்பூரில் இருந்த மகர் தலைவர்களும் சிந்தித்தார்கள் என்பது வேடிக்கையானது. அவர்களில் ஒருவர், 'நாம் இஸ்லாமியர் களாக மாறினால், ஹைதராபாத் நிஜாமின் உதவி நிச்சயம் கிடைக்கும்' என்றதாக வசந்த் மூன் பதிவு செய்கிறார்.[33] மேலும், 'பல மகர்கள் இஸ்லாமியர்களாக மாறவேண்டும் என்று எண்ணியதற்குக் காலங்காலமாக நிலவி வந்த கலாசாரப் பிணைப்புகள் காரணமாக இருந்தன' என்கிறார் வசந்த் மூன். 'மகர்களில் பலர் இஸ்லாமிய சாதுக்களுக்கு மரியாதை செய்து வந்தார்கள், இஸ்லாமியர் தர்காக்களுக்குச் சென்று வந்தார்கள், தாஜுதின் பாபா முன்னால் சத்தியம் செய்தார்கள் [...] சில மகர்கள் தங்குதடையில்லாமல் உருது மொழியில் பேசியதோடு, கவிதைகளை இசைத்த வண்ணம் இருந்தார்கள்.'[34]

அடிப்படையில், அம்பேத்கரின் இந்த மதமாற்றத் திட்டம் மகாராஷ்டிரா தொடர்புடைய பிரச்னையாகும். இதனால் பெருமளவில் பாதிக்கப்பட்டது இந்து மகாசபையினரே. இவர்களுடைய தலைவரான நாக்பூரை சேர்ந்த மூஞ்சே அம்பேத்கரோடு பம்பாயில் மூன்று நாட்கள் ரகசியப் பேச்சுவார்த்தையில் ஈடுபட்டார். இந்தப் பேச்சுவார்த்தைகளின்போது ஜி.டி.பிர்லாவின் சகோதரர்

ஜே.கே.பிர்லாவும் கலந்து கொண்டார். பழமைவாதியான ஜே.கே.பிர்லா[35] மார்வாரி சாதியைச் சேர்ந்த செல்வந்தர். நடைமுறையில், பழைமைவாத இந்து மதத்தை எந்த வகையிலும் சீர்திருத்துவது சாத்தியமே இல்லை என்பது அம்பேத்கரின் பார்வையாக இருந்தது. இந்தக் கருத்தை ஆச்சரியப்படத்தக்க வகையில் மூஞ்சேவும் ஏற்றுக்கொண்டார்.[36] இந்து மதத்தில் இருப்பதற்குப் பதிலாக, கர்வீர் பீடத்தின் சங்கராச்சாரியார் அனுமதியோடு தீண்டப்படாத மக்கள் 'சாதி அமைப்பை முற்றாக ஒழித்துவிட்ட சீக்கிய மதத்திலோ, ஆரிய சமாஜத்திலோ' இணையலாம் என்றார் மூஞ்சே.[37] இதன்மூலம், 'இந்து கலாசாரத்தில்' மகர்கள் நீடிப்பார்கள் என்பது மூஞ்சேவின் எண்ணமாக இருந்தது.

கர்வீர் பீடத்தின் சங்கராச்சாரியாரின் பங்களிப்புகள் குறித்துச் சற்றே விரிவாகப் பேச வேண்டியுள்ளது. அவர் வாஷிங்டனின் ஓரியண்டல் பல்கலைக்கழகத்தில் ஆய்வு செய்து பட்டம் பெற்ற சமஸ்கிருத அறிஞர். கர்நாடகத்தின் சிருங்கேரியில் உள்ள புகழ்பெற்ற இந்து மடத்துக்குப் போட்டியாக மகாராஷ்டிராவில் எழுந்த கர்வீர் பீடத்தின் தலைமை பொறுப்பில் அவர் இருந்தார்.[38] அக்டோபர் 1936-ல் நடைபெற்ற இந்து மகாசபை மாநாட்டின் தலைவராகத் திகழ்ந்த சங்கராச்சாரியார், மூஞ்சே அம்பேத்கருக்கு வழங்கிய யோசனையைப் பலமாக ஆதரித்தார்:

> 'நாசிக்கில் நடந்த ஆலய சத்தியாகிரகங்கள் எனக்கு இரண்டு முக்கியமான உண்மைகளைத் தெளிவாக்கின. கடந்த சில ஆண்டுகளாக, பல தீண்டப்படாத மக்கள் புரட்சிக்குணம்மிக்கவர்களாகி விட்டார்கள். அவர்கள் உடனடி நிவாரணங்களை எதிர்பார்க்கிறார்கள். இரண்டாவதாக, தீண்டப்படாத மக்களுக்கான நியாயமான உரிமைகளை வழங்குமாறு சனாதனிகளை ஏற்க வைப்பது இயலாத காரியம் என்று புரிந்துவிட்டது. இந்தப் பழமைவாதிகளைச் சம்மதிக்க வைக்க உங்களுடைய ஆற்றலை வீணடித்துக் கொண்டிருக்கவேண்டாம் என்று அம்பேத்கரிடமும், அவரின் தொண்டர்களிடமும் சொன்னேன். அதற்குப் பதிலாக, உங்களுக்கான மதம் ஒன்றை நீங்களே உருவாக்கிக் கொள்ளுங்கள். அல்லது இந்து மதத்தின் தீண்டாமையில் ஈடுபடாத ஏதேனும் ஒரு பிரிவுக்கு மாறுங்கள் என்று கேட்டுக்கொண்டேன். [...] மதமாற்றம் என்று சொல்லும்போது அந்நியமான மதத்தில் சேர்வது என்று அர்த்தம் வருகிறது. சீக்கிய மதத்துக்கு மாறினால் அந்தப் பிரச்னை இல்லை. அது இந்து மதத்துக்கு அந்நியமானது என்பதைவிட அபத்தம் இருக்க முடியாது [...] சீக்கிய மதம் இந்து மதத்தின் சீர்திருத்தப் பிரிவுகளில் ஒன்றே.'[39]

மூஞ்சேவைப்போல சங்கராச்சாரியாருக்கும் இந்து மதத்தைச் சீர்திருத்தி அதன் மூலம் தீண்டப்படாத மக்கள் பயன்பெறவேண்டும் என்பதில் விருப்பம் இல்லை. அவர் அப்படிப்பட்ட சீர்த்திருத்தத்துக்கு எதிராக இருந்தார் என்று கருதலாம். அவர், தீண்டப்படாத மக்களைச் 'சீக்கிய மதத்துக்கு மாறுங்கள், இல்லை வேறு பிரிவுக்கு மாறுங்கள். அதன் மூலம் இந்து அடையாளத்துக்குள் இருங்கள்' என்றதன் நோக்கம் என்ன? தீண்டப்படாத மக்களிடையே எழுந்த புதிய எழுச்சியைப் பிசுபிசுக்க வைக்கவேண்டும் என்பதே சங்கராச்சாரியாருடைய இலக்காக இருந்தது. அதனாலேயே சீக்கிய மதம் அல்லது இந்து மதத்தின் ஏதேனும் சீர்திருத்தப் பிரிவுக்கு மாறும்படிக் கேட்டுக் கொண்டார்.

தீண்டப்படாத மக்கள் பெருமளவில் இஸ்லாம் மதத்துக்கு மாறுவதற்கு எதிராகச் சில இஸ்லாமிய தலைவர்கள் குரல் கொடுக்க ஆரம்பித்தார்கள். இப்படி இத்தனை பேர் மதம் மாறினால், சிறுபான்மையினராகத் தங்களுக்குக் கிடைத்து வந்த சலுகைகள் அனைத்தும் கிடைக்காமல் போய்விடும் என்றார்கள். மேலும், இஸ்லாமில் நிலைபெற்று விட்ட சமூக அடுக்கைக் கீழ்சாதி முஸ்லீம்களின் எண்ணிக்கை பெருக்கம் அசைத்துப் பார்க்கும் என்பதும் அவர்களின் கவலையாக இருந்தது.[40]

இதை அடுத்து, அம்பேத்கர் சீக்கிய மதத்துக்கு மாறுவது குறித்துத் தீவிரமாகச் சிந்திக்க ஆரம்பித்தார். ஆகவே, அம்பேத்கர் கவனமாகத் தன்னுடைய மதமாற்ற ஒப்பந்தத்தில் ஒரு நிபந்தனையைச் சேர்த்தார்: பூனா ஒப்பந்தத்தின் மூலம் தீண்டப்படாதோர் பெற்ற நன்மைகள் அவர்கள் சீக்கிய மதத்துக்கு மாறிய பின்னும் தொடரும்.[41] இந்த நிபந்தனையை, அம்பேத்கரோடு ஜூன் 19, 1936-ல் நடந்த பேச்சு வார்த்தைக்குப் பிறகு மூஞ்சே ஏற்றுக்கொண்டார். இதையடுத்து, இந்தியாவில் உள்ள சீக்கிய இளவரசர்களிலேயே செல்வாக்கு மிக்க பாட்டியாலா மகாராஜாவையும், அம்பேத்கரையும் ஒப்பந்தத்தை ஏற்க வைத்தார். பிற சீக்கிய பிரமுகர்களும் ஒப்பந்தத்தை ஏற்றனர்.[42]

இதை அடுத்து, ஆகஸ்ட் 1936-ல் இஸ்லாம் மதத்துக்குத் தீண்டப் படாதோர் மாறுவதாக இருந்த திட்டம் கைவிடப்படுவதாக அம்பேத்கர் அறிவித்தார். இதை மூஞ்சே, தன்னுடைய தனிப்பட்ட வெற்றியாகக் கருதினார்.[43] 'அம்பேத்கர்-மூஞ்சே உடன்படிக்கை' படி, அம்பேத்கர், 'சீக்கிய மதமாற்ற இயக்கத்தை முன்னின்று நடத்துவார். மேலும், தீண்டப்படாத மக்களை மதம் மாற்ற முயலும் இஸ்லாமிய, கிறிஸ்தவ மதத்தினரின் முயற்சிகளை இந்துக்கள், சீக்கியர்களோடு கைகோர்த்துக் கொண்டு எதிர்ப்பார்' என்று ஏற்றுக்கொள்ளப்பட்டது. இதற்குக் கைமாறாக, 1932-ன் பூனா ஒப்பந்தத்தில் தீண்டப்படாத

மக்களுக்கு வழங்கப்பட்ட அரசியல் உரிமைகள் அவர்கள் சீக்கியர்களாக மதமாறிய பின்பும் தொடர்வதற்கான ஆதரவை மூஞ்சே நல்குவார்.'[44] ஆனால், மூஞ்சே, அம்பேத்கர் ஆகியோரின் சீக்கிய மதம் மாற்றத் திட்டத்தைக் காந்தியும் பிற தீண்டப்படாதோர் தலைவர்களும் எதிர்த்தார்கள்.

அம்பேத்கரின் எயோலா உரைக்குப் பிறகு, தீண்டப்படாதோர் பெருந்திரளாக மதம் மாறுவதற்கு எதிராக காந்தி தீவிரமாக இயங்கினார். அவர் இரண்டு முக்கியமான வாதங்களை முன்வைத்தார். முதலாவதாக, பல்வேறு சமூகச் சீர்திருத்தவாதிக்ளின் செயல் பாடுகளால் தீண்டாமை கொடுமை குறைய ஆரம்பித்திருக்கிறது. இந்நிலையில், இப்படிப்பட்ட மதமாற்றம் அந்தச் சீர்திருத்த வாதிகளை மனமுடையவைத்துவிடும். இரண்டாவதாக, மதம் என்பது ஆன்மிகரீதியானது: அதனை ஒரு வீட்டை விட்டு இன்னொரு வீட்டுக்குக் குடிபுகுவதைப் போலவோ, புதிதாக கோட் வாங்குவதைப் போலவே மதத்தைத் தோன்றிய போதெல்லாம் மாற்றிக்கொண்டிருக்கக் கூடாது.[46]

இந்த வாதங்களைப் பிற தீண்டப்படாத தலைவர்கள் பிடித்துக் கொண்டார்கள். இந்து மதத்தின் ஆன்மிகப் பண்பு குறித்து அம்பேத்கருக்குத் துளியும் அக்கறையில்லை என்று சாடினார் கவாய்: 'அம்பேத்கருக்கு கடவுளின் மீதோ மதத்தின் மீதோ நம்பிக்கை இல்லை என்று தெளிவாகத் தெரிகிறது. ஒரு மதத்தில் இருந்து இன்னொரு மதம் மாறுவது சமத்துவத்தைப் பெற மட்டுமே என்று அவர் எண்ணிக்கொண்டிருக்கிறார்' என்றார் கவாய்.[46] இதே கருத்தைப் பெரிதுபடுத்திக் கொண்டு அம்பேத்கரின் பிற எதிரிகள் களம் கண்டார்கள்.

அம்பேத்கரின் மதமாற்ற முயற்சிகளில் இருந்து தன்னை நவம்பர் 12, 1935-லேயே விலக்கிக் கொண்ட எம்.சி.ராஜா, இந்து மதத்தின்மீது தனக்கு இருக்கும் பற்று, உயர்சாதி சமூகச் சீர்திருத்தவாதிகள் மீதான தன்னுடைய நம்பிக்கையை உறுதிப்படுத்தினார்.

> 'காந்தியடிகள் தந்த ஊக்கத்தில் காங்கிரஸ் கட்சி தீண்டாமை கொடுமைக்கு எதிராகப் போராட ஆரம்பித்து இருக்கிறது. அவர்களின் வழியில் இந்து மகாசபையும் இயங்குகிறது. இந்தப் பெரும்பயணத்தில் அவர்களுக்கு உதவ வேண்டியது நம்முடைய கடமையாகும். அவர்கள் பயணிக்கும் பாதையில் தடைக்கற்களை எறிவது முறையானது அல்ல [...] இந்து மதமே எம்மதம். அது எங்களுக்குப் புனிதமானது. அதனைப் பாதுகாப்பதும் பரிசுத்தப் படுத்துவதும் எம் கடமை. நாங்கள் இந்து மதத்தில் இருந்து

வெட்டிக்கொண்டு வெளியேற விரும்பவில்லை. எங்களுக்கு மேம்பட்ட அங்கீகாரம் வேண்டும். நாங்களும் சாதி இந்துக்களுக்குச் சமமானவர்கள் என்கிற உண்மையை அனைவரும் ஏற்க வேண்டும்.'[47]

சீக்கியர்கள், அம்பேத்கர் ஆகியோரோடு எம்.சி.ராஜாவும் ஒப்பந்தத்தில் கையெழுத்திடவேண்டும் என்று விரும்பினார் மூஞ்சே. அவர் ரகசியமாக நடந்து கொண்டிருந்த பேச்சுவார்த்தைகள் குறித்து எம்.சி.ராஜாவுக்குச் செய்தி அனுப்பினார். எம்.சி.ராஜா, ஒட்டு மொத்தமாகச் சீக்கிய மதத்துக்கு மதம் மாறுவது, இந்துக்களின் சமூக, மதப் பிரச்னையை வெறுமனே ஒரு 'சமூகத்தின் இடப்பெயர்வாக' மாற்றிவிடும் என்று வாதிட்டார்.[48] இந்து தேசியவாதச் செயல் திட்டத்தின் படி, தீண்டப்படாத மக்களை இந்து மதத்தோடு ஒன்றிணைக்கும் சீர்திருத்தத்துக்கு ஓயாமல் குரல் கொடுத்தவர் மூஞ்சே. இப்போது மதமாற்றத்துக்கு ஆதரவாக இயங்குவதன் மூலம் முரண்பாட்டின் உருவமாக மூஞ்சே திகழ்கிறார் என்று சாடினார் எம்.சி.ராஜா. அம்பேத்கர் எழுப்பிய பிரச்னைகளுக்குத் தீர்வு தேடாமல், வேறு எந்த வழியும் இல்லாததைப் போலத் தீண்டப் படாத மக்கள் இருக்கும் சீக்கிய மதத்துக்கு மதம் மாறவேண்டும் என்று பரிந்துரைப்பது வருத்தத்துக்கு உரியது என்றார் ராஜா. மேலும், அங்கேயும் தீண்டப்படாத இந்துக்கள் சீக்கிய மதத்தின் தீண்டப்படாத மக்களில் ஒருவராகத் தான் கருதப்படுவார்கள் என்றார்.

'நீங்கள் இந்து மகாசபையின் தலைவர். உங்களிடம் ஒருவர் என்ன எதிர்பார்ப்பார்? நீங்கள் தாழ்த்தப்பட்ட வகுப்பினர் தொடர்ந்து சந்தித்துக் கொண்டிருக்கும் சமூக, அரசியல் அவமதிப்புகளை ஒழிக்க வேண்டும்; அவர்களின் சமூக நிலையை மேம்படுத்த வேண்டும் என்றே எதிர்பார்ப்போம். நீங்கள் பிற பக்தர்களைப் போலத் தாழ்த்தப்பட்ட மக்களும் ஆலயங்களில் சமமாக வழிபாடு செய்யும் உரிமைக்காகவும் போராடவேண்டும் என்பதோ, காந்தியடிகள் நாடு முழுக்கத் துவங்கிய ஹரிஜன இயக்கத்தை அடுத்த கட்டத்துக்குக் கொண்டு செல்லவேண்டும் என்பதோ சொல்லித் தெரிய வேண்டியதில்லை. இதையெல்லாம் செய்வதை விட்டுவிட்டு நீங்கள் என்ன செய்து கொண்டிருக்கிறீர்கள்? தாழ்த்தப்பட்ட வகுப்பினரைக் கூறுபோட்டு, அவர்களை மதரீதியாகச் சீக்கியர்கள் ஆக்கி, அரசியல்ரீதியாக இந்துக்களாகத் தொடரவைக்கப் பார்க்கிறீர்கள்.'[49]

தீண்டப்படாத மக்களின் தலைவர்களில் எம்.சி.ராஜா மட்டுமே மதமாற்றத்தை எதிர்க்கவில்லை. ராவ் பகதூர் ரெட்டைமலை

சீனிவாசன், ஜெகஜீவன் ராம் ஆகிய தீண்டப்படாதோர் தலைவர்களும் மதமாற்ற முடிவை எதிர்த்தார்கள். இந்தத் தலைவர்கள் இணைந்து காங்கிரஸின் சார்பாக, தாழ்த்தப்பட்ட வகுப்பினர் லீகின் கூட்டத்தைக் கூட்டினார்கள். லக்னோவில் ஏப்ரல் 1936-ல் நடந்த காங்கிரஸ் கட்சி கூட்டத்துக்குப் பிறகு உடனடியாக இக்கூட்டம் நடத்தப்பட்டது. இதில் லீகின் தலைவராக எம்.சி.ராஜாவும், துணைத்தலைவராக கவாயும், பொதுச் செயலாளராக ராஜ்போஜும் தேர்வானார்கள்.[50]

இந்தக் கூட்டமானது அம்பேத்கரின் மதமாற்ற முடிவை ஒரு மனதாகக் கண்டித்தது. பி.ஜி.சோலங்கி என்கிற மகர் தலைவர் பம்பாய் சட்டமன்றத்தின் தேர்ந்தெடுக்கப்பட்ட உறுப்பினர்களில் ஒருவர். பத்தாண்டுகளுக்கு முன்னால் கிறிஸ்தவ மதத்துக்கு மாறிய அவர், அங்கேயும் தீண்டப்படாத மக்களின் நிலைமை இந்து மதத்தில் இருப்பதைப் போலவே மோசமானதாகவே இருக்கிறது என்று இந்து மதத்துக்குத் திரும்பினார்.[51]

இவர் அம்பேத்கரின் மத மாற்ற முடிவை எதிர்த்தார். எனினும், அம்பேத்கர் தன்னுடைய முடிவில் உறுதியாக இருந்தார். அந்த 1936-ம் ஆண்டு வசந்தகாலத்தில் மதமாற்றத்துக்கு ஆதரவாகவும் எதிராகவும் கூட்டங்கள் நடத்தப்பட்டன. காந்தியின் ஆதரவாளர்களாகத் திகழ்ந்த தீண்டப்படாதவர்கள் (அதிலும் குறிப்பாகச் சம்பர்கள்) மதமாற்ற எதிர்ப்பு மாநாடு ஒன்றை பம்பாய் மாநகரில் மே 30 அன்று நடத்தினார்கள்.[52] அதே மாதத்தில், அனைத்து இந்திய தாழ்த்தப்பட்ட வகுப்பினர் மாநாடு ஆனது லக்னோவில் ஒரு கூட்டத்தைக் கூட்டியது. இக்கூட்டத்தில் நூற்றுக்கும் மேற்பட்ட பிரதிநிதிகள் கலந்து கொண்டார்கள். அம்பேத்கர் மதம் மாறப் பரிசீலனைக்கு எடுத்துக் கொண்ட இஸ்லாம், சீக்கியம், கிறிஸ்தவம், பௌத்தம், ஆரிய சமாஜம் உள்ளிட்ட அனைத்து நம்பிக்கைகளைச் சேர்ந்தவர்களும் கலந்துகொண்டார்கள். இக்கூட்டத்தின் துவக்கத்திலேயே எயோலாவில் மதம் மாறப்போவதாக அம்பேத்கர் பேசிய உரையை ஆதரித்துத் தீர்மானம் நிறைவேற்றப்பட்டது. உடல்நலக்குறைவால் அம்பேத்கர் இக்கூட்டத்தில் கலந்துகொள்ளவில்லை என்றாலும், அவருடைய 'சாதியை அழித்தொழித்தல்' நூலில் இருந்து தேர்ந்தெடுக்கப்பட்ட பகுதிகள் கூட்டத்தில் வாசிக்கப்பட்டன.[53]

அம்பேத்கர் தான் சீக்கிய மதத்துக்கு மாற உள்ளதாக ஆகஸ்ட் 1936-ல் அறிவித்தார். 'இந்து கலாசாரம், பண்பாட்டின் எதிர்காலம் குறித்து ஓரளவு பொறுப்போடு' இருப்பதாலும்,[54] பெரும்பான்மை சமூகத்தோடு முற்றாகத் தொடர்பை துண்டித்துக்கொள்ள விரும்பாததாலும் சீக்கிய மதத்தைத் தேர்வு செய்ததாக அம்பேத்கர் தெரிவித்தார்.

பஞ்சாபின் அமிர்தசரஸ் நகருக்குத் தன்னுடைய பதிமூன்று ஆதரவாளர்களை சீக்கிய மதம் குறித்து ஆராய்வதற்காக அம்பேத்கர் அனுப்பி வைத்தார்.[55] நவம்பர் மாதம் அம்பேத்கர் லண்டனுக்குப் பயணமானார். வரப்போகிற புதிய அரசியலமைப்புச் சட்டத்தில், சீக்கிய மதத்துக்குத் தீண்டப்படாதோர் மாறினால் என்னென்ன உத்தரவாதங்கள் தரப்படும் எனப் பிரிட்டிஷ் அரசியல்வாதிகளின் கருத்துகளை அறிவதற்காகவே அம்பேத்கர் லண்டன் சென்றார்.[56]

பிரிட்டிஷ் அதிகாரிகளோ, சீக்கியர்களுக்கு வழங்கப்படும் உத்தர வாதங்கள் பஞ்சாப் மாநில சீக்கியர்களுக்கு மட்டுமே பொருந்தும் என்றார்கள். இது பொருத்தமில்லாத கருத்து என்று அம்பேத்கர் கருதினார். 1937-ம் ஆண்டின் ஆரம்பத்திலும் அம்பேத்கர், சீக்கிய தலைவர்கள் இடையே பேச்சுவார்த்தைகள் தொடர்ந்தன. ஆனால், சந்திப்புக் கூட்டங்கள் குறைந்தே கொண்டே போயின. அந்தாண்டு இறுதிவாக்கில், அம்பேத்கர் மதம் மாறுவது குறித்துப் பேசுவதை நிறுத்திக்கொண்டார். இந்த மனமாற்றத்துக்கு என்ன காரணம்? பிரிட்டிஷ் அரசு சீக்கியர்களுக்கு வழங்கப்பட்டு வரும் இட ஒதுக்கீட்டை மதம் மாறும் மக்களுக்கு வழங்க மறுத்தது ஒரு காரணம். இதோடு வேறு சில காரணங்களும் இருந்தன.

சீக்கிய தலித்துகள் அனுதினமும் சீக்கிய மேல் சாதியினரான ஜாட்களிடம் சிக்கிக்கொண்டு தாங்கள் அனுபவிக்கும் கொடுமைகள் குறித்துக் கண்ணீர் மல்க அம்பேத்கரிடம் பேசினார்கள். இவை சாதி அமைப்பில் இருந்து சீக்கிய மதம் விடுவிக்கும் என்கிற அம்பேத்கரின் நம்பிக்கையைத் தவிடுபொடியாக்கியது.[57] சீக்கிய அரசியல்வாதிகள் ஒட்டுமொத்தமாகத் தீண்டப்படாத மக்கள் மதம் மாறுவதை எதிர்த்தார்கள். தாரா சிங் உள்ளிட்ட அகாலிதளக் கட்சியினர், தீண்டப்படாத மக்கள் கூட்டாக மதம் மாறினால் பஞ்சாபின் அரசியல் தலைமை அவர்கள் கைக்குப் போய்விடும் என்று அஞ்சினார்கள். அப்படி அரசியல் தலைமை கைமாறாவிட்டாலும், தங்களுடைய முக்கியத்துவம் மங்கிவிடும் என்றும் கவலைப்பட்டார்கள்.[58]

ஒட்டுமொத்தமாக மதம் மாறினால், உயர்சாதி இந்துக்கள் பழிவாங்கும் நடவடிக்கைகளில் ஈடுபடுவார்கள் என்று அம்பேத்கர் பயந்தார். இந்த அச்சம் சரியென்பதை நிறுவுவதைப் போல, 1935-36 காலத்தில் சில ஊர்களில் தீண்டப்படாத மக்கள் ஊரைவிட்டு ஒதுக்கி வைக்கப்பட்டார்கள். காங்கிரஸ் கட்சியும், பிற தீண்டப்படாத தலைவர்களும் கைகோர்த்து இருந்தார்கள். இதனால் அம்பேத்கர் தனிமைப்படுத்தப்பட்டார். இது போதாது என்று அரசியல் சூழ்நிலையும் பாதகமாக இருந்தது.

அம்பேத்கர் மத மாற்றம் மேற்கொள்ள எண்ணிக்கொண்டு இருந்த 1937-ம் ஆண்டில் பொதுத் தேர்தல்கள் வந்தன. இந்த நிலையில், ஒட்டுமொத்தமாக மதம் மாறி இருந்தால், அது வன்முறை சம்பவங்களைத் தூண்டி விட்டிருக்கும். அரசியலுக்கும் மதமாற்றத்துக்கும் இடையே கண்ணாமூச்சி ஆடிக்கொண்டிருந்த அம்பேத்கர் மீண்டும் அரசியல் களத்தில் தன்னுடைய கவனத்தையும் ஒட்டுமொத்த உழைப்பையும் செலுத்த ஆரம்பித்தார். ஆகஸ்ட் 1936-ல் விடுதலை தொழிலாளர் கட்சியைத் துவங்கினார்.

மதமாற்றத்தை ஆதரித்து அம்பேத்கர் மேற்கொண்ட தீவிர பரப்புரைகளால் மகாராஷ்டிராவில் அவரைத் தோற்கடித்தே தீரவேண்டும் என்று காங்கிரஸ், இந்து மகாசபையினர் கங்கணம் கட்டிக்கொண்டார்கள். அம்பேத்கருக்கு எதிராக மிகவும் வலிமை மிக்க வேட்பாளர்களை இந்து மகாசபையின் தலைவர் மூஞ்சே நிறுத்தினார். அம்பேத்கரை எதிர்த்து காண்டேகர் எனும் தலித் வேட்பாளர் நிறுத்தப்பட்டார். இவர் மகாராஷ்டிரா அரசியலில் அம்பேத்கருக்கு எதிராகவே இயங்கியவர். இவர் அரசியலமைப்பு சட்ட நிர்ணய சபையிலும் அம்பேத்கருக்கு எதிர்த்தரப்பில் நின்றார். காண்டேகருக்கு தேர்தல் செலவு செய்ய மதன் மோகன் மாளவியாவிடம் நிதியுதவி கேட்டார் மூஞ்சே.[59]

இவ்வாறு இந்து மதத்தை விட்டு ஒழிக்கும் அம்பேத்கரின் முதல் முயற்சி சீக்கிரமே மடிந்து போனது. உடனடியாக, அம்பேத்கர் அரசியல் போராட்டக்களத்தில் குதித்தார். அவர் 1937 தேர்தல்களில் போட்டியிட்டார். வைஸ்ராய் குழுவுக்குத் தேர்ந்தெடுக்கப்பட்டார். பின்னர் நேரு அமைச்சரவையில் பங்கெடுத்தார். இந்திய அரசியலமைப்புச் சட்டத்தை வரைவுக்குழுவில் பொறுப்பேற்றுப் பணியாற்றினார். ஆனால், அரசியலில் அவர் பல்வேறு ஏமாற்றங் களைச் சந்தித்தார். இந்து சட்ட மசோதா தோற்றதால் அம்பேத்கர் 1950-ல் தன்னுடைய அமைச்சர் பதவியை விட்டு விலகினார். அடுத்தாண்டு நடைபெற்ற தேர்தலில் தோற்றுப்போனார்.

1952-ல் காங்கிரஸ் கட்சியின் தயவால் மாநிலங்களவைக்குத் தேர்ந்தெடுக்கப்பட்டார். அங்கே அவர் ஆற்றிய உரைகள் அவரிடம் குவிந்து கடந்த அளவு கடந்த கசப்புணர்வை வெளிப்படுத்தின. நாக்பூருக்கு அருகில் உள்ள பண்டேரா நாடாளுமன்றத் தொகுதி இடைத்தேர்தலில் 1954-ல் காங்கிரஸ் வேட்பாளரிடம் தோற்றுப் போனார். இது போதாது என்று, 1951-52 பொதுத்தேர்தல் தோல்வியை அடுத்து, அவரின் பட்டியல் சாதியினர் கூட்டமைப்பும் ஆட்டம் கண்டது. அந்தக் கட்சியை விட்டு அம்பேத்கரின் தலைமை

தளபதிகளான ராஜ்போஜ், என்.சிவ்ராஜ் உள்ளிட்ட பலரும் ஒன்றன் பின் ஒருவராக வெளியேறினார்கள்.

இதேவேளையில், தீண்டப்படாதோரில் இருந்து எழும் அரசியல் தலைவர்களைப் பயிற்றுவிக்கும் பள்ளி ஒன்றை அம்பேத்கர் 1956-ல் தோற்றுவித்தார். அதே ஆண்டில், குடியரசுக் கட்சியைத் துவங்கினார். இந்தக் காலகட்டத்தில், அவர் மதங்களின்மீது அளவு கடந்த ஆர்வம் காட்டினார். அதிலும் பௌத்தம் குறித்த அவரின் தேடல் தீவிரமானது.

சமத்துவ மார்க்கமாக பௌத்தத்தைத் தேர்வு செய்வது

சீக்கிய மதத்துக்கு மாறலாம் என்று அம்பேத்கர் முடிவெடுத்துச் சரியாக இருபதாண்டுகள் கழித்துப் பௌத்தத்துக்கு 1956-ல் மதம் மாறினார். இந்த மனமாற்றம் குறித்து விரிவாகப் பேசுவோம். அதற்கு முன்னர், இந்த இடைப்பட்ட இருபது ஆண்டு காலத்தில் அம்பேத்கரியர்கள் மதப் பிரச்னைகளிலும் கவனம் செலுத்தினார்கள் என்பதை அழுத்திச் சொல்ல வேண்டியிருக்கிறது. அவர்கள் இந்து மதச் சடங்குகளைத் துறந்து, பௌத்தத்துக்கு மாறுவதற்கான களத்தை அமைத்துக் கொடுத்தார்கள். வாமன்ராவ் என்கிற அம்பேத்கரியர், 1956-ல் நடந்த மதமாற்றத்தின் அமைப்புரீதியான மூளையாகச் செயல் பட்டவர். அவர் 1930-களின் நடுப்பகுதியில், ‘இன்னொரு மதத்தைத் தழுவுவதற்கு முன்பு, இந்த மதத்தின் (இந்து மதம்) கலாசாரத்தைத் துடைத்து எறிய வேண்டும்.’[60] என்றார்.

அம்பேத்கரின் தொண்டர்களாகத் திகழ்ந்த இளைஞர்கள் பூசைகள் செய்வதை நிறுத்தினார்கள். மேலும், கிருஷ்ண ஜெயந்தி உள்ளிட்ட இந்து பண்டிகைகளைப் புறக்கணித்ததோடு, சிலைகளை உடைத்தார்கள். இந்து உற்சவங்களில் கலந்து கொண்ட தங்கள் சாதியினரைக் கடுமையாக எச்சரித்ததோடு ஒதுக்கியும் வைத்தார்கள். அப்படி இந்து ஊர்வலங்களில் கலந்து கொண்ட சிலருக்கு மகர் சாதியில் இருந்து பெண் தரக்கூட மறுத்தார்கள். வசந்த் மூனின் கூற்றுப்படி, ‘நாங்கள் 1942 ஆண்டு வாக்கில் அனைத்து இந்து பண்டிகைகளையும் கொண்டாடுவதை ஏறத்தாழ நிறுத்திவிட்டோம்’.[61] 1956-ன் மதமாற்றத்துக்கு முன்னரே அம்பேத்கர் பௌத்தத்தை நோக்கித் தன்னுடைய கவனத்தைத் திருப்பியிருந்தார். நாக்பூர் நகரில் உள்ள மகர்கள் புத்த ஜெயந்தியை (புத்தர் அவதரித்த திருநாள்) கொண்டாடத் தொடங்கிவிட்டார்கள்.[62]

அம்பேத்கருக்குப் பௌத்தம் குறித்த அறிமுகம் இளம்வயதிலேயே ஏற்பட்டு விட்டது. தாதா (மூத்தவர்) என்று அன்போடு அழைக்கப் பட்ட அவரின் ஆசிரியரான கே.ஏ.கேலுஸ்கர் அம்பேத்கரின்

அறிவுத்திறத்தால் கவரப்பட்டு ஒரு பரிசளித்தார். அது பத்தாண்டு களுக்கு முன்னால் கேலுஸ்கர் புத்தர் குறித்து எழுதிய வாழ்க்கை வரலாற்று நூலாகும். அந்த நூல், அம்பேத்கரின் இளம் நெஞ்சில் பெரும் தாக்கத்தை ஏற்படுத்தியது.[63] ஆனால், அந்நூல் குறித்து அம்பேத்கர் வெகுகாலத்துக்குப் பேசவில்லை. அம்பேத்கர் 1934-ல் தாதரில் (பம்பாய்) கட்டி, குடிபுகுந்த இல்லத்துக்கு 'ராஜ்கிரஹா' என்கிற பெயரிட்டார். இப்பெயர் பீகாரை ஆண்ட பண்டைய பௌத்த மன்னர்களின் தலைநகரின் பெயர்!

அம்பேத்கர் முதல் முதலில் மதமாற்ற இயக்கத்தை 1935-36 காலத்தில் முன்னெடுத்தபோது, அவருக்கு இந்து மதத்தை விட்டுப் பௌத்தத்துக்கு மாறவேண்டும் என்கிற எண்ணம் துளியும் இல்லை. அவருக்குப் பௌத்தம் மீதான ஆர்வம் நாற்பதுகளின் நடுப்பகுதியிலேயே அதிகரிக்க ஆரம்பித்தது. இது அம்பேத்கர் துவங்கிய முதல் கல்லூரிக்கு புத்தரின் உண்மையான பெயரான சித்தார்த்தாவையே சூட்டியதிலேயே தெளிவாகிறது.[64]

அம்பேத்கர், 1948-ல் லட்சுமி நரசு என்பவர் எழுதிய 'பௌத்தத்தின் சாரம்' என்கிற நூலை மறுமதிப்புச் செய்தார். அந்நூலின் ஆசிரியரான லட்சுமி நரசு சாதிக்கு எதிராகவும், ஆங்கிலேயரின் சர்வாதிகாரத்துக்கு எதிராகவும் போராடியவர் என்பதை அம்பேத்கர் மறுபதிப்பின் முன்னுரையில் பதிவு செய்கிறார். அதே ஆண்டுத் 'தீண்டப் படாதவர்கள்' என்கிற தன்னுடைய நூலை அம்பேத்கர் வெளியிட்டார். பண்டைய இந்திய சமூகத்தில் பௌத்தத்துக்கு மாறியவர்கள் சமூகத்தில் ஒதுக்கி வைக்கப்பட்டார்கள். அப்படி ஒதுக்கி வைக்கப் பட்ட பௌத்தர்களின் வழித்தோன்றல்களே தீண்டப்படாதவர்கள்' என்று அம்பேத்கர் அந்நூலில் வாதிட்டார். அதே வேளையில், அரசியலைப்புச் சட்ட நிர்ணய சபையில் பௌத்த மதத்துக்கு மாறுவதற்கான ஆயத்தங்களிலும், பௌத்தத்தை அதிகாரப்பூர்வ மதமாக ஆக்குவதற்கான பணிகளிலும் ஈடுபட்டார்.

கே.எம்.முன்ஷி, சிறுவர்கள் மதம் மாறுவதைத் தடை செய்ய வேண்டும் என்கிற தீர்மானத்தை மே 1947-ல் கொண்டு வந்தார். இதன் உள்நோக்கம் தெளிவானது. சிறுவர்களை மதம் மாறக்கூடாது என்கிற தடையின் மூலம் ஒட்டுமொத்தக் குடும்பமும் மதம் மாறுவதைத் தடுத்துவிட முடியும். இந்தத் தீர்மானத்தை அம்பேத்கர் எதிர்த்தார்.[65] இந்தியாவின் அதிகாரப்பூர்வ விடுமுறை தினங்களில் புத்த ஜெயந்தியும் இடம்பெறுவதை உறுதி செய்தார். இந்தியக் குடியரசு 1947-50 காலத்தில் தனக்கென்று உருவாக்கிக் கொண்ட பல்வேறு சின்னங்களில் பௌத்தச் சின்னங்கள் இடம்பெறுமாறும் பார்த்துக்

கொண்டார். தர்மச்சக்கரத்தை இந்திய கொடியிலும், பௌத்தப் பேரரசரான அசோகரின் நான்கு சிங்கங்கள் தேசியச் சின்னத்திலும் இடம் பிடித்தன. குடியரசுத்தலைவரின் இல்லமான ராஷ்ட்ரபதி பவனின் முகப்பில் பௌத்த நீதிமொழி பொறிக்கப்பட்டது.[66] அம்பேத்கர் இலங்கைக்கு 1950-ல் பயணம் சென்றார். அங்கே புத்தரின் எழுத்துகளைத் தொகுக்கும் பணியில் ஈடுபடத் துவங்கினார். மேலும், தீண்டப்படாத மக்களைப் பௌத்தத்துக்கு மாறுமாறு அங்கே முழங்கினார்.[67] அதையே இந்தியா திரும்பிய பின்னும் வலியுறுத்தினார்.[68]

அம்பேத்கரின் ஆளுமையைப் போலவே பௌத்தத்தின் மீதான அவரின் ஈர்ப்பும் தீர்க்கம் மிக்கதாகத் திகழ்ந்தது. இதனைப் பேராசிரியர் வாலரியன் ரோட்ரிக்ஸ் தன்னுடைய அற்புதமான கட்டுரை ஒன்றின் மூலம் நிறுவுகிறார். ஒருபக்கம், மனிதனுக்கும் சமூகத்துக்கும் மதம் தேவைப்படுகிறது என்று அம்பேத்கர் நம்பினார்.[69] இன்னொரு பக்கம், பகுத்தறிவை நாடும் விழுமியங்களைப் பற்றிக்கொண்டார்: நவீன உலகின் வேறு எந்த மதத்தை விடவும் பௌத்தத்தையே மறு வாசிப்புச் செய்வதும், தற்காலத்துக்கு ஏற்ப தகவமைத்துக் கொள்வதும் சுலபம் என்று அம்பேத்கர் கருதினார். அவரின் பார்வையில், 'புத்தரின் அதிகாரப்பூர்வ போதனைகளைக் கொண்டிருக்கும் புனித நூல்கள்' எதுவுமில்லை.[70] ஆகவே, தன்னுடைய தேவைகளுக்கு ஏற்ப பௌத்தத்தை அம்பேத்கர் எளிதாக மாற்றியமைத்துக்கொள்ள முடியும்.

'தம்மம் என்பது மதத்தைப்போன்றது அல்ல. அது உலகம், மனிதர்கள், சமூகத்தைப் புரிந்துகொள்ள உதவுகிற மதச்சார்பற்ற சித்தாந்தம் ஆகும். பகுத்தறிவைக் கொண்டும், அறத்தின் அடிப்படையிலும் உலகத்தை, மனிதர்களை, சமூகத்தை மாற்றும் ஆற்றல் கொண்டது தம்மம். அதன் உண்மைத்தன்மையை அறிய முழுக்க முழுக்க மானுடத்தன்மையே போதுமானது. தம்மத்தை அறிந்துணர எந்த வித தெய்வீகப் பண்பும் தேவையில்லை.'[71] பௌத்தத்தின் சமூக, சமத்துவப் பண்புகளுக்கு அம்பேத்கர் அழுத்தம் கொடுத்தார். புத்தரின் போதனைகளில் இவை குறைந்த அளவு முக்கியத்துவத்துடனே இடம்பெற்று இருந்தன.

பேராசிரியர் ரோட்ரிக்ஸ் சுட்டிக்காட்டுவதைப்போல, 'அம்பேத்கரின் ஆரம்பகால எழுத்துக்களில் விரிவாகக் காணப்பட்ட இந்து மதம் குறித்த விமர்சனங்கள் தற்போது புத்தரின் போதனைகளில் இருந்து வெளிப்படுமாறு அம்பேத்கர் பார்த்துக் கொண்டார்.[72] இதன்மூலம், தன்னுடைய தாக்குதல்களை அம்பேத்கரால் இன்னமும்

வலிமையோடு முன்வைக்க முடிந்தது. ' எடுத்துக்காட்டாக, அம்பேத்கர் சொல்கிறார், ' படித்தர சமத்துவமின்மை சமூகத்தில் ஏறுவரிசையில் வெறுப்பையும், இறங்குவரிசையில் இகழ்ச்சியான பார்வையையும் தோற்றுவிக்கும். (இது அம்பேத்கருக்கு மிகவும் பிடித்த வரிகளில் ஒன்றாகும்). இதனால், படித்தர சமத்துவமின்மை முடிவற்ற மோதல்களைத் தோற்றுவிக்கும் என்று புத்தர் நம்பினார்.'[73]

இந்து மதத்தோடு உறவுவைத்துக்கொள்ள ஊக்குவிக்கும் சமத்துவமான மதமாகப் பௌத்தம் திகழ்ந்தது. அதனால் இருக்கிற மதங்களில் மிகச் சிறந்த தேர்வு பௌத்தமே.[74] அகில இந்திய வானொலியில் அக்டோபர் 3, 1954-ல் உரையாற்றிய அம்பேத்கர் இப்படி அறிவித்தார்:

'என்னுடைய சமூகத் தத்துவமானது, சுதந்திரம், சமத்துவம், சகோதரத்துவம் என்கிற மூன்றே வார்த்தைகளில் அடங்கிவிடும். உடனே, தன்னுடைய தத்துவத்தைப் பிரெஞ்சு புரட்சியில் இருந்தே அம்பேத்கர் கடன் வாங்கியிருக்கிறார் என்று யாரும் கிளம்ப வேண்டாம். நான் அப்படிச் செய்யவில்லை. என்னுடைய தத்துவத்தின் வேர்கள் மதத்தில் இருக்கிறது. அதனை அரசியல் அறிவியலில் தேட வேண்டாம். இந்தச் சமூகத் தத்துவத்தை என்னுடைய குருவான புத்தரிடம் இருந்தே பெற்றுள்ளேன் [...] என்னுடைய தத்துவத்துக்கு ஒரு பெரும்பணி உள்ளது. நான் [பௌத்தத்துக்கு] மதம் மாறும் பணியில் ஈடுபட வேண்டும்.'[75]

இந்த உரை, 'ஒரு புதிய மரபை உருவாக்கும்' நோக்கத்தை அம்பேத்கர் கொண்டிருப்பதைக் காட்டுகிறது.[76] சுதந்திரம், சமத்துவம், சகோதரத்துவம் மிக்க ஒரு குடியரசை ஏற்படுத்தவேண்டும் என்கிற தன் கனவைச் சாதிக்க அம்பேத்கர் கலாசாரத்தைப் பயன்படுத்திக் கொள்கிறார். மேற்கில் இருந்து இறக்குமதி செய்யப்பட்ட குடியரசுக்கான கருத்தாக்கங்களின் வேர்கள் இந்த மண்ணின் பெருமிதமிக்க பௌத்தப் பண்பாட்டில் உள்ளது என்கிறார். இதன்மூலம், இந்திய மண்ணுக்கு ஏற்றவாறு மேற்கத்தியக் கருத்தாக்கங்களை மாற்றியமைத்து, பௌத்தத்தோடு அவற்றைத் தொடர்புபடுத்தி மறுவாசிப்பில் ஈடுபடுகிறார்.

அம்பேத்கர் சுட்டிக்காட்டுவதைப்போல பௌத்தத்தில் சமத்துவக் கூறுகள் இருக்கின்றன. ஆனால், பௌத்தத்தில் சமூக நீதிக் கருத்துகளும் உள்ளன என்று அம்பேத்கர் வாதிடுவது ஏற்புடையது அல்ல. இது பௌத்தத்தில் அம்பேத்கரே வலிந்து திணிக்கும் பண்பாகும். புத்தரின் சமத்துவப்பார்வையானது மதம், ஆன்மிகம் ஆகியவற்றை அடிப்படையாகக் கொண்டது. அது இறைவனின்

முன்னால் மனிதர்களின் சமத்துவத்தை வலியுறுத்துகிறது. இந்து மதத்தின் சாதிகளால் ஆன சமூகப்படிநிலைக்கு மாற்றாக பௌத்தத்தை அம்பேத்கர் முன்னிறுத்தினார். இது அவர் மேற்கொண்ட மதமாற்றத்தின் அடிப்படை விவரங்களில் துல்லியமாகத் தெரிகிறது.

1956-ன் மதமாற்றம்

அம்பேத்கர், மகா போதி சங்கத்தின் செயலாளரான டி.வாலின்சின் ஹாவுக்கு 1956-ல் கடிதம் எழுதினார். அதில், இந்தியாவின் தீண்டப்படாதவர்களைப் பௌத்தத்துக்கு மதம் மாற்றத் தான் தயாராகி வருவதாகத் தெரிவித்தார். முதல் மதமாற்றங்கள் மகாராஷ்ட்ராவில் நிகழவில்லை. அவை அம்பேத்கரியத்தின் இன்னொரு கோட்டையாகத் திகழ்ந்த ஆக்ராவில் மார்ச் 18 அன்று நடந்தன. அன்று தீண்டப்படாதோர்களில் பெரும்பான்மையாகத் திகழ்ந்த ஜாதவ் சாதியினரில் இரண்டாயிரம் பேர் இந்து மதத்தை விட்டு விலகினார்கள்.[77] பௌத்தத் துறவிகள் செய்யும் மத மாற்றச் சடங்குகளை அப்படியே பின்பற்ற அம்பேத்கர் விரும்பவில்லை. அவர் தெளிவாகத் திட்டமிடப்பட்ட, தனித்துவமான தம்ம தீட்சையை மேற்கொள்ள முடிவு செய்தார். அந்தச் சடங்கின் மூலம் மதமாற்றத்தைத் துவங்கி வைக்க அம்பேத்கர் எண்ணினார்.

மே 24, 1956 அன்று அதே ஆண்டு அக்டோபர் மாதத்தில் பௌத்த மதத்துக்கு மாற இருப்பதாக அம்பேத்கர் அறிவித்தார். எல்லா தீண்டப்படாத மக்களும் மதம் மாறவேண்டும் என்று அழைப்பு விடுத்தார் அம்பேத்கர். அந்த உரையில் அம்பேத்கர் கிறிஸ்தவப் பாதிரியாரை போலப் பேசினார்: 'நான் ஒரு மேய்ப்பன். இது மிகைப்படுத்தப்பட்ட கூற்றாக உங்களுக்குத் தோன்றலாம். நீங்கள் என் மந்தையின் ஆடுகள். நானே உங்கள் மேய்ப்பன். என்னைப் பின்தொடர்ந்தால், இன்னும் சில நாட்களில் உங்களின் அறியாமையைத் துறந்து, விஷயங்களைத் தெளிவாக உணர்ந்து கொள்வீர்கள்.'[78]

அந்தாண்டு இந்து பண்டிகையான தசரா அக்டோபர் பதினான்கு அன்று வர இருந்தது. அந்த நாளிலேயே மதமாற்றம் நிகழும் என்று அம்பேத்கர் செப்டம்பர் 23 அன்று உறுதிப்படுத்தினார். இந்திய பௌத்தத் துறவிகளின் தலைவரையும் பர்மிய பிக்குவான மகாஸ்தவீர் சந்திரமணியையும் மதமாற்றச் சடங்குகளைச் செய்து வைக்க வரவேற்றார். அம்பேத்கரின் குரலுக்குச் செவிமடுத்து, பல லட்சம் தீண்டப்படாத மக்கள் வெள்ளுடை உடுத்தி, பௌத்தத்தின் வண்ணமான நீல நிறக்கொடிகள் ஏந்தி நாக்பூரில் வெள்ளமென அணிதிரண்டார்கள். மக்கள் கூட்டத்தின் முன்னிலையில்,

கவிகையின் கீழே நின்றபடி அம்பேத்கரும், அவரின் இரண்டாம் மனைவியும் பௌத்தத்துக்கு மதம் மாறினார்கள். புத்தரின் மீதும், தம்மத்தின் (புத்தரின் நெறிமுறைகள்) மீதும், சங்கத்தின் (துறவிகளின் சமூகம்) மீதும் உறுதிமொழி எடுத்துக்கொண்டார்கள். அதனைத் தொடர்ந்து பஞ்சசீலங்களை (கொல்லாமை, திருடாமை, பொய் கூறாமை, முறை தவறிய சிற்றின்ப நீக்கம், மது அருந்தாமை) தவறாது பின்பற்றுவோம் என்று சூளுரைத்தார்கள். புத்த பீடகங்கள் வழங்கி வரும் நூலான பாலியில் உறுதிமொழிகளைப் பிக்குகள் முன்மொழிய, அவற்றை அம்பேத்கரும், அவரின் மனைவியும் மராத்தி மொழியில் திரும்பச் சொன்னார்கள். அதன் பின்னர் புத்தரின் சிலையின் முன்னால் மூன்று முறை மண்டியிட்டு வணங்கினார்கள். இதற்குப் பிறகு, அம்பேத்கர் இந்த வார்த்தைகளை உதிர்த்தார்:

> 'ஏற்றத்தாழ்வு, அடக்குமுறையின் ஒட்டுமொத்த வடிவமாகத் திகழ்ந்த என்னுடைய பண்டைய மதத்தைத் துறந்ததன் மூலம் நான் இன்று புதிதாகப் பிறந்துள்ளேன். எனக்கு மறுபிறப்பு என்கிற தத்துவத்தில் நம்பிக்கை இல்லை. புத்தர் விஷ்ணுவின் மறு அவதாரம் என்பது தவறானது, வன்மம் மிக்கது. இனிமேல், நான் எந்த இந்து இறைவன், இறைவியின் பக்தனும் அல்ல. நான் சிரார்த்தம் தரமாட்டேன் (இந்து ஈமச்சடங்கு). நான் புத்தரின் எண்வழிப்பாதையைத் தீவிரமாகப் பின்பற்றுவேன். பௌத்தமே உண்மையான மதம். அறிவு, நன்னெறி, இரக்கம் ஆகிய மூன்று கொள்கைகள் காட்டும் வழியினில் வாழ்க்கையை நடத்துவேன்.'[79]

இந்த வார்த்தைகளில் அம்பேத்கரின் மதமாற்றத்தின் அடிப்படையாக இருந்த இந்து மதத்துக்கு எதிரான நோக்கங்கள் தெளிவாகத் தெரிகின்றன. இவற்றை அடுத்து 22 உறுதிமொழிகளை அம்பேத்கர் வழங்கினார். அவற்றில் முதல் ஆறு உறுதிமொழிகளும், எட்டாவது, பத்தொன்பதாவது உறுதிமொழிகளும் நேரடியாக இந்து மதத்தைக் குறிவைத்தன:

1) 'நான் பிரம்மா, விஷ்ணு, சிவன் ஆகியோரைக் கடவுளாக ஏற்க மாட்டேன். அவர்களைக் கடவுளாக வணங்கமாட்டேன்.
2) இராமனையோ கிருஷ்ணனையோ கடவுளாக மதிக்க மாட்டேன். அவர்களைக் கடவுளாக வழிபடவும் மாட்டேன்.
3) கௌரியையோ கணபதியையோ கடவுளாக மதிக்க மாட்டேன். அவர்களைக் கடவுளாக வழிபடவும் மாட்டேன்.
4) கடவுள்களின் அவதாரத் தத்துவத்தில் எனக்கு நம்பிக்கை இல்லை.

5) புத்தரை விஷ்ணுவின் அவதாரம் என நான் கருதவில்லை
6) சிரார்த்தம் கொடுப்பது (இறந்து போன உறவினரின் மேலுலகப் பாதுகாப்புக்காகச் செய்யப்படும் சடங்கு), கடவுளுக்குக் காணிக்கை கொடுப்பது ஆகிய செயல்களில் எப்போதும் ஈடுபடவே மாட்டேன்.
7) பௌத்தத்துக்குக் கேடு விளைவிக்கும் எச்செயலிலும் ஈடுபட மாட்டேன்.
8) பிராமணர்களைக் கொண்டு எந்த மதச்சடங்குகளையும் செய்யவே மாட்டேன்.
9) எல்லா மனிதர்களும் சமமானவர்கள் என்று நான் நம்புகிறேன்.
10) நான் சமத்துவத்தை நிலைநாட்ட அயராது உழைப்பேன்.
11) புத்தர் வகுத்துக் கொடுத்த எண்வழி மார்க்கப் பாதையில் பயணிப்பேன்.
12) புத்தரின் பத்துப் பரமிதங்களைத் தவறாது கடைபிடிப்பேன். (இவை புத்தரை பின்பற்றுபவர்கள் கைக்கொள்ள வேண்டிய கட்டுப்பாடுகள்)
13) எல்லா உயிர்களிடத்தும் பரிவோடும் பாசத்தோடும் இருப்பேன். அவற்றை அக்கறையோடு பேணி வளர்ப்பேன்.
14) நான் திருட மாட்டேன்.
15) நான் பொய் சொல்ல மாட்டேன்
16) நான் முறைகேடான சிற்றின்பப் பாவங்களில் ஈடுபட மாட்டேன்
17) நான் மது அருந்த மாட்டேன்.
18) பௌத்தத்தின் அடிப்படைக் கொள்கைகளான விவேகம், நற்குணம், இரக்கம் ஆகியவற்றைச் சரியான அளவில் பின்பற்றி வாழ முயல்வேன்.
19) மானுட வளர்ச்சிக்கு எதிரானதாக இருப்பதோடு, இந்து மதம் ஒரு மனிதனையும் இன்னொரு மனிதனையும் பாகுபடுத்தி என்னைக் கீழானவனாக நடத்துகிறது. ஆகவே, என்னுடைய பழைய மதமான இந்து மதத்தை நிராகரிக்கிறேன்.
20) பௌத்தமே உண்மையான சத் தம்மம் (சமதர்ம மார்க்கம்) என முழுமையாக நம்புகிறேன்.
21) பௌத்தத்தை உளமார ஏற்றதால் நான் புதுப் பிறப்பெடுக்கிறேன்.
22) இன்றில் இருந்து புத்தருடைய போதனைகள் வழி வாழ்வேன் என்று சூளுரைக்கிறேன்.[80]

அதற்குப் பின்பு, அம்பேத்கர் மதமாற்றத்துக்காகக் காத்துக் கொண்டிருந்த லட்சக்கணக்கான தீண்டப்படாத மக்களை எழச் சொன்னார்.[81] அம்பேத்கர் கூடியிருந்த மக்கள் திரளை மூன்று சரணாகதிகளை (திரிசரணங்கள்), ஐந்து நல்லொழுக்கப் போதனைகளை (பஞ்சசீலங்கள்), தானே உருவாக்கிய 22 உறுதிமொழிகளை ஏற்க வைத்தார்.[82]

இந்த நிகழ்வுக்குச் சில காலம் கழித்து அம்பேத்கர் டிசம்பர் 6,1956-ல் காலமானார். அம்பேத்கருக்கு அஞ்சலி செலுத்திய கூட்டம் பம்பாய் நகரத்தின் வரலாற்றிலேயே கூடிய கூட்டங்களிலேயே பெரிதாகும்.[83] அவரின் பூத உடல் எரிக்கப்பட்ட நாளில் ஒரு லட்சம் மக்கள் மதம் மாறினார்கள். இவ்வாறு தன்னுடைய மரணத்தில்கூட ஒரு புதிய எழுச்சி அலையை ஏற்படுத்திவிட்டு அம்பேத்கர் விடை பெற்றிருந்தார்.

இந்த மதமாற்றத்தின் அடிநாதமாக இந்து மத எதிர்ப்பு திகழ்ந்ததை மகாராஷ்ட்ராவில் அடுத்தடுத்து நடைபெற்ற சம்பவங்கள் உறுதி செய்தன. தீண்டப்படாத மக்கள் குடியிருப்புகளில் இருந்த இந்து தெய்வங்களின் சிலைகள் அகற்றப்பட்டன. சமயங்களில், இந்தச் சிலை அகற்றல் உயர்சாதியினரைக் கடுப்பேற்றும் நோக்கத்தோடும் மேற்கொள்ளப்பட்டன. கிராம அம்மனின் பல்லக்கை மகர்கள் பராமரித்து வருவதே காலங்காலமாக வழக்கமாக இருந்தது. அதனை உயர் சாதி இந்துக்களிடமே மகர்கள் ஒப்புவித்துவிட்டார்கள். தீண்டப் படாத மக்களின் சாதிக்கு என்று விதிக்கப்பட்ட கடமைகள், செயல் களை அம்மக்கள் செய்ய மறுத்தார்கள். இந்த ஒத்துழையாமையால் பதற்றமும் அடிக்கடி வன்முறை சம்பவங்களும் ஏற்பட்டன.[84]

இந்த மதமாற்றத்தைச் சிலர் பாராட்டினார்கள். எதிர்பாராத வகையில் சிலர் இதனைச் சாடினார்கள். அம்பேத்கரின் ‘புத்தமும், தம்மமும்’ நூலில் பௌத்தத்தின் ஆன்மிகப் பக்கத்துக்கு முக்கியத்துவம் தராமல் அதனுடைய சமூகக் கண்ணோட்டம், சமத்துவம் ஆகியவற்றுக்கு முன்னுரிமை தந்திருந்தார். இந்த அம்பேத்கரின் அணுகுமுறையை மகா போதி என்கிற பௌத்த இதழ் எதிர்த்து எழுதியிருந்தது.[85]

காங்கிரஸ், இந்து மகாசபை தலைவர்கள் மதமாற்றத்தை நேரடியாக எதிர்க்காவிட்டாலும், சூசகமாக நிராகரித்தார்கள். எனினும், அவர்களில் பலர் இஸ்லாம் மதத்தையோ கிறிஸ்தவத்தையோ தேர்வு செய்யாமல் அம்பேத்கர் பௌத்தத்தைத் தேர்வு செய்தார் என்பதற்காக நிம்மதி அடைந்தார்கள். இந்து தேசியத் தலைவரான விநாயக் தாமோதர் சாவர்க்கர் மதம் மாறியவர்கள் உண்மையில் மதமே மாறவில்லை என்று கருதினார். இந்தியன் எக்ஸ்பிரஸ் (பம்பாய்) பதிப்பு அப்பட்டமாக இப்படி எழுதியது:

> பண்டைய இந்து சமூக அமைப்பை விட்டு அம்பேத்கர் விலகினாலும், அவர் சீக்கிய மதம், பிரம்ம மதம், ஆரிய சமாஜம்

போன்ற இந்து மதத்தின் பிரிவான ஒன்றையே தேர்வு செய்திருக்கிறார் என்பது மகிழ்ச்சி அளிக்கிறது. அதுவும் இந்திய வாழ்க்கைமுறையே ஆகும்.'[86]

இந்தப் பார்வை, தீண்டாமையை ஒழிக்கும் தீர்வாக அம்பேத்கர் பௌத்த மத மாற்றத்தைக் கருதியதன் போதாமைகளை வெளிப்படுத்துகிறது.

போலித்தீர்வா பௌத்தம்?

அம்பேத்கர் பௌத்தத்துக்கு மதம் மாற, அதன் சமத்துவக் கருத்தாக்கம் மட்டுமே காரணமே அல்ல. 1935-6 இயக்க காலத்தில் சீக்கிய மதத்துக்கு மாற அவர் சிந்தித்ததைப்போல, இந்து மதத்தை முற்றாகத் தன்னைத் துண்டித்துக்கொள்ளாத ஒரு சமரசத் தீர்வையே நாடினார். ஒரு முறை காந்தியிடம், 'நம் நாட்டுக்கு மிகக் குறைந்த கேடு விளைவிக்கும் பாதையையே தேர்ந்தெடுப்பேன்' என்று அம்பேத்கர் அறிவித்ததாகச் சொல்லப்படுகிறது. தன்னுடைய மத மாற்றத்துக்கு முந்திய நாள் அம்பேத்கர் இப்படிப் பேசினார்: 'புத்த மதத்தைத் தழுவுவதன் மூலம். இந்தியாவுக்கு மிகப் பெரிய நன்மையை ஈட்டித் தருகிறேன். பாரதிய கலாசாரத்தின் பிரிக்க முடியாத, நீக்கமற நிறைந்திருக்கும் அங்கமாகப் பௌத்தம் திகழ்கிறது. இந்த மண்ணின் கலாசாரம், வரலாறு ஆகியவற்றுக்கு என்னுடைய மதமாற்றம் தீங்கிழைக்கக்கூடாது என்பதில் கவனமாக இருந்துள்ளேன்.'[88]

இந்த மண்ணின் கலாசாரத்தைக் காப்பது குறித்த அக்கறை, அம்பேத்கரின் மதமாற்ற முடிவு ஏன் இந்தியாவில் ஓரளவுக்கே தாக்கம் ஏற்படுத்தியது என்பதை விளக்குகிறது. அம்பேத்கரின் பௌத்தம் காலப்போக்கில் இந்து மதத்தின் ஒரு பிரிவைபோல ஆக்கப்பட்டுவிட்டது. கடந்த காலத்தில் தீண்டாமைக்குத் தீர்வாகப் பல பிரிவுகள் தோன்றின. அவை மீண்டும், மீண்டும் இந்து மதத்துக்குள்ளேயே சமத்துவத்தை நிறுவ முயலும் அமைப்பு களாகவே திகழ்ந்தன. பௌத்தத்தின் இந்தச் சமூகவியல் பண்பையே அம்பேத்கர் போற்றினார். இந்தியாவில் துறவை வளர்த்தெடுத்த மதமான பௌத்தம், தனித்த பிரிவாகத் தாக்கத்தை ஏற்படுத்த முடியும் என அம்பேத்கர் நம்பினார்.

புதிதாக மதம் மாறிய தீண்டப்படாதோரின் பௌத்தமானது ஒரு மதப்பிரிவு போலவே திகழ்ந்தது. அதன் குருவாக அம்பேத்கர் செயல்பட்டார். உண்மையில் 1956-ல் மதமாற்றத்தில் அம்பேத்கர் ஈடுபட்டபோது, ஒரு புதிய மதப்பிரிவைத் தோற்றுவிப்பவர் போலவே அவர் செயல்பட்டார். புத்த மதச் சடங்குகளை முன்னின்று நடத்தியதோடு நில்லாமல், தானே உருவாக்கிய புதிய கொள்கைகளை அம்பேத்கர் அனைவரையும் ஏற்க வைத்தார். எந்தப் புத்த பிக்குவின்

துணையுமின்றி அம்பேத்கரே உறுதிமொழியைக் கையளித்தார். அம்பேத்கரின் மரணத்துக்குப் பிறகு, புத்தரின் அவதாரமாக, போதிசத்துவராக அம்பேத்கர் மகாராஷ்டிராவில்[88] மட்டுமல்லாமல் வட இந்தியாவின் ஜாதவ்களாலும் வழிபடப்படுகிறார்.[89] இதனால் தான், அம்பேத்கர் காவியுடையில் காட்சி தருபவராகச் சித்தரிக்கப் படுகிறார். மதம் மாறிய பல்வேறு குடும்பங்கள் அம்பேத்கர், புத்தரை மட்டுமே வணங்குகின்றன. அவர்களின் பிறந்தநாள்களை மட்டுமே மத விடுமுறையாக இக்குடும்பங்கள் கொண்டாடுகின்றன.

அம்பேத்கரின் மதமாற்ற இயக்கத்தில் போதாமைகள் இருந்தாலும் அவருடைய சமத்துவச் சிந்தனையைக் கடத்த அது அற்புதமான கருவியானது. இது பேபி காம்ப்ளேவின் நினைவலைகளில் தெரிகிறது:

> கௌதமர் ஆன்மாவை ஒருமுகப்படுத்தி புத்தர் ஆனார். அதே போலவே, அறிவை அயராது பயன்படுத்திப் பீம் (அம்பேத்கர்) புத்தர் ஆனார். வலிமை, அறிவாற்றல், பாபா [சாகேப்] அம்பேத்கரின் கொள்கைகள் எங்களுக்கு வாழ்க்கை தந்திருக்கிறது. அவையே பெருமையையும் மரணமில்லா பெருவாழ்வையும் உறுதி செய்திருக்கின்றன. பாபாவின் உரைகள் ஆளுமை, ஆன்மாவின் அறம், நீதி, நேர்மை குறித்துப் பேசின. அவரின் உரைகளை உணர ஆரம்பித்ததே எங்களுக்கான உன்னதத் தருணம். அவரின் கொள்கைகளை எனதாக்கிக் கொண்டு, என்னுடைய வாழ்க்கையை அவற்றைக்கொண்டு செம்மைப்படுத்திக்கொள்ள உறுதி பூண்டேன்.[90]

ஆன்மிக மொழியில் பேசியதால், தன்மானத்தோடு எழுச்சி கொள்ளுங்கள் என்று தீண்டப்படாத மக்களை நோக்கி அம்பேத்கர் விடுத்த அறைகூவல் நன்றாக உள்வாங்கப்பட்டது. ஒரு பெண் 1956-ல் மதம் மாறிய பிறகு பேசுகையில், 'என்னுடைய இந்து கடவுள்களைத் துறப்பது கடினமாகத்தான் இருந்தது. ஆனால், என்னுடைய புதிய அடையாளத்தால் தான் திடீரென்று பெருமிதத்துடன் ஒளிர்வதாக உணர்கிறேன்' என்று பெருமிதத்தோடு பேசினார்.[91] ஒரு கல்வியறிவற்ற மகரின் மனதில் இருந்து இப்படிப்பட்ட வார்த்தைகள் வெளிவருவது கவனத்துக்கு உரியது. மதம் மாறிய இன்னொருவரின் வாக்குமூலம், பௌத்தம் தீண்டப்படாத மக்களுக்குப் புதிய சுயமரியாதையையும் தங்களுடைய தனித்த அடையாளம் குறித்துத் தீவிரமான விழிப்புணர்வையும் வழங்கியுள்ளதைப் பறை சாற்றுகிறது. காரத் என்கிற தலித் அறிஞரும் இதைப்போன்றே கருத்தையே வெளிப் படுத்துகிறார்: 'நான் இப்போது பௌத்தன். நான் இனிமேல் மகர் இல்லை. தீண்டப்படாதவன் இல்லை. இந்துவும் இல்லை. நான் மனிதனாகி விட்டேன். நான் உயர்சாதி இந்துக்களுக்குச் சமமானவன். நான் அனைவருக்கும் சமமானவன். நான் கீழ் பிறப்பாளன் இல்லை. நான் இழிந்தவன் இல்லை.'[92]

பூனாவில் 1964-65 காலத்தில் பதினாறு முதல் இருபத்தி இரண்டு வயது வரையுள்ள கல்லூரி மாணவர்களிடம் நடத்தப்பட்ட ஆய்வில், 'மதமாற்றத்தால் முன்னாள் தீண்டப்படாதோர் தங்களைக் குறித்து உயர்ந்த மதிப்பைப் பெற்றவர்களாக மாறியிருந்தது மட்டுமல்லாமல், மற்றவர்களால் கூடுதலாக மதிக்கப்பட்டார்கள்'[90] என்பது தெரிய வந்தது. இப்படி அவர்களைக் கூடுதலாக மதிக்க ஆரம்பித்தவர்களில் உள்ளூர் பிராமணர்கள், பௌத்தர் அல்லாத மகர்களும் அடக்கம்.

இதற்கு முப்பது ஆண்டுகள் கழித்து பூனாவில் நடத்தப்பட்ட கணக்கெடுப்பில், சமூக முன்னேற்றத்தில் பௌத்த மகர்கள் பெரும் பாய்ச்சலை நிகழ்த்தி இருந்தார்கள். கணக்கெடுப்புக்கு எடுத்துக்கொள்ளப்பட்ட 270 குடும்பங்களில் பெரும்பாலான குடும்பத்தலைவர்கள் சொன்னது ஆச்சரியப்படுத்துவது. தங்களுடைய தீட்டான தீண்டப்படாதவர்கள் என்கிற கடந்த காலத்தை விட்டு பௌத்த மதத்துக்கு மாறியதால் முற்றாக வெளியேறிவிட்டது மட்டுமல்லாமல் கல்வி குறித்த புதிய விழிப்புணர்வையும் பெற்றிருப்பதாகச் சொன்னார்கள்.[94]

ஆய்வில் கலந்து கொண்டவர்களில் 11% பேர் மட்டுமே கல்வியறிவு அற்றவர்கள். அவர்களின் தந்தையரில் இந்த அளவு 79% ஆக இருந்தது கவனத்துக்கு உரியது. ஆய்வுக்கு உட்படுத்தப்பட்டவர்களின் அப்பாக்களில் 63% பேர் கிராமத்தைச் சேர்ந்தவர்கள். ஆனால், ஆய்வுக்கு உட்படுத்தப்பட்டவர்கள் அனைவரும் நகர்ப்புறத்தைச் சேர்ந்தவர்கள் மட்டுமே. அதிலும் பாதிக்கும் மேற்பட்டோர் நல்ல வேலைகளில் இருந்தார்கள்.[95] மேலும், இந்த முன்னேற்றங்கள் மகர்களைத் தங்களுடைய பழைய சாதி அடையாளம் விதித்த தடைகளைத் தகர்த்தெறியவும் உதவியிருக்கிறது. ஆய்வில் கலந்து கொண்டவர்களில் பாதிக்கும் மேற்பட்டோர் தாங்கள் உயர்சாதியினரோடு திருமண உறவு, சேர்ந்து உண்பது என்று இயல்பான சமூக உறவு கொண்டிருப்பதாகத் தெரிவித்தார்கள்.[96]

சமூகத்தில் மேல்நோக்கி முன்னேறும் குழுக்களின் அடையாளம் அதற்கு ஏற்றவாறு எப்படி மாறுகிறது என்பதை அறிய உத்திர பிரதேசத்தின் சமர் சாதி உகந்த சான்றாகும். இந்தச் சாதியினர் காலங்காலமாகச் செருப்பு தைக்கும் தொழிலில் ஈடுபட்டு வந்தார்கள். நாங்கள் சத்திரிய குலத்தின் வழித்தோன்றல்கள் என்று அதே பழைய சமஸ்கிருதமயமாக்கல் வழிமுறையையே சமர்களும் பின்பற்றினார்கள். யாதவா என்கிற தங்களுடைய சத்திரிய வம்சத்தைக் கிருஷ்ணர் நிறுவினார். அதுவே ஜாதவ் என்று திரிந்துவிட்டது என்று தங்களுக்கான வரலாற்றை எழுதிக்கொண்டார்கள்.

இந்தத் தொன்மத்தை ஏற்றுக்கொண்டு அதன் மூலம் சாதியமைப்பை முற்றாக நிராகரிக்காமல், சாதியமைப்பில் தாங்கள் எப்படி

மேல்நிலைக்குச் செல்வது என்றே சமர்கள் யோசித்தார்கள். தங்களைச் சத்திரியர்களாக மற்றவர்கள் அங்கீகரிக்கவேண்டும் என்பதே அவர்களின் விருப்பமாக இருந்தது. அம்பேத்கரின் பரப்புரை அவர்களிடையே குறிப்பிடத்தகுந்த தாக்கத்தை ஏற்படுத்தியது. அதனைத் தொடர்ந்து ஆக்ராவில் ஜாதவ் மகாசபையைத் துவங்கினார்கள். மேலும் கான்பூரில் சமர் மகாசபையும், ஆதி இந்து ரவிதாஸ் மகாசபை அலகாபாத்திலும் துவங்கப்பட்டது.[97]

இதைப்போலப் பல்வேறு அமைப்புகள் ஏற்படுத்தப்பட்டன. புத்த மதத்துக்கு மாறியது ஜாதவ்களுக்குப் புதிய அடையாளத்தை வழங்கியது. இந்த அடையாளம் இன அடிப்படையிலானதாகத் திகழ்ந்தது. இந்தப் புதிய அடையாளத்தில் அதுவரை அவர்கள் அனுபவித்து இருக்காத சுய மரியாதையையும் ஒற்றுமையையும் பெற்றார்கள். அம்பேத்கர் நாற்பதுகளில்[98] வட இந்தியா முழுக்கச் சுற்றுப்பயணம் செய்த பிறகு, ஜாதவ்கள் தங்களுடைய புதிய அடையாளத்தைச் சமத்துவத்தை வலியுறுத்துகிற கருத்து ஆயுதமாக மாற்றிக்கொண்டார்கள். வட இந்தியாவில் பட்டியல் சாதியினர் கூட்டமைப்பு, இந்தியக் குடியரசுக் கட்சியின் மிகத் தீவிரமான ஆதரவாளர்களாக இவர்களே திகழ்ந்தார்கள்.[99]

'பௌத்தத்துக்கு அம்பேத்கர் மதம் மாறியதன் மூலம் ஒரு பெருஞ்சாதனையை நிகழ்த்தி உள்ளார். இந்து மதத்தைப் புலே, பெரியார் ஆகியோர் முழுமூச்சாக எதிர்த்தார்கள். எனினும், அவர்களால் இந்து மதத்தை நிராகரிக்கும் கூட்டு அடையாளத்தை ஏற்படுத்தவோ, அதனை இந்தியாவையே மாற்றியமைக்கும் புரட்சிகர சக்தியாகவோ உருமாற்ற இயலவில்லை' என்கிறார் கெயில் ஆம்வேத்.[100] பௌத்தத்துக்கு மதம் மாறியது மட்டுமே அம்பேத்கரின் சாதனை அல்ல. தலித்துகளே இந்தியாவின் ஆதிகுடிகள் என்கிற அவரின் கருத்தாக்கமும் பெருமளவில் மக்களிடையே வரவேற்பைப் பெற்றது. இந்தியாவின் ஆதிகுடிகள் நாங்கள் என்று தீவிரத்தன்மையோடு தலித்துகள் பேசுவதை, இனத்தூய்மை பேசும் வெறுப்பு அரசியல் என்று தவறாக எண்ணிக்கொள்ளக்கூடாது. அதற்கு மாறாக, தாங்களே ஆதிகுடிகள் என்கிற கருத்தாக்கம் தலித்துகளைச் சாதி அமைப்பின் அடிமைத்தனத்தில் இருந்து விடுவிக்கும் ஆற்றல் உடையது. ஆகவே, மகராக இருப்பது பெருமிதத்துக்கு உரியதானது. அது, மண்ணின் மைந்தர்களைக் குறிக்கும் 'தர்ணிச்சே' எனும் பதத்துக்கு இணையானதாக மாறியது. இதை உறுதிப்படுத்துவதைப் போல, பேபி காம்ப்ளே தன்னுடைய சுயசரிதையில் கீழ்கண்டவாறு எழுதுகிறார்:

> 'இன்றைக்கு ஞானம் எய்திவிட்ட என் இனத்து மக்களை மகர் என்கிற சொல் அவமானத்துக்கு உள்ளாக்குகிறது. அவர்கள்

அச்சொல்லை கேட்டாலே வெட்கித் தலைகுனிகிறார்கள். அந்தச் சொல்லில் என்ன அவமானம் இருக்கிறது? உண்மையில் அவ்வாறு அழைக்கப்படுவதற்காகத் தலைநிமிர்ந்து பெருமிதத்தோடு பீடுநடை போடவேண்டும். மகராகிய நான் மகாராஷ்டிராவின் ஆதிப்பிள்ளை. இதை நான் உறுதிபடத் தெரிவித்துக்கொள்கிறேன். நான் எங்கிருந்து வந்தேன் என்றே அறியாத வந்தேறி அல்ல. இதுவே என் மண். மகர் அதற்குச் சான்றாகத் திகழும் என்னுடைய அன்னை ஆவாள். அதனால் தான், இந்த ராஷ்டிரா (அரசு), நம்முடைய பெயரான மகரை கொண்டு மகாராஷ்டிரா என்று அழைக்கப்படுகிறது.'[102]

இப்படிப்பட்ட பெருமிதம், தங்களுடைய சொந்த மண்ணின் வேர்களைக் கண்டடைவதன் மூலமோ இந்தியாவின் ஆதி குடிகளின் மதத்துக்குத் திரும்புவதன் மூலமோ ஏற்படலாம். இந்த இரண்டு நேரங்களிலும் புலே, பெரியார், அம்பேத்கர் ஆகியோர் சாதியைப் பூர்வ குடியோடு தொடர்புபடுத்திப் பேசியதன் தாக்கமே பெருமிதத்தை முன்னோக்கிச் செலுத்துகிறது. இதையே கெயில் ஆம்வேத் கவனப்படுத்துகிறார்.

பௌத்தத்துக்கு மதம் மாறுவதன் தாக்கம் எல்லா இடங்களிலும் ஒரே மாதிரி இருக்கவில்லை. குழுக்கள், இடங்கள், தனிமனிதர்களுக்கு ஏற்ப அது வேறுபட்டது. மகர்கள் மதம் மாறியது மகாராஷ்டிராவில் கலவையான பின்விளைவுகளை ஏற்படுத்தியது. அவர்கள் இந்து மதத்தை விட்டுத் தங்களை விலக்கிக் கொள்வது ஓரளவுக்கே சாத்தியமானது. இதனால், அவர்கள் சாதியமைப்பின் பாகுபாடுமிக்கப் படிநிலையை விட்டு விடுதலை பெற்றுவிடவில்லை. அவர்களின் பெயர் மகரில் இருந்து, 'பௌத்தர்கள்' என்று ஆனது. ஆனால், இந்தப் பெயர் மாற்றம் மெதுவாக ஓரளவுக்கு உருவாகிக் கொண்டிருந்த புதிய கூட்டு அடையாளத்தைக் கண்முன் நிறுத்துகிறது.

'இந்த மதமாற்றம் பௌத்தரை, தான் தீட்டுப்பட்டவன் என்கிற உணர்வில் இருந்து விடுவித்தது' என்கிறார் ஜில்லியட்.[103] அதே வேளை, இந்த மாற்றம் களத்தில் பெரிதாகப் புலப்படவில்லை. 'நகரங்களின் குடிசைப்பகுதிகளில் வாழும் பௌத்தர்களும் கிராமங்களில் நிலமில்லாமல் உழலும் ஏழைகளும், மற்ற கலாசாரங் களில் வாழும் கடைக்கோடி மக்கள் எப்படி வாழ்கிறார்களோ அப்படியே வாழ்கிறார்கள்' என்று ஜில்லியட் கவனப்படுத்துகிறார்.[104] ஆனால், மாற்றம் படிப்படியாக ஏற்பட்டுக் கொண்டிருக்கிறது என்பதை ஜில்லியட் ஏற்றுக்கொள்கிறார்:

ஆய்வாளர்கள் 'எந்த மாற்றமும் ஏற்படவில்லை' என்று குறிப்பிடுகிற பகுதிகளில்கூட, பௌத்தர்கள் சாதிரீதியாகத் தங்களை அடிமைப்

படுத்தும், இழிவுபடுத்தும், அசுத்தமான பணிகளைச் செய்ய மறுக்கிறார்கள். பிற தீண்டப்படாத, பிற்படுத்தப்பட்ட சமூகங் களை விட அதிகமாகப் பௌத்த இளைஞர்கள் கல்வி பெற்றுள்ளார்கள். இதற்கு முன்புவரை, தங்களுக்கு அனுமதி மறுக்கப்பட்ட இந்து பொது விழாக்களில் பௌத்தர்கள் கலந்து கொள்வதில்லை. தற்போது இந்த விழாக்களைப் பௌத்தர்கள் புறக்கணிக்கச் சாதித்தடை காரணமில்லை, தாங்கள் இந்துக்களில் இருந்து வேறுபட்டவர்கள் என்கிற உணர்ச்சியே இதற்குக் காரணமாகும்.[105]

இந்த 1956-லும், அதற்குப் பிறகும் நடைபெற்ற மதமாற்றங்கள் அனைத்திலும் பெரும்பாலும் மகர்கள் மட்டுமே கலந்து கொண்டார்கள் என்பது கலவையான விளைவுகளை ஏற்படுத்தியது. முதல்முறையாக 1956-ல் மகாராஷ்டிராவின் தீண்டப்படாதோரில் 55% மக்கள் மதம் மாறினார்கள். இதனால் பௌத்தர்களின் எண்ணிக்கை 1951-ல் 2,500 ஆக இருந்ததில் இருந்து 1961-ல் இரண்டரை லட்சமாக மாறியது. ஆனால், இப்படி மதம் மாறிய பௌத்தர்கள் அனைவரும் கிட்டத்தட்ட மகர் சாதியைச் சேர்ந்தவர்களே.

புதிய மதத்துக்கு மாறியவர்கள் அனைவரும் ஒரே சாதியைச் சேர்ந்தவர்கள் என்கிற விஷயம் நிலைமையைச் சிக்கலாக்கியது. மதம் மாறியவர்களால் தங்களைப் பீடித்திருந்த சாதியில் இருந்து விடுதலை பெறுவது இன்னமும் கடினமானது. இவை எல்லா வற்றையும்விட, இந்த மதமாற்றத்தால் தங்களுடைய சாதி-மத வேற்றுமைகளைக் கடந்து தீண்டப்படாத மக்கள் ஒரே அணியாக ஒன்று திரள்வது இன்னமும் சவால்மிக்கதாக மாறியது. சம்பர்கள் பௌத்தர்களாக மதம் மாறமாட்டோம் என்று உறுதியாக இருந்தார்கள். அது மட்டுமல்லாமல், இந்தப் பௌத்தர்களுக்கு எந்தவகையான இட ஒதுக்கீட்டையும் தரக்கூடாது என்று தீவிரமாக எதிர்த்தார்கள்.

மதம் மாறிய மகர்கள், கொடிய வறுமையில் உழலும் ஏழைகளாக இருந்தால் அவர்கள் இந்து மதச்சடங்குகளையே பின்பற்றினார்கள். அவர்களால் தங்களுடைய சுற்றத்தின் பழக்க வழக்கங்களில் இருந்து தங்களைத் துண்டித்துக் கொள்வது முடியாததாக இருந்தது.[106]

இப்படி சாதியும் 'மதப்பிரிவும்' ஒன்று சேர்வது கடினம் என்பது அம்பேத்கருக்கும் தெரிந்தே இருந்தது. அதனால்தான், சில நேரங்களில் தீண்டப்படாத மக்களிடையே சமூகச் சீர்திருத்தத்தை வளர்த்தெடுக்கச் சமஸ்கிருதமயமாக்கல் முறைகளை அம்பேத்கர் ஆதரித்தார். மதமாற்றத்துக்கு மக்களைத் தயார்படுத்தும் நோக்கில், 1956-ல் உரையாற்றிய அம்பேத்கர் பல்வேறு கதைகளைச் சொன்னார். அந்த நீதிக்கதைகளின் மூலம் தன்னுடைய மக்கள் செத்த மாட்டைத்

தொடக்கூடாது என்றும், பெண்கள் பாலியல் தொழிலில் ஈடுபடக் கூடாது என்றும் வலியுறுத்தினார். இதைக்கொண்டே ஜில்லியட், 'இந்துக்கள், மேட்டுக்குடியினர் அளவுகோல்களில் இருந்து பார்த்தால் கூடப் பௌத்தர்களின் (முன்னாள் மகர்களின்) வாழ்க்கை சுத்தமானதாக இருக்கவேண்டும் என்பதே இதன் நோக்கம்' என்கிறார்.[106]

இப்படிப்பட்ட மாற்றத்தை, ஜில்லியட், ஒரு வகையான 'பாலிமய மாக்கல்' என்கிறார். இந்தப் பதம் புத்த புனித நூல்கள் வழங்கி வரும் மொழியான பாலியின் வேரில் இருந்து பெறப்பட்டது. சமஸ்கிருத மயமாக்கலின் தாக்கத்தில் மேற்கொள்ளப்பட்ட நடவடிக்கைகள், பௌத்தத்திலும் வழங்கி வந்தபோது அது பாலிமயமாக்கல் என்று அழைக்கப்பட்டது. நடைமுறையில், சில பௌத்தர்கள் மதம் மாறியபோது எடுத்துக்கொண்ட உறுதிமொழிக்கு மாறாக, மது அருந்தினார்கள்.[108] இந்த இடத்தில் சாதியானது புதிய வழிகளில் தன்னுடைய இருப்பை உறுதிப்படுத்திக் கொண்டது.

•

சாதி அமைப்பில் இருந்து விடுதலை பெறுவதற்கான இறுதி ஆயுதமாக மத மாற்றத்தை அம்பேத்கர் கையில் எடுத்தார். மதம் மாறுவது பற்றி அவர் 1930-களில் இருந்தே திட்டமிட்டுக் கொண்டிருந்தார். பிறரின் அழுத்தங்கள், ஒளிமயமான எதிர்காலம் குறித்து அம்பேத்கர் கொண்டிருந்த திடமான நம்பிக்கை, பிற யுக்திகள் இந்தத் திட்டத்தைக் கிடப்பில் போடவைத்தன. சாதி அமைப்பை வேரோடு சாய்க்கும் மாற்று வழிமுறைகள் தோற்றுப்போன நிலையில் அம்பேத்கர் மதம் மாற முடிவு செய்தார். இந்து சமூகம் குறித்து அறிவுத்திறத்தோடு ஆராய்ந்த அம்பேத்கர் இந்த முடிவுக்கு வந்து சேர்ந்தார்.

இந்துவாகச் சாகமாட்டேன் என்ற 1935-ம் ஆண்டின் சூளுரையை, அம்பேத்கர் இருபத்தியொரு ஆண்டுகள் கழித்து நிறைவேற்றினார். ஆனாலும், மத மாற்றம் சாதி நோயை முற்றாக ஒழிக்கும் அருமருந்தாகவில்லை. பிராமண ஆதிக்கத்தில் இருந்து மனதளவில் விடுதலையைப் பௌத்தத்துக்கு மாறிய பல லட்சம் தலித்துகள் பெற்றார்கள். எனினும், சமூகவியல் ரீதியாக மதமாற்றம் பெரிய அதிர்வுகளை ஏற்படுத்தவில்லை. அம்பேத்கர் தானே உருவாக்கிய 'உடைந்து போன மக்கள்' என்கிற கருதுகோளைக் கொண்டு, மதம் மாறிய மக்களுக்குப் பௌத்தத்தைக் கொண்டு புதிய இன அடையாளத்தை வழங்கினார். இதைக்கொண்டு தீண்டப்படாத மக்களிடையே சாதி பாகுபாடுகளைக் கலந்து ஒற்றுமையைச் சாதித்திருக்க இயலும். ஆனால், துரதிர்ஷ்டவசமாக, மகாராஷ்ட்ராவில் மட்டுமேகூட மகர்களும் மங்குகளும் ஒருபுறமும், மங்குகளும் சம்பர்களும் இன்னொரு புறமும் பகைமை பாராட்டி வந்தார்கள்.

மகர்கள் தாங்கள் காலங்காலமாகச் செய்து கொண்டிருந்த தொழில்களை விடவேண்டும் என்று அம்பேத்கரியர்கள் வலியுறுத்தினார்கள். பழைய சாதி வழக்கங்களைத் துறக்க மறுத்த மகர்களை ஒட்டு மொத்தமாக ஊர் விலக்கம் செய்வோம் என்று அச்சுறுத்தினார்கள். இவ்வாறு சாதிமுறை எப்படி இயங்குகிறதோ அதே வழியிலே தங்களுடைய இலக்கை அம்பேத்கரியர்களும் சாதித்தார்கள். இவ்வாறு சாதியின் வேர்கள் ஆழமாகப் பரவியிருந்தது. பேபி காம்ப்ளே நினைவுகூர்கிறார்:

'துடிப்புமிக்க இளைஞர்கள் செத்த மாடுகளை இனிமேல் வாங்க மாட்டோம் என்று ஒத்துக்கொண்டார்கள். ஆனால், மாட்டிறைச்சியின் சுவையில் மனதைப் பறிகொடுத்திருந்த முதியவர்களுக்கு இது கடினமாக இருந்தது. இளைஞர்களை நேரடியாகப் பகைத்துக் கொள்ளும் தைரியம் முதியவர்களுக்கு இருக்கவில்லை. குடும்பங்கள் ரகசியமாக மாட்டிறைச்சியைச் சுவைத்தார்கள். அப்படி உண்டவர்களை, ஊரார் வழக்கப்படிப் புறக்கணித்தார்கள். (பௌத்தர்களாக மாறிய பிறகும் மாட்டுக் கறி உண்ட) அவர்கள் எந்தத் திருமண நிகழ்வுக்கும் அழைக்கப்படவில்லை. ஒருவேளை விழாவுக்கு அழைக்கப்பட்டாலும், உடைந்து போன பாத்திரத்திலேயே அவர்களுக்கு உணவு பரிமாறப்பட்டது. அனைவரின் முன்னும், திருமண நிகழ்வுகளில் கூட மாட்டிறைச்சி உண்டவர்கள் அவமானப்படுத்தப்பட்டார்கள். (மாட்டுக் கறியைக் கைவிட முடியாமல்) தமது தோல்வியை ஒப்புக்கொண்டார்கள். அதன் பின்பு, ஊர் பழையபடியே அவர்களை தரக்குறைவாகவே நடத்தத் தொடங்கியது.'[109]

இந்த அணுகுமுறையானது நன்மையையும் தீமையையும் ஒருங்கே கொண்டது. விடுதலைக்குப் பிறகு பலுட்டா, வட்டன் சட்டப்படி நீக்கப்பட்டிருந்தாலும் அவை நடைமுறையில் அரங்கேறிக் கொண்டிருந்தன. மதம் மாறியதால், மகர்கள் இந்தச் சுரண்டல் முறைகளில் இருந்து தங்களை விடுவித்துக் கொண்டார்கள். அதே சமயம், இப்படி வட்டன், பலுட்டா முறைகளை விட்டு விலகிய மக்களில் பலருக்கு 'வேறெந்த வாழ்வாதாரமும் இருக்கவில்லை.'[110] இது தயா பவாரால் உறுதிப்படுத்தப்படுகிறது.

இவர்களுக்கு வேறு வேலைகள் கிடைப்பது குதிரைக்கொம்பாக இருந்தது. எனினும், இதனால் கிராமங்களை விட்டு நகரங்களை நோக்கி மக்கள் நகர்வது இன்னமும் வேகமாக நிகழ்ந்தது. அதே வேளையில், எந்தச் சாதியை ஒழிப்பதற்காக மதம் மாறினார்களோ, அதே சாதியின் இயங்குமுறையைப் பயன்படுத்தி ஊர்கூடி விலக்கம் செய்யப்பட்டது. இதனால், சாதி மீண்டும் தன்னைப் புதுப்பித்துக் கொண்டது எனலாம்.

அத்தியாயம் 9

தற்காலத்தில் அம்பேத்கரின் தேவையும் தாக்கமும்

அம்பேத்கர் புத்த மதத்துக்கு மாறியதால் ஏற்பட்ட மிதமான சமூகவியல் மாற்றங்களை அடிப்படையாகவைத்து அம்பேத்கரின் ஒட்டுமொத்தப் பங்களிப்பைக் குறைத்து மதிப்பிடக்கூடாது. மகர்கள் புத்த மதத்துக்கு மாறிய பின்பும், தீண்டப்படாத மக்களாகவே நடத்தப்பட்டார்கள். தங்களைப்போன்ற தீண்டப்படாத மக்களோடு நீடித்து நிற்கும் கூட்டணிகளை அவர்களால் ஏற்படுத்த முடியவில்லை. இந்த மதமாற்றத்தின் மூலம் அம்பேத்கர் மகாராஷ்டிராவில் உள்ள தன்னுடைய சாதியினரிடையே ஓரளவுக்கு மட்டுமே சமூக மாற்றத்தை வேகப்படுத்தினார். ஆனால், பிற மாகாணங்களிலும் அம்பேத்கரின் தாக்கம் மிகப் பெரிய அளவில் எதிரொலித்தது. இதனால் முதல் அனைத்து இந்திய தலித் தலைவர் அம்பேத்கரே எனலாம்.

'அம்பேத்கர் காட்டிய மாற்றுப்பாதையில்' எப்படி பஞ்சாபில் தீண்டப்படாத மக்களின் விடுதலைப் பயணம் முன்னெடுக்கப்பட்டது என்பதை ஜுர்கென்ஸ்மேயர் தன்னுடைய ஆய்வுகளின் மூலம் நிறுவுகிறார்.[1] ஐக்கிய மாகாணங்களில் ஆக்ராவில் உள்ள ஜாதவ்களிடையே அம்பேத்கரின் சிந்தனைகள் மாபெரும் தாக்கத்தை உண்டு செய்தன. அதுவே ஜாதவ்களின் சமூக-அரசியல் அணிதிரட்டலின் 'திருப்புமுனையாக' மாறியது என்பதைப் புலப்படுத்துகிறார் பேராசிரியர் லின்ச்.[2]

உயர்சாதிகளும் இந்திய அதிகார வர்க்கமும் அம்பேத்கரை எப்படியாவது ஓரங்கட்ட முயல்வதை எப்படிப் புரிந்துகொள்வது? அம்பேத்கர் ஏற்படுத்தி இருக்கும் பரவலான தாக்கத்தினால், அவரை

எப்படியேனும் ஓரங்கட்டிவிடவேண்டும் என்கிற நோக்கத்தோடு மேற்கொள்ளப்படும் முயற்சிகளே இவை. அதிகாரபூர்வ உரைகளில் அம்பேத்கரின் பெயர்கள் பல ஆண்டுகளாகப் புறக்கணிக்கப்பட்டன. வி.பி.சிங் இந்திய பிரதமராக இருந்தபோது அதாவது 1990-ல்தான் அம்பேத்கருக்கு பாரத ரத்னா விருது வழங்கப்பட்டது.

இந்திய அரசியலமைப்பு சட்டத்தின் சிற்பியாக அம்பேத்கர் திகழ்ந்தாலும், அவரின் புகைப்படம் மற்ற இந்திய 'பெருந்தலைவர்களோடு' நாடாளுமன்றத்தை அலங்கரிக்க 1990வரை காத்திருக்க வேண்டியிருந்தது. இந்த மற்ற பெருந்தலைவர்கள் குறித்த புகழுரைகள் அதிகாரபூர்வ உரைகளில் ஆண்டாண்டு காலமாகத் தொடர்ந்தன.

மராத்வாடா பல்கலையின் பெயரை அம்பேத்கர் பல்கலைக்கழகம் என்று மாற்றவேண்டும் என்று தலித் செயல்பாட்டாளர்கள் 1978-லிருந்தே அழுத்தம் தந்திருந்தார்கள். இதை அடுத்து, உயர் சாதி மாணவர்கள் வன்முறையில் ஈடுபட்டார்கள். இந்த வன்முறையில் 1,000 தீண்டப்படாதோர் குடியிருப்புகள் தீக்கிரையாக்கப்பட்டன. இரண்டு பேர் உயிரிழந்தார்கள்.[3] தலித்துகள் இடையே, புதிய அரசியல் எழுச்சி எழுவதையும் அவர்கள் அரசியல்ரீதியாக அணிதிரள்வதையும் காங்கிரஸ் கட்சி கண்டுகொண்டது. அதனையடுத்து, 1993-ல்தான் காங்கிரஸ் அரசு செயல்பட ஆரம்பித்தது. பெயர்மாற்றத்தின் மூலம், தேர்தலில் தலித் வாக்குகளைக் கணிசமான அளவுக்கு அறுவடை செய்யலாம் என்று அக்கட்சி கணக்குப்போட்டது.

எழுபதுகளில் கடும் சிரமங்களுக்கு இடையில் தொகுக்கப்பட்ட அம்பேத்கரின் அனைத்துப் படைப்புகளையும் காங்கிரஸ் அரசு பதிப்பித்தது. இதுவும் கடுமையான எதிர்ப்பை எதிர்கொண்டது. அம்பேத்கர் எழுதிய 'இந்து மதத்தின் புதிர்கள்' நூல் உசுப்பேற்றக்கூடிய நடையில் எழுதப்பட்டது என்பதால் அது வெகுகாலமாக வெளியிடப்படாமலே இருந்தது. இறுதியாக அந்நூல் 1987-ல் பதிப்பிக்கப்பட்டது. இதையடுத்து, வன்முறை மிகுந்த போராட்டங்கள் வெடித்தன.[4]

அம்பேத்கரின் முழுமையான படைப்புகளைப் பதிப்பிக்கும் பணிக்காக மத்திய அரசு பல லட்சம் ரூபாய் நிதியை ஒதுக்கியிருந்தது. எனினும், அம்பேத்கரோடு தொடர்புடைய பதிப்புப் பணியில் தங்களுடைய பெயரை இணைத்துக்கொள்ள எந்தப் பல்கலைக்கழகமும் தயாராக இருக்கவில்லை. அதனால் அந்தப் பல லட்சம் நிதியை எந்தப் பல்கலையும் உரிமை கோரவில்லை.[5] அம்பேத்கரின் வாழ்க்கையை மையமாகக்கொண்ட முதல் திரைப்படமே 1990-களில்தான் வெளிவந்தது.

| 220 |

அம்பேத்கரைப் பொருட்படுத்திப் பேசும்போதும்கூட, காந்திய வாதிகளும் இந்துத்துவர்களும் அம்பேத்கரைக் காரசாரமான விமர்சனங்களால் தாக்கினார்கள்.

காந்தியவாதிகள், இந்துத்துவர்கள் ஆகியோரின் இலக்கு

மகாத்மா காந்தியை அம்பேத்கர் தொடர்ந்து எதிர்த்து வந்தார். இதனால் ஆரம்பகாலம் தொட்டே காந்தியவாதிகள் அம்பேத்கரைத் தாக்குவதில் முதல் ஆளாகத் திகழ்ந்தார்கள். இந்தப் பகைமை பாராட்டல் இரண்டாவது வட்ட மேசை மாநாட்டில் ஆரம்பித்தது. பின்னர், அரசியலமைப்பு சட்ட நிர்ணய சபையின் விவாதங்களின் போது, காந்தியின் சிந்தனைகளை அம்பேத்கர் செல்லாக் காசாக்க முயன்றது காந்தியவாதிகளைச் சினப்படுத்தியது.

இந்தியாவை நவீனமயமாக்கவேண்டும் என்று அம்பேத்கர் தீட்டிய திட்டங்களைக் காந்தியவாதிகள் ஓயாமல் விமர்சித்தார்கள். அம்பேத்கர் மேற்கின் சிந்தனைகளால் அதீதமாகப் பாதிக்கப்பட்டிருக்கிறார் என்பது அவர்களின் பார்வையாக இருந்தது. குறிப்பாக, டி.ஆர்.நாகராஜ் அம்பேத்கரின் நவீனத்துவம் குறித்த உச்சபட்ச விமர்சனத்தை முன்வைத்தார். டி.ஆர்.நாகராஜின் பார்வையில், காந்தியின் 'ஊரக இந்தியா குறித்த சித்திரிப்பு கற்பனை மிகுந்ததாக, கிராமத்தை உண்மைக்குப் புறம்பாக லட்சியவாத உலகமாக முன்னிறுத்துவதாக இருந்தது என்பது உண்மைதான். ஆனால், காந்திக்கு நவீன நாகரிகம் குறித்து உள்ளார்ந்த, மேம்பட்ட புரிதல் இருந்தது.'[6] இதற்கு மாறாக, தீண்டப்படாத மக்களின் விடுதலையைச் சாதிக்க நவீனமயமாக்கல், மையப்படுத்தப்பட்ட அரசு ஆகியவற்றோடு கைகோர்க்கவேண்டும் என்பது அம்பேத்கரின் பார்வையாக இருந்தது. அப்படி நிகழாமல் போனால், மரபார்ந்த சாதி சமூகத்தில் காலத்துக்கும் சிக்கிக்கொண்டு தீண்டப்படாத மக்கள் துயருற வேண்டியதுதான் என்று அம்பேத்கர் எண்ணினார்.

டி.ஆர்.நாகராஜின் பார்வையில், 'புதிதாக எழுச்சி பெற்றுவரும் நவீன வளர்ச்சியின் மையங்களிலும் ஆதிக்கச் சாதியினரே தங்களுக்குள் ஒன்று சேர்ந்துகொண்டு அதிகாரம் செலுத்துகிறார்கள். இந்த நவீன வளர்ச்சி மையங்களிலும் விளிம்புநிலை சமூகங்கள், கீழ்சாதியினர் ஆகியோர் ஆதிக்கச் சாதியினரால் ஓரங்கட்டப்பட்டே இருக்கிறார்கள். முதலாளித்துவ நிறுவனங்கள், அறிவியல் அமைப்புகள், தொழில் நுட்ப மையங்கள் ஆகியவை அனைத்தும் மேல்சாதியினரின் கட்டுப்பாட்டிலேயே உள்ளன. ஆனால், கடந்த காலப் பாரம்பரிய சமூகத்தில், கீழ்சாதியினர், கைவினைஞர் சாதியினர் கட்டுப் பாட்டிலேயே அனைத்து உள்நாட்டுத் தொழில்நுட்பங்கள் இருந்தன.'[6]

டி.ஆர்.நாகராஜின் இந்தப் பார்வையிலும் கற்பனாவாதம் கலந்திருக்கிறது. பாரம்பரிய சமூகத்தில் தாழ்த்தப்பட்ட சாதியினரிடம் இருந்த தொழில்நுட்ப ஆதிக்கம் நவீன காலத்தில் இல்லாமல் போய் விட்டது என்று துயரப்படுவது பிழையான பார்வை. அந்தக் குறிப்பிட்ட தொழில்கள் இழிவானவை, அவற்றைச் செய்தவர்கள் தாழ்ந்தவர்கள் என்று உயர்சாதியினர் பாகுபடுத்தியதை இது கணக்கில் கொள்ளவில்லை.

இயந்திரமயமாக்கல் கைவினைஞர் சாதிகளின் தொழில்களை ஓரங்கட்டியது. இதனால், தங்களுக்குப் பயன் தரக்கூடிய திறன்களைக் கொண்டிருந்த தொழில்களை விட்டுவிட்டுக் கைவினைஞர் சாதியினர் வெளியேற வேண்டிய ஆபத்து ஏற்பட்டது என்பது உண்மைதான். அதே சமயம், இந்தத் தொழில்களால்தான் அவர்கள் கீழ்சாதியினராக நடத்தப்பட்டார்கள் என்பதும் உண்மைதானே. மகாத்மா காந்தி கிராமப்புறங்களில் நிலவி வந்த தோல் பதனிடும் தொழிற்கூடங்களை 'மிகவும் பயன்தரும் தொழில்களில்' ஒன்று என்று வர்ணித்தார்.[8] இந்தத் தொழிலைச் செய்பவர்கள் எப்படிக் களங்கப்பட்டவர்களாக, சாதிரீதியாகத் தீண்டப்படாதவர்களாகக் கருதப்பட்டனர் என்பதை காந்தி கருத்தில்கொள்ளவில்லை.

இப்படிப்பட்ட தொழிலை ஒழித்துக் கட்டாமல், அந்தத் தோல் பதனிடும் தொழிற்கூடங்களின் பணிச் சூழல்களை மேம்படுத்த காந்தி முயன்றார். நாகராஜின் அணுகுமுறை மகாத்மா காந்தியின் அணுகு முறையையே ஒத்திருக்கிறது. அதிகபட்சமாக, காந்தியர்கள் கனவு கண்ட மோதலற்ற சமூகமானது, தற்கால சமூகம் எப்படிப்பட்டதாக இருக்கிறது என்று புரியாத அப்பாவித்தனமான பார்வை எனலாம். இன்னும் கடுமையான கண்கொண்டு நோக்கினால், சமூகத்தில் நிலவும் சாதி அடக்குமுறை அப்படியே தொடரவேண்டும் என்பதைத் தேன் தடவிய மொழியில் சொல்கிறார்கள் எனவும் கருதலாம்.

ஆனால், பெரும்பாலான காந்தியர்கள் அம்பேத்கரைக் கருத்தியல் ரீதியாகத் தீவிரமாக விமர்சிக்கவில்லை. அதற்கு மாறாக, அம்பேத்கரையும் காந்தியையும் ஒன்றிணைக்க முயன்றார்கள். இந்திய வரலாற்றின் உச்ச நாயகர்களான காந்தி, அம்பேத்கர் இருவரும், 'நீதி, சகோதரத்துவத்தின் அடிப்படையிலான சமூகத்தைக் கனவு கண்டார்கள்' என்று பேராசிரியர் சுகாஸ் பல்ஷிகர் குறிப்பிடுகிறார். அவரின் பார்வையில், இந்த இரு தலைவர்களும், 'சமூகச் செயல் பாட்டின் மூலமே சமூக மாற்றம் ஏற்படும் என்று நம்பினார்கள்'; 'வன்முறையற்ற பாதையையே பின்பற்றவேண்டும் என்பதை இருவரும் ஒரு மனதாக ஏற்பார்கள்'. மேலும், 'எப்படி விடுதலையை

எட்டுவது என்பதே அவர்கள் இருவரின் அக்கறையாகவும் இருந்தது' என்றும் பல்ஷிகர் எழுதினார்.[9] இவ்வாறு, காந்திக்கும் அம்பேத்கருக்கும் இடையே உள்ள சுவையான ஒற்றுமைகளை அவர் கவனப்படுத்தினார்.

இந்த வாதமானது, இங்கே சச்சரவுகள் என்று எதுவும் பெரிதாக இல்லை என்கிற உடனடியாக வெளிப்படும் காந்திய வாதத்தை ஒத்திருக்கிறது. மகாத்மா காந்தி கீழ்சாதியினரின் விடுதலையைத் தன்னுடைய இலக்காகக் கருதவில்லை என்பதை பேராசிரியர் கவனத்தில் கொள்ளவில்லை என்று அம்பேத்கரின் ஆதரவாளர்கள் விமர்சித்தார்கள்.[10]

எனினும், இன்று அம்பேத்கரை மிகத் தீவிரமாக விமர்சிக்கும் பணியில் இந்து தேசியவாதிகள் ஈடுபட்டுள்ளார்கள். ஆர்.எஸ்.எஸ். அமைப்பு தன்னுடைய பெருந்தலைவர்கள் பட்டியலில் அம்பேத்கரையும் இணைக்க முயல்கிறது என்பதில் எந்த ஐயமும் இல்லை. அதனை இந்த அத்தியாயத்தில் இடம்பெற்றிருக்கும் புகைப் படமும் தெளிவுபடுத்துகிறது. ஆர்.எஸ்.எஸ். சித்தாந்தத்தின் முக்கிய அரசியல் முகமான பாரதிய ஜனதாகட்சியும் தீண்டப்படாத மக்களைத் தங்களுக்கு வாக்களிக்க வைப்பதற்காக அம்பேத்கரை உரிமை கொண்டாடுகிறது. இந்தி பேசும் மக்கள் பெரும்பான்மையாக வாழும் பகுதிகளில் வலுவாக உள்ளது அக்கட்சி. அப்பகுதியில் வாழும் ஒட்டுமொத்த மக்கள் தொகையில் ஐந்தில் ஒருவர் தீண்டப்படாதவர் என்பதைக் கருத்தில் கொண்டு இப்படிச் செயல்படுகிறது. ஆனால், உண்மையில் பாஜகவில் ஆதிக்கம் செலுத்தும் உயர்சாதியினர் அம்பேத்கரைத் தொடர்ந்து தாக்குவதைச் செவ்வனே செய்கிறார்கள்.

அடல் பிஹாரி வாஜ்பேயி அரசில் டிஸ்இன்வெஸ்ட்மென்ட் அமைச்சராக 2003-ல் நியமிக்கப்பட்ட அருண் ஷோரி அம்பேத்கரின் வளர்ந்து வரும் செல்வாக்கைச் சீர்குலைக்கும் பணியைச் சில காலத்துக்குத் தலைமையேற்று நடத்திக்கொண்டிருந்தார். அம்பேத்கருக்குக் கிடைத்திருக்கும் புகழானது அருண் ஷோரியின் பார்வையில் பிழையானது. இது 1997-ல் வெளிவந்த அம்பேத்கர் குறித்த அவரின் புத்தகத் தலைப்பிலேயே தெளிவாகத் தெரிகிறது. 'போலி கடவுள்களை வணங்குவது: அம்பேத்கரும் மறைக்கப்பட்ட உண்மைகளும்' என்பதே அந்நூலின் தலைப்பாகும்.

மறைக்கப்பட்ட உண்மைகளை இந்தியர்கள் அனைவரும் அறிந்து கொள்ளவேண்டும் என்கிற அருண் ஷோரி, அதனை மூன்று பகுதிகளாகப் பிரித்துக்கொள்கிறார். நூலில் முதல் பகுதியில், அம்பேத்கர் பிரிட்டிஷாரோடு நெடுங்காலம் உறவு பாராட்டியது குறித்துப் பேசப்படுகிறது. இரண்டாவதாக, உயர்சாதி சமூகச்

ஆர்.எஸ்.எஸ். இந்து வரலாற்று நாயகர்களின் வரிசையில் அம்பேத்கரையும் சேர்த்து விநியோகம் செய்த துண்டு பிரசுரம்.

சீர்திருத்தவாதிகளை அம்பேத்கர் அணுகிய விதம் எப்படி எதிர்மறை விளைவுகளை ஏற்படுத்தியது என இந்நூல் விளக்குகிறது. மூன்றாவதாக, இந்திய அரசியலமைப்புச் சட்டத்தை உருவாக்குவதில் அம்பேத்கரின் பங்களிப்பைக் கேள்விக்கு உள்ளாக்குகிறார் அருண் ஷோரி. இறுதிப் பகுதி குறித்து முன்னரே விரிவாகப் பார்த்துவிட்டோம்.

பிரிட்டிஷாரோடு உறவாடியவரா அம்பேத்கர்? சமூகச் சீர்திருத்தத்தைச் சீர்குலைத்தவரா?

அம்பேத்கர் துளியும் தேசப்பற்று இன்றி, பிரிட்டிஷாரின் கைப்பாவையாகச் செயல்பட்டார் என்று குற்றஞ்சாட்டுகிறார் அருண் ஷோரி. அம்பேத்கர் தன்னுடைய சொந்த நலனில் மட்டுமே அக்கறை கொண்டவராக இருந்ததே இதற்குக் காரணம் என்றும் அருண் ஷோரி முடிவுக்கு வருகிறார். அம்பேத்கரை வைஸ்ராய் கவுன்சிலுக்கு 1942-ல் பிரிட்டிஷ் அரசு நியமித்தது. இதன்மூலம் காலனிய அரசானது சில இந்தியர்களின் ஆதரவைக்கொண்டு, வெள்ளையனே வெளியேறு இயக்கத்தைக் கடுமையாக ஒடுக்கியது.[11] ஷோரியின் கூற்றுப்படி, 'அம்பேத்கரும், ஜின்னாவும் ஏகாதிபத்திய ஆட்சியின் கூட்டாளிகளாக மட்டும் மாறவில்லை. அவர்கள் பிரிட்டிஷாரின் கைக்கூலிகளாக மாறிப்போனார்கள். ஆகச் சிறந்த கைக்கூலிகளாகத் திகழ்ந்த இவர்களைச் சுயநலனே செலுத்தியது. ஏகாதிபத்திய ஆட்சியாளர்கள் செய்ய நினைத்ததை எல்லாம் சிரமேற்கொண்டு செயல்படுத்துகிறோம் என்பதையே உணரமுடியாத அளவுக்கு அவர்களுடைய சுயநலம் தலைக்கேறி இருந்தது.'[12]

பாகிஸ்தானை உருவாக்கிய, அந்த நாட்டின் தேசத்தந்தையான ஜின்னாவையும் அம்பேத்கரையும் ஒரேதளத்தில் வைத்துப் பார்க்க வேண்டும் என்கிறார் அருண் ஷோரி. ஜின்னா 1939-ல் காங்கிரஸ் அரசுகள் பதவி விலகியதை அடுத்து, அந்தத் தினத்தை, 'விடுவிப்புத் தினமாக'க் கொண்டாடினார். இந்தக் கொண்டாட்டத்தில் ஜின்னா வோடு அம்பேத்கர் கலந்துகொண்டதை அருண் ஷோரி சுட்டிக் காட்டுகிறார்.[13] இந்தியாவின் எதிரிகளோடு சற்றும் தயங்காமல் அம்பேத்கர் கைகோர்த்துக் கொண்டார்; துளிகூட ஈவிரக்கம் அற்ற சுயநலம் மட்டுமே அம்பேத்கரைச் செலுத்தியது என்று அருண் ஷோரி சொல்கிறார். இந்த வாதத்துக்கு ஆதாரமாக, அம்பேத்கர் வைஸ்ராய் கவுன்சிலுக்கு நியமிக்கப்பட்ட பிறகு, பம்பாயின் ஆளுநர் வைஸ்ராய்க்கு 1942-ல் எழுதிய கடிதத்தை மேற்கோள் காட்டுகிறார் அருண் ஷோரி:

'அண்மைக்காலங்களில் உயர்நீதிமன்றத்திலோ வேறு எங்காவதோ ஏதேனும் ஒரு பொறுப்பைப் பெற்றுவிட அம்பேத்கர் ஆர்வமாக

> இருந்தார். தன்னுடைய வருங்கால வாழ்க்கைக்கான வருமானத்தை உறுதி செய்துகொள்ள அது உதவும் என்று அவர் எண்ணியிருக்கலாம். இவை எல்லாம் உங்களுக்கும் தெரிந்தே இருக்கும். தன்னுடைய தொண்டர்களுக்காக அயராது ஆற்றிக் கொண்டிருந்த பணிகளில் தற்போது ஆர்வமில்லாதவராக அம்பேத்கர் எனக்குச் சில காலம் தோன்றினார். வேறு ஏதேனும் பணிகளில் ஈடுபடலாம் என்று அவர் ஆர்வமாக இருந்தார்.'[14]

அம்பேத்கர் தன்னுடைய வாழ்நாள் முழுக்க நிதி நெருக்கடியில் அல்லாடினார் என்பது உண்மையே. அதற்காக, அம்பேத்கர் தன்னுடைய சொந்த சாதி சகாக்களுக்குத் துரோகம் இழைக்கவும் தயங்கமாட்டார் என்கிற முடிவுக்கு எப்படி அருண் ஷோரி வந்தார்? சாதிக்கொடுமையில் இருந்து தீண்டப்படாத மக்களை விடுவிப்பதற்காகத் தானே அம்பேத்கர் பிரிட்டிஷாரை ஆதரித்தார்? அம்பேத்கர் தன்னுடைய சுயநலத்தில் மட்டுமே அக்கறை கொண்டவர் என்றால், பின் ஏன் நேருவின் அமைச்சரவையில் இருந்து 1951-ல் பதவி விலகினார் அம்பேத்கர்?

அம்பேத்கர் தேசப்பற்று அற்றவர் என்கிற அருண் ஷோரியின் குற்றச்சாட்டுக்குப் பல்வேறு தலித்துகள், அவர்களின் ஆதரவாளர்களிடமிருந்து உத்வேகமிக்க எதிர்வினைகள் வெளிப்பட்டன. எஸ்.எம்.கெய்க்வாட், 'இந்தியா விடுதலையடையவேண்டும் என்பதை அம்பேத்கர் எப்போதும் எதிர்த்ததே இல்லை' என்று சுட்டிக் காட்டினார்.[15] தீண்டப்படாத மக்களுக்கான பிரதிநிதித்துவத்துக்கு உத்தரவாதம் அளிக்க மறுத்த விடுதலையையே அம்பேத்கர் ஏற்க மறுத்தார். மேலும், அம்பேத்கர் தீண்டாமை முதலிய சாதி வழக்கங்களை முற்றாக ஒழிக்க முயன்றார். அவையே, 'ஒன்றுபட்ட நவீன இந்தியா உருவாவதற்குத் தடைகளாகத் திகழ்கின்றன' என்றார்.[16] இவ்வாறு அம்பேத்கர் நவீன இந்தியாவைக் கட்டமைத்ததில் முக்கியப் பங்காற்றினார் என்றார்.

மேலும், கெய்க்வாட், ' ஒட்டுமொத்த இந்தியாவின் அரசியல், பொருளாதாரத்தைக் கட்டுப்படுத்தவேண்டும் என்கிற எண்ணம் கொண்ட பூர்ஷ்வாக்களுக்காகவே காங்கிரஸ் கட்சி செயல்பட்டது. 'இந்திய தேசத்தில்' வளர்ச்சியில் மிகவும் பின்தங்கியிருக்கும், ஒடுக்கப் பட்ட மக்களுக்காக அம்பேத்கர் போன்றோர் இயங்கினார்கள். புதிதாக உருவாகிக் கொண்டிருந்த அதிகார அமைப்பில் இந்தக் கடைக்கோடி மக்களும் காலூன்றி வளர வழிவகைச் செய்யவேண்டும் என்பதற்காகவே அவர் அயராது உழைத்தார்' என்கிறார்.[17] உண்மையில், காங்கிரஸ் மேட்டுக்குடியினரின் இயக்கமாகவே இருந்தது, அம்பேத்கரோ மக்கள் பெருந்திரளை அரசியல்மயப்

படுத்தும் பெரும்பணியில் ஈடுபட்டார். அப்பணி ஈடேறாமல் இந்திய தேசம் முன்னோக்கிப் பயணிப்பது சாத்தியமே இல்லை.

அம்பேத்கரை பிரிட்டிஷ் கைக்கூலி என்றதோடு மட்டும் அருண் ஷோரி நிற்கவில்லை. தீண்டாமைக்கொடுமையைப் பெரிதுபடுத்தி அம்பேத்கர் சமூகச் சீர்திருத்தத்துக்கு சமாதி கட்டிவிட்டார் என்றும் குற்றப்பத்திரிகை வாசித்தார். 'ராமகிருஷ்ண பரமஹம்சர், சுவாமி விவேகானந்தர், காந்தியடிகள் உள்ளிட்ட எண்ணற்ற சான்றோர் எதிர்கொண்டதோடு ஒப்பிட்டுப் பார்த்தால், அம்பேத்கர் சந்தித்த அவமானங்கள், சாதிக்கொடுமைகள் எல்லாம் ஒன்றுமே இல்லை' என்கிறார் அருண் ஷோரி.[18] இதன்மூலம், அம்பேத்கர் எதிர்கொண்ட அநீதிகளை இயல்பாகக் கடந்து செல்ல முயல்கிறார்.

அருண் ஷோரி மேற்கோள் காட்டிய மதத்தலைவர்கள், அரசியல் ஆளுமைகள் ஆன்மிகத்தேடலில் ஈடுபட்டவர்கள். அவர்களுக்கு ஏற்பட்ட துயரங்கள் தேசியப் போராட்டத்தோடு தொடர்புடையதாக இருந்தது. அல்லது, துறவுநிலையை (அரசியலிலும் கூட) எய்தும் பயணத்தில் ஏற்பட்ட இடர்ப்பாடுகளாக அவை இருந்தன. இப்படி அவர்களாகவே தேர்ந்தெடுத்துக்கொண்ட பயணத்தை, அம்பேத்கரின் பிறப்பு முதல் அவரைப் பீடித்துக்கொண்டு உயிர் குலைத்த தீண்டாமைக் கொடுமையோடு ஒப்பிடுவது முற்றிலும் நேர்மையற்றது.

காந்தியில் துவங்கி இந்து தேசியவாதிகள்வரை குரல் கொடுத்த சமூகச் சீர்திருத்த அணுகுமுறையில் காணப்படும் அதே மேல்சாதி மனோபாவமே அருண் ஷோரியின் தாக்குதலிலும் நிறைந்திருக்கிறது. இந்தச் சமூகச் சீர்திருத்த அணுகுமுறையை வலியுறுத்துபவர்கள் பெரும்பாலும் கீழ்சாதியினரின் நிலையை மேம்படுத்துவதில் விருப்பத்தோடு இயங்குவார்கள். ஆனால், சமூகத்தின் அடிப்படை கட்டமைப்பை மறந்தும் கேள்வி கேட்க மாட்டார்கள். மேலும், இருக்கிற சமூக அமைப்பை இன்னமும் பலப்படுத்தவும் தயங்கமாட்டார்கள். அவர்களின் பார்வையில், அதுவே தேசத்தை வலுப்படுத்தும்.

'உண்மையில்' ஞானம் பெற்ற ஆத்மாக்களான 'சுவாமி தயானந்தர், சுவாமி விவேகானந்தர், லோகமான்ய திலகர், ஸ்ரீ அரவிந்தர், காந்தியடிகள், ரமண மகரிஷி ஆகியோர் துவங்கிய சமூகச் சீர்திருத்தத்தைத் தடுத்து நிறுத்தி, குழப்பம் விளைவித்தவர் அம்பேத்கர் என்கிறார் அருண் ஷோரி. மேலும், பிரிட்டிஷ் ஆட்சியாளர்கள் நம்முடைய மதம், கலாசாரம் குறித்து நம் மனதில் விதைத்த வீண்பழிகளால் மோசமான விளைவுகள் ஏற்பட்டன. இவற்றைச் சீர்செய்யும் பெரும்பணியில் ஈடுபட்டுக்கொண்டிருந்த ஞானமிக்க ஆத்மாக்களின் அரும்பணியைச் சீர்குலைக்கவும் அம்பேத்கர் முயன்றார் என்று குற்றஞ்சாட்டுகிறார் அருண் ஷோரி.[19]

இந்துத்துவக் கொள்கைவாதியான அருண் ஷோரி, தேசியவாதத்தோடு சமூகச் சீர்திருத்தத்தைத் தொடர்புபடுத்துகிறார். தேசியவாதச் சிந்தனையின் அடிப்படையில் அருண் ஷோரி இந்து மதத்துக்கு ஆதரவாக வாதாடுகிறார். இந்து மதத்தின் சீரழிவு பிரிட்டிஷ் வருகைக்குப் பிறகே ஏற்பட்டது. தீண்டாமை இந்து கலாசாரத்தின் அங்கம் இல்லை என்கிறார். இந்தக் கொடிய நோயைத் தாராளமனம் படைத்த உயர்சாதி சீர்திருத்தவாதிகள் ஏறத்தாழ குணப்படுத்தி விட்டனர். அப்போதுதான் அம்பேத்கர் களத்துக்கு வந்தார். சாதிச்சச்சரவுகளைப் புரட்சிகரப் பாதைக்குத் திருப்பி அம்பேத்கர் அவர்களின் திட்டங்களை எல்லாம் தொலைத்துக் கட்டிவிட்டார் என்று அருண் ஷோரி குற்றம்சாட்டுகிறார்.

தீண்டப்படாத மக்களை அம்பேத்கர் கொதித்து எழச்செய்தார்; எப்போதுமே எதிர்ப்பு மனநிலையில் மட்டுமே இயங்குமாறு தலித்துகளை அவரே மனம் மாற்றினார் என்றும் அருண் ஷோரி குறை சொல்கிறார். கேரளாவில் தீண்டப்படாத சாதியில் தோன்றிய மத குருவான நாராயண குருவோடு அம்பேத்கரை ஒப்பிடுகிறார். நாராயண குரு தன்னுடைய சாதியினரை மிகவும் கீழான பழக்க வழக்கங்களைக் கைவிடவைத்தார் என்பதைக் கவனப்படுத்துகிறார் அருண் ஷோரி:

> அம்பேத்கர் தன்னுடைய ஆதரவாளர்கள் பிறரிடமிருந்து மாற்றத்தை எதிர்பார்க்கச் சொன்னார். நாராயண குருவோ தன்னுடைய சீடர்களில் இருந்தே மாற்றம் துவங்கவேண்டும் என்று போதித்தார். அனைத்து சாதியினருக்கும் ஆலயங்களைத் திறந்துவிடவேண்டும் என்று உயர்சாதியினரைத் தொடர்ந்து வலியுறுத்தியதோடு நாராயணகுரு நின்றுவிடவில்லை. சமூகத்தில் கீழான நிலையில் இருந்த தன்னுடைய சாதியினரான ஈழவர்கள் அவர்களைவிடக் கீழான நிலையில் இருந்த தீண்டப்படாதவர் களைப் பாகுபடுத்தாமல் இருக்கவும் அயராது பாடுபட்டார். இதனால் ஈழவர்கள் தங்களைவிடச் சாதி அடுக்கில் கீழான நிலையில் உள்ள சாதியினருக்குத் தங்களுடைய ஆலயக்கதவுகளைத் திறந்துவிட்டார்கள். அவர் கீழ் சாதியினரின் பழக்கவழக்கங் களைப் பெருமிதப்படுத்தவில்லை. கள் இறக்குதலை வாழ்வாதார மாக, வாழ்க்கைமுறையாகக் கொண்டிருந்த சாதியினர், பழங்குடியினர் ஆகியோரை மனக்கட்டுப்பாட்டோடு இருக்குமாறு போதித்தார். தங்களைவிடக் கீழான சாதியினர் இடையே சத்தியத்தின் முக்கியத்துவம், சுத்தத்தின் அவசியம், பாவச் செயல்கள் புரிவது குறித்த அச்சம், இறை நம்பிக்கை ஆகியவற்றை விதைக்குமாறு தன்னுடைய சீடர்களைக் கேட்டுக்கொண்டார்.[20]

ஆகவே, அருண் ஷோரி அம்பேத்கரின் சமத்துவமும் சமூக அக்கறையும் மிக்க பாதையை முற்றாக நிராகரிக்கிறார். அதற்குப் பதிலாக, சீர்திருத்தப்பாதைக்குச் சாதகமான கருத்துகளை முன்வைக்கிறார். இதற்கான உந்துதலை காந்தியிடம் இருந்து மட்டுமல்லாமல், தற்கால இந்து தேசியத்தின் அரசியலில் இருந்தும் அருண் ஷோரி பெறுகிறார்.[20] இதை ஒட்டியே இட ஒதுக்கீட்டில் பயன்படுத்தப்படும் நேர்முறைப் பாகுபாட்டு முறையைக் காரணம் காட்டி அம்பேத்கரைச் சாடுகிறார் அருண் ஷோரி.

'அம்பேத்கர்தான் இட ஒதுக்கீடு என்கிற தீமையை அறிமுகப் படுத்தினார். அது படிப்படியாக மக்கள் மன்றங்கள், ஆட்சி நிர்வாகம், பல்கலைக்கழகம் என்று பரவியுள்ளது. இதனால் வேலைவாய்ப்பு என்பது உரிமை என்கிற மனப்போக்கு உருவாகியுள்ளது. இவர்கள் தங்களுக்குக் கிடைக்கிற வேலையில் சிறப்பாகப் பணியாற்றி, உன்னதமான இடத்தைப் பெறவேண்டும் என்கிற எண்ணமே இல்லாமல் இருக்கிறார்கள்' என்பது அருண் ஷோரியின் வாதம்.[22] 'இட ஒதுக்கீட்டால்' பயன்பெறுபவர்கள், வாய்ப்புகள் மிக்கவர்கள், பெரும்பாலும் செல்வசெழிப்பான குடும்பத்தில் இருந்து வருகிறார்கள் என்கிறார் அருண் ஷோரி:

> தாங்கள் அடைந்திருக்கும் இடமானது, தங்களுக்கு மட்டுமே உரியது என்கிற நம்பிக்கை அவர்களுக்குள் விதைக்கப்பட்டு இருக்கிறது. கடந்த காலங்களில் அவர்களுடைய சமூகம் சந்தித்த அடக்குமுறைகளால், தங்களுடைய பொறுப்புகளைச் செவ்வனே நிறைவேற்றும் திறன்களைப் பெற இவர்கள் சற்றும் முயல்வதில்லை. அவர்களுக்குத் தரப்பட்டிருக்கும் பதவிக்குத் தகுதியாக நடந்து கொள்ளும்வகையில் இவர்களின் நடத்தையும் இருப்பதில்லை. அவர்களுக்குத் தரப்பட்ட வேலையை மோசமாகச் செய்கிறார்கள். இதனால் சமூகம்தான் பாதிக்கப்படுகிறது.[23]

நகர்ப்புற (உயர்சாதி) நடுத்தர வர்க்கத்தினர் இட ஒதுக்கீட்டை நிராகரிப்பது நாளுக்கு நாள் கூடிக்கொண்டே இருக்கிறது. அவர்களின் குரலையே அருண் ஷோரி எதிரொலிக்கிறார். இந்த நகர்ப்புற (உயர்சாதி) நடுத்தர வர்க்கம், 1991-ல் நிகழ்ந்த பொருளாதாரத் தாராளமயமாக்கலால் பெரும்பயன் பெற்றது. கீழ் சாதியினருக்கு கிடைத்து வரும் 'தனிச்சலுகை (privileged) உரிமைகள்' இவர்கள் கண்ணை உறுத்துவது நாளுக்கு நாள் கூடிக்கொண்டே போகிறது. தனியார் துறை வளர்ச்சியும், திறமைக்கு முன்னுரிமை என்ற மனப்பான்மையும் கைகோர்த்துக்கொண்டு பயணிக்கின்றன.

'திறமையே முக்கியம்' என்கிற உயர்சாதிப் பிள்ளைகள், தாங்கள் எல்லாம் 'சுயம்புவாக'த் திறமைசாலிகள் ஆனவர்கள் என்று

எண்ணிக்கொள்கிறார்கள். இந்தப் புதிய வர்க்கத்தின் கனவுகள் அமெரிக்காவை நாடுகின்றன. இந்த நடுத்தர வர்க்கம் தேசியத்தைத் தூக்கிப்பிடிப்பது, இந்து கலாசாரப் பெருமையில் திளைப்பது, ‘பண்டைய’ மரபுமீது பக்தியோடு இருப்பது ஆகியவற்றின் மூலம் தங்களுடைய குறிக்கோள்களை வெளிப்படுத்துகிறது. இந்தக் குழுவே இந்து தேசியவாத வாக்காளர்களில் பெரும்பான்மையாகத் திகழ்கிறது. அவ்வப்போது, காந்தியை மேற்கோள் காட்டி மெய்சிலிர்ப்பதும் இவர்களுக்கு வழக்கம். அதையே அருண் ஷோரியும் செய்கிறார்:

> ‘அரசியலில் முன்னேற்றத்தை அடைவதற்காக காந்தியடிகள் காட்டிய வழியின் சாரம் என்ன? சமூகச் சீர்திருத்தம் ஏற்பட ஒவ்வொரு குழுவும், ஒவ்வொரு தனி நபரும் பிற குழுக்கள், பிற நபர்கள் மாறவேண்டும் என்று கேட்கக் கூடாது. அதற்கு மாறாக, மாற்றத்தைத் தங்களிடம் இருந்தே துவங்க வேண்டும். [...] அம்பேத்கர், கம்யூனிஸ்ட்கள், நம் ‘போராளிகள்’ ஆகியோரின் வழிமுறைகள் எல்லாம் பிறர் மாறவேண்டும் என்றே வலியுறுத்துகின்றன. குறிப்பாக, அன்றைக்கு ஆட்சியில் இருக்கும் அரசிடமே கோரிக்கைகள் வைக்கப்படுகின்றன.’[24]

இத்தனை காழ்ப்போடு அம்பேத்கர் குறித்து அருண் ஷோரி எழுதுவதற்குக் காரணம் என்ன? நாளுக்கு நாள் அம்பேத்கரியத்துக்கு மக்களிடையே செல்வாக்கு கூடுவதும், தீண்டப்படாதோர் எழுச்சியும், அவர்களுக்குக் கிடைக்க ஆரம்பித்திருக்கும் அசலான அதிகாரமும் இதுவரை சாதியத்தைத் தூக்கிப்பிடித்துக் கொண்டிருந்த சமூக அமைப்பைக் கேள்விக்குள்ளாக்குகின்றன. இது பொறுக்காமல்தான் அருண் ஷோரி இப்படியெல்லாம் எதிர்வினை ஆற்றுகிறார் என்று நான் கருதுகிறேன். அம்பேத்கரால் உத்வேகம் பெற்ற கட்சிகள் தேர்தல் அரசியலில் சொல்லிக்கொள்ளும் அளவுக்கு வெற்றி பெறாமலே இருந்தார்கள். ஆனால், 1990-களுக்குப் பிறகு பெருமளவில் தேர்தல் வெற்றிகளை இவர்கள் குவிக்க ஆரம்பித்து விட்டார்கள் என்பது கவனத்துக்குரியது.

அம்பேத்கரின் அரசியல் சகாப்தம்: எதிர்கால சந்ததிகளின் நலனுக்கானதா... விசுவாசமின்மையின் அடையாளமா?

ஓரங்கட்டப்பட்ட இந்தியக் குடியரசுக் கட்சி: அம்பேத்கரின் மரணத்துக்குப் பிறகு அவர் விரும்பியபடியே துவங்கப்பட்ட இந்தியக் குடியரசுக் கட்சி நம்பிக்கை தரும் வெற்றிகளைப் பெற்றது. மொழிவாரி மகாராஷ்டிரா மாநிலத்தை உருவாக்கவேண்டும் என்று எழுந்த 1957 இயக்கத்தில் பங்குகொண்டு அம்மாநிலத்தின் அரசியலில்

முக்கிய இடத்தை அக்கட்சி பிடித்தது. 1960-களில் வட இந்தியாவிலும் அக்கட்சி வெற்றிகளைப் பெற ஆரம்பித்தது. (காண்க அட்டவணை 9.1)

அட்டவணை 9.1: இந்தியக் குடியரசுக் கட்சி 1962, 1967 ஆண்டு நடைபெற்ற தேர்தல்களில் பெற்ற இடங்களும் வாக்குகளும்

மாநிலம்	1962 (இடங்கள், வாக்கு %)		1967 (இடங்கள், வாக்கு %)	
	மக்களவை	சட்டமன்றம்	மக்களவை	சட்டமன்றம்
ஆந்திரப் பிரதேசம்	0 (0.96)	0 (0.40)	0 (0.50)	1 (0.27)
குஜராத்	0 (0.89)	0 (0.41)	0 (2.02)	0 (0.08)
மத்திய பிரதேசம்	0 (1.84)	0 (1.26)	0 (1.70)	0 (0.84)
தமிழ்நாடு	0 (1.54)	0 (0.45)	0 (0.20)	0 (0.20)
மகாராஷ்டிரா	0 (11.66)	3 (5.38)	0 (12.71)	5 (6.66)
கர்நாடகம்	0 (3.86)	0 (0.82)	0 (3.1)	1 (0.77)
பஞ்சாப்	0 (6.25)	0 (2.15)	0 (2.63)	3 (1.79)
உத்திரப் பிரதேசம்	3 (4.27)	8 (3.74)	1 (4.07)	10 (4.14)
டெல்லி	0 (3.14)	-	0 (5.68)	-
ஹிமாசல பிரதேசம்	0 (6.56)	-	0 (2.33)	-
பீகார்	-	-	-	1 (0.18)
ராஜஸ்தான்	-	-	0 (0.18)	0 (0.13)
ஹரியானா	-	-	0 (2.32)	2 (2.9)
மேற்கு வங்கம்	-	-	0 (0.66)	0 (0.01)

இந்தியக் குடியரசுக் கட்சி பெற்ற வாக்குகளின் அடிப்படையில் பார்த்தால், மகாராஷ்டிர மாநிலமே அதன் கோட்டையாகத் திகழ்ந்தது. ஆனால், அதிக இடங்களை உத்திரப் பிரதேச மாநிலத்தில் 1962, 67-ஆம் ஆண்டுத் தேர்தல்களில் அக்கட்சி வென்றது. 1962-ஆம் ஆண்டு உத்தரப் பிரதேசத்தில் இந்தியக் குடியரசுக் கட்சியின் சார்பாகத் தேர்ந்தெடுக்கப்பட்ட மூன்று நாடாளுமன்ற உறுப்பினர்களில், இருவர் பொதுத்தொகுதிகளில் வென்றவர்கள். அதேபோல, அக்கட்சியின் சார்பாக உத்திரப் பிரதேச சட்டமன்றத்துக்குத் தேர்ந்தெடுக்கப்பட்ட எட்டு உறுப்பினர்களில் ஏழு பேர் பொதுத் தொகுதிகளில் வெற்றி பெற்றார்கள். அக்கட்சி தலித்துகள் மட்டு மல்லாமல் மற்ற பிரிவினரின் ஆதரவையும் பெறுவதில் காலப் போக்கில் வெற்றி பெற்றது இதிலிருந்து தெளிவாகிறது. உண்மையில் அக்கட்சி, இஸ்லாமியர்களின் வாக்குகளைப் பரவலாகப் பெற்றது.

அலிகாரில் நடைபெற்ற மதக்கலவரத்தைக் கட்டுக்குக் கொண்டு வர காங்கிரஸ் அரசு எதையுமே செய்யவில்லை. இந்தக் கலவரத்தால் பெரிதும் நிலைகுலைந்து போன இஸ்லாமியர்கள், இந்தியக் குடியரசுக் கட்சிக்குத் தங்களுடைய ஆதரவை நல்கினார்கள். காங்கிரஸ் கட்சிக்குக் காலங்காலமாக வாக்களித்து வந்த உயர்சாதி இந்துக்களுக்கு எதிராக அணிதிரள வேண்டிய அவசியத்தை இஸ்லாமியர்கள் உணர்ந்து கொண்டார்கள். அவர்கள் தீண்டப்படாதோருடன் இணைந்து இயங்கினார்கள்.

இந்தியக் குடியரசுக் கட்சியும் தனக்கான மக்கள் ஆதரவைப் பெருக்கிக் கொள்வதில் முனைப்பாக இயங்கியது. அக்கட்சி தன்னுடைய செயல்திட்டத்தின் சமூக-அரசியல் பக்கத்தை முன்னிறுத்திப் பரப்புரை செய்தது. அக்கட்சியின் மகாராஷ்டிர மாநிலப் பிரிவு, 1959-ல் நிலமில்லாத தொழிலாளர்களுக்கு நிலங்களைப் பிரித்துக் கொடுக்கவேண்டும் என்று பரப்புரைகளில் ஈடுபட்டது. இதையடுத்து மாநில அரசு, நிலங்கள் பிரித்து வழங்கப்படும் என்று வாய்மொழி வாக்குறுதி தந்தது. இது இந்தியக் குடியரசுக் கட்சியின் செயல் பாடுகளுக்குக் கிட்டிய வெற்றியே ஆகும். ஆனால், மாநில அரசு வாய்மொழி வாக்கைக் காப்பாற்றவில்லை.[25]

அக்கட்சியின் நான்காவது மாநாடு 1964-ல் கூடியபோது, நிலப்பகிர்வு நிகழவேண்டும் என்பதைத் தன்னுடைய செயல்திட்டத்தின் மையமாக்கிக்கொண்டது. அடுத்தாண்டு அக்கட்சி வெளியிட்ட சாசனத்தில், சமூக, பொருளாதாரப் பிரச்னைகள் முக்கிய இடத்தைப் பெற்றிருந்தன. அக்கட்சி 1948-ல் இயற்றப்பட்ட குறைந்தபட்ச ஊதியத்தை உறுதி செய்யும் சட்டத்தை ஒழுங்காக அமல்படுத்த வேண்டும் என்று குரல் கொடுத்தது. தானிய விலைகளைக் கட்டுப் படுத்துவது, பட்டியல் சாதியினர், பட்டியலின பழங்குடியினர் ஆகியோருக்கு என்று ஒதுக்கப்பட்ட நிர்வாக இடங்களை முறையாக நிரப்பவேண்டும் என்றும் அக்கட்சி அறைகூவல் விடுத்தது.[26] அக்கட்சி 1962-ஆம் ஆண்டுத் தேர்தல் அறிக்கையில் நிலத்தை நாட்டுடைமை ஆக்கவேண்டும் என்றும், விவசாயத்தைக் கூட்டுப் பண்ணை முறையின் மூலம் வளர்த்தெடுக்கவேண்டும் என்றும் கேட்டுக்கொண்டது.[27]

இந்தியக் குடியரசுக் கட்சியின் ஆரம்பகால உறுப்பினர்கள் பலர் அம்பேத்கரின் முன்னாள் தளபதிகளாகத் திகழ்ந்தவர்கள். இவர்கள் பட்டியல் சாதியினர் கூட்டமைப்பின் கொள்கைப் பிடிப்பு கொண்டவர்களாக இருந்தார்கள். இந்தியக் குடியரசுக் கட்சி சமூக, பொருளாதாரப் பிரச்னைகளுக்கு அதிக முக்கியத்துவம் கொடுப்பது அவர்களுக்கு உவப்பானதாக இல்லை. அவர்களைப் பொறுத்தவரை, தீண்டப்படாதோரின் பிரச்னைகள் தனித்துவமானவை. அவற்றைப்

பற்றி அக்கறைகொள்ளாமல், தங்களுடைய பிரச்னைகளோடு பிறரின் பிரச்னைகளையும் இணைத்துக்கொண்டு இந்தியக் குடியரசுக் கட்சி இயங்க முயல்கிறது என்று குறைபட்டுக்கொண்டார்கள்.[28]

இப்படித் தீண்டப்படாதோர் நலன்கள் பின்னுக்குத் தள்ளப்படுவது, பி.கே.கெய்க்வாட் (1902-1971) அவர்களைக் கடுமையாகக் கோபப் படுத்தியது. இவர் நாசிக் மாவட்டத்தைச் சேர்ந்த மகர், பட்டியல் சாதியினர் கூட்டமைப்பை அம்பேத்கர் ஏற்படுத்தியபோது, ஊரக மகாராஷ்டிராவில் அக்கட்சியை வளர்த்தெடுக்கும் பொறுப்பு இவரிடமே ஒப்படைக்கப்பட்டது. அக்கட்சியை மகாராஷ்டிராவில் வளர்த்தெடுத்த பெருமைக்குரியவர் பி.கே.கெய்க்வாட். இவர் அம்பேத்கரோடு ஆரம்ப காலங்களில் கைகோர்த்துக்கொண்ட மகர்களில் ஒருவர். ஊரகப் பின்புலத்தில் இருந்து எழுந்த இவர்கள் பெரிதாக எழுத்தறிவு இல்லாதவர்கள்.

இந்தத் தலைவர்கள், இந்தியக் குடியரசுக் கட்சியின் புதிய தலைமுறை நகர்ப்புற, நன்றாகப் படித்த தலைவர்களோடு 1950-களின் இறுதியில் இருந்தே மோதிக்கொண்டார்கள். புதிய தலைமுறையின் தலைவராகப் பி.சி.காம்ப்ளே திகழ்ந்தார். இவர்களுக்குள் நிலவிய கோபதாபங் களை வெறுமனே கொள்கை மோதல்களும் இவர்களின் சமூகப் பின்புலங்களும் மட்டுமே விளக்கிவிட முடியாது. அம்பேத்கரின் மறைவுக்குப் பிறகு அக்கட்சியில் உட்கட்சி மோதல்கள் பெருமளவில் வெடித்தன. ஒழுங்கான தலைமை இல்லாமல் போனதும் இந்தியக் குடியரசுக் கட்சியை மோசமாகப் பாதித்தது. அம்பேத்கர் பட்டியல் சாதியினர் கூட்டமைப்புக்கான விதையை ஆழமாக ஊன்றினாலும், தனக்கு அடுத்து வாரிசு யார் என்று அறிவிக்காமல் போய்விட்டார். கெய்க்வாட், காம்ப்ளே இடையேயான மோதல் தனிப்பட்ட பகையாக உருவெடுத்தது. இதனால், இந்தியக் குடியரசுக் கட்சி பிளவுபட்டு, காம்ப்ளே, துருஷ்டா இந்தியக் குடியரசுக் கட்சியை 1959-ல் துவக்கினார். இக்கட்சி இறுதியாகக் காங்கிரஸ் கட்சியில் கலந்துவிட்டது.

இந்த முதல் பிளவுக்கு அடுத்து பல்வேறு பிளவுகள் கட்சியில் நிகழ்ந்தன. மகாராஷ்டிராவின் சட்ட மேலவைக்கு வேட்பாளராக 1969-ல் இந்தியக் குடியரசுக் கட்சி (கெய்க்வாட்) சார்பாக ஆர்.எஸ்.கவாய் நிறுத்தப்பட்டார். தன்னை வேட்பாளராக அறிவிக்காத கோபத்தில், கோப்ரக்டே தனிக்கட்சி துவங்கினார். கவாய் கெய்க்வாட்டின் இடத்தைக் கட்சியில் பிடித்தார். இறுதியாக, பையாசாகேப் அம்பேத்கரின் மகன் என்னும் அடையாளத்தைப் பயன்படுத்தி அரசியலில் சாதிக்கலாம் என்று கனவோடு கட்சி ஆரம்பித்தார். அவருக்கு ஓர் அமைப்பை வழிநடத்தும் திறன் இருக்கவில்லை.

ஆகவே, 1970-களின் ஆரம்பத்தில் இந்தியக் குடியரசுக் கட்சியின் நான்கு பிரிவுகள் முறையே கவாய், காம்ப்ளே, கோப்ரக்டே, பையாசாகேப் அம்பேத்கர் ஆகியோரால் நடத்தப்பட்டன. இப்படிக் கட்சி நான்காகப் பிளவுபட்டதே அக்கட்சி தேர்தல்களில் சந்தித்த தோல்விகளுக்குக் காரணம். 1967 தேர்தல்களில் அக்கட்சி தேசிய அளவில் வெறும் 2.48 சதவிகித வாக்குகளை மட்டுமே வென்றது. அதன் சார்பாக வெற்றிபெற்ற ஐந்து சட்டமன்ற உறுப்பினர்களும் மகாராஷ்டிராவில் இருந்தே தேர்ந்தெடுக்கப்பட்டார்கள்.

1971 தேர்தலில் இந்தியக் குடியரசுக் கட்சியின் நான்கு முகாம்களும் ஒவ்வொரு நாடாளுமன்றத் தொகுதியில் வென்றன. ஆனால், மகாராஷ்டிராவில் மூன்றே சட்டமன்ற உறுப்பினர்கள் தேர்தலில் வென்றார்கள்.

மகாராஷ்ட்ராவில் ஆழமாகக் காலூன்றி இருந்த இந்தியக் குடியரசுக் கட்சி அதனைத்தாண்டி பெரிதாக மக்கள் ஆதரவைத் திரட்டுகிற முயற்சியிலும் தோல்வியுற்றது. கடைசியில், அக்கட்சி வெகு சில தலித் அல்லாதோர் வாக்குகளையே பெற்றது. தலித்துகள் இடையே கூடக் குறிப்பிட்ட ஒவ்வொரு பகுதியிலும் ஒரு சாதியின் வாக்கு களையே அது பெருமளவில் பெற முடிந்தது. மகாராஷ்டிராவில், மகர்களுக்கும் மற்ற தீண்டப்படாத சாதிகளுக்கும் இடையே இருந்த வேறுபாடுகள் தேர்தலில் அக்கட்சிக்குக் கிடைத்த வாக்குகளிலும் வெளிப்பட்டது.

இந்தியக் குடியரசுக் கட்சி பிற தீண்டப்படாத சாதியினரால் மகர்களின் கட்சியாகக் கருதப்பட்டது. குறிப்பாகச் சம்பர் சாதியினர், தங்களுடைய ஆதரவை காங்கிரஸ் கட்சிக்கு நல்கினார்கள். பௌத்தர் களாக மதம் மாறிய மகர்களுக்கும் இட ஒதுக்கீடு வழங்கப்பட வேண்டும் என்கிற முழக்கம் எழுந்தபோது சம்பர்கள் அதனைக் கடுமையாக எதிர்த்தார்கள். அதுவரை இந்து, சீக்கிய மதத்தைச் சேர்ந்த தீண்டப்படாத சாதிகளுக்கு மட்டுமே இட ஒதுக்கீடு தரப்பட்டு வந்தது. தங்களைவிட எண்ணிக்கையில் அதிகமாக இருக்கும் மகர்கள் இட ஒதுக்கீடு பெற்றுவிட்டால், தங்களுக்குப் போட்டியாகி விடுவார்கள் என்று சம்பர்கள் அஞ்சினார்கள். உத்திரப் பிரதேசத்தில் இந்தியக் குடியரசுக் கட்சி ஜாதவ் சாதியினரின் கட்சியாகவே பார்க்கப்பட்டது.

இத்தனை சவால்கள், சுமைகள் போதாது என்று காங்கிரஸ் கட்சியின் அரசியல் காய் நகர்த்தல்கள் வேறு தலைவலியைக் கூட்டின. அக்கட்சி தலித் தலைவர்களை காங்கிரஸ் கட்சிக்குள் சேர்த்து கொள்கிற வித்தையில் கரை கண்டிருந்தது. ஜெகஜீவன் ராம் பல அம்பேத்கரியர் களை காங்கிரஸ் கட்சிக்குள் இழுத்துக் கொண்டார். காங்கிரஸ் கட்சிக்கு அணிமாறிய முதல் முக்கிய தலைவர் பி.என்.ராஜ்போஜ்.

காங்கிரஸ் கட்சியின் சார்பாக மாநிலங்களவை உறுப்பினராக அக்கட்சியில் 1957-ல் சேர்ந்தார்.

இந்தியக் குடியரசுக் கட்சி உருவான பிறகு, அக்கட்சியின் பம்பாய் பிரிவு தலைவர் ஆர்.டி.பந்தாரே காங்கிரஸ் கட்சிக்கு 1965-ல் தாவினார். அவர் வெகுகாலமாக, இந்தியக் குடியரசுக் கட்சியை காங்கிரஸோடு இணைக்கவேண்டும் என்று வலியுறுத்திக் கொண்டிருந்தார். அவரின் கருத்துக்கு கெய்க்வாட் செவிமடுக்கவில்லை. இந்தியக் குடியரசுக் கட்சி 1969-ம் ஆண்டு உத்திரப் பிரதேச மாநிலத் தேர்தலில் பெருந்தோல்வியைச் சந்தித்தது. இதனை அடுத்து, அம்மாநிலத்தில் முக்கியத் தலைவராக இருந்த பி.பி.மௌரியா காங்கிரஸில் கலந்தார். இதற்குப் பரிசாக, இந்திரா காந்தி அரசில் அவருக்கு அமைச்சர் பதவி தரப்பட்டது. [30]

இப்படிப்பட்ட கட்சித்தாவல்களை ஊக்குவித்து காங்கிரஸ் கட்சி இந்தியக் குடியரசுக் கட்சியை நிலைகுலைய வைத்தது. இந்தியக் குடியரசுக் கட்சியினரும் வலிமைமிக்க கட்சியின் 'பின்னால் ஓடி' கட்சியின் புகழுக்குக் களங்கம் விளைவித்தார்கள். 1960-களின் இறுதிப்பகுதியில் இருந்து கெய்க்வாட், மௌரியா ஆகியோர் காங்கிரஸ் கட்சியோடு கூட்டணி வைக்கவேண்டும் என்றார்கள். 1971 தேர்தலில் காங்கிரஸ் கட்சியோடு கூட்டணி வைத்தார் கெய்க்வாட். காங்கிரஸுடன் கைகோர்த்த காலத்தில் அவரின் கட்சி வலிமையற்ற, சிறு கட்சியாகவே திகழ்ந்தது. இந்தியக் குடியரசுக் கட்சியின் நான்கு பிரிவுகளும் 1977 தேர்தலில் இந்திரா காந்தியோடு கூட்டணி வைத்தார்கள். இந்தக் கூட்டணியால் தேர்தலில் பெரிதாக எந்த வெற்றியும் கிடைக்கவில்லை.

இந்தியக் குடியரசுக் கட்சியின் எந்த அணியும் 1980லிருந்து - 1990-ன் நடுப்பகுதிவரை ஒரு தொகுதியிலும் வெல்ல முடியவில்லை. தலித் கட்சி அரசியல் தன்னுடைய அந்திம காலத்தை எட்டிவிட்டதாகத் தோன்றியது. அம்பேத்கரின் பேரனான பிரகாஷ், தன்னுடைய தந்தை 1978-ல் இறந்த பிறகு கட்சியின் தலைமைப் பொறுப்பை ஏற்றுக் கொண்டார். இந்தியக் குடியரசுக் கட்சியின் பிளவுகள் அதிகரித்துக் கொண்டே போய்க்கொண்டிருந்தன. எடுத்துக்காட்டாக, இந்தியக் குடியரசுக் கட்சி (அம்பேத்கர்) பிரிவில் இருந்து விலகி ராம்தாஸ் அதவாலே காங்கிரஸ் கட்சியில் இணைந்தார். பல்வேறு அணிகளையும் ஒரே குடைக்குக் கீழே கொண்டுவர பிரகாஷ் அம்பேத்கர் முயன்றார்.

இறுதியாகப் பிப்ரவரி 1996-ல் பல்வேறு அணிகளும் பிரகாஷ் அம்பேத்கரின் வழிகாட்டுதலில் ஒன்று சேர்ந்தன. அக்கட்சி கூட்டுத் தலைமையோடு, இறுக்கமற்ற கட்சி அமைப்பைக் கொண்டதாக

இருக்கும் என்றும் முடிவு செய்யப்பட்டது. இக்கட்சி மூன்று மாதங்கள் கழித்து நடைபெற்ற தேர்தலில், காங்கிரஸ், இந்து தேசியவாதிகள் (சிவசேனா, பாஜக) ஆகிய காட்சிகளுக்கு மாற்றாக ஜனதா தளத்தோடு கைகோர்த்து மூன்றாவது அணியை உருவாக்கிப் போட்டியிட்டது. ஆனால், தேர்தலில் ஒரு இடத்தில் கூட வெற்றி பெற முடியவில்லை.

பிரகாஷ் அம்பேத்கரின் முயற்சிகள் இரண்டாண்டுகள் கழித்து நல்ல பலன்களைத் தர ஆரம்பித்தது. அப்போது நடைபெற்ற பன்னிரெண்டாவது நாடாளுமன்றத் தேர்தலில் காங்கிரஸ், ஜனதா தளத்தில் இருந்து பிரிந்த சமாஜ்வாதி கட்சியோடு கூட்டணி அமைத்தது. அந்தத் தேர்தலில் இந்தியக் குடியரசுக் கட்சி நான்கு பொதுத்தொகுதிகளில் வெற்றி வாகை சூடியது. இவ்வாறு சோசியலிச சக்திகளோடு கூட்டணி சேரவேண்டும் என்று அம்பேத்கர் துவங்கி வைத்த கனவுப்பயணம் நாற்பத்தி ஐந்து ஆண்டுகள் கழித்து வெற்றிகளை ஈட்ட ஆரம்பித்தது. எனினும், இந்தியக் குடியரசுக் கட்சி மாநிலக்கட்சியாக மகாராஷ்டிராவோடு மட்டும் தேங்கிப்போனது.

அரசியல்வாதிகள் தங்களுடைய கடந்த காலத் தவறுகளைத் திரும்பச் செய்யத் தவறுவதில்லை. உட்கட்சி பூசலும் மோதல்களும் மீண்டும் மூன்று அணிகளாக அக்கட்சியைப் பிளவுபடுத்தின. ஒரு அணிக்கு அதவாலே தலைமை தாங்கி, தேசியவாத காங்கிரஸ் கட்சியின் சரத் பவாரோடு கூட்டணி வைத்துக்கொண்டார். பிரகாஷ் அம்பேத்கர் தலைமையிலான அணி, காங்கிரஸ் (இ) உடன் அணி சேர்ந்தது. மூன்றாவது அணி ஆர்.எஸ்.கவாய் தலைமையில் யாருடனும் சேராமல் தனித்து இயங்கியது.[31] இப்படிச் சிதறிக்கிடந்த இந்தியக் குடியரசுக் கட்சியின் அணிகளால் 1999 தேர்தலில் ஒரே ஒரு தொகுதியில் மட்டுமே வெற்றி பெற முடிந்தது. இதேபோல, 2004-ல் நடைபெற்ற பொதுத்தேர்தலிலும் இந்தியக் குடியரசுக் கட்சி (அ) வேட்பாளர் அதவாலே, காங்கிரஸ் ஆதரவோடு போட்டியிட்டு வென்றார். ஆக, மீண்டும் ஒரே ஒரு தொகுதியே கிடைத்தது.

பகுஜன் சமாஜ் கட்சியின் எழுச்சி: தீண்டப்படாதோரின் கட்சியா அல்லது பகுஜன்களின் [பட்டியல் சாதியினர், பழங்குடியினர், பிற்படுத்தப்பட்டோர், சிறுபான்மை சமூகத் தொழிலாளர்] கட்சியா?

அம்பேத்கரியத்தின் அடியொற்றி அரசியல் புரிவதாகச் சொல்லிக் கொள்ளும் இன்னொரு இயக்கம் பகுஜன் சமாஜ் கட்சி. இக்கட்சி 1990-களில் வட இந்தியாவில் பரவலான வெற்றிகளைப் பெற்றது. இக்கட்சி அம்பேத்கர் துவங்கிய கட்சிகளின் அடையாளங்கள், சின்னங்களைத் தனதாக்கிக் கொண்டது. நீல வண்ணத்திடையே

ஒளிரும் யானை அதன் சின்னமானது. கட்சி தொண்டர்கள் ஒருவரை ஒருவர் சந்தித்துக்கொள்ளும்போது, 'ஜெய் பீம்' என்று வாழ்த்திக் கொள்வார்கள். ஜெய் பீம் என்பது அம்பேத்கருக்கு வெற்றி (பீம் என்பது அம்பேத்கரின் பெயரின் முதல் பகுதி) எனப் பொருள்படும். அக்கட்சியின் ஒரு முழக்கம்: 'பாபா (சாகேப் அம்பேத்கரே)! உங்கள் கனவு காத்துக்கொண்டிருக்கிறது. கன்ஷிராம் கச்சிதமாக அதை முடிப்பார்' என்று முழங்குகிறது. கன்ஷிராம் பகுஜன் சமாஜ் கட்சியின் நிறுவனர். இவர் உண்மையில் அம்பேத்கரின் அரசியல் வாரிசா என்கிற கேள்வி எழாமல் இல்லை.

கன்ஷி ராம் பஞ்சாபிய சமர் சாதியில் பிறந்தவர். அம்பேத்கர், ஜெகஜீவன் ராம் குடும்பத்தைப் போலவே கன்ஷி ராமின் குடும்பமும் தீண்டப்படாதோரை ராணுவத்தில் இணைத்துக்கொண்ட பிரிட்டிஷாரின் கொள்கையால் பயன் பெற்றது. அவருடைய அப்பா, மாமன்மார்கள் அனைவரும் ராணுவத்தில் பணியாற்றினார்கள். இட ஒதுக்கீட்டு முறை தந்த வாய்ப்புகளைப் பற்றிக்கொண்டு, கன்ஷிராம் இளங்கலை அறிவியல் பட்டம் பெற்றார். பின்னர், பாதுகாப்புத் துறை ஆய்வகத்தில் வேதியியலாளராக 1953-ல் பணிக்குச் சேர்ந்தார்.

அவரைப் பூனாவில் பணியாற்ற அனுப்பிவைத்தார்கள். பஞ்சாபில் உள்ள தீண்டப்படாத மக்களைவிட மகாராஷ்டிராவில் உள்ள மகர்கள், மங்குகள் கொடிய வறுமையிலும், கண்ணீர் வர வைக்கும் நிலையிலும் உழல்வதைக் கண்டார் கன்ஷி ராம். இவ்வாறுதான் கன்ஷி ராம் அம்பேத்கரிய தொடர்புகளை ஏற்படுத்திக்கொண்டார். மகாராஷ்டிராவின் அரசியல் பாரம்பரியத்தில் மூழ்கி முத்தெடுக்க ஆரம்பித்தார் கன்ஷி ராம்.[32]

அம்பேத்கரின் 'சாதியை அழித்தொழித்தல்', 'காந்தியும், காங்கிரஸும் தீண்டப்படாதோருக்குச் செய்தது என்ன?' ஆகிய படைப்புகளை வாசித்தார். இந்தப் படைப்புகளும், இந்தியக் குடியரசுக் கட்சியின் களப்பணியாளர்களோடு உரையாடியதும் அக்கட்சியோடு அவரை நெருக்கமாக்கியது. அக்கட்சியில் நிலவிய உட்கட்சி பூசலும் காங்கிரஸுடன் கூட்டுச் சேர்ந்ததும் அவரை மன உளைச்சலுக்கு ஆளாக்கின. இதனைத் தொடர்ந்து அக்கட்சியை விட்டு வெளியேறினார்.

கன்ஷிராம், 1971-ல் 'பட்டியல் சாதியினர், பழங்குடியினர், இதர பிற்படுத்தப்பட்ட வகுப்பினர், சிறுபான்மை சமூகத் தொழிலாளர் கூட்டமைப்பை' உருவாக்கினார். தங்களுடைய சமூகநிலையால் தொடர்ந்து ஒடுக்குமுறைக்கு ஆளாகும் அனைத்துச் சாதிகள், பழங்குடியினரை அணிதிரட்டிப் போராடும் அம்பேத்கரின் அணுகு முறையை அடிப்படையாகக்கொண்டே இந்த அமைப்பை கன்ஷிராம் ஏற்படுத்தினார். சமூகவியல் பேராசிரியர் சுதா பாய் சுட்டிக்காட்டு

வதைப்போல, ‘அம்பேத்கர் சுயாட்சி மிக்கத் தலித் இயக்கமானது, தலித், சூத்திரர் கூட்டணியை ஏற்படுத்த ஓயாது பாடுபடவேண்டும் என்று கருதினார். அவரின் சிந்தனையின் அடியொற்றியே பிற்படுத்தப்பட்ட சாதியினரோடு இணைந்து பகுஜன் சமாஜ் கட்சியைக் கன்ஷி ராம் துவங்கினார்.’[33]

இக்கட்சியில், கன்ஷி ராம் சமூகத்தில் அடக்குமுறைக்கு ஆளாகும் இதர சமூகங்களான மதச்சிறுபான்மையினரையும் (கிறிஸ்தவர், முஸ்லிம்கள்) சேர்த்துக் கொண்டார். ஒவ்வொரு சமூகத்தையும் கட்சியில் பிரதிநிதித்துவப்படுத்தும் வகையில் ஒவ்வொரு குழுவைச் சேர்ந்த ஒருவரைக் கட்சியின் துணைத்தலைவராக நியமித்தார். இவ்வாறு ஐந்து துணை தலைவர்கள் தேர்ந்தெடுக்கப்பட்டார்கள். இவர்களே கன்ஷிராமின் பார்வையில், பகுஜன் ஆவர். (பகுஜன்- ‘பட்டியல் சாதியினர், பழங்குடியினர், இதர பிற்படுத்தப்பட்ட வகுப்பினர், சிறுபான்மையினர் ஆகியோரை உள்ளடக்கிய பெரும் பான்மையினரின் சமூகம்). இந்தக் கூட்டணி அல்ப்ஜன் என்கிற சவர்ணர்களான, சிறிய அளவிலான மேல்சாதியினரை எதிர்ப்பதை இலக்காகக் கொண்டது. இந்தச் சமூகக் கூட்டணியில் அதிக அரசியல் விழிப்புணர்வு கொண்டவர்கள் தலித்துகளே என்று அம்பேத்கரைப் போல கன்ஷிராமும் நம்பினார். அண்ணல் அம்பேத்கரைப் போல கன்ஷி ராமும், இந்தப் பகுஜன்களே இந்தியாவின் பூர்வகுடிகள் என்று கருதினார்.

பகுஜன்களே இந்தியாவின் பூர்வகுடிகள் என்கிற கருத்தால் உத்வேகமுற்று, கன்ஷி ராம் அனைத்து இந்திய பிற்படுத்தப்பட்டோர் (பட்டியல் சாதியினர், பழங்குடியினர், இதர பிற்படுத்தப்பட்ட வகுப்பினர்) மற்றும் சிறுபான்மை சமூகத்தினர் தொழிலாளர்கள் கூட்டமைப்பைத் துவங்கினார். இந்தக் கூட்டமைப்புச் சுருக்கமாக BAMCEF என அழைக்கப்பட்டது. இந்த அமைப்பின் நோக்கம் பகுஜன் அரசு ஊழியர்களைக் காப்பதே ஆகும். இட ஒதுக்கீட்டு கொள்கையால், அளவில் சிறிய, ஆனால், கூர்த்த மதி படைத்த தலித் அறிவுஜீவிகள் உருவாகி இருந்தார்கள். BAMCEF அமைப்பு அவர்களிடையே குறிப்பிடத்தகுந்த வரவேற்பைப் பெற்றது.

எடுத்துக்காட்டாக, உத்திரப் பிரதேசத்தில் பிராமணர்கள், காயஸ்தர்கள்[34] ஆகியோருக்கு அடுத்தபடியாக அதிக எண்ணிக்கையிலான அரசு அதிகாரிகள் பட்டியல் சாதியினராகவே இருந்தார்கள். (BAMCEF அமைப்பில் அதிகபட்சமாக இரண்டு லட்சம் உறுப்பினர்கள் இருப்பதாகச் சொல்லப்பட்டது).[35] இந்தக் கூட்டமைப்பு அதிகார வர்க்கத்தைக் கவலைக்குள்ளாக்கியது. அவர்கள் BAMCEF உறுப்பினர் களைப் பயமுறுத்தும் செயல்களில் ஈடுபட்டார்கள். கூட்டமைப்பின் உறுப்பினர்கள் பல்வேறு வகைகளில் துன்புறுத்தப்பட்டார்கள்.

இதனைத் தொடர்ந்து, தன்னுடைய இயக்கத்தை, 1980-களில் தலைமறைவு இயக்கமாகக் கன்ஷி ராம் மாற்றிக்கொண்டார்.

கன்ஷி ராம் தன்னுடைய ஆரம்பக் காலத்தில் புதிதாக வளர்ந்து வரும் தலித் நடுத்தர வர்க்கம் குறித்து மட்டுமே கவனம் செலுத்தினார். தலித் கூலித்தொழிலாளர்களின், விவசாயிகளின் நலன்களில் அவர் அக்கறை காட்டவில்லை. இது அம்பேத்கரின் அரசியலை நினைவு படுத்துகிறது. 1951-ல் அம்பேத்கர் வெளியிட்ட பட்டியல் சாதியினர் கூட்டமைப்பின் தேர்தல் அறிக்கையில், கூலித்தொழிலாளர், விவசாயிகள் நலன்களுக்குப் போதுமான கவனம் தரப்படவில்லை என்பது கவனத்துக்கு உரியது.

அம்பேத்கரின் பொது வாழ்க்கையை ஆய்வு செய்த பேராசிரியர் சுதா பாய், 'கன்ஷி ராம் கல்வியறிவு பெற்ற தலித் ஊழியர்கள் மத்தியில் இயங்கினார். அதே நேரத்தில், அம்பேத்கரின் கருத்துக்களைப் பொது மக்களிடையே அரசியல் ரீதியாகப் பரப்பவும் முயன்றார்' என்கிறார்.[36] அம்பேத்கரைப் போலவே தன்னுடைய செயல்பாடுகளைத் திசைமாற்றிக்கொண்டு, அரசியலில் நுழைய கன்ஷி ராம் முடிவு செய்தார். அவர் துவக்கிய புதிய கட்சிக்கு தலித் சோஷித் சமாஜ் சங்கர்ஷ் சமிதி-DSSS/DS4 (தலித், ஒடுக்கப்பட்டோர் சமூகங்களுக்கான போராட்டக்குழு) என்று பெயரிட்டார். இந்தக் கட்சிக்கான தொண்டர்கள் BAMCEF உறுப்பினர்களில் இருந்தே கிடைத்தார்கள். தன்னுடைய கட்சியின் பெயரில் தலித் என்கிற சொல்லைச் சேர்த்தது கவனத்துக்கு உரியது. நாற்பது ஆண்டுகளுக்கு முன்னால் பட்டியல் சாதியினர் கூட்டமைப்பின் மூலம் தன்னுடைய மக்களுக்கான அரசியல் கட்சியை அம்பேத்கர் துவங்கினார். அது போலத் தன்னுடைய சமூக மக்களைக் கருத்தில் கொண்டு இந்த இயக்கத்தைக் கன்ஷி ராம் துவங்கினார். எனினும், 1984-ல் பகுஜன் சமாஜ் கட்சி (எளிய மக்களின் கட்சி) என்கிற புதிய இயக்கத்தைக் கன்ஷி ராம் துவங்கினார். இக்கட்சியின் நோக்கம் கன்ஷி ராமின் அசலான கனவை ஒத்திருந்தது. அக்கனவு இந்தியாவின் சமூகங்களில் பிறப்பினையும் அடையாளத்தையும் கொண்டு ஒடுக்கப்படும் அனைத்து குழுக்களையும் தன்னுடைய கட்சியின் கீழே ஒன்று திரட்டுவது ஆகும்.

பகுஜன் சமாஜ் கட்சி தேர்தல்களில் படிப்படியாக வெற்றிகளைக் குவிக்க ஆரம்பித்தது. அது போட்டியிட்ட 1989 பொதுத்தேர்தலில் தேசிய அளவில் 2.07% வாக்குகளையும், 1999 தேர்தலில் 4.2% வாக்குகளையும், 2004 தேர்தலில் 5.3% வாக்குகளையும் குவித்தது. அக்கட்சியின் தாயகமான உத்திரப் பிரதேசத்தில் 1989-ல் 12 சட்டமன்ற தொகுதிகளில் வெற்றி பெற்றது. 1993-ல் 66 தொகுதிகளில் வென்றது. இந்த வெற்றியைத் தொடர்ந்து சமாஜ்வாதி கட்சி (சோசியலிச கட்சி) உடன் இணைந்து கூட்டணி ஆட்சி அமைத்தது. இந்தக் கூட்டணி

இரண்டே ஆண்டுகளில் உடைந்துபோனது. இது உடைய இரு கட்சி தலைவர்களிடையே நிலவிய தனிப்பட்ட பகைமை ஒரு காரணம்.

அதைவிட முக்கியமாக, சமாஜ்வாதி கட்சியின் ஆதரவாளர்களான இதர பிற்படுத்த சாதியினர் (குறிப்பாக யாதவ்கள்), பகுஜன் சமாஜ்வாதி கட்சியின் ஆதரவாளர்களான தலித்துகள் இடையே கிராமங்களில் வர்க்க மோதல் நிலவி வந்தது. சமாஜ்வாதி கட்சியினர் நிலச்சுவான்தார்களாக இருக்க, அவர்களிடம் ஊழியம் செய்யும் விவசாயக் கூலிகளாகப் பகுஜன்சமாஜ் கட்சியினர் இருந்தார்கள்.

இந்தக் கூட்டணி முறிந்த உடனே, பாஜகவே முன்வந்து, தலித் ஜாதவ் பெண்ணான மாயாவதி வழிநடத்தும் பகுஜன் சமாஜ் கட்சி ஆட்சியமைக்க ஆதரவு தந்தது. இந்த ஆதரவை, சாமர்த்தியமாக பகுஜன் சமாஜ் கட்சி ஏற்றுக் கொண்டது. இதன் மூலம், அரசியல் களத்தில் எப்படி அடித்து ஆடவேண்டும் என்று தனக்கும் தெரியும் என்று அக்கட்சி செய்தி சொன்னது. இந்திய வரலாற்றிலேயே முதல் முறையாக ஒரு மாநிலத்தின் முதல்வராக, அதுவும் இந்தியாவின் பெரிய மாநிலத்தின் முதல்வராக ஒரு தலித் பெண் பதவியேற்றார். இந்தப் பெருமித உணர்வு தந்த அனுபவம் பகுஜன் சமாஜ் கட்சியின் வாக்குவங்கியைப் பலப்படுத்தியது.

மாயாவதியின் அரசியல் பகுஜன்களின் நலன்களுக்காக இயங்கியதும் ஆதரவைப் பெருக்கியது. பகுஜன் சமாஜ் கட்சிக்குப் பெருகி வரும் ஆதரவைக் கண்டு அஞ்சிய பாஜக, அதற்கு அணைபோட எண்ணித் தன்னுடைய ஆதரவை 1995-ல் விலக்கிக்கொண்டது. இதற்கு அடுத்து நடைபெற்ற தேர்தலில், பகுஜன் சமாஜ் கட்சி கன்ஷி ராமின் பகுஜன் அரசியலின் கனிகளைச் சுவைத்தது. அதன் வாக்குச் சதவிகிதம் 11-லிருந்து 20-ஆக எகிறியது. அக்கட்சி அறுபத்தி ஏழு தொகுதிகளில் வென்றதோடு, மீண்டும் ஆட்சியமைக்க பாஜகவை ஆதரவு வழங்குமாறு செய்தது. இந்த முறை, கடந்த காலத்தில் இருந்து பாடம் கற்றுக்கொண்ட பாஜக சில மாதங்களிலேயே ஆட்சியைக் கவிழ்த்தது. பகுஜன் சமாஜ் கட்சியைப் பிளந்து ஆட்சியைக் கைப்பற்றிக் கொண்டது.

இந்தப் பின்னடைவைத் தாண்டியும், 90-களில் கன்ஷிராம் ஏற்படுத்திய பகுஜன் கூட்டணி தொடர்ந்து பலன் தர ஆரம்பித்தது. இந்தக் கூட்டணி தேர்தலில் வெற்றியைப் பெற்றுத்தந்ததோடு, கட்சிக்கான மக்கள் ஆதரவையும் பெருக்க உதவியது. பகுஜன் சமாஜ் கட்சி 1999, 2004 தேர்தல்களில் முறையே 12, 19 நாடாளுமன்றத் தொகுதிகளில் வெற்றி பெற்றது. ஆனால், இந்த வெற்றிகள் அனைத்தும் உத்திரப் பிரதேச மாநிலத்தில் மட்டுமே கிடைத்தன. இங்கே நடந்த மாநிலத் தேர்தல்களில் அக்கட்சி தொடர்ந்து பல

தொகுதிகளில் வெற்றி பெற்றது குறிப்பிடத்தக்கது. முதல்முறையாக 2002 தேர்தலில் அக்கட்சி பாஜகவின் 88 இடங்களைவிடப் பத்து இடங்கள் கூடுதலாகப் பெற்றது. இரண்டு கட்சிகளும் மீண்டும் இணைந்து ஆட்சி அமைத்தன. மூன்றாவது முறை முதல்வரான மாயாவதி ஒரு வழியாக ஆட்சியில் ஓராண்டை நிறைவு செய்தார். ஆனால், 2003-ல் மீண்டும் ஆட்சி கவிழ்ப்பு நிகழ்ந்தது.

அம்பேத்கரின் அரசியல் பாதை, அணுகுமுறையால் பெருமளவில் உத்வேகம் பெற்று உத்திரப் பிரதேசத்தில் செயல்பட்டதே பகுஜன் சமாஜ் கட்சி ஆட்சி அதிகாரத்தைப் பிடிக்கக் காரணமாகும். அம்பேத்கரைப்போல அரசியலில் சாமர்த்தியமாக நடந்து கொள்வது அவசியம் என்று கன்ஷி ராம் வாதிட்டார். பகுஜன் சமாஜ் கட்சி, பாஜகவோடு கூட்டணி அமைத்துக்கொண்டது, அம்பேத்கர் பிரிட்டிஷார், காங்கிரஸ் ஆகியோரோடு கூட்டணி அமைத்ததை நினைவுபடுத்துகிறது. தலித்துகளின் நலனை அடிப்படையாகக் கொண்ட திட்டங்களை அமல்படுத்த ஆட்சி அதிகாரம் தேவை என்பதாலேயே இரு தருணங்களிலும் மேற்சொன்னவர்களோடு கைகோர்த்துக் கொண்டார்கள்.

மேலும், கன்ஷி ராம் பகுஜன்களை அரசியல் சக்தியாக உருமாற்றக் கண்ட கனவு, அம்பேத்கரின் அரசியல் கொள்கையை ஒத்திருக்கிறது. தலித்துகளைத் தாண்டியும் இயக்கத்தைப் பிற சமூகங்களிடமும் கொண்டு சேர்க்கவேண்டும் என்கிற அம்பேத்கரின் கனவு கன்ஷி ராமால் நனவாகி உள்ளது. நிர்வாகத்தில் இதர பிற்படுத்தப்பட்ட வகுப்பினரின் எண்ணிக்கை அவர்களின் மக்கள் தொகைக்கு ஏற்ப இல்லாமல் குறைவாக இருப்பதாகக் கன்ஷி ராம் கண்டுகொண்டார். அதனைச் சரிசெய்ய நடவடிக்கைகள் எடுத்தார்.[37] பகுஜன் சமாஜ் கட்சி இஸ்லாமியர்கள், பழங்குடியினர் ஆகியோரையும் தன்னுடைய ஆதரவு வட்டத்துக்குள் கொண்டுவர முயன்றது.

1996 தேர்தல்களில் அக்கட்சி நிறுத்திய வேட்பாளர்களில் 30% இதர பிற்படுத்தப்பட்ட வகுப்பினர், தலித் வேட்பாளர்கள் 29%, இஸ்லாமிய வேட்பாளர்கள் 18% உயர்சாதி வேட்பாளர்கள் 17%.[38] 1996 பொதுத் தேர்தலில் கொயேரிஸ் என்கிற சந்தை தோட்டக்கார சாதியினர் பெருமளவில் பகுஜன் சமாஜ் கட்சிக்கு உத்திரப் பிரதேசத்தில் வாக்களித்தார்கள். நம்பத்தகுந்த ஆய்வுகளின்படி, அம்மக்களில் கால்வாசி பேர் அக்கட்சிக்கு வாக்களித்தார்கள். சமர்களில் 74% னர் பகுஜன் சமாஜ் கட்சிக்கு வாக்களித்தார்கள்.[39] செப்டம்பர் 1996-ல் நடைபெற்ற சட்டமன்ற தேர்தலில் பகுஜன் சமாஜ் கட்சிக்கு 27% குர்மிக்கள் (இதுவும் பிற்படுத்தப்பட்ட சாதிகளில் ஒன்று), சமூகத்தில் பின்தங்கிய நிலையில் உள்ள மிகவும் பிற்படுத்தப்பட்ட சாதியினரில்

19% பேர் பகுஜன் சமாஜ் கட்சிக்கு வாக்களித்ததாக ஒரு தேர்தல் கருத்துக்கணிப்பு சொல்கிறது.

அதே நேரத்தில், தலித்துகளில் 65% பேர் பகுஜன் சமாஜ் கட்சிக்கு வாக்களித்துள்ளார்கள் என்பதை ஒப்பிடும்போது இது குறைந்த எண்ணிக்கையே ஆகும்.[40] ஆனால், பகுஜன் சமாஜ் கட்சி தலித்துகளின் வாக்குவங்கியைத் தாண்டியும் மக்களிடம் செல்வாக்கு பெறத் துவங்கி இருக்கிறது என்பது தெளிவாகத் தெரிகிறது. இந்த வெற்றி மார்க்சியர்களின் வர்க்கப் போராட்ட முறையைப் பின்பற்றியதால் கிடைத்தது இல்லை. பகுஜன் சமாஜ் கட்சி பொருளாதார ரீதியாகப் பின்தங்கி உள்ளவர்களுக்காக மட்டும் இயங்கவில்லை. சமூகத்தில் பிறப்பால் பாகுபடுத்தப்பட்டுத் துன்பப்படும் அனைத்து ஒடுக்கப் பட்ட குழுக்களையும் உள்ளடக்கிய அரசியலை அம்பேத்கர் முன்னெடுக்க விரும்பினார். அந்தப் பாதையில் பயணித்தே பகுஜன் சமாஜ் கட்சி வெற்றி பெற்றிருக்கிறது.

அம்பேத்கரின் நெருங்கிய உறவுகள், வாரிசுகள் கன்ஷி ராமைச் சாடுகிறார்கள். இதற்குச் சில காரணங்கள் இருக்கலாம். கன்ஷி ராம் இந்தியக் குடியரசுக் கட்சியை எதிர்த்தார். இரண்டாவது, கன்ஷி ராம் அம்பேத்கர் அளவுக்கு அறிவிலோ, பண்பிலோ மேம்பட்டவர் இல்லை என்பது அவர்களின் பார்வை. அம்பேத்கர் இந்திய அரசியலமைப்புச் சட்டத்தைச் செதுக்கிய சிற்பியாகவே மனதில் ஆழமாகப் பதிந்து போயிருக்கிறார். அவர் சாதுரியமிக்க அரசியல்வாதி என்பதை வசதியாகக் கண்டுகொள்ளாமல் கடந்துவிடுகிறார்கள். அம்பேத்கரை போலச் சாதி சமூகத்தை ஆய்வுக்கு உட்படுத்தும் பணியில் பகுஜன் சமாஜ் கட்சி ஈடுபடவில்லை என்று விமர்சிக்கிறார்கள்.[41]

மேலும், அம்பேத்கர் தலித்துகளின் விடுதலைக்கான முதல் ஆயுதமாகக் கல்வியை முன்னிறுத்தியதைப்போல பகுஜன் சமாஜ் கட்சி கல்விக்கு முன்னுரிமை தரவில்லை என்றும் ஆதங்கப் படுகிறார்கள். கன்ஷி ராம் கலைத்துறைகளில் பயிற்றுவிக்கப்பட வில்லை. அவரை யாரும் அறிவுரீதியாகப் பண்படுத்தவும் இல்லை. அதனால், அம்பேத்கரைப்போன்ற நுண்ணறிவு மிக்கவராக அவர் திகழவில்லை. ஆனால், அம்பேத்கரின் படைப்புகளைக் கன்ஷி ராம் படித்துள்ளார். மேலும், சாதி அமைப்பு குறித்த அம்பேத்கரின் பார்வையை அவர் ஏற்றுக்கொள்கிறார். அம்பேத்கரின் அணுகு முறையைப் பெருமளவில் அவர் அமல்படுத்துகிறார். அம்பேத்கரைப் போலவே அரசியல் அதிகாரமே தலித்துகளுக்கு முக்கியம் என்பதில் தெளிவாக இருக்கிறார். இந்த இலக்கை நோக்கிய பயணம் சாதுரியமானதாக இருப்பதில் தவறில்லை. உத்திரப் பிரதேசம் குறித்த தன்னுடைய ஆய்வு குறித்துச் சுதா பாய் கருத்துரைக்கையில், இவ்வாறு பேசுகிறார்:

ஐக்கிய மாகாண பட்டியல் சாதியினர் கூட்டமைப்பினர் நாற்பதுகளில் கொண்டிருந்த மனப்பான்மை 90-களில் பகுஜன் சமாஜ் கட்சியினர் கொண்டிருக்கும் மனப்பான்மையை ஒத்திருக்கிறது. இரு தரப்புமே அடிமட்டத்தில் புரட்சி புரிய முயல்வதை விட, அரசியல் அதிகாரத்தை அடைவதன் மூலம் கீழ் சாதியினரின் சமூக, பொருளாதார நிலையை முன்னேற்ற முடியும் என்று எண்ணினார்கள்.[42]

இந்தியக் குடியரசுக் கட்சியினர் விலை போனதைப்போல, கன்ஷி ராம் தன்னை அடமானம் வைக்கவில்லை. அவர் அம்பேத்கரைப் போலத் தான் மேற்கொண்டிருக்கும் பெரும்பணிக்கு நேர்மையாக இருந்தார்.

அம்பேத்கர் துவக்கிய அரசியல் கட்சிகளுக்கு இருந்த போதாமைகள் பகுஜன் சமாஜ் கட்சிக்கும் இருப்பதே அதன் முக்கிய சவால். அம்பேத்கரைப் போலவே அமைப்பு ரீதியாகக் கட்சியை வலுப்படுத்த வேண்டியதன் அவசியத்தைப் பகுஜன் சமாஜ் கட்சியினர் உணர்ந்திருக்க வில்லை. மாயாவதி என்கிற ஒரே தலைவரை மட்டுமே பகுஜன் சமாஜ் கட்சியின் முகமாக முன்னிறுத்துகிறார்கள். இப்படி அரசியல் அதிகாரத்தை ஒரு தனிநபரோடு மட்டும் தொடர்புபடுத்துவது கவலையளிக்கிறது.

முதல்முறையாக 1997-ல் பகுஜன் சமாஜ் கட்சியின் மாநிலத் தலைவர்களைத் தேர்ந்தெடுக்கத் தேர்தல் நடந்தது என்றாலும், மாவட்டத் தலைவர்கள், வட்ட அளவில் கட்சியின் பொறுப் பாளர்கள், கிராம நிர்வாகிகள் என்று அனைவரும் கன்ஷி ராமாலேயே நியமிக்கப்படுகிறார்கள். ஆகவே, 'பகுஜன் சமாஜ் கட்சியே கன்ஷி ராம், கன்ஷி ராமே பகுஜன் சமாஜ் கட்சி' என்கிற முழக்கம் கேட்கிறது.[43] இந்த வினோதமான பண்பானது, அம்பேத்கரின் கட்சிகள் அமைப்புரீதியாக வலுவாக இல்லாததால் தோல்வியடைந்ததைப் போல இக்கட்சியையும் பாதிக்கும் என்று தோன்றுகிறது.

•

காந்தியவாதிகளைப் பெருமளவுக்கு அச்சுறுத்தும் நபராக அம்பேத்கரே இருக்கிறார். பூனா ஒப்பந்தத்துக்குப் பிறகு இரு தரப்புக்கும் ஏற்பட்ட பகைமை மட்டுமே இதற்குக் காரணமில்லை. இரு ஆளுமைகளையும் வேறுபடுத்திக் காட்டும் சித்தாந்தங்களும் இந்த வகையான வெறுப்புக்குக் காரணம். அம்பேத்கர் காந்தியர்களை மட்டுமல்லாமல் இந்திய அதிகார வர்க்கத்தையும் முழுமையாகப் பகைத்துக் கொண்டார். குறிப்பாக, காங்கிரஸ் கட்சியை அம்பேத்கர் கடுமையாக எதிர்த்தார். அக்கட்சியில் தன்னை அம்பேத்கர் ஒருக்காலும் கரைத்துக்கொண்டு சேவகம் புரியவில்லை. அவர் தீண்டப்படாத மக்களின் நலனுக்காகத் தன்னை அர்ப்பணித்துக்கொண்டார்.

ஆதிக்கக் குழுவினர் மிகக் கவனமாகக் காப்பாற்றி வந்த சமூகநிலையை-குறிப்பாக இந்து மதத்தின் சாதிப்படிநிலையால் ஆன அமைப்பைக் கங்கணம் கட்டிக்கொண்டு அம்பேத்கர் எதிர்த்தார். இந்தச் சாதிப்படிநிலையால் ஆன இந்து சமூகமானது ஆதிக்கச் சாதியினரைத் தொடர்ந்து அதிகாரம், பொருளாதாரத்தில் ஆதிக்கச் செலுத்த உதவும் அமைப்பாக இருந்தது. இதனை அம்பேத்கர் நிர்மூலமாக்க முயன்றார். இதனால்தான், அம்பேத்கர்மீது விமர்சனங்கள் கசப்போடு கொட்டப்படுகின்றன. அவரை அனைவரும் ஒதுக்கிவிட்டார்கள். இத்தனை ஆண்டுகளாக அவரின் சிந்தனைகள் திட்டமிட்டுப் புறந்தள்ளப்பட்டன.

எண்பதுகளில்தான் இந்திய அரசியல் களத்தில் அம்பேத்கரின் பெயர் மீண்டும் உச்சரிக்கப்பட்டது. இந்த நூலை எழுதிக்கொண்டிருக்கும் நாள்வரை, பாஜக உள்ளிட்ட அனைத்துக் கட்சிகளும் தங்களுடைய நாயகராக அம்பேத்கரைத் துதிக்கிறார்கள். அவரைக் கண்டு கொள்ளாமல் இனிமேலும் இருக்கமுடியாது என்பதையே இது காட்டுகிறது. தீண்டப்படாத மக்களை அணிதிரட்டுவது சாத்தியப் படாமலே வெகுகாலத்துக்கு இருந்தது. தற்போது பகுஜன் சமாஜ் கட்சியின் தேர்தல் வெற்றிகள் அதனைச் சாத்தியப்படுத்தி இருக்கிறது. எப்படி நிலைமை மாறியிருக்கிறது என்பதற்கு 1997-ல் இந்திய குடியரசு தலைவராகக் கே.ஆர்.நாராயணன் எனும் தீண்டப்படாத சாதியைச் சேர்ந்தவர் தேர்ந்தெடுக்கப்பட்டது சான்று பகர்கிறது.[44] காங்கிரஸ் கட்சியில் இருந்த கே.ஆர்.நாராயணனுக்கு அயலுறவு துறையில் இருந்தது பெருமளவில் கைகொடுத்துள்ளது. அவர் தன்னுடைய கருத்துகளை மென்மையான மொழியில் திறம்பட முன்வைக்கும் திறன் மிக்கவர். தன்னுடைய உரையில் 1943-ல் அவர் நேரில் சந்தித்த அண்ணல் அம்பேத்கரைப் பேரன்போடு நினைவு கூர்ந்தார் கே.ஆர்.நாராயணன்.[45]

தீண்டப்படாத மக்களின் அரசியல் எழுச்சியைத் தொடர்ந்து, உயர்சாதியினரிடையே பெரும் ஆதரவைப் பெற்றுள்ள கட்சியான பாஜக இருவகையான அரசியல் அணுகுமுறைகளுக்கு இடையே ஊசலாடுகிறது. ஒரு பக்கம் தலித் இயக்கத்தின் அடையாளமான அம்பேத்கரைப் போற்றிப் புகழ்கிறது. வாக்காளர்களில் குறிப்பிடத்தகுந்த எண்ணிக்கையில் இருக்கும் தீண்டப்படாத மக்களின் எதிர்ப்பை சம்பாதித்துக்கொள்ள அக்கட்சி தயாராக இல்லை. இன்னொரு பக்கம், அருண் ஷோரியின் எழுத்துகள் புலப்படுத்துவதைப்போல, அம்பேத்கரின் புகழைச் சீர்குலைக்கவும் முயல்கிறது பாஜக. இந்திய அரசியல் கட்சிகள் எப்படிப்பட்ட சவாலை எதிர்கொண்டுள்ளன என்பதை இந்த முரண்பாடு தெளிவாகப் படம்பிடித்துக் காட்டுகிறது.

முடிவுரை

அம்பேத்கருக்கு முன்னரே சாதி அமைப்பு சமத்துவத்துக்கு எதிரானது என்று புலே உள்ளிட்ட சில சூத்திரர்கள் கிளர்ந்து எழுந்திருக்கிறார்கள். பக்தி இயக்க காலத்தில் தீண்டப்படாதோரில் இருந்து துறவிகள் தோன்றினார்கள். இவர்கள் ஆன்மிக ஒழுக்கத்தின் மூலம் மறுமையில் வீடுபேறு என்கிற உன்னதமான இடத்தை அடைய முடியும் என்று வலியுறுத்தினார்கள். இவர்களைத் தவிர்த்துவிட்டுப் பார்த்தால் எந்தத் தீண்டப்படாதோர் தலைவரும் சாதி அமைப்புக்கு எதிராகப் போராடவில்லை.

அம்பேத்கரின் சமூகத்தைச் சேர்ந்தவர்களையும் அவரைப்போன்றவர்களையும் சாதி அமைப்பை விட்டு விடுவிக்க ஒரு செயல்திட்டத்தை வடிவமைக்க வேண்டிய பெரும் பொறுப்பு அம்பேத்கரின் தோள்களில் விழுந்தது. ஆரம்பகட்டங்களில், சமஸ்கிருதமயமாக்கல் செயல்முறைகள் அவரை ஈர்த்தன. காந்தி உள்ளிட்ட மேல் சாதி சீர்திருத்தவாதிகளாலும், ஆலய நுழைவு உள்ளிட்ட போராட்டங்களாலும் அம்பேத்கர் கவரப்பட்டார். மேற்குலகப் பரிச்சயத்தின் மூலம் அம்பேத்கர் சமத்துவம், தனிமனித விடுதலை ஆகியவற்றின் முக்கியத்துவத்தைப் புரிந்துகொண்டிருந்தார். சமஸ்கிருதமயமாக்கல் முறையால் அந்த இலக்குகளை அடைவது சாத்தியமில்லை என்பது அம்பேத்கருக்கு விரைவிலேயே புரியவந்தது. எனவே, இத்தகைய அணுகுமுறையை அம்பேத்கர் கைவிட்டார். சாதி அமைப்பு குறித்த ஆழமான, விரிவான தேடலை மேற்கொண்டார். இதன்மூலம், மேல் கீழ் என அமைந்த 'படித்தர சமத்துவமின்மை'யைக் கண்டறிந்தார். இந்தப் படித்தர சமத்துவமின்மை, கீழ் சாதியினரின் ஒற்றுமையைச் சீர்குலைத்தது. அது அம்மக்கள் ஒன்று சேர்ந்து இயங்குவதற்கான வாய்ப்புகளை ஒழித்துக் கட்டியது என்பதைப் புரிந்துகொண்டார்.

இந்தப் பெருந்தடையைத் தவிடுபொடியாக்க எந்த அணுகுமுறையைக் கைக்கொள்வது? தீண்டப்படாதோர் நலன்களைக் காக்கும் பொருட்டு அமைப்புரீதியாக அவர்களுக்குப் பல்வேறு உத்தரவாதங்களை அரசுகளிடம் அம்பேத்கர் எதிர்பார்த்தார். இவற்றை அடைவதற்காகப் பல்வேறு வகையான வழிமுறைகளைப் பின்பற்றினார். முதலாவதாகத் தனித்தொகுதிகளைப் பெற முயன்றார். இந்த முயற்சியை காந்தி 1932-ல் தடுத்து நிறுத்தினார். அம்பேத்கர் தனித்தொகுதிகளை பெற்றுவிட மீண்டும் மீண்டும் முயன்று பார்த்தாலும், அரசியலமைப்பு சட்ட விவாதங்களிலும் அதற்கு அனுமதி மறுக்கப்பட்டது. இதனால், அம்பேத்கர் ஒதுக்கீட்டுத் தொகுதிகளை வழங்கும் தேர்தல் முறையைக் கொண்டே தன்னுடைய போராட்டத்தை மேற்கொள்ள வேண்டியிருந்தது. இந்த முறைக்குள் இருந்து இயங்கியதால், அவர் அதிகாரத்தில் இருந்தவர்களோடு இணைந்து இயங்க நேர்ந்தது. அவர்கள் காலனிய அதிகாரிகளானாலும், காங்கிரஸ் ஆட்சியானாலும் சரி அவர்களோடு அம்பேத்கர் நெருக்கமாக இருக்கவேண்டிய கட்டாயம் உருவானது.

சமூகத்தில் மிக மோசமாக ஒடுக்கப்பட்ட சமூகங்களை ஒன்று திரட்டி, அரசியலைத் தங்களுக்குச் சாதகமாக மடைமாற்ற அம்பேத்கர் முயன்றார். அதன் பொருட்டே, பல்வேறு அரசியல் கட்சிகளை அவரே முன்னின்று ஆரம்பித்தார். தனக்கான சமூக ஆதரவை விரிவுபடுத்த என்ன செய்வது என்பதில் அம்பேத்கர் இருவகையான அணுகுமுறைகளுக்கு இடையே ஊசலாடினார். முதல்வகையான அணுகுமுறையில், அனைத்துத் தொழிலாளர்களின் நலன்களுக்காக இயங்கும் ஒரு கட்சியைத் தோற்றுவிக்க முயன்றார். அதன் விளைவாகவே 1937-ல் எழுந்த விடுதலை தொழிலாளர் கட்சியை ஆரம்பித்தார்.

இரண்டாவது அணுகுமுறையில், தலித்துகளின் நலன்களில் மட்டும் அக்கறை செலுத்தி தேர்தல் அரசியலில் ஈடுபடலாம் என்று விரும்பினார். அந்த எண்ணத்தின் வெளிப்பாடாகவே, பட்டியல் சாதியினர் கூட்டமைப்பை 1942-ல் உருவாக்கினார். எனினும், பட்டியல் சாதியினர் கூட்டமைப்பு 1946-லும், ஐம்பதுகளில் நடந்த தேர்தல்களிலும் சந்தித்த பின்னடைவுகள் அவரை மீண்டும் அனைவரையும் உள்ளடக்கிய முதலாவது அணுகுமுறைக்கே வேறொரு வடிவத்தில் திரும்பச் செய்தன.

தன்னுடைய மரணத்துக்குச் சில மாதங்களுக்கு முன்னால், கீழ் சாதியினர், தொழிலாளர்களின் நலன்களைப் பிரதிநிதித்துவப் படுத்தும் 'குடியரசுக் கட்சியை'த் தோற்றுவிக்கவேண்டும் என்கிற சிந்தனையை அம்பேத்கர் முன்வைத்தார். அம்பேத்கர் கனவு கண்ட இந்தியக் குடியரசுக் கட்சியானது யாருக்கானது? அக்கட்சி பிறப்பின்

அடிப்படையிலும் சடங்கியல்ரீதியாகவும் சமூகத்தில் ஒடுக்குமுறைக்கும் பாகுபாட்டுக்கும் உட்படுத்தப்படும் தலித்துகள், பிற்படுத்தப்பட்ட வகுப்பினர், பழங்குடியினர் ஆகியோரின் கட்சியாகச் செயல்பட வேண்டும் என்று அம்பேத்கர் விரும்பினார். அப்படியாக, தன்னுடைய அரசியலை சாதி அடிப்படையில் முன்னெடுப்பதா, வர்க்கத்தின்படி அடிப்படையில் முன்னெடுப்பதா என்கிற இழுபறியில் இருந்து, மீண்டெழும் வழிமுறையை அம்பேத்கர் ஒருவழியாகக் கண்டடைந்தார்.

அம்பேத்கரின் இந்த ஊசலாட்டம், தீண்டப்படாத மக்களின் நிலை குறித்த ஆழமான கேள்வி ஒன்றின் வெளிப்பாடாக வெளிப்பட்டது: 'மற்ற மக்களில் இருந்து தீண்டப்படாதோர் முற்றிலும் 'வேறு பட்டவர்களா'? பிற சாதிகள், உயர் சாதிகள் ஆகியவற்றோடு தீண்டப் படாதோர் கூட்டணி சேர்வதன் மூலம் இந்து சமூகத்தில் கலந்து விடக்கூடிய வாய்ப்பு உள்ளதா?' இந்த வினாவுக்குத் தெளிவான, உறுதியான பதிலை இறுதிவரை அம்பேத்கரால் எட்ட முடியவில்லை.

அம்பேத்கர் சமஸ்கிருதமயமாக்கலை முழுவதும் நிராகரித்தாலும், இந்து மதத்தின் உலகத்தில் இருந்து தன்னை முற்றாகத் துண்டித்துக் கொள்கிற எல்லைக்கு அம்பேத்கர் எப்போதும் செல்லவில்லை. அதனால்தான், அவர் தன்னுடைய சித்தாந்தமாக வர்க்கத்தை முன்னிறுத்தியதோடு, ஒதுக்கீட்டு இடங்களையும் கோரினார். ஆனால், அம்பேத்கரின் வாழ்நாள் முழுக்க மேற்சொன்ன அணுகு முறையில் இருந்து முற்றிலும் வேறுபட்ட மூன்று அடிப்படைச் செயல்திட்டங்களை முன்னெடுத்தார். தலித்துகளுக்குத் தனித் தொகுதிகள், அவர்களுக்கு என்று தனி நிலம் அல்லது பகுதி, தலித்துகளுக்காக இயங்கும் ஒரு கட்சி ஆகியவையே அவை.

நடைமுறையில், அம்பேத்கர் எந்தவகையான அரசியல் அணுகு முறையைப் பின்பற்றினாலும் அவர் தோற்றுவித்த, வித்திட்ட கட்சிகள் இந்தியா முழுவதுமான தீண்டப்படாத மக்களை முழுமையாகப் பிரதிநிதித்துவப்படுத்தவே இல்லை. இன்னமும் குறிப்பாக, 'அம்பேத்கரிய இயக்கங்கள்' என்று அழைக்கப்பட்ட இயக்கங்கள் எதுவும் மகாராஷ்டிராவின் மகர்களைத் தாண்டி யாரிடமும் செல்வாக்கைப் பெறமுடியவில்லை. அப்பகுதியில் மட்டுமே ஓரளவுக்கு அக்கட்சியால் வெற்றியடைய முடிந்தது. அம்பேத்கரின் சாதிக்குக் கிடைக்கிற முக்கியத்துவம் நாளுக்கு நாள் பெருகுவதைக் கண்ட மங்குகள், சம்பார்கள் முதலிய பிற தலித் சாதியினர் பொறாமையில் புழுங்கினார்கள். ஆகவே, 'படித்தர சமத்துவ மின்மையின்' தடைகளைத் தாண்டி வெற்றி பெற அம்பேத்கரால் முடியவில்லை. கீழ்சாதியினர் ஒன்றுசேர்ந்து ஒரே அணியாக

இயங்கவில்லை என்பதோடு மட்டுமல்லாமல், தீண்டப்படாத மக்களிடையிலும் பாகுபாடுகள் அப்பட்டமாக நீடித்து நின்றன.

அம்பேத்கரின் அரசியல் வாழ்வில் வெற்றிகளும் தோல்விகளும் கலந்தே கிட்டின. சில வெகுமதிகளை பிரிட்டிஷாரோடு இணைந்து இயங்கி அம்பேத்கர் வென்றெடுத்தார். தீண்டப்படாத மக்களுக்குச் சாதகமாகத் திகழ்ந்த புதிய நேர்மறை பாகுபாட்டு (positive discrimination) கொள்கை அவற்றில் ஒன்றாகும். அரசியலமைப்பு சட்ட உருவாக்க விவாதங்களில் பங்கெடுத்தபோது, அம்பேத்கரின் அரசியல் செயல்பாடுகள், தலித்துகளுக்கு மேலும் சில வெகுமதிகளைப் பெற்றுத்தந்தது. மேலும், சில காந்தியப் பரிந்துரைகளை ஓரங்கட்டவும் அம்பேத்கரால் முடிந்தது. ஆனால். அம்பேத்கரால் பட்டியல் சாதியினருக்கு தனித்தொகுதிகளைப் பெறமுடியவில்லை. இந்து சட்ட மசோதா உள்ளிட்ட முக்கியமான சமூகச் சீர்திருத்தங் களை நிறைவேற்ற முடியவில்லை. அவரால் இந்தியாவில் உள்ள அனைத்து தீண்டப்படாத மக்களின் நலன்களையும் முன்னிறுத்தும் கட்சி ஒன்றை ஏற்படுத்த இயலவில்லை.

இந்தத் தோல்விகள் மாற்று அணுகுமுறையாக மதமாற்றத்தை அவ்வப் போது அம்பேத்கர் முன்வைத்தற்கான காரணத்தை விளக்குகின்றன. பூனா ஒப்பந்தத்தில் அவருக்கு ஏற்பட்ட பின்னடைவைத் தொடர்ந்து முதன் முதலாக மதமாற்றம் ஒரு மாற்றுவழியாக அவருக்குத் தோன்றியது. இந்து மதத்தில் இருந்து எந்த மதத்துக்கு மாறுவது என்கிற தேடலில் அம்பேத்கர் ஈடுபட்டார். இஸ்லாம், கிறிஸ்தவம், சீக்கிய மதம் என்று பல்வேறு மதங்களில் எதைத் தேர்ந்தெடுப்பது என்று தயங்கினார். அதற்குள், அப்போதைய அரசியல் சுழலில் சிக்கி இந்தியத் தொழிலாளர் கட்சியை உருவாக்கினார் அம்பேத்கர்.

நேருவின் அரசோடு தனக்கு ஏற்பட்ட கசப்பான அனுபவங்களால் மனம் வெறுத்து, மீண்டும் 1950-களின் நடுவில் மதமாற்றம் குறித்துச் சிந்திக்க ஆரம்பித்தார். அவருடைய இளம் வயதில் கண்டடைந்த மார்க்கமான புத்த மதம் அவரின் தனிப்பட்ட வாழ்வைச் செலுத்துகிற சித்தாந்தமாக இருந்தது. தன்னுடைய அகக்குரலுக்குச் செவிமடுத்து அம்பேத்கர் புத்த மதத்தில் இணைய முடிவு செய்தார்.

இந்த மதமாற்றம் பிரச்னைகளில் இருந்து தப்பியோடுவது அல்ல. அது முழுக்க அவரின் தனிப்பட்ட முடிவும் அல்ல. ஒட்டுமொத்தமாக 1956-ல் நிகழ்ந்த மதமாற்றம் சாதிப் படிநிலைகளால் ஆன இந்து சமூகத்துக்கு எதிராக எழுந்த நேரடி சமூகப்புரட்சியாகும். புத்த மதத்தைத் தேர்ந்தெடுத்ததன் மூலம் அம்பேத்கர் இந்து மதத்தை விட்டுத் தன்னை முற்றிலும் துண்டித்துக் கொள்வதற்கான

வாய்ப்பைச் சுருக்கிக்கொண்டார். எனினும், அம்பேத்கரின் அணுகுமுறை இந்து மதத்தில் இருந்து தன்னையும் தன்னுடைய மக்களையும் துண்டித்துக் கொள்ளும் விடுதலைச் செயல்பாடே.

இப்படி முற்றிலும் இந்து மதத்தை விட்டுத் துண்டித்துக்கொள்ள முடியாத புத்த மதத்தின் பண்பை, புத்த மதத்துக்கு மாறியவர்களை அவர்களுடைய சாதி அடையாளத்துக்குள் வைத்தே சமூகம் அணுகியதோடு இணைத்தே பார்க்க வேண்டியிருக்கிறது. புத்த மதத்துக்கு மாறியவர்களில் பெரும்பான்மையானவர்கள் மகர்களே. இவர்கள் மதம் மாறிய பின்னும், தீண்டப்படாதவர்களாகவே பிற சாதியினரால் கருதப்பட்டார்கள். இது சாதியின் கொடுங்கரங்கள் எத்தனை ஆழமாக வேர்விட்டிருக்கிறது என்பதை உணர்த்துகிறது.

1950, 60களில் புத்த மதத்துக்குப் பல்லாயிரம் மக்கள் மதம் மாறினார்கள். எனினும், புத்த மதத்துக்கு மாறினால் தீண்டப்படாத மக்களுக்கு அரசு நிர்வாகம், கல்வி நிலையங்கள், நாடாளுமன்றம், சட்டமன்றங்கள் ஆகியவற்றில் கிடைத்து வந்த இட ஒதுக்கீட்டை இழக்க வேண்டிய நிலை இருந்தது. இதனால், மதமாற்றம் பெருமளவில் குறைந்தது. பௌத்தர்களுக்கான இட ஒதுக்கீட்டை தட்டி பிரித்த பிரிவு 1990-ல் நீக்கப்பட்டதற்குக் காரணம் பிரதமர் வி.பி. சிங்.

அம்பேத்கரின் செயல்பாடுகளால் ஏற்பட்ட விளைவுகள் எப்படிப் பட்டவை? அவை சாதனைகளும் சறுக்கல்களும் கலந்ததாக இருந்தன. தனக்கென்று அம்பேத்கர் நிர்ணயித்துக்கொண்ட உன்னதமான இலக்கோடு, அம்பேத்கரின் சாதனைகளை இணைத்துப்பார்த்தால் தான் அவரின் பரந்துபட்ட தாக்கத்தைப் புரிந்துகொள்ள முடியும். தான் உருவாக்கிய இயக்கங்கள், கட்சிகளை அமைப்பு ரீதியாக வலுப்படுத்துவதில் அம்பேத்கர் கூடுதலாகக் கவனம் செலுத்தி யிருந்தால், இன்னமும் குறிப்பிடத்தகுந்த தாக்கத்தை ஏற்படுத்தி யிருக்க முடியும். அவருடைய பலங்களே ஒரு வகையில் அம்பேத்கருக்கு பலவீனங்களாகத் திகழ்ந்தன. அவருடைய எஃகு போன்ற பண்பு நலனே அவரின் மகத்தான சாதனைகளுக்குக் காரணமாகும். அதுவே அவரை முன்னோக்கிச் செலுத்தியதோடு, அம்பேத்கரை அசாத்திய மான ஈர்ப்பு மிக்கவராக ஆக்கியது. தன்னுடைய தனித்துவமான ஆளுமை, அசரவைக்கும் ஆற்றல் ஆகியவற்றை அமைப்பு ரீதியான சவால்களுக்கு ஏற்ப அம்பேத்கர் தகவமைத்துக்கொள்ளவில்லை.

அம்பேத்கர் உருவாக்கிய இயக்கமானது அவரின் மரணத்தால் நிலைகுலைந்து போனது. அம்பேத்கரின் தளபதிகள் யாராலும் கட்சியைத் திறம்படத் தலைமையேற்ற நடத்த இயலவில்லை. ஓயாத உட்கட்சி பூசல்களில் ஈடுபடவே அவர்களுக்கு நேரம் சரியாக

இருந்தது. தீண்டப்படாத தலைவர்களை வசப்படுத்துவதில் தேர்ச்சிமிக்க காங்கிரஸ் கட்சி இதுதான் தருணம் என்று பல்வேறு தலித் தலைவர்களை ஆசைகாட்டிக் கட்சியில் சேர்த்துக்கொண்டது. அம்பேத்கரின் முன்னாள் தளபதிகள் அதிகார மோகத்தில் சிக்கிக் கொண்டார்கள். இதற்காகத் தங்களுடைய போராட்ட குணத்தை முற்றாகத் துறந்துவிட்டு, அடிபணிந்து நடக்க ஆரம்பித்தார்கள்.

தலித்களின் தலைவர்கள், பிரதிநிதிகள் என்று சொல்லிக்கொண்டவர்களின் செயல்பாடுகளால் கற்றறிந்த தலித் அறிஞர்கள் அதிருப்தியடைந்தார்கள். இவர்களில் ஏராளமானோர் அரசியலை விட்டு விலகினார்கள். சிலர் இலக்கியத்தில் தங்களைத் தோய்த்துக் கொண்டார்கள். தலித் கவிதைகளின் உறைவிடமாக மகாராஷ்டிரா உருவெடுத்தது.[1]

தலித் இலக்கியங்களால் உத்வேகம் பெற்றவர்களில் சிலர் புரட்சிப் பாதையைத் தேர்ந்தெடுத்தார்கள். இவர்கள் அமெரிக்காவின் கருஞ்சிறுத்தை அமைப்பால் உந்தப்பட்டு தலித் சிறுத்தைகள் அமைப்பை 1970-களில் துவக்கினார்கள். இந்த அமைப்பு அமெரிக்காவின் கருஞ்சிறுத்தைகள் பாணியில் உயர்சாதியினரின் ஒடுக்குமுறையை வன்முறையால் எதிர்கொண்டது. இதனால் கலவரங்கள் அடிக்கடி ஏற்பட்டன. அதிலும், குறிப்பாக மாரத்வாடா பல்கலைக்கு அம்பேத்கரின் பெயரைச் சூட்டுவதை ஒட்டி கலவரங்கள் வெடித்தன. விரைவிலேயே இந்த இயக்கம் இரு பெரும் பிரிவுகளாகப் பிரிந்தது. கம்யூனிச தத்துவப்பாதையில் ஒரு பிரிவும், அம்பேத்கரின் போதனைகளின் திசையில் இன்னொரு பிரிவும் பயணிக்க ஆரம்பித்தன.[2]

மேற்சொன்ன இருதரப்பையும் போலல்லாமல், அரசியலுக்கு அப்பாற்பட்டு தீண்டப்படாத மக்களை அணிதிரட்டும் பணிகளில் அம்பேத்கரின் சீடர்கள் ஈடுபட்டார்கள். அப்படி உருவான அமைப்பு தான் கன்ஷிராம் அவர்களின் BAMCEF. எனினும், இந்த அமைப்பும் கட்சிகளை உருவாக்கியது. முதலில் DS4 கட்சியையும், பின்னர் பகுஜன் சமாஜ் கட்சியையும் BAMCEF ஏற்படுத்தியது. வட இந்தியாவின் சில மாநிலங்களில் இக்கட்சியின் நிலையான வளர்ச்சி அம்பேத்கரின் இயக்கம் வலிமைமிக்கது என்பதை நிரூபித்தது. அம்பேத்கரின் சாதனைகளில் சிலவற்றை மட்டும் தனதாக்கிக் கொண்டு பகுஜன் சமாஜ் கட்சி வளர்ந்தது. கீழ்சாதியினரின் அரசியல் அணிதிரட்டலுக்கான அடையாளமாகக்கூட அம்பேத்கர் மாறினார்.

நெடுங்காலமாக, தொடர்ந்து அம்பேத்கரைப் புறக்கணித்தது முடிவுக்கு வந்தது. அம்பேத்கர் குறித்து மூச்சுக்கூடவிடாத பாடப் புத்தகங்களில் அரசியலமைப்பு சட்ட உருவாக்கத்தில் அவர் ஆற்றிய

அரும்பணிகளை விளக்கும் இரு பக்கங்கள் ஆகஸ்ட் 1999-ல் சேர்க்கப்பட்டன. இது தலித் அமைப்புகளின் கோரிக்கைகளால்தான் நிகழ்ந்தது.[3] அம்பேத்கர் குறித்து அருண் ஷோரி எழுதிய புத்தகத்துக்கான தங்களுடைய எதிர்ப்பை அந்நூலின் பிரதிகளை நாடாளு மன்றத்தில் எரித்ததன் மூலம் தலித் நாடாளுமன்ற உறுப்பினர்கள் வெளிப்படுத்தினார்கள்.[4] தலித் எம்பிக்களின் அச்செயல்பாடு வளர்ந்து வரும் தலித் எழுச்சியையும் அரசியலின் தீவிரத்தன்மையையும் பறைசாற்றுவதாகவும் திகழ்ந்தது.

அம்பேத்கருக்கு மரியாதை செலுத்தும் வகையில் எழுப்பப்பட்ட சிலைகளை ஒட்டி ஏற்பட்ட பிரச்னைகள் கவனம் கோருபவை.[5] இவை இந்து தேசியவாதிகளுக்கும் தலித்துகளுக்கும் இடையேயான போராட்டத்தின் மையப்புள்ளியாக அம்பேத்கரே திகழ்கிறார் என்பதைத் தெளிவாகக் காட்டுகின்றன. உத்திர பிரதேசத்தின் முதல்வராக மாயாவதி இரண்டாவது முறை தேர்ந்தெடுக்கப்பட்ட போது, அம்பேத்கரின் 15,000 சிலைகளை நிறுவினார்.[6] தலித் அரசியலின் உன்னதமான அடையாளமாக அம்பேத்கர் மாறியிருப்பதை இச்சிலைகள் நினைவுபடுத்தின. மேலும், இந்தியாவில் பொதுவெளியில் தீண்டப்படாத மக்கள் தங்களுக்கான அழுத்தமான அரசியல் செயல்பாட்டை முன்னெடுக்க இச்சிலைகள் உத்வேகம் தந்தன.

இந்தச் சிலைகளுக்காக ஒதுக்கப்பட்ட இடங்களைச் சில நேரங்களில் சட்டத்துக்குப் புறம்பாகப் பிறர் ஆக்கிரமித்துக்கொள்ளவும் செய்தனர்.[7] அடிக்கடி அம்பேத்கரின் சிலைகளுக்குச் செருப்பு மாலைகள் சூட்டப்பட்டு அவற்றை 'அவமதிக்க' முயன்றனர். இதன் மூலம் தலித் மக்களை உசுப்பேற்ற முயன்றார்கள்.[8] இவற்றால் வட மாநிலங்கள், மகாராஷ்டிரா, கர்நாடகா, தமிழ்நாடு ஆகிய மாநிலங்களில் கலவரங்கள் ஏற்பட்டன.[9] கீழ் சாதியினரின் வலிமை பெருகிக் கொண்டே இருக்கும் காலத்தில், மேல்சாதியினர், கீழ்சாதியினர் இடையேயான அரசியல் வெளிக்கான போராட்டத்தின் அடையாள மாக அம்பேத்கரே திகழ்கிறார். இதற்குச் சான்று பகர்வதைப்போல, இந்தச் சம்பவங்கள் இருக்கின்றன.

•

குறிப்புகள்

அறிமுகம்: இந்தியாவின் முதல் தலித் தலைவர்

1. The Nagpur-based editor of Ambedkar's collected works, Vasant Moon, another Ambedkarite Mahar, conveys the same testimony in his autobiography. As soon as he learnt of Ambedkar's death he filed a petition for leave drafted as follows: 'I feel many times the sorrow I felt at the death of my father. I want to go to his funeral procession in Mumbai (then Bombay). So please approve the leave. (V. Moon, *Growing up Untouchable in India*: A Dalit Autobiography, London: Row man & Littlefield, 2001, p. 159)

2. In this book I use the word Untouchable more often than Dalit simply because the latter was not in common usage during Ambedkar's lifetime even though he introduced the term with its modern connotations in the 1920s.

3. U. Baxi, 'Emancipation as Justice: Legacy and Vision of *Dr Ambedkar*' in K. C. Yadav, (ed.), *From Periphery to Centre Stage: Ambedkar, Ambedkarism and* Dalit Future, Delhi: Manohar, 2000, p. 49.

4. Books on Ambedkar's life and work have multiplied over the last decade, follow ing the political rise of the Dalits.

5. The pioneering biography by Dhananjay Keer, *Dr Ambedkar*: Life and mission, Bombay: Popular Prakashan, 1954, has gone into three editions and many reprints. The best biography of Ambedkar is Eleanor Zelliot's unpublished PhD thesis, '*Dr Ambedkar* and the Mahar Movement', University of Pennsylvania, 1969. Three other biographies may also be mentioned:D. N. Shikare, *Dr Ambedkar*, Poona: Jayant and Co., 1963; W. N. Kuber, B. R. Ambedkar, New Delhi: Government of India, 1978 and The Life of *Dr Ambedkar*, Hyderabad: Babasaheb *Dr Ambedkar* Memorial Society, 1979. Interestingly, many more biographies of Ambedkar have been published in vernacular languages. In Marathi, C. B. Khairmode's Dr Bhimrao Ramji Ambedkar runs to over 14 volumes (the first was published in 1952); in Hindi, C. P. Jigyasu published Dr Babasaheb Ambedkar ka jivan sangharsh, Lucknow: Hindu Samaj Sudhar Karyalaya, as early as 1961.

6. The government of Maharashtra set up an advisory committee under the chairmanship of the State's Education Minister. The Committee appointed an Editorial Board of which Vasant Moon was the key officer. The first volume of

the series called Dr Babasaheb Ambedkar *Writings and Speeches* came out in 1979.

7. See Ramachandra Guha, 'A bare cupboard: Why biography doesn't flourish in South Asia', Times Literary Supplement, 30 Aug. 2002, p. 12. I will content myself with citing the opening sentences of this article: 'In contrast to the art of the novel, the art of biography remains undeveloped in South Asia. We know how to bury our dead with reverence or bury them through neglect, but not to honour or judge them [...] This is a world governed by deference, not discrimination.

8. The ruling dynasty of Indore, the Holkars, as that of Gwalior (the Scindias), of Baroda (the Gaekwars) and of Nagpur (the Bhonsles) had established their respective kingdoms following the eighteenth-century conquests of these areas by a warrior leader of the Maratha caste, Shivaji. Marathas were originally a middle-ranking farming caste of which the élite, following these military successes, claimed a Kshatriya status. While the Scindias, the Gaekwars and the Bhonsles were Marathas, the Holkars belonged to a shepherd caste, the Dhangars.

9. Ambedkar himself recognised the fact that, because he lived in a cantonment, he had little contact with the wider world and, consequently, was hardly conscious of the plague of Untouchability (see Bhagawan Das (ed.), Thus spoke Ambedkar, vol. 4, Bangalore: Ambedkar Sahithya Prakashana (s.d.], p. 65).

10. Such an attitude was not rare, even at the beginning of the twentieth century. Daya Pawar reports that his village barber had for many years refused to cut the hair of the Mahars (his caste and that of Ambedkar) and of the Chambhars another Untouchable caste. It was said that 'he could very well shave the buffaloes; and san Untouchable) did not value more than a buffalo. The barber was afraid of losing his clientele if he touched us.' (D. Pawar, op. cit., p. 96.)

11. These recollections of Ambedkar come from a speech given on May 17, 1936 when he spoke about some episodes of his life that shaped his decision to struggle against Untouchability (Bhagawan Das (ed.), Thus Spoke Ambedkar, vol. 4, op. cit., p. 67)

12. Cited in V. Rodrigues, 'Introduction' in V. Rodrigues (ed.), The Essential Writings of B. R. Ambedkar, Delhi: Oxford University Press, 2002, p. 9. Gail Omvedt recently pointed out that Ambedkar was 'above all a man of strategy, of practical politics, even with his most radical public statements'. G. Omvedt, 'Undoing the Bondage: Dr *Ambedkar's* Theory of Dalit Liberation' in K. C. Yadav (ed.), From Periphery to Centre Stage, op. cit., p. 137.

●

1. சமூகச் சீர்திருத்தத்துக்கும் பிராமணர் எதிர்ப்பு அணிதிரட்டலுக்கும் இடையேயான மகாராஷ்டிரா

1. Iyothee Dass-a Dalit activist turned Buddhist—who hailed from Madras—was a contemporary of J. Phule (see V. Geetha and S. V. Rajadurai, Towards a Non Brahmin Millennium: From Iyothee Thass to Periyar, Calcutta: Samya, 1998).

2. After 1956, Untouchables who converted to Buddhism and declared this identity to the Census enumerators were no longer considered as Scheduled Castes. Therefore, according to the Census of 1971, for instance, the Scheduled Castes represented 12.48 per cent of the population of Maharashtra and the Mahars alone 8 per cent, which still accounted for 35 per cent of the Untouchables of Maharashtra.

3. The numerical weakness of the trading castes in fact prompted some Brahmins to play the money-lenders' role and this strengthened their holding of landed property given that defaulting debtors had no choice other than to mortgage and later to sell their land.

4. The proportion of Brahmin delegates to the Congress sessions of 1889, 1895 and 1915 who declared 'business' as their profession was 22.9 per cent whereas those that designated themselves as farmers was 10.2 per cent. (G. Omvedt 'Development of the Maharashtrian Class structures, 1818 to 1931', Economic and Political Weekly (Hereafter EPW), Special Number, August, 1973, p. 1418)

5. Karve differentiates both systems by arguing that the balutedars, however low they may have been in the caste hierarchy, were always village servants performing certain duties for the entire cultivating population whereas the prija (dependents) of the jajmani system were bound to a certain family from generation to generation (I. Karve, Maharashtra State Gazetteer: Maharashtra — Land and its People, Bombay, 1968, p. 140). While the balutedar's services were, in theory, intended for the village as a whole, they were often secured by the patil and the kulkarni. The patil could moreover exact corvée, a form of forced labour, from the Untouchables. (J. Lele, 'Caste, Class and Dominance: Political Mobilisation in Maharashtra' in F. R. Frankel and M. S. A. Rao (eds), Dominance and State Power in Modern India: Decline of a Social Order, vol. 2, Delhi: Oxford University Press, 1990, p. 119). The diversion of Mahars' services by the patil is testified by many witnesses. Baby Kamble, a Mahar woman who owed her fighting spirit to the teachings of Ambedkar, thus confides in her autobiography: 'During the entire day, the Mahar servant was at the disposal of the patil of the village. With other persons of his family he performed all the chores which this latter gave to do in the hamlets and in the village localities' (Shantabai Kamble and Baby Kamble, Parole de femme intouchable, Paris: Côté-femmes éditions, 1991, p. 213).' A selection of the life stories of these two women, Shantabai Kamble and Baby Kamble, has been published in English in chapter four of G. Poitevin (ed.), The Voice and the Will Subaltern Agency: Forms and Motives, New Delhi: Manohar/ CSH, 2002.

6. T. Pillai-Vetshera points out: 'We speak of twelve balutedars since in every village there were theoretically twelve castes of artisans and village servants. In smaller villages, however, there were often less, and in bigger settlements more than twelve.' (T. Pillai-Vetschera, The Mahars: A Study of their Culture, Religion and Socio-economic Life, New Delhi: Intercultural Publications, 1994, p. 287).

7. The notion of 'baluta' is so central in the life of Mahars that it is the title that Daya Pawar had given to his original autobiography in Marathi.

8. M. R. Jayakar, one of the most illustrious Kayasth Prabhus of the Bombay Presidency in the 1930 and '40 tells, in his autobiography, how he was prevented

from learning Sanskrit at the prestigious Elphinstone High School by the professor who taught this subject, a Brahmin who reserved this privilege only to the 'twice borns'. (M. R. Jayakar, The Story of My Life, Bombay: Asian Publishing House, 1958, vol. 1, p. 13)

9. See, for example, the situation of Mahars of the Central Provinces as it is described in R. V. Russell and Hira Lal, *The Tribes and Castes of the Provinces of India*, vol. 4, New Delhi/Madras: Asian Educational Services, 1993 (1916), p. 142.

10. J. Gokhale, *From Concessions to Confrontation, The Politics of an Indian Untouchable Community*, Bombay: Popular Prakashan, 1993, p. 52.

11. In the 1940s, Vasant Moon was the only non-Brahmin pupil in the Normal School of Nagpur (V. Moon, *Growing up Untouchable in India*, op. cit., p. 14).

12. Being an élite corps, the 'covenanted service', which implied the signing of a contract between the British state and the civil servant, was largely reserved to the British.

13. A. Seal, *The Emergence of Indian Nationalism: Competition and collaboration in the Later Nineteenth Century*, Cambridge University Press, 1968, p. 118.

14. G. Johnson, 'Chitpavan Brahmins and Politics in Western India in the Late nineteenth and Early twentieth centuries' in E. Leach and S. N. Mukherjee (eds), *Élites in South Asia*, Cambridge University Press, 1970, p. 105.

15. R. Tucker, 'The Early Setting of the non-Brahmin movement in Maharashtra', *The Indian Historical Review*, July. 1980-Jan. 1981, vol. 2, nos 1-2, p. 137.)

16. R. O'Hanlon, *Caste, Conflict and Ideology Mahatma Jotirao Phule and Low Caste Protest in Nineteenth-Century Western India*, Cambridge University Press, 1985, pp. 65-6.

17. Ambedkar, who was sensitive to the fact that Ranade had drafted for the Mahars the text of the petition which they submitted in 1892 against the ending of army recruitment of their caste, argues that Ranade had 'a passion for social reform' but he had to admit that this reformism did not translate into concrete social attitudes (Dr B. R. Ambedkar, 'Ranade, Gandhi and Jinnah' in Dr Babasaheb Ambedkar, *Writings and Speeches*, vol. 1, Bombay: Govt. Of Maharashtra, 1979, p. 217).

18. R. Tucker, *Ranade and the Roots of Indian Nationalism*, Bombay: Popular Prakashan, 1972.

19. R. Kumar 'The New Brahmans of Maharashtra' in D. A. Low (ed.), *Soundings in Modern South Asian History*, Berkeley, CA: University of California Press, 1968, p. 115.

20. See, for example, S. R. Mehrotra, 'The Poona Sarvajanik Sabha: The early phase (1870–1880), *The Indian Economic and Social History Review* 6 (3), Sept. 1969, p. 293-324.

21. Dayananda Saraswati, *The Light of Truth (Satyarth Prakash)*, transl. G. P. Upadhyaya, Allahabad, 1981, p. 113.

22. R. Thapar, 'Imagined Religious Communities? Ancient History and the Modern Search for a Hindu identity', *Modern Asian Studies*, 23 (2), 1989, p. 229.

23. The biographical details which follow are taken from D. Keer, *Mahatma Jotirao Phooley: Father of Indian Social Revolution*, Bombay: Popular Prakashan, 1974.

24. J. Phule, *Slavery: Collected Works of Mahatma Jotirao Phule, vol. 1,* Bombay: Govt.of Maharashtra, 1991, p. xxvii.
25. J. Phule, *Slavery,* op. cit., pp. 36–8.
26. Ahmednagar's American Marathi Mission noticed in 1881 that the main part of our Christian converts are the Mahars' (quoted in E. Zelliot, *Dr Ambedkar,* op. cit., p. 29). In 1910, the Mahars petitioned for army recruitment of members of their caste, bearing out that 'the beneficial contact with the Christian religion immediately raised the Mahars'. They did not hesitate also to mention that 'Such of us as have attended schools and colleges, as Christian converts, have attained a distinction in the Indian University Examinations, and hold positions of Pleaders, Doctors, Professors, Magistrates, and Judges in this and other Presidencies.' Many Mahars also became priests according to this petition ('The Conference of the Deccan Mahar, to the Right Honorable the Earl of Crewe', Bombay, Dec., 14, 1910, pp. 4–5. Private Papers of Ambedkar, Nehru Memorial Museum and Library [hereafter NMML, New Delhi], Microfilm Section).
27. *Collected works of Mahatma Jotirao. Phule,* vol. 2, Bombay: Govt. of Maharashtra, 1991, p. 8.
28. M. S. Gore, *Non-Brahman Movement in Maharashtra,* New Delhi: Segment Books, 1989, p. 24.
29. See, for example, 'Priestcraft exposed in J. Phule, *Collected Works of Mahatma Jotirao Phule,* vol. 2, op. cit., p. 67–8; 'A poem about the Crafty, Cunning Spurious (religious) books of the Brahmins (A Contrast between the Comfortable lives of the Brahmins and the Miserable Lives of the Shudras)' in *Slavery-Collected Works of Mahatma Jotirao Phule,* vol. 1, op. cit., p. 81.
30. R. O'Hanlon, *Caste, Conflict and Ideology,* op. cit., p. 223.
31. In 1885, Phule published a pamphlet attacking Ranade in which he criticised-without naming him-his elitism and in particular his disregard of farmers. (J. Phule, *'A warning'* in *Collected Works of Mahatma Jotirao Phule,* vol. 2, op. cit., p. 48–9)
32. J. Phule, *Slavery,* op. cit., pp. 58–9.
33. J. Phule, *Collected works, vol. 2,* op. cit., p. 25.
34. Ibid., p. 99.
35. Ibid., p. 29.
36. 'We understand by the nation a society materially and morally integrated, to a stable permanent central power, with defined borders, a related moral, mental and cultural unity of the inhabitants who adhere consciously to the State and to its laws' ('La nation', *Oeuvres,* vol. 3, Paris: Minuit 1969, p. 584.)
37. 'Jotirao Govindrao Phule (1827–90)'in *Collected Works of Mahatma Jotirao Phule,* vol. 1, op. cit., p. xix.
38. For instance, he described the way in which Mahars would have, in the mythical past, attacked the 'Bhats Brahmins to free their Shudra brethren from their clutches' (*Slavery,* op. cit., p. 25).
39. Ibid., p. 49.
40. Ibid., p. 161.

41. G. Omvedt, *Cultural Revolt in a Colonial Society: the Non-Brahmin Movement in Western India*, Poona: Scientific Socialist Education Trust, 1976.

•

2. அம்பேத்கர்: மகர் ராணுவ வீரரின் மகன்

1. M. S. A. Rao, 'Some conceptual issues in the study of Caste, Class, Ethnicity and Dominance' in F. Frankel and M. S. A. Rao (eds), *Dominance and State power in Modern India*, vol. 1, Delhi: Oxford University Press, 1989, pp. 25-7.
2. E. Zelliot, *Dr Ambedkar and the Mahar Movement*, University of Pennsylvania, PhD, 1969, p. 28.
3. J. Gokhale, *From Concessions to Confrontation*, op. cit., pp. 41–2.
4. T. Pillai-Vetschera, *Mahars*, op. cit., p. 296.
5. Ibid., pp. 288–90. The most dramatic depiction of Mahars eating dead cattle is found in N. Jadhav, *Intouchable. Une famille de parias dans l'Inde contemporaine*, Paris: Fayard, 2002, pp. 85–6.
6. However Mahars never 'fell to the lowest: they did not clean latrines, as did the Bhangis of North India—some of whom were 'imported' to carry out these tasks in Maharashtra.
7. The myth of origin of the Mahars which, as always with Untouchables, seeks to explain their decline, presents their Untouchability as resulting from consuming beef. According to this myth, Mahars descended from Mahamuni, an orphan. One day the gods asked him to watch a pot in which beef was being cooked at that time its consumption was not prohibited. Mahamuni accidentally let a piece fall to the ground, and not wishing to put it back in the pot and make the entire amount impure, he ate it. He was nonetheless punished for his carelessness and condemned, as were his descendants, to eat dead cows-thus giving birth to the Mahar caste (R. V. Russell and Hira Lal, *The Tribes and Castes of the Central Provinces of India*, vol. 4, op. cit., p. 132). For other Mahar myths of origin see T. Pillai-Vetschera, *Mahars*, op. cit., pp. 6–7.
8. R. V. Russell and Hira Lal, *The Tribes and Castes of the Central Provinces of India*, vol. 4, op. cit., p. 143.
9. T. Pillai-Vetschura, *Mahars*, op. cit., p. 40.
10. S. Kamble and Baby Kamble, *Parole de femme intouchable*, op. cit., pp. 213—14. A similar testimony appears in N. Jadhav, *Intouchable*, op. cit., p. 35. In this life story of two Mahars who followed Ambedkar as early as the 1920s, this Mahar's 'duty' is called yeskar.
11. A. Robertson, *The Mahar Folk*, Calcutta: YMCA Publishing House, 1938, pp. 20–1.
12. T. Pillai-Vetschera, *Mahars*, op. cit., p. 3.
13. J. Gokhale, *From Concessions to Confrontation*, op. cit., p. 32. "The role of messenger also allowed Mahars to weave a network of relations favourable to the setting up of a common organisation.' (R. J. Miller, "They will not die

Hindus"': the Buddhist conversion of Mahar ex-Untouchables', *Asian Survey*, 2 (9), Sept. 1967, pp. 637–44).

14. D. Pawar, *Ma vie d'Intouchable*, op. cit., p. 62.
15. 'The Conference of The Deccan Mahars to the Right Honourable The Earl of Crewe', doc. cit., p. 3.
16. S. Cohen, 'The Untouchable Soldier: Caste, Politics and The Indian Army', *Journal of Asian Studies*, 28 (3), 1969, p. 455.
17. E. Zelliot 'Learning the Use of Political Means: Mahars of Maharashtra' in R. Kothari (ed.), *Caste in Indian Politics*, New Delhi: Orient Longman, 1970, p. 30.
18. E. Zelliot, *Dr Ambedkar*, op. cit., p. 39.
19. See G. R. Pradhan, *Untouchable Workers of Bombay City*, Bombay: Karnataka Publishing House, 1938.
20. G. Omvedt, *Dalits and the Democratic Revolution: Dr Ambedkar and the Dalit movement in colonial India*, New Delhi: Sage, 1994, p. 141. In Nagpur, according to V. Moon, 40–45 percent of the mill workers were Mahars in the 1940s (V. Moon, *Growing up Untouchable in India*, op. cit., p. 71).
21. Morris David Morris, *The Emergence of an Industrial Labor Force in India: A study of the Bombay Cotton Mills, 1854–1947*, Berkeley/Los Angeles: University of California Press, 1965, p. 74.
22. The maharwada locality of Daya Pawar's village was in fact deserted even before the 1950s. Only two widows still lived there when he returned to it after the war (D. Pawar, *Ma vie d'intouchable*, op. cit., p. 154).
23. E. Zelliot, *'Learning the Use of Political Means'*, op.cit., p. 63. The life story of Narendra Jadhav's father, who became a railwayman in 1924, offers an excellent illustration of social upward mobility due to the railways (N. Jadhav, *Intouchable*, op. cit., p. 41.)
24. E. Zelliot, 'Learning the Use of Political Means', op. cit., p. 64. In 1929, the Bombay Presidency had the highest rate of literacy among Untouchables: 4.1 per cent as against 1.1 per cent in Punjab and 3.5 per cent in the Madras Presidency (E. Zelliot, *Dr Ambedkar*, op. cit., p. 162).
25. Ibid., p. 7.
26. M. G. Bhagat, 'The Untouchable classes of Maharashtra', *The Journal of the University of Bombay*, 4 (1), July, 1935, p. 19. I am using here an off-print found in the private papers of Ambedkar at the Nehru Memorial Museum and Library (NMML).
27. Ibid., p. 27.
28. Ibid., p. 14.
29. Ibid., p. 15.
30. Ibid., p. 16.
31. Ibid., pp. 10–14.
32. Ibid., p. 38.
33. Ibid., p. 40.
34. Ibid., p. 41.

35. Ibid., p. 21.
36. Ibid., p. 44.
37. K. N. Kadam, *Dr. Babasaheb Ambedkar and the Significance of his Movement*, Bombay: Popular Prakashan, 1991, p. 9.
38. In 1894, Ramji Sakpal addressed a memorandum to the Government to reopen the doors of military service to Mahars' (cited in ibid. p. 18).
39. In 1910, the Conference of the Deccan Mahars met in Poona, under the aegis of one of its numbers, a retired serviceman named Gopalak Vitthalnak Walangkar, to request that posts till then offered to Mahars in the army and the police again be made accessible to them, through the formation of a homogeneous Mahar regiment ("The Conference of the Deccan Mahars to the Right Honourable The Earl of Crewe', op. cit., p. 1). During the First World War, two companies, the 71st and the 111th, were created on this model but dissolved soon after the conflict ended. They regrouped Mahars— essentially from the Konkan coastal regions—with Punjabi Christians (A. Robertson, *The Mahar Folk*, op. cit., p. 63). Ambedkar was later to campaign successfully for the establishment of a Mahar regiment in the Second World War. This Mahar Machine Gun Regiment, founded in Belgaum in 1941, gave two generals to the Indian army and in the 1990s accounted for twenty battalions (*National Mail*, Oct. 1, 1991).
40. C. Vaudeville. *Au cabaret de l'amour, Kabir*, Paris: Unesco/Gallimard, 1959.
41. Ambedkar's father re-joined the army (the 25th Regiment of Infantry) after he returned to Bombay (letter from Lieutenant-Colonel Sheikh Moiuddin to C. B. Khairmonday, 23 March 1950, Ambedkar's private papers, NMML, New Delhi, section of microfilms Reel no. 2, File no. 4).
42. This princely ruler had difficulties in recruiting teachers: only Muslims and as Arya Samajists agreed to teach in such schools (*Presidential speech of His Highness ld the Maharajah Gaekwar at the All-India Conference on the Abolition of untouchability*, Bombay, 23 March 1918, Bombay: British India Press, 1918, p. 101, Private Papers of Ambedkar NMML, Section of microfilms).
43. Vitthal Ramji Shinde, a Maratha who later became an important social reformer in Maharashtra, was supported throughout his studies at Oxford University by the Baroda Maharajah's patronage (G. M. Pawar, *Vitthal Ramji Shinde*, New Delhi: National Book Trust, 1990, p. 13).
44. For more details and an account of the first meeting of the Maharajah and Ambedkar, see F. Gaekwad, *Sayajirao of Baroda*, Bombay: Popular Prakashan, 1989, p. 307.
45. M. Malgonkar, 'Maharajah's Help to Ambedkar', *Statesman* (Delhi), July 13, 1992.
46. E. Zelliot, *From Untouchable to Dalit. Essays on the Ambedkar Movement*, Delhi: Manohar, 1992, p. 80.
47. Ibid., p. 83.
48. E. Zelliot, *Dr Ambedkar*, op. cit., p. 87.
49. This assignment was decided according to the scholarship agreement made on June 4, 1913. In January 1913 Ambedkar had joined the Baroda State Forces as a lieutenant before winning the scholarship that enabled him to go to the United States.

50. Bhagawan Das (ed.), *Thus spoke Ambedkar*, vol. 4, op. cit., p. 69.
51. The Maharajah of Kolhapur had earlier attended a meeting of Untouchables at which Ambedkar was present and had declared: 'You have found your saviour in Ambedkar', before sharing a meal with the participants, a remarkable gesture given that such a practice flouted the rules of commensalism (D. Keer, *Dr Ambedkar*, op. cit., pp. 42–3).
52. M. S. Gore, *Non-Brahman Movement in Maharashtra*, op. cit., p. 54
53. Chandra Mudaliar, *The Kolhapur Movement*, Kolhapur: Shivaji Vidhyapith (s.d.]
54. Shahu Chhatrapati's letter to Alfred Pease, of June 23, 1920 (Private Papers of Ambedkar, NMML, Section of microfilms Reel no. 1, File no. 1).
55. These pieces of information draw from two sources: the letter of E. B. Fox (Registrar of Columbia University) to C. B. Khairmoday, dated Nov. 17, 1950 and the letter of the Registrar of the LSE to C. B. Khairmoday dated Dec. 7, 1950 (Private Papers of Ambedkar, NMML Microfilm section, Reel 2, File no. 5).

•

3. சாதியைத் திறம்பட அழித்தொழிக்க அதைப் பகுத்தாய்ந்து இந்திய இனக்குழு சார்ந்ததாக ஆக்குதல்

1. O. Herrenschmidt, '"L'inégalité graduée" ou la pire des inégalités. L'analyse de *la société hindoue par Ambedkar*', *Archives européennes de sociologie*, 37 (1997), p. 7.
2. O. Mendelsohn and M. Vicziany recognise the striking similarities 'between Dumont's work and that of Ambedkar' without really analysing them (Mendelsohn and Vicziany, *The Untouchables*, op. cit., p. 20). Both feature an interpretation of caste as forming a system, whose twin pillars abide by the practice of endogamy and a hierarchical organisation based on ritual purity.
3. It was the case, for instance, of the 'Untouchables or the Children of India's Ghetto', in Dr Babasaheb Ambedkar, *Writings and Speeches*, vol. 5, Bombay: Govt. of Maharashtra, 1989.
4. B. R. Ambedkar, 'Castes in India. Their Mechanism, Genesis and Development, *Indian Antiquary*, May 1917, vol. 61, reprinted in Dr Babasaheb Ambedkar, *Writings and Speeches*, vol. 1, Bombay: Govt. of Maharashtra, 1979, p. 22.
5. Ibid., p. 21.
6. Ibid., p. 15.
7. Srinivas defined it as the imitation of the upper castes by the lower castes which adopt, for example, a vegetarian diet in order to be ascribed a higher status. (M. N. Srinivas, *Religion and Society among the Coorgs of South India*, Oxford University Press, 1965)
8. I am grateful to Ramachandra Guha for drawing my attention to the proto history of the notion of Sanskritisation.
9. B. R. Ambedkar, *'Castes in India'*, op. cit., p. 8. He also writes in the same vein: 'The castes in the singular number is an unreality. Castes exist only in the

plural number. There is no such thing as caste: there are always castes.' (ibid., p. 20)
10. B. R. Ambedkar, 'Castes in India', op. cit., p. 6
11. Ibid., p. 16
12. Ibid., pp. 17 and 19
13. Louis Dumont, *Homo Hierarchicus. Le système des castes et ses implications*, Paris: Gallimard, 1966.
14. Ibid., p. 61
15. *Hymnes spéculatifs du Veda*, (translated by Louis Renou), Paris: Gallimard Unesco, 1956, p. 99 (Rig Veda, chant X, strophe 90).
16. B. R. Ambedkar, 'Who were the Shudras? How They came to be the Fourth Varna in the Indo-Aryan Society?', in Dr Babasaheb Ambedkar, *Writings and Speeches*, vol. 7, Bombay: Govt. of Maharashtra, 1990, p. 25
17. Ibid., p. 26.
18. Ibid., pp. 32–3. Metaphors of the body are never innocent, as demonstrated by J. Schlanger in *Les métaphores du corps*, Paris: Vrin, 1971. I am grateful to Olivier Herrenschmidt for drawing my attention to this book.
19. B. R. Ambedkar, 'Who were the Shudras?', op. cit., p. 26.
20. B. R. Ambedkar, 'The Buddha and his Dhamma' in Dr Babasaheb Ambedkar, *Writings and Speeches*, vol. 11, Bombay: Govt. of Maharashtra, 1992, p. 91.
21. For a discussion of exceptional subtlety of this category, see O. Herrenschmidt, *'L'inégalité graduée'*, art. cit., p. 16–17.
22. K. R. Narayanan, *'En souvenir d'Ambedkar'*, *Les Temps modernes*, in July, 1993, p. 133.
23. B. R. Ambedkar, 'Philosophy of Hinduism', in Dr Babasaheb Ambedkar, *Writings and Speeches*, vol. 3, Bombay: Govt. of Maharashtra, 1987, p. 66.
24. B. R. Ambedkar, 'Revolution', in ibid., p. 320.
25. B. R. Ambedkar, 'Untouchables or The Children of India's Ghetto' in Dr Babasaheb Ambedkar, *Writings and Speeches*, vol. 5, Bombay: Govt. of Maharashtra, 1989, pp. 101–2.
26. On this point, see J.-L. Chambard, *'Les castes dans L'Inde moderne, leur placedans la vie politique et économique'*, *Revue économique et sociale (Lausanne)*, September, 1967.
27. O. Herrenschmidt, *'L'inegalité graduée'*, op. cit., p. 14.
28. B. R. Ambedkar, 'Held at Bay', in Dr Babasaheb Ambedkar, *Writings and Speeches*, vol. 5, op. cit., p. 266.
29. Dr Babasaheb Ambedkar, *Writings and Speeches*, vol. 2, Bombay: Govt. of Maharashtra, 1982, p. 489. At the same time, he took the case of Brahmins to illustrate the theory according to which 'Caste, to be real can exist only by disintegrating a group. The genius of caste is to divide and to disintegrate (B. R. Ambedkar, 'The Curse of Caste', in Dr Babasaheb Ambedkar, *Writings and Speeches*, vol. 5, op. cit., p. 211).
30. O. Herrenschmidt, *'L'inégalité graduée'*, op. cit., p. 20.
31. B. R. Ambedkar, 'Who were the Shudras?', op. cit., pp. 65–85.

32. Ibid., p. 110.
33. Ibid., p. 111.
34. Ibid., p. 112.
35. Ibid., p. 114.
36. Ibid., p. 156.
37. Ibid., pp. 174–5.
38. B. R. Ambedkar, 'The Untouchables. Who were they and why they became Untouchables?' in Dr Babasaheb Ambedkar, *Writings and Speeches*, vol. 7, op. cit., pp. 290–303.
39. Ibid., p. 305.
40. Ibid., p. 275.
41. According to Russel and Lal, 'the balance of opinion seems to be that the native name of Bombay, Maharashtra, is derived from that of the (Mahar) caste.' (R. V. Russel, Hira Lal, *The Tribes and Castes of the Central Provinces of India*, vol. 4, op. cit., p. 129).
42. We can thus qualify his association though he did not wish to limit its influence to the Mahars. Indeed 'Anarya Dosh Pariharak Samaj' means 'the association for the elimination of the stigmas of untouchability'; but, in practice, Mahars were its main supporters (see R. E. Enthoven, *The Tribes and Castes of Bombay*, Bombay: 1922, and R. V. Russel and Hira Lal, *The Tribes and Castes of the Central Provinces of India*, vol. 4, op. cit., p. 129).
43. B. R. Ambedkar, 'The Untouchables', art. cit., p. 317.
44. Ibid., p. 350.
45. G. Omvedt, 'Undoing the Bondage: *Dr Ambedkar's* Theory of Dalit Liberation', in K. C. Yadav (ed.), *From Periphery to Centre Stage*, op. cit., p. 132.
46. Ibid., p. 134.
47. Walangkar 'used to listen Phule addressing the soldiers at Poona military camps on Sundays' - another indication of the role of the army in the Mahars' growing social awareness (Philip Constable, 'Early Dalit Literature and Culture in late nineteenth- and early twentieth-century Western India', *Modern Asian Studies*, 31 (2), 1997, p. 318).
48. Ibid., p. 322.
49. Ibid.
50. J. Gokhale, *From Concessions to Confrontation*, op. cit., pp. 68–9.
51. G. Omvedt, *Dalits and the Democratic Revolution*, op. cit., p. 109.
52. E. Zelliot, *From Untouchable to Dalit*, op. cit., p. 65.
53. *The Indian and Pakistan Year Book and Who's Who 1948*, Bombay: The Times of India, 1948, p. 1182.
54. Quoted in E. Zelliot, *Dr Ambedkar*, op. cit., p. 77.
55. J. Gokhale, *From Concessions to Confrontation*, op. cit., p. 73.
56. In 1935 Bansode broke with Ambedkar when the latter envisaged converting to another religion, thus permitting him to free himself from Hinduism's social system (ibid., p. 79).

57. In 1918, two years before his death, Tilak declared at a meeting against Untouchability that if a god tolerated this social evil he would not recognise him as a god, but he later refused to sign a petition for the abolition of Untouchability. (G. P. Bradhan and A. K. Bhagwat, *Lokamanya Tilak. A biography*, Bombay: Jaico, 1959, p. 306)
58. While he insisted that Untouchables were genuine autochthons and had inherited a superior culture, Shinde dissociated himself from the non-Brahmin movement which, he said, was 'detrimental to unity' of society. (G. M. Pawar, *Vitthal Ramji Shinde*, op. cit., p. 47)
59. G. Omvedt, *Dalits and the Democratic Revolution*, op. cit., p. 142.
60. J. Gokhale, *From Concessions to Confrontation*, op. cit., p. 75.
61. M. S. Gore, *The Social Context of an Ideology: Ambedkar's Political and Social Thought*, New Delhi: Sage, 1993, p. 77. In 1919 Ambedkar opposed Shinde who testified to the Southborough Committee that 'instead of having representatives of Untouchables from amongst themselves, their interests would be better safeguarded by caste-Hindus'. (K. N. Kadam, *Dr Babasaheb Ambedkar and the significance of his movement*, Bombay: Popular Prakashan, 1991, p. 21)
62. E. Zelliot, *Dr Ambedkar*, op. cit., p. 77.
63. G. Omvedt, *Dalits and the Democratic Revolution*, op. cit., p. 111. Ambedkar had already distanced himself from Shinde in 1917 when the latter and Chandavarkar had suggested giving him a public honour on his return to India, an offer Ambedkar refused. (ibid., p. 144)
64. Ibid., pp. 112–13.
65. Ambedkar embarked on a career in public life when living in India from 1917 to 1920. In May 1920, for example, he participated in the All India Depressed Classes' Conference, chaired by the Maharajah of Kolhapur. He used the occasion severely to criticise Shinde (ibid., p. 147). But his public career really took off after he settled down in India in 1924.
66. Letter of D. Ramrao (sub-inspector to Mahuli) Commissioner of Police, Bombay (December, 1925), *Source Material on Dr Babasaheb Ambedkar and the Movement of Untouchables*, vol. 1, op. cit., p. 4.
67. *The Bombay Chronicle*, April 26, 1926, ibid., p. 8.
68. J. Gokhale, *From Concessions to Confrontation*, op. cit., p. 84.
69. D. Keer, *Dr Ambedkar*, op. cit., p. 62.
70. *Source Material*, op. cit., pp. 6–7. Ambedkar founded caste associations in the mid-1930s, such as the Mahar Sabha and the Mahar Panchayat, albeit in a very specific context, while he was preparing the ground for conversion to a religion other than Hinduism: according to him, such a move had to take place within the caste framework because castes had to convert en bloc. In 1938 Ambedkar's elder brother formed the Mahar Samaj Seva Sangha and took over the helm of the association in 1941. (A. Jurane, *Ethnic Identity and Social Mobility*, Jaipur/Delhi: Rawat, 1999, p. 39).
71. J. Gokhale, *From Concessions to Confrontation*, op. cit., p. 52.
72. Quoted in D. Keer, *Dr Ambedkar*, op. cit., p. 55.
73. Ibid., p. 62.

74. Quoted in E. Zelliot, *Dr Ambedkar*, op. cit., p. 122.
75. *Appeal on behalf of the Depressed Classes Institute* (1931) in Private Papers of Ambedkar, NMML, Section of microfilms, Reel no. 1.
76. S. K. Bole had already been excommunicated by his fellow Bhandaris—a caste of alcohol distillers—for having participated in an "inter-caste' meal organised by the Arya Samaj (D. Keer, *Dr Ambedkar*, op. cit., p. 52).
77. Quoted in ibid., p. 53.
78. Quoted in ibid., p. 71.
79. On the Mahad Satyagraha, see the testimony of Damodar Runjaji Jadhav (N. Jadhav, *Intouchable*, op. cit., p. 43). The author recalls that there were many Mahar ex-servicemen among the participants (ibid., p. 46).
80. Quoted in D. Keer, *Dr Ambedkar*, op. cit., p. 99.
81. Interestingly, Ambedkar then borrowed from Gandhi the notion of *satyagraha* to organise peaceful demonstrations.
82. Quoted in G. Poitevin, '*Préface*' in S. Kamble and B. Kamble, *Parole de femme intouchable*, op. cit., p. 17.
83. Quoted in B. Kamble, '*Notre existence*', ibid., p. 242.
84. Quoted in D. Keer, *Dr Ambedkar*, op. cit., p. 109.
85. E. Zelliot, *Dr Ambedkar*, op. cit., p. 196.
86. Ibid., p. 99.
87. On the Nasik satyagraha see the memoirs of D. R. Jhadav, who emphasises the personalisation of the movement—there were posters depicting Ambedkar and a temple throughout the town—and its impressive organisation by Ambedkarites (N. Jhadav, *Intouchable*, op. cit., pp. 179–80).
88. Quoted in E. Zelliot, *Dr Ambedkar*, p. 114.
89. Quoted in ibid., pp. 116–17.
90. Ibid., pp. 125 and 128.

•

4. அரசியல் களத்தில் காந்திக்கு எதிராக

1. M. S. Gore, *The Social Context of an Ideology*, op. cit., p. 85.
2. E. Zelliot, '*Congress and the Untouchables*—1917–1950' in R. Sisson and S. Wolpert (eds), *Congress and Indian Nationalism— The Pre-Independence Phase*, Delhi: Oxford University Press, 1988, pp. 183-4.
3. 'Evidence before the Southborough Committee on franchise. Examined on 27th January 1919' in: Dr Babasaheb Ambedkar, *Writings and Speeches*, vol. 1, Bombay: Govt. of Maharashtra, 1979, pp. 251–3.
4. Ibid., p. 252.
5. This ambivalence explains that according to Keer, he considered both options (*Dr Ambedkar*, op.cit., p. 40) whereas for Zelliot he prioritised a common electorate with reserved seats' ('Learning the Use of Political means', art. cit., p. 41).

6. 'Supplementary written statement of Mr. Bhimrao R. Ambedkar' in Dr Babasaheb Ambedkar *Writings and Speeches*, vol. 1, op. cit., p. 271.
7. 'Evidence before the Southborough Committee', art. cit., p. 265.
8. This attitude is all the more surprising given that sixteen of the eighteen Dalit organisations consulted by the Simon Commission in the Bombay Presidency favoured separate electorates. For instance, the joint testimony of the Depressed India Association and the Servants of Somavamshiya Society before the Simon Commission stipulated: 'experience has shown during the last two decades that a separate electorate) has served as a powerful lever to raise our Muslim brethren who in consequence are making rapid headway and coming into line with more advanced sections. (*The Servants of Somavamshiya Society*, Bombay, July 9, 1928, p. 2, in *Private Papers of Ambedkar*, NMML, Microfilm Section, Reel no. 2).
9. B. Ambedkar, 'Report on the Constitution of the Govt. of Bombay Presidency in Dr Babasaheb Ambedkar *Writings and Speeches*, vol. 2, Bombay: Govt. of Maharashtra, 1982, pp. 338, 400.
10. 'Evidence of *Dr Ambedkar* before the Indian Statutory Commission on 23rd October 1928', ibid., p. 465. Ambedkar justified this demand for universal suffrage for the underprivileged (who would never achieve the tax quota required for voting rights) because they, above all, needed it to protect themselves against the dominant castes ("Report on the Constitution', op. cit., p. 338). He added that, notwithstanding their illiteracy, they were intelligent ("Evidence of *Dr Ambedkar*', op. cit., p. 473).
11. Ibid., p. 351.
12. Ibid., p. 479.
13. Ibid., p. 483.
14. The passage in which these words are found deserves to be quoted in its entirety: 'Having regard to the fact that the cancer of untouchability is before their minds every minute of their lives, and having regard to their being alive to the fact that political power is the only solvent of this difficulty, I emphatically maintain that the depressed class voter would be an intelligent voter' (ibid., p. 477).
15. Vidhu Verma, 'Colonialism and Liberation: Ambedkar's Quest for Distributive Justice', *EPW*, Sept. 25, 1999, pp. 2804–10.
16. *The Bombay Chronicle*, August 18, 1930 in *Source Material on Dr Ambedkar*, op. cit., p. 40. *Indian Round Table Conference* - 12th Nov., 1930-19th Jan. 1931 - Proceedings, Calcutta: Govt. of India, 1931, p. 440.
17. This conversation—whose content and date are not fully ascertained—is reproduced in part in D. Keer, *Dr Ambedkar*, op. cit., pp. 166-7.
18. Ibid., p. 173.
19. Quoted in ibid., p. 189.
20. D. E. U. Baker, *Changing Political leadership in an Indian province—The Central Provinces and Berar, 1919–1939*, Delhi: Oxford University Press, 1979, p. 116.
21. This grandson of a soldier (like Ambedkar) had received Rao Bahadur's title in 1922 after his entry to the Madras Legislative Council as the first Untouchable representative.

22. *Indian Annual Register*, 1932, vol. 1, Calcutta, 1932, p. 333.
23. Quoted in R. Kumar, 'Gandhi, Ambedkar and The Poona Pact, 1932' in J. Masselos (ed.), *Struggling and ruling—The India National Congress, 1885–1985*, London: Oriental University Press, 1987, p. 95.
24. Rajah had been apparently convinced of the reforming good faith of the Arya Samaj (Nanak Chand papers, NMML (section on manuscripts), 'Autobiography', p. 139).
25. Moonje papers, NMML, Section of microfilms File no. 63 reel no. 9. Letter of Moonje to Raja Sahib [Narendra Nath?] of June 30, 1932.
26. *Indian Annual Register*, 1932, vol. 1, Calcutta, 1932, p. 16.
27. E. Zelliot, 'Congress and the Untouchables', art. cit., p. 186.
28. *Young India* (5 Jan. 1921, p. 2), cited in N. K. Bose (ed.), *Selections from Gandhi*, Ahmedabad: Navajivan Publishing House, 1948, p. 233.
29. See for example 'Le système des castes' in M. K. Gandhi, *La Jeune Inde*, Paris: Stock, 1948 (translated by Hélène Hart, with an intro. by Romain Rolland), pp. 152–3; 'L'intouchabilité disparaît (April 27, 1921), ibid., pp. 222–4; 'Les Panchamas' (29 Sept. 1921), ibid., pp. 222–3.
30. 'Les classes "supprimées", ibid., p. 219.
31. E. Zelliot, 'Gandhi and Ambedkar–A study in leadership' in J. M. Mahar *(ed.)*, *The Untouchables in Contemporary India*, Tucson, AZ: The University of Arizona Press, 1972, p. 80.
32. B. Parekh, *Colonialism, Tradition and Reform-An Analysis of Gandhi's Political Discourse*, New Delhi: Sage, 1989, p. 223.
33. Swami Shraddhananda, a highly active Arya Samajist who campaigned on behalf of the Untouchables, resigned from the sub-committee soon after its formation for that reason (J. T. F. Jordens, *Swami Shraddhananda-His life and Causes*, Delhi: Oxford University Press, 1981, p. 24)
34. 'The caste system', *Young India*, 8 Dec. 1920, *The Collected Works of Mahatma Gandhi*, vol. XIX, Ahmedabad: Navajivan Trust, 1966, pp. 83–5.
35. J. Brown, *Gandhi, Prisoner of Hope*, Delhi: Oxford University Press, 1990, p. 207.
36. Quoted in D. Dalton, *'The Gandhian View of caste, and Caste after Gandhi'* in P. Mason (ed.), *India and Ceylon: Unity and Diversity*, London: Oxford University Press, 1967, p. 177.
37. R. Guha, *An Anthropologist Among the Marxists and Other Essays*, Delhi: Permanent Black, 2002, p. 94.
38. At that time, Gandhi was so unfamiliar with Ambedkar's pedigree that he thought he was a Brahmin.
39. Quoted in E. Zelliot, 'Gandhi and Ambedkar', art. cit. 40. Quoted in M. S. Gore, *The Social Context of an Ideology*, op. cit., p. 103. See also G. Omvedt, 'Gandhi and Ambedkar—Why the confrontation?' in M. L. Ranga (ed.), *B.R. Ambedkar*, op. cit., p. 84.
40. Cited in E. Zelliot, 'Gandhi and Ambedkar', art. cit., p. 83. This sub-committee included heavyweight conservatives such as Madan Mohan Malaviya, who had just revived *The Hindu* Mahasabha.

41. Quoted in Pyarelal, *The Epic Fast*, Ahmedabad: Mohanlal Maganlal Bhatt, 1932, pp. 114–15.
42. Quoted in E. Zelliot, 'Gandhi and Ambedkar', art. cit., p. 85.
43. U. Baxi, 'Emancipation as Justice', op. cit., p. 61. Baxi elaborates on this in a very perceptive manner: 'Gandhi knew that, all said and done, Ambedkar was a political liberal. And Gandhi knew par excellence how to deal with liberals. Through his experience, Gandhi had acquired the shrewd insight that the mainstream political liberals do not usually know strategies of handling or coming with non-violently manufactured crisis other than those of procrastination and compromise. Liberals, unlike revolutionaries, cannot comfortably face the opponents who undertake to die for a manifest cause? (Ibid.)
44. R. Kumar, 'Gandhi, Ambedkar and the Poona Pact, 1932', op. cit., p. 96.
45. If for a large section of the public—including Untouchable organisations—the priority was to save Gandhi's life, many others supported Ambedkar. In the distant Punjab, for instance, the Balmiki Ad-Dharm Mandal was closer to Ambedkar. (V. Prashad, *Untouchable freedom: A Social History of a Dalit Community*, Delhi: Oxford University Press, 2000, p. 87)
46. The list of participants from the Congress side was highly significant. Besides M. M. Malaviya, one found M. R. Jayakar, B. S. Moonje, N. C. Kelkar, G. D. Birla and Rajendra Prasad, who had all previously participated in Hindu Mahasabha meetings. On their side were also found other participants from the Congress, all of them upper caste (with the exception of A. V. Thakkar): Tej Bahadur Sapru, M. S. Aney, C. Rajagopalachari, Hridayanath Kunzru and Purushottam Thakurdas. Of the Untouchables, besides Ambedkar, M. C. Rajah and P. Baloo, the cricket player, had also been invited. This list draws on names obtained from the following sources: G. Omvedt, *Dalits and the Democratic Revolution*, op. cit., p. 173, R. Kumar, 'Gandhi, Ambedkar and the Poona Pact, 1932', art. cit., p. 97) and the British archives (P/Conf/81 Proceedings of the Home Department (Political) for the year 1932. India Office Library and Records (London), File no. 41-4/32).
47. Rajah was to join Ambedkar six years later, in 1938, after having been dismayed by the conservatism of the government formed by Congress in his province of Madras. He complained about it to Gandhi, who advised him to be patient and reaffirmed his confidence in the leader of the Madras government, a Brahmin, Rajagopalachari. Rajah, demoralised, thus came to regret the Poona Pact and opposed, like Ambedkar, the Quit India Movement of 1942 (O. Mendelsohn and M. Vicziany, *The Untouchables*, op. cit., p. 110). 49. Quoted in B. R. Nanda, *In Gandhi's footsteps—The Life and Times of Jamnalal Bajaj*, Delhi: Oxford University Press, 1990, p. 198.
1. 50. 'Gandhi had thus achieved what, as a true Satyagrahi, he always strove for: he had won his opponent's heart!' (R. Kumar, 'Gandhi, Ambedkar and the Poona Pact, on 1932', op. cit., p. 98).
2. 51. For the complete text of the pact, see R. Kumar, 'Gandhi, Ambedkar and the Poona Pact, 1932', op. cit., pp. 153–5.
3. 52. Cited in Appendix 1 to M. L. Ranga (ed.), *Dr. B. R. Ambedkar*, op. cit., p. 131.

4. 53. *Indian Annual Register*, 1932, vol. 2, Calcutta, 1932, pp. 257–9.
5. 54. The word Harijan was borrowed by Gandhi from a seventeenth-century Gujarati saint, Narsinh Mehta, as a delicate and honourable way of referring to Untouchables. But Ambedkar rejected it because of its condescending connotations. He preferred the term Dalit (broken, oppressed people). Ambedkar and other elected members of his party left the Bombay Legislative Assembly when Congress registered the name 'Harijan' under the Local Boards Act (J. Gokhale, *From Concessions to Confrontation*, op. cit., p. 139). The word Harijan sowed doubts about the ancestry of the Untouchables as if their unbridled sexual customs were such that one no longer had any idea who was the child of whom. In fact this term was often used to designate the children of women dedicated to the gods (devdasis) in temples who were sometimes abused by priests and whose progeny were exiled from society.
56. B. Ray (ed.), *Gandhi' campaign against untouchability, 1933–34–An account from the Raj's secret official reports*, New Delhi: Gandhi Peace Foundation, 1996, pp. 49–50.
57. Ibid., p. 74.
58. Ibid., p. 117.
59. Ibid., pp. 157–8.
60. Ibid., p. 191.
61. Ibid., p. 234.
62. Quoted in D. Keer, *Dr Ambedkar*, p. 221.
63. Quoted in ibid., p. 222.
64. Quoted in ibid., p. 227.
65. Quoted in ibid., p. 230.
66. Ibid., p. 217.
67. O. Mendelsohn and M. Vicziany, *The Untouchables*, op. cit., p. 106.
68. D. Keer, *Dr Ambedkar*, op. cit., p. 232.
69. Cited in 'Appendix 1, Face to face: Ambedkar and Gandhi on Temple-Entry Legislation put Forward by Ranga Iyer (Two Bills, February 1933)', in M. L. Ranga (ed.), *B. R. Ambedkar* op. cit., p. 131.
70. Cited in D. Keer, *Dr Ambedkar*, op. cit., pp. 218–19.
71. Quoted in O. Mendelsohn and M. Vicziany, *The Untouchables*, op. cit., p. 107.
72. B. Parekh, *Colonialism, Tradition and Reform*, op. cit., p. 238–9.
73. Cited in B. Ray (ed.), *Gandhi's Campaign against Untouchability*, op. cit., p. 243.
74. On Rajaji's conservatism, see J. P. Waghorne, 'Rajaji, the Brahmin', in B. L. Smith (ed.), *Religion and the legitimation of power in South Asia*, Leiden: E. J. Brill, 1978, pp. 53–72.
75. Cited in S. Bandhyopadhyay, '*Transfer of Power and the Crisis of Dalit Politics*', op. cit., p. 899. 75. For the province by province distribution, see B. A. V. Sharma, '*Development of Reservation Policy*' in B. A. V. Sharma and K. M. Reddy (eds), *Reservation Policy in India*, New Delhi: Light and Light Publishers, 1982, p. 15–16.

76. Cited in R. Guha, *An Anthropologist among the Marxists*, op. cit., p. 98.
77. Quoted in B. R. Ambedkar, *Annihilation of Caste*, New Delhi: Arnold Publishers, 1990, p. 16.
78. Ibid., p. 21. For the Arya Samaj the Vedas were the scriptures of Hinduism par excellence.
79. Ibid., p. 67
80. He refers here to the Third Round Table Conference.
81. Letter of Ambedkar to Dattoba of August 3, 1933. Private papers of Ambedkar, NMML, Microfilm section, reel no. 2, file no. 3. 82. Times of India, November 21, 1934 in *Source material on Dr Ambedkar and the Movement of Untouchables*, vol. 1, Bombay: Govt. of Maharashtra, 1982, p. 124.

•

5. அரசியல் களத்தில் அம்பேத்கரின் போராட்டங்கள்

1. 'Independent Labour Party. Its Formation and its Aims', *The Times of India*, 15 August 1936. (A reprint is available in *Ambedkar Private Papers*, NMML, Microfilm section, Reel no. 2, file no. 9.)
2. J. Gokhale, *From Concessions to Confrontation*, op. cit., pp. 132–3.
3. 'Independent Labour Party-Its Formation and Its Aims', op. cit., pp. 4–5.
4. Ibid., p. 5.
5. Ibid., p. 8.
6. J. Gokhale, *From Concessions to Confrontation*, op. cit., p. 140.
7. B. R. Ambedkar, *Annihilation of Caste*, op. cit., p. 47.
8. Ibid., p. 42.
9. Ibid., p. 46.
10. E. Zelliot, *Dr Ambedkar*, op. cit., p. 249. Janata, the newspaper founded by Ambedkar in 1929, supported about ten of the other independent candidates from the upper castes.
11. R. I. Duncan, *Levels, the Communication of Programmes and Sectional Strategies in Indian Politics*, with reference to the Bharatiya Kranti Dal and the Republican Party of India in Uttar Pradesh State and Aligarh district (UP), Ph.D., University of Sussex, 1979, p. 214.
12. E. Zelliot, 'Learning the Use of Political means', op. cit., p. 50.
13. In the Central Provinces and in Berar, these hereditary functions and the advantages which accompanied them had been already abolished and replaced by a monthly salary. Robertson gives evidence of the growing desire of the Mahar elite of the Bombay Presidency to emulate those of CP and Berar: 'The more enlightened among the Mahars themselves recognise that their vatandar privileges though precious in the light of sentiment, are yet occasions of bondage as all privileges are, and that economically it would be well for them if the example set by the Central Provinces and Berar were extended to all public servants everywhere." (A. Robertson, *The Mahar Folk*, op. cit., pp. 28–9)

14. Dr Babasaheb Ambedkar, *Writings and Speeches*, vol. 2, op. cit., p. 90.
15. Ibid., p. 96.
16. *Indian Annual Register*, 1937, vol. 2, Calcutta, 1937, p. 188.
17. Quoted in G. Omvedt, *Dalits and the Democratic Revolution*, op. cit., pp. 197–8.
18. Ibid., p. 198.
19. D. Keer, *Dr Ambedkar*, op. cit., p. 300.
20. Ambedkar was also disappointed with the socialists who did not bring enough support to his private bill (ibid., p. 310).
21. J. Gokhale, *From Concessions to Confrontation*, op. cit., p. 136.
22. Dr Babasaheb Ambedkar, *Writings and Speeches*, vol. 2, op. cit., pp. 201–32.
23. D. Keer, *Dr Ambedkar*, op. cit., pp. 313–16 and G. Omvedt, *Dalits and the Democratic Revolution*, op. cit., pp. 199–200.
24. E. Zelliot, *Dr Ambedkar*, op. cit., p. 25.
25. D. Keer, *Dr Ambedkar*, op. cit., p. 480.
26. V. Moon, *Growing up Untouchable in India*, op. cit., p. 66.
27. G. Omvedt, *Dalit and the Democratic Revolution*, op. cit., p. 207.
28. B. R. Ambedkar, 'Objections to Cripps proposals, App. IX to What Congress and Gandhi have done to Untouchables', Dr Babasaheb Ambedkar, *Writings and Speeches*, Bombay, Govt. of Maharashtra, vol. 9, p. 339.
29. D. Keer, *Dr Ambedkar*, op. cit., 350.
30. E. Zelliot, 'Learning the Use of Political Means', art. cit., pp. 52–3.
31. The impact of the propositions of the Cripps Mission on the Dalit leaders had been tremendous. This formula brought even M. C. Rajah to become still closer to Ambedkar. Like him, he regretted the absence, in this set of proposals, of a provision granting a separate electorate to Untouchables (ibid., p. 67, note 48). During his tour in the south, in 1944, Ambedkar was invited by M. C. Rajah to Madras (*Indian Express*, 26 Sept. 1944, *Private Papers of Ambedkar*, NMML, Microfilm Section, Reel no. 1).
32. D. Keer, *Dr Ambedkar*, op. cit., p. 63 and p. 128.
33. At the same time, just as he had been angered by the lack of consideration shown towards Untouchables by the Cripps Mission, Ambedkar protested against their being kept at a distance during the negotiations between Gandhi and Jinnah in Sept. 1944. *The Times of India*, 5 Sept. 1944.
34. 'The political demands of the Scheduled Castes-Resolutions passed by the Working Committee of the All-India Scheduled Caste Federation', App. XI to B. R. Ambedkar, *What Congress and Gandhi have done to Untouchables*, op. cit., pp. 346–7.
35. Resolution 8 considered that 'in the absence of an alternative system, the Parliamentary system of Government may have to be accepted' but the SCF demanded that Ministers representing the minorities should be inducted in the government after being designated by the minority communities themselves. Resolution 11 demanded that the Constitution should establish a framework 'for the transplantation of the Scheduled Castes from their present habitations

and form separate Scheduled Castes villages away and independent of Hindu villages'-a formula already used by Ambedkar in 1942. (Ibid., p. 353)
36. Cited in B. Nicholas, "Below the Bottom Rung": a British Estimate of Dr Ambedkar, 1944 in K. C. Yadav, *From Periphery to Centre Stage*, op. cit., p. 47.
37. *The Times of India*, 24 Sept. 1944.
38. Cited in *The Hindu (Madras)*, 26 Sept. 1944.
39. Cited in *The Liberator*, 26 Sept. 1944.
40. Ibid., 24 Sept. 1944.
41. P. D. Reeves, B. D. Graham and J. M. Goodman, *Elections in UP, 1920–51*, New Delhi: Manohar, 1975, pp. 315–19.
42. Jai Bheem (Madras) Dec. 25, 1946. Typescript among the Private Papers of Ambedkar, NMML, Microfilm Section, Reel no. 1. In a note from July 1947 he considered that Untouchable candidates, co-opted and elected by Congress in the constituencies where the high castes were in a majority, did not constitute anything else but 'an instrument of *The Hindus*'. (*Jai Bheem*, 16 July 1947)
43. E. Zelliot, 'Learning the Use of political means', op. cit., p. 53.
44. S. Bandyopadhyay, 'Transfer of power and the crisis of Dalit politics in India, 1945–47', *Modern Indian Studies*, 34 (4), 2000, p. 913.
45. E. Zelliot, *Dr Ambedkar*, op. cit., p. 265.
46. V. Moon, *Growing up Untouchable in India*, op. cit., p. 102. Moon also points out that 'the newspapers systematically (were) spreading the emotional propaganda that Ambedkar's party opposed independence.' (ibid., p. 96)
47. 'The Scheduled Castes' Federation Manifesto', in S. P. Singh Sud and Ajit Singh Sud (eds), *Indian Elections and Legislators*, Ludhiana: All India Publications, 1953, pp. 39–40.
48. Ibid., p. 39.
49. It is probably why the Election Manifesto of the SCF mentions not only Untouchables but also Other Backward Classes and – very probably for the first time with such an emphasis – Tribals. In fact, Ambedkar began to suspect that a solution to his political indecisiveness was to be found in a political strategy focussed on status groups which would advocate the cause of all the victims of discrimination based on birth.
50. Ibid., p. 39. On this question the manifesto says that the SCF 'regards the growing rate in the increase of population in the country so grave an evil that it would not hesitate to advocate more drastic methods of controlling it'
51. Ibid., p. 40.
52. J. Duncan, *Levels, the Communication of Programmes and Sectional Strategies in Indian politics*, op. cit., p. 236.
53. Ibid., p. 226–7.
54. J. Gokhale, *From Concessions to Confrontation*, op. cit., p. 216. At that time his hostility towards communism was fostered by his awareness of the situation prevailing in the Soviet bloc. There, said Ambedkar, Communists 'establish by means of violence what they call the dictatorship of the proletariat. They deprive all people who have property of political rights. They cannot have

representation in the legislation; they cannot have right to vote, they must remain what they call second grade subjects of the State, the ruled not sharing authority or power.' (Cited in 'Appendix 5; Essentials of Dr Ambedkar's Thinking: Buddhism and Communism', in M. L. Ranga (ed.), *B. R. Ambedkar* op. cit., p. 146)

55. J. Gokhale, *From Concessions to Confrontation*, op. cit., p. 217.
56. *Election Manifesto of the Scheduled Castes Federation*, SCF, 1957, p. 14 (Ambedkar papers, NMML, Section of microfilms, Reel no. 2.)
57. J. Duncan, *Levels* op. cit., p. 236.
58. As G. Omvedt points out, 'Ambedkar's political career was devoted to finding forms through which Dalits could exert themselves in an autonomous fashion and at the same time build an enduring alliance with non-Brahmans, Shudras, workers and peasants.' (G. Omvedt, *'Undoing the bondage'*, op.cit., pp. 139)
59. J. Gokhale, *From Concessions to Confrontation*, op. cit., p. 115.
60. S. Bandyopadhyay, 'Transfer of Power and the Crisis of Dalit Politics in India, 1945–47', op. cit., p. 898.
61. Ambedkar was then provisionally allocated the Labour portfolio in the new Executive Council which never saw light because Jinnah eventually refused to cooperate.
62. Ibid., pp. 920 and 924.

•

6. எதிர்ப்பதா, ஒன்று சேர்ந்து இயங்குவதா? அம்பேத்கரின் சாதுரியமும் மீட்சியும்

1. 'The Conference of the Deccan Mahars to the Right Honourable The Earl of Crewe', op. cit., p. 5.
2. Ibid., p. 2.
3. *The Servants of Somavamshiya Society*, op. cit.
4. B. R. Ambedkar, *Appeal on behalf of the Depressed Classes Institute*. This document is found in the Ambedkar Private Papers (NMML, Microfilm section Reel no. 2).
5. V. Verma, *'Colonialism and Liberation'*, art. cit., p. 2807.
6. *Proceedings, Indian Round Table Conference* – 12th November, 1930–19th January, 1931, Calcutta: Government of India, 1931, p. 123.
7. *The Bombay Chronicle*, August 18, 1930, in *Source material on Dr Babasaheb Ambedkar*, vol. 1, op. cit., p. 38.
8. *Indian Round Table Conference* – 12th November, op. cit., p. 124.
9. Ibid., p. 125.
10. K. M. Munshi, a traditionalist Hindu, was the Home Minister of the Bombay Government at that time. For more details about Munshi, who was to be a key figure in the Drafting Committee of the Indian Constitution, see C. Jaffrelot, *The Hindu Nationalist Movement*, London: Hurst, 1996, pp. 84–5.

11. G. Omvedt, *Dalits and the Democratic Revolution*, op. cit., p. 199.
12. *The Times of India*, 27 Dec. 1939. Cited in *Source Material*, vol. 1, op. cit., p. 206. Ambedkar had earlier protested against the refusal of the Congress government to introduce universal suffrage in local elections, whereas it had promised to do so. (*Bombay Sentinel*, 31 Jan. 1938, Ibid., p. 164)
13. To Gandhi, who objected that whatever he might say to the contrary, Ambedkar remained a patriot, he replied: 'You say I have a homeland, but I repeat that I am without it. How can I call this land my own homeland and this religion my own wherein we are treated worse than cats and dogs, wherein we cannot get water to drink? I do not feel sorry for being branded as a traitor; for the responsibilities of our actions lie with the land that dubs me a traitor.' (Quoted in D. Keer, *Dr Ambedkar*, op. cit., p. 166)
14. Dr Babasaheb Ambedkar, *Writings and Speeches*, vol. 2, op. cit., p. 258.
15. Quoted in M. S. Gore, *The Social Context of an Ideology*, op. cit., p. 187.
16. Dr Babasaheb Ambedkar, *Writings and Speeches*, vol. 10, Bombay Govt. of Maharashtra, 1991, pp. 110–11.
17. Ibid., vol. 2, op. cit., pp. 256–7.
18. When, in October 1939, B. G. Kher, the Chief Minister of the Bombay Presidency, denounced the Dalit separatism of Ambedkar in the name of the nationalist cause embodied by Congress, his dialogue with Ambedkar contained several significant sociological notions. B. G. Kher said: '... The part can never be greater than the whole. The whole must contain the part'. B. R. Ambedkar replied: 'I am not a part of the whole at all; I am a part apart.' (ibid., p. 261)
19. *The Bombay Chronicle*, 24 Oct. 1939, in *Source Material*, vol. 1, op. cit., p. 201.
20. *The Bombay Chronicle*, 23 July 1942, ibid., pp. 255-6.
21. *The Times of India*, 6 Feb. 1940 and Ambedkar's letter to *The Times of India*, in June 18, 1941, quoted in the *Source material*, vol. 1, op. cit., p. 210 and pp. 227–8.
22. Lelah Dushkin, 'Special Treatment Policy' in *The Economic Weekly*, vol. XIII, nos 43–6 and E. Zelliot, *Dr Ambedkar*, op. cit., p. 265. In 1946, the quota of 8.33 per cent was increased to 12.5 per cent so as to be more proportional to the population of Untouchables.
23. *The Liberator* (Madras), 24 Sept. 1944.
24. 'Dr Ambedkar as a Member of the Governor-General Executive Council, 1942–46', in Dr Babasaheb Ambedkar, *Writings and Speeches*, vol. 10, Bombay, Govt. of Maharashtra, 1991.
25. Ibid., p. 257 and p. 320.
26. Ibid., p. 323.
27. B. R. Ambedkar, 'Grievances of the Scheduled Castes' in Dr Babasaheb Ambedkar, *Writings and Speeches*, op. cit., pp. 416–17.
28. *The Hindu*, September 26, 1944, and Jai Bheem, March 12, 1946.
29. 'Dr Ambedkar and Mr Rajah to Sir S. Cripps' in Dr Babasaheb Ambedkar, *Writings and Speeches*, vol. 10, op. cit., p. 447.

30. S. Bandyopadhyay, 'Transfer of Power and the Crisis of Dalit Politics', op. cit., p. 925.
31. V. Moon, *Growing up Untouchable in India*, op. cit., p. 102.
32. S. Bandyopadhyay, 'Transfer of Power and the Crisis of Dalit Politics', op. cit., p. 928.
33. *The Bombay Chronicle*, April 27, 1942, in Source material, vol. 1, op. cit., p. 247.
34. *Constituent Assembly Debates* [hereafter CAD], New Delhi: Lok Sabha, 1989, vol. 1, pp. 100–1. Ambedkar was also loudly applauded when he said, about the form of the state to be built: 'I like a strong united Centre.' (ibid., p. 102)
35. D. Keer, *Dr Ambedkar*, op. cit., p. 382.
36. G. Austin, *The Indian Constitution—Cornerstone of a Nation*, Bombay: Oxford University Press, 1972, p. 13 (fn) and H. S. Verma and N. Verma, 'Dr Ambedkar and the framing of the Indian Constitution', paper presented to the colloquium 'Contribution of Dr B. R. Ambedkar to Law and Constitution of India', Lucknow, April 15, 1997
37. A veteran of the Constituent Assembly, R. M. Nalawade, emphasised that Nehru and Patel were lukewarm about allocating ministerial office to Ambedkar but that Gandhi insisted that he be included in the project of national construction (S. M. Gaikwad, 'Ambedkar and Indian nationalism', *EPW*, March 7, 1998, p. 518). This hypothesis is accredited by a conversation of 1946 between the Mahatma and two foreign visitors-Muriel Lester, an English Quaker, and Miss Descher, an American missionary—during which he expressed the wish that Ambedkar should become a part of the first government of independent India. (M. S. Gore, *The Social Context of an Ideology*, op. cit., p. 180)
38. Quoted in G. Austin, *The Indian Constitution*, op. cit., p. 19–20.
39. On Ambedkar's views regarding economic policies and planning, see S. K.Thorat, 'Ambedkar's Thought on Economic Development and Planning", in Shyam Lal and K. S. Saxena (eds), *Ambedkar and Nation-Building*, Jaipur: Rawat, 1998, pp. 76–98.
40. Cited in U. Baxi, 'Emancipation and Justice: Legacy and Vision of Dr Ambedkar' in K. C. Yadav (ed.), *From Periphery to Centre Stage*, op. cit., p. 55.
41. Some of Ambedkar's followers were appalled by his joining hands with the Congress. SCF leaders seceded to join the Socialists and the UPSCF 'desintegrated' (S. Pai, *Dalit Assertion and the Unfinished Democratic Revolution*, New Delhi: Sage, 2002, p. 63).
42. 'Ambedkar's Memorandum and Draft Articles on the Rights of States and Minorities'in B. Shiva Rao (ed.), *The Framing of India's Constitution*, vol. 2, New Delhi: Indian Institute of Public Administration, 1967, pp. 93—4.
43. Ibid., p. 95.
44. Ibid., p. 109.
45. The book appeared in the form of a series of questions aiming to delimit the terms of the debate but Ambedkar ended it in a clear-cut manner: 'Once it becomes certain that the Muslims want Pakistan there can be no doubt that the wise course would be to concede the principle of it' ('Reprint of Pakistan or

the Partition of India', in Dr Babasaheb Ambedkar, *Writings and Speeches*, vol. 8, Bombay: Govt. of Maharashtra, 1990, p. 368).

46. 'Ambedkar Memorandum', op. cit., p. 112.
47. 'Scheduled Castes' Federation Manifesto', art. cit., p. 40.
48. R. K. Kshirsagar, *Dalit Movement in India and its leaders*, New Delhi: MD Publications, 1994, pp. 247-8.
49. B. Shiva Rao (ed.), *The Framing of India's Constitution*, vol. 2, op. cit., p. 327.
50. Ibid., p. 331.
51. 'Reports on minority rights – August on 1947', in ibid., p. 412.
52. Ibid., p. 415.
53. CAD, vol. 5, p. 259.
54. Ibid., p. 260.
55. Ibid., p. 265.
56. Ibid., p. 272.
57. Ibid., p. 270.
58. Ibid., vol. 7, p. 39.
59. S. Bandyopadhyay, 'Transfer of Power and the Crisis of Dalit Politics', op. cit., p. 893.
60. Cited in ibid.

•

7. இந்திய அரசியலமைப்புச் சட்டத்தை உருவாக்குவது

1. G. M. Tartakov, 'Ambedkar Statues', Dalit International Newsletter, vol. 3, no. 2, June, 1998, p. 1. This Westernised appearance was a source of pride to Dalit supporters of Ambedkar, as is testified by the memoirs of Baby Kamble: 'a big and sturdy stature, the brightness of youth, the skin fair, the wide forehead, a voice sweet as nectar, a suit and shoes as white sahibs'. (B. Kamble, *'Notre existence'*, op. cit., p. 242, emphasis added)
2. A. Shourie, *Worshipping False Gods, Ambedkar and the Facts which have been Erased*, New Delhi: ASA, 1997, p. 586. 3. This is what one deduces from the interview of the biographer of Nehru, Brecher (Michael Brecher, *Nehru: A Political Biography*, London: Oxford University Press, 1959, p. 423).
3. H. S. Verma and N. Verma, 'Dr Ambedkar and Framing of the Indian Constitution: a Contemporary re-assessment, op. cit.
4. Ambedkar was a member of the two sub-committees of the Advisory Committee (the one on fundamental rights, the other one on rights of the minorities) and of the Union of the Powers Committee.
5. CAD, vol. 7, p. 231. Rajendra Prasad, the President of the Constituent Assembly, gave a similar assessment: 'Sitting in the Chair, and watching the proceedings from day to day, I have realised, as nobody else could have, with what zeal and devotion the members of the Drafting Committee, and especially its

Chairman, Dr Ambedkar, in spite of his indifferent health have worked. We could never make a decision which was or could be ever so right as when we put him on the Drafting Committee, and made him its Chairman. He has not only justified his selection but has added lustre to the work which he has done.' (cited in K. N. Kadam, *Dr Babasaheb Ambedkar*, op. cit., p. 51)

6. *CAD*, vol. 7, op. cit., p. 402.
7. Ibid., p. 494.
8. Ibid., p. 518.
9. Ibid., p. 582.
10. Ibid., p. 589.
11. Ibid., p. 952.
12. Ibid., p. 1139.
13. Ibid., p. 31.
14. Ibid., p. 38–9.
15. A mantra, in Hinduism, is a ritual formula. Here, it refers to the constitutional project to which Gandhi had given his blessing shortly before his death.
16. *CAD*, vol. 7, op. cit., pp. 218–19.
17. Ibid., p. 256.
18. Ibid., p. 316.
19. Ibid., p. 426.
20. Ibid., p. 426.
21. Ibid., p. 520.
22. Ibid., p. 523.
23. Ibid., p. 524.
24. Ibid., p. 525.
25. Ibid., p. 41.
26. Ibid., p. 532. Ambedkar generously replied: "... Sir, as there is a considerable amount of feeling that the Directive Principles should make some reference to cottage industries, I am agreeable in principle to introduce in article 34 some words to give effect to the wishes of the Members of this House. (Ibid., p. 535)
27. Ibid., p. 499.
28. Ibid., p. 566.
29. Ibid., p. 223.
30. Ibid., p. 568.
31. Ibid.
32. Quoted in D. Keer, *Dr Ambedkar*, op. cit., p. 415.
33. *CAD*, vol. 7, op. cit., p. 781, speech of December 2, 1948.
34. Ibid., vol. 5, speech of April 9, 1948.
35. M. Yasin, 'Hindu Code Bill and Dr Ambedkar', *Towards Secular India*, 2 (1), Jan.-March 1996, p. 24.

36. Reba Som, 'Jawaharlal Nehru and *The Hindu* Code: A victory of Symbol over Substance?' Modern Asian Studies, 28 (1), 1994, p. 171.
37. Quoted in D. Das (ed.), *Sardar Patel Correspondence, 1945–1950*, Ahmedabad: Navajiyan, 1947, vol. vi, p. 40a.
38. D. Keer, *Dr Ambedkar*, op. cit., p. 426.
39. R. Som, 'Jawaharlal Nehru and The Hindu Code', art. cit., p. 185–7.
40. D. Keer, *Dr Ambedkar*, op. cit., pp. 435-6.
41. Quoted in R. Som, 'Jawaharlal Nehru and The Hindu Code', art. cit., p. 184.
42. Eventually, the various elements of *The Hindu* Code Bill were adopted between 1955 and 1961: *The Hindu* Marriage Act was voted in May, 1955. It prohibited polygamy,- and reinforced the legal status of inter-castes marriages and divorces. – *The Hindu* Succession Act was voted in May, 1956. It raised girls to the rank of the legal heir, in the same way as widows or sons. — *The Hindu* Adoptions and Maintenance Act was voted in December, 1956. It legalised the adoption of girls, till then little practised as foster parents invariably tried to adopt a son. – Finally, the Dowry Prohibition Act was voted in July, 1961 to forbid the practice of Dowry – but it was hardly followed by any positive effects.

•

8. 'மதமாற்றம் எனும் 'தீர்வு'

1. J. Gokhale, *From Concessions to Confrontation*, op. cit., pp. 159–60.
2. Quoted in M. S. Gore, *The Social Context of an Ideology*, op. cit., p. 91.
3. D. Keer, *Dr Ambedkar*, op. cit., pp. 130–2. A little later, Untouchables in a village near Nasik made known to Ambedkar their willingness to convert to Islam, but he recommended patience instead (ibid., p. 252). In May, 1932, the General Secretary of the Buddha Mahasabha called upon Untouchables to become Buddhists, albeit without much effect (ibid., p. 200).
4. Ibid., p. 240.
5. Ibid., p. 252. On November 9, 1935, a committee called The Hindu Dharma Tyag (renouncement of Hinduism) prepared a list of Untouchables willing to leave Hinduism (E. Zelliot, *Dr Ambedkar*, op. cit., p. 206).
6. This decision was also over determined by the horrific massacres of Dalits in the Gujarat village of Kavitha in 1935.
7. Cited in Bhagawan Das, *Thus spoke Ambedkar*, vol. 4, op. cit., p. 108.
8. Ibid., p. 47.
9. Ibid., p. 51.
10. See *Indian Annual Register*, 1936, vol. 1, Calcutta, 1936, p. 277.
11. Ibid., p. 278.
12. J. Gokhale, *From Concessions to Confrontation*, op. cit., p. 189. That Ambedkar qualified conversion to Islam and to Christianity as 'denationalisation' is not insignificant given that it was also a term-and interpretation—to which The

Hindu nationalists have had recourse (see C. Jaffrelot, 'Militant Hindus and the Conversion Issue (1885-1990): From Shuddhi to Dharm Parivartan. The Politisation and the Diffusion of an 'Invention of Tradition', in J. Assayag (ed.), *The Resources of History: Tradition, Narration and Nation in South Asia*, Paris/Pondichéry: EFEO/IFP, 1999, pp. 127–52).

13. *Indian Annual Register*, 1936, vol. 1, Calcutta, 1936, p. 278.
14. *Indian Annual Register*, 1935, vol. 2, Calcutta, 1935, p. 32.
15. Ibid., pp. 232–3.
16. Ibid., p. 132, and D. Keer, *Dr Ambedkar*, op. cit., p. 254.
17. E. Zelliot, *Dr Ambedkar*, op. cit., p. 218.
18. Cited in D. Keer, *Dr Ambedkar*, op. cit., p. 254.
19. E. Zelliot, *Dr Ambedkar*, op. cit., p. 221.
20. Ibid., p. 220.
21. Bhagwan Das, *Thus spoke Ambedkar*, vol. 4, op. cit., p. 140.
22. Ibid., p. 117.
23. D. Keer, *Dr Ambedkar*, op. cit., p. 255.
24. Ibid., p. 265.
25. K. Meadowcroft, 'Trading in Religio-Political Identities? The 1936 Moonje Ambedkar Pac•', in H. Johnston, R. Chowdhari-Tremblay and John R. Wood (eds), *South Asia between turmoil and hope*, South Asia Council of Canadian Asia Studies Association and Shastri Indo-Canadian Institute, 2000, p. 115.
26. *India Annual Register* 1935, vol. 2, p. 30.
27. Ibid., p. 305.
28. For a biography of Baloo, see Ramchandra Guha, *A Corner of a Foreign Field: The Indian History of a British Sport*, London: Picador, 2002, pp. 81-186.
29. K. Meadowcroft, 'Trading in Religio-Political Identities', p. 104.
30. *The Times of India*, April 14, 1936.
31. C. Jaffrelot, *The Hindu Nationalist Movement*, op. cit., chapter 1.
32. *The Times of India*, April 14, 1936.
33. Cited in V. Moon, *Growing up Untouchable in India*, op. cit., p. 40.
34. Ibid.
35. Private Papers of Moonje, Nehru Memorial Museum and Library (New Delhi) (Section of microfilms) reel no. 11 (Letter of Moonje to Kelkar of June 18, 1936).
36. Moonje was certainly unwilling further to integrate Dalits in Hindu society. Meadowcroft points out that he even compared them to snakes (K. Meadowcroft, 'Trading in Religio-Political identities', op. cit., p. 105).
37. *The Times of India*, April 14, 1936.
38. J. Lütt, 'The Shankaracharya of Puri' in A. Eschmann (ed.), *The Cult of Jagannath and the Regional Tradition of Orissa*, New Delhi: Manohar, 1978, p. 416; I. Prakash, *A Review of the History and Work of The Hindu Mahasabha and The Hindu Sangathan Movement*, New Delhi: Akhil Charatiya Hindu Mahasabha, 1938, p. 344.

39. Quoted in Bhagwan Das (ed.), *Thus spoke Ambedkar*, vol. 4, op. cit., p. 208.
40. Private Papers of Moonje, NMML (Section of Microfilms), Reel no. 11 (Moonje's letter to the Maharajah of Patiala, June 20, 1936).
41. *Indian Annual Register*, 1936, vol. 1, Calcutta, 1936, p. 278.
42. Private Papers of Moonje, NMML (Section of microfilms), Reel no. 11 (Moonje's letters to the Maharajah of Patiala, June 28 and July 8, 1936).
43. Ibid., Letter of Moonje to Malaviya, August 23, 1936.
44. K. Meadowcroft, 'Trading in Religio-Political Identities?', op. cit., p. 95.
45. Bhagwan Das (ed.), *Thus Spoke Ambedkar*, vol. 4, op. cit., p. 110.
46. Quoted in ibid., p. 310.
47. Quoted in ibid., p. 148–9.
48. *Indian Annual Register*, 1936, vol. 1, op. cit., p. 279.
49. Ibid. Gandhi, unsurprisingly, approved of Rajah's stand. In a letter he sent him on July 26 he said: 'I do not understand Dr Moonje's or Dr Ambedkar's position. For me removal of Untouchability stands on a footing all (sic) its own. It is to me a deeply religious question.' (Ibid.)
50. Bhagawan Das (ed.), *Thus spoke Ambedkar*, op.cit., p. 155. Rajbhoj, a Chambhar from Poona as mentioned above, joined The Hindu Mahasabha, which offered him a prestigious platform. He supported thus Malaviya's initiative concerning the Mantra Diksha. However, he was to join Ambedkar's Scheduled Castes' Federation in 1942 and to convert to Buddhism in 1956, before opting definitively for the Congress after Ambedkar's death in 1956 (M. Gautam, *Bapusaheb Rajbhoj*, Aligarh: Siddhartha Gautam Sikshan and Sanskriti Samiti, 1995).
51. Bhagawan Das, *Thus spoke Ambedkar*, vol. 4, op. cit., p. 161.
52. Ibid., p. 230.
53. E. Zelliot, *Dr Ambedkar*... op. cit., p. 214–15. The organisers convened a new meeting in Poona on 10 April 1937. Jagjivan Ram criticised the gathering's main architect, Baldev Prasad Jaiswar, for being a stooge of the Christian missions, and the day before the session began, Jagjivan Ram's associates took control of the meeting, which declared against conversions.
54. Quoted in Bhagwan Das (ed.), *Thus spoke Ambedkar*, op. cit., p. 307.
55. Exceeding their mission, they were converted before returning to Bombay where Ambedkar received them without much warmth (D. Keer, *Dr Ambedkar*, op. cit., p. 284).
56. E. Zelliot, *Dr Ambedkar*, op. cit., p. 225.
57. D. C. Ahir, *Dr Ambedkar* and Punjab, Delhi: B. R. Publishing, 1992, p. 12.
58. H. K. Puri, 'Scheduled Castes in Sikh Community', *EPW*, 28 June 2003, p. 2698.
59. Private Papers of Moonje, NMML (Section of microfilms), Reel no 11. Letter of Moonje to Malaviya, June 10, 1936.
60. V. Moon, *Growing up Untouchable in India*, op. cit., p. 44.
61. Ibid., p. 131.
62. Ibid., p. 133.

63. On May 24, 1956, during a meeting organised in honour of the anniversary of Buddha, he declared: 'At the very young age of fourteen, Mr. Dadasaheb Keluskar had in a meeting presented me with a biography of Bhagwan Buddha. Since then my mind has always been under the influence of Buddhism? (Dr Babasaheb Ambedkar, 'Buddhism and Hinduism are not the same thing', a talk given on May 24, 1956 (Marathi), Private Papers of Ambedkar, NMML (Section of microfilms), Reel no. 2).

64. In 1951, he named the second college he created the 'Milind College', after the name of the Greek king who had converted to Buddhism.

65. CAD, vol. 3, p. 501.

66. D. Keer, *Dr Ambedkar*, op. cit., p. 481. These symbols received the general approval of secularists such as Nehru because they allowed India to root the new Republic in a nationalist past, being quite neutral on a religious plane, as distinct from the most numerous and politically aware communities—the Hindus, Muslims, Sikhs and Christians.

67. Interviews of May 5, 1950 and of May 25, 1950 cited in D. Keer, *Dr Ambedkar*, op. cit., p. 421.

68. Ibid., pp. 423-4.

69. V. Rodrigues, 'Making a Tradition Critical: Ambedkar's Reading of Buddhism in P. Robb (ed.), *Dalit Movements and the Meanings of Labour in India*, Delhi:OUP, 1993, p. 307.

70. Ibid., op. cit., p. 311.

71. Ibid., p. 326.

72. Ibid., p. 327.

73. Cited in ibid., p. 327.

74. For example, Hinduism took over Lord Buddha by making him Vishnu's seventh incarnation.

75. Quoted in K. N. Kadam (ed.), *Dr B. R. Ambedkar: The Emancipator of the Oppressed*, Bombay: Popular Prakashan, 1993, p. 1.

76. On this notion see, R. Kothari, 'Tradition and Modernity Revisited', Government and Opposition, summer 1968, p. 273–93.

77. O. Lynch, 'Dr B. R. Ambedkar-Myth and Charisma' in J. M. Mahar (ed.), *Untouchables in Contemporary India*, op. cit., p. 97.

78. Dr Babasaheb Ambedkar, 'Buddhism and Hinduism are not the same', art. cit.

79. Quoted in D. Keer, *Dr Ambedkar*, op. cit., p. 500.

80. Cited in G. S. Lokhande, *Bhimrao Ramji Ambedkar*, New Delhi: Intellectual Publishing House, 1977 (1982), pp. 255-6. 81. According to Ambedkar, 380,000 people took part in this unprecedented mass-conversion (V. Rodrigues, 'Making a Tradition Critical', op. cit., p. 299).

81. E. Zelliot, *Dr Ambedkar*, op. cit., p. 236. The wife of D. R. Jadhav, who took part in this ceremony gives a fascinating account in N. Jadhav, *Intouchable*, op. cit., p. 260.

82. E. Zelliot, *Dr Ambedkar*, op. cit., p. 239.

83. E. Zelliot, *From Untouchable to Dalit*, op. cit., pp. 138–9.

84. D. Keer, *Dr Ambedkar*, op. cit., p. 521.
85. Cited in ibid., p. 503.
86. Quoted in ibid., p. 498.
87. A converted Mahar whose autobiography we have already quoted, Baby Kamble, cites in this respect two poems of her composition where one finds the lyric of bhakti. One of them begins by establishing a link between Ambedkar and a saint of Maharashtra ('Chokhoba we have prepared for Indra's heavenly court a pure nectar. But it is my Bhim which brought it to us on earth and distributed it in our huts and our shanties'). The other one deserves to be quoted in its entirety: Bhim, what I have, I make you the offering of it At your feet my flower, Of misfortune I broke the silence. One by one all the glow of misfortune. Given flower, Tears fallen from my eyes, Bhim, I bathe your feet. From bottom of the soul fire burns, its light burns In this all embracing light, here is Buddha Bhim. (Baby Kamble, *'Notre existence'*, art. cit., p. 159)
88. O. Lynch, *'Dr B. R. Ambedkar'*, op. cit., p. 106.
89. B. Kamble, *'Notre Existence'*, art. cit., p. 257.
90. Cited in N. Jadhav, *Untouchable*, op. cit., p. 263.
91. Cited in J. Gokhale, *From Concessions to Confrontation*, op. cit., p. 182.
92. A. C. Pranjpi, 'The Becoming' of Dr Ambedkar: A Socio-psychological Study', in M. L. Ranga (ed.), *B. R. Ambedkar: Life, work and relevance*, Delhi: Manohar, 2000, p. 38.
93. A. Kurane, *Ethnic Identity and Social Mobility*, Jaipur: Rawat, 1999, p. 107.
94. Ibid., p. 148.
95. Ibid., pp. 165–71. However, inter-caste marriages are very few and spatial segregation in well identified neighbourhood remains the rule.
96. S. Pai, *Dalit Assertion*, op. cit., p. 55.
97. O. Lynch, 'Dr B. R. Ambedkar-Myth and Charisma', op. cit., p. 105.
98. For more details see C. Jaffrelot, *India's Silent Revolution: The Rise of the Lower Castes in North India*, London: Hurst, 2003, p. 208.
99. G. Omvedt, 'Undoing the bondage', op. cit., p. 136.
100. Cited in N. Jadhav, *Intouchable*, op. cit., p. 247.
101. Cited in G. Poitevin, *The Voice and the Will*, op. cit., p. 179.
102. E. Zelliot, *From Untouchable to Dalit*, op. cit., p. 219.
103. Ibid., p. 220.
104. Ibid.
105. Ibid., p. 195.
106. Ibid., p. 209.
107. Ibid., p. 139.
108. B. Kamble, *'Notre existence'*, op. cit., p. 245.
109. D. Pawar, *Ma vie d'intouchable*, op. cit., p. 94.

•

9. தற்காலத்தில் அம்பேத்கரின் தேவையும் தாக்கமும்

1. Mark Jürgensmeyer, *Religious Rebels in the Punjab: The Social Vision of Untouchables*, Delhi: Ajanta Publications, 1988, p. 163.
2. O. Lynch, *Politics of Untouchability*, op. cit., pp. 86–7.
3. O. Mendelsohn and M. Vicziany, *The Untouchables*, p. 73.
4. Sukumar Muralidharan, 'New writing on Ambedkar', Seminar 425, Jan. 1995, p. 76.
5. *The Times of India*, Sept. 10, 1992. The first voluine of Ambedkar's collected works had been published in 1979 and the second in 1982 but the project had been suspended at that point, hence the third appeared only in 1987.
6. D. R. Nagaraj, *The Flaming Feet: A Study of the Dalit Movement*, Bangalore: South Forum Press, 1993, p. 57.
7. Ibid., p. 56.
8. *Harijan*, 17 September 1934.
9. S. Palshikar, 'Gandhi-Ambedkar Interface... When shall the Twain Meet'?, *EPW*, 3 Aug. 1996, p. 202.
10. Anupama Rao, 'Arguing against Inclusion', *EPW*, Feb. 22, 1997, pp. 427–8. See also Palshikar's answer, 'Gandhi and Ambedkar', *EPW*, in July 26, 1997, pp. 1918–19.
11. A. Shourie, *Worshipping False Gods: Ambedkar and the Facts which have been Erased*, New Delhi: ASA, 1997, p. 82.
12. Ibid., p. 229.
13. Ibid., p. 41.
14. Ibid., p. 70.
15. S. M. Gaikwad, 'Ambedkar and Indian Nationalism', *EPW*, March 7, 1998, p. 517.
16. Ibid.
17. Ibid.
18. A. Shourie, *Worshipping False Gods*, op. cit., p. 374.
19. Ibid., p. 43.
20. Ibid., pp. 380–1.
21. Moreover, Shourie quotes one of the ideologues of the Sangh Parivar, P. Parmeswaran, the author of Narayan Guru's biography (P. Parmeswaran, *Narayan Guru, The Prophet of Renaissance*, New Delhi: Suruchi Sahitya, 1979).
22. A. Shourie, *Worshipping False Gods*, op. cit., p. 329.
23. Ibid., p. 371.
24. Ibid., p. 364.
25. J. Gokhale, *From Concessions to Confrontation*, op. cit., p. 2.
26. I. Duncan, *Levels, the Communication of Programmes and Sectional Strategies in Indian Politics*, op. cit., p. 245.
27. Ibid., p. 251.

28. J. Gokhale, *From Concessions to Confrontation*, op. cit., p. 220.
29. M. Gautam, *Bapusaheb Rajbhoj*, Aligarh: Siddhartha Gautam Sikshan and Sanskriti Samiti, 1995.
30. Interview with B. P. Maurya, Nov. 15, 1997, New Delhi.
31. *The Hindustan Times*, 27 July 1999.
32. Interview with Kanshi Ram, November 12, 1996 Delhi.
33. S. Pai, *Dalit Assertion*, op. cit., p. 123.
34. R. Ramaseshan, 'Dalit Politics in U.P., *Seminar*, Jan. 1995, p. 73.
35. C. Jaffrelot, 'The Bahujan Samaj Party in North India: No longer just a Dalitparty?' *Comparative Studies of South Asia, Africa and the Middle East*, 18 (1) 1998, pp. 35–51.
36. S. Pai, *Dalit Assertion*, op. cit., p. 1990. In 1980 Kanshi Ram toured North India with a pictorial display of Ambedkar's life and views. Called 'Ambedkar on wheels' it visited thirty-four destinations in nine states (Mendelsohn and Vicziany, *The Untouchables*, op. cit., p. 222).
37. Kanshi Ram, *Bahujan Samaj ke lye asha ki kiran*, New Delhi: Bahujan Publications, 1992, p. 58 (Hindi).
38. *Bahujan Sangathak*, Nov. 11, 1996 (Hindi).
39. P. Kumar, 'Dalits and the BSP in Uttar Pradesh-issues and challenges', *EPW*, April 3, 1999, p. 826.
40. P. Brass, 'General Elections, 1996 in Uttar Pradesh: Divisive Struggles Influence Outcome', *EPW*, Sept. 20, 1997, p. 2410.
41. P. K. Kumar, 'Dalits and the BSP in Uttar Pradesh', op. cit., p. 822.
42. S. Pai, *Dalit Assertion*, op. cit., p. 71.
43. Ibid., pp. 101-2.
44. Narayanan—from the Paravan fishermen's caste of Kerala-started his career like Ambedkar since it was due to the a philanthropic organisation, later to the Tata firm and a reference letter of Nehru to Harold Laski that he was able to pursue his studies at LSE. But he opted then for the Indian Foreign Service (an elite corps of the Indian administration which took him to the post of India's ambassador to the United States) and to politics: the year of his retirement in 1992, he was elected as a MP on the Congress ticket. (I am grateful to Eleanor Zelliot for this piece of information. See also R. Krishnakumar, 'A long Journey: From Ushavoor to Rashtrapati Bhavan', Frontline, July 11, 1997, pp. 12–161.)
45. K. R. Narayanan, 'En Souvenir d'Ambedkar', art. cit., pp. 116-24.

●

முடிவுரை

1. Cf. Arjun Dangle (ed.), *Poisoned Bread* - Translations from Marathi Dalit Literature, Hyderabad: Orient Longman, 1992; one can also read in French the biography of one such Dalit poet, Daya Pawar, *Ma vie d'intouchable*, op. cit., and Guy Poitevin's chapter, 'La Littérature Dalit' in C. Jaffrelot (ed.),

L'Inde Contemporaine de 1950 à nos jours, Paris: Fayard, 1997.
2. Prahlad Gangaram Jogodand, *Dalit Movement in Maharashtra*, New Delhi: Kanak, 1991, pp. 70–86.
3. *The Hindustan Times*, Aug. 21, 1999.
4. *The Hindu*, Aug. 2, 1997.
5. See G. M. Tartakov, Ambedkar's statues', *Dalit International Newsletter*, 3 (2), June 1998, p. 1. 0. P. Kumar, 'Dalit and the BSP in Uttar Pradesh', op. cit., p. 824.
6. In Delhi, two statues of S. C. Bose and of Bhagat Singh, two figures of the independence movement known for their hostility to Gandhian non-violence, were installed overnight on plinths reserved for two statues of Ambedkar and ChhotuRam, a peasant leader (*The Hindu*, 2 Oct. 1999).
7. J. V. Deshpande, 'Behind Dalit Anger', *EPW*, Aug. 16, 1997, p. 2090.
8. For a detailed analysis of this violence see Broken People. Caste violence against *India's Untouchables, New York: Human Rights Watches*, 1999, p. 127–38.

•

Select Bibliography

A. Works by Dr. Ambedkar

Dr Babasaheb Ambedkar, *Writings and Speeches*, vol. 1, Bombay: Govt. of Maharashtra, 1979.

Dr Babasaheb Ambedkar, *Writings and Speeches*, vol. 2, Bombay: Govt. of Maharashtra, 1982.

Dr Babasaheb Ambedkar, *Writings and Speeches*, vol. 3, Bombay: Govt. of Maharashtra, 1987.

Dr Babasaheb Ambedkar, *Writings and Speeches*, vol. 5, Bombay: Govt. of Maharashtra, 1989.

Dr Babasaheb Ambedkar, *Writings and Speeches*, vol. 7, Bombay: Govt. of Maharashtra, 1990.

Dr Babasaheb Ambedkar, *Writings and Speeches*, vol. 8, Bombay: Govt. of Maharashtra, 1990.

Dr Babasaheb Ambedkar, *Writings and Speeches*, vol. 9, Bombay: Govt. of Maharashtra, 1990.

Dr Babasaheb Ambedkar, *Writings and Speeches*, vol. 10, Bombay: Govt. of Maharashtra, 1991.

Dr Babasaheb Ambedkar, *Writings and Speeches*, vol. 11, Bombay: Govt. of Maharashtra, 1992.

B. R Ambedkar, *Annihilation of Caste*, New Delhi: Arnold Publishers, 1990.

Source material on Dr Ambedkar and the Movement of Untouchables, vol. 1, Bombay: Govt. of Maharashtra, 1982.

Bhagawan Das (ed.), *Thus spoke Ambedkar*, vol. 4, Bangalore: Ambedkar Sahithya Prakashana, n.d..

V. Rodrigues (ed.), *The Essential Writings of of B. R. Ambedkar*, Delhi: Oxford University Press, 2002.

B. Books

G. Austin, *The Indian Constitution – Cornerstone of a Nation*, Bombay: Oxford University Press, 1972.

D. E. U. Baker, *Changing Political Leadership in an Indian Province - The Central Provinces and Berar, 1919–1939*, Delhi: Oxford University Press, 1979.

Arjun Dangle (ed.), *Poisoned Bread: Translations from Marathi Dalit Literature*, Hyderabad: Orient Longman, 1992.

F. Frankel and M. S. A. Rao (eds), *Dominance and State Power in Modern India – Decline of a Social Order*, vols 1 and 2, Delhi: Oxford University Press, 1989 and 1990.

F Gaekwad, *Sayajirao of Baroda*, Bombay: Popular Prakashan, 1989.

M. Gautam, *Bapusaheb Rajbhoj*, Aligarh: Siddhartha Gautam Sikshan and Sanskriti Samiti, 1995.

V. Geetha and S. V. Rajadurai, *Towards a Non-Brahmin Millenium-From Iyothee Thass to Periyar*, Calcutta: Samya, 1998.

J. Gokhale, *From Concessions to Confrontation: The Politics of an Indian Untouchable Community*, Bombay: Popular Prakashan, 1993.

M. S. Gore, *Non-Brahmin Movement in Maharashtra*, New Delhi: Segment Books, 1989.

M. S. Gore, *The Social Context of an Ideology: Ambedkar's Political and Social Thought*, New Delhi: Sage, 1993.

R. Guha, *An Anthropologist among the Marxists and Other Essays*, Delhi: Permanent Black, 2002.

C. Jaffrelot, *The Hindu Nationalist Movement and Indian Politics*, London: Hurst, 1996.

_____, *India's Silent Revolution: The Rise of the Lower Castes in North India*, London: Hurst, 2003.

M. R. Jayakar, *The story of my life*, Bombay: Asian Publishing House, 1958, vol. 1.

Jogodand, Prahlad Gangaram, *Dalit Movement in Maharashtra*, New Delhi: Kanak, 1991.

Mark Jürgensmeyer, *Religious Rebels in the Punjab: The Social Vision of Untouchables*, Delhi: Ajanta Publications, 1988.

K. N. Kadam, *Dr Babasaheb Ambedkar and the significance of his movement*, Bombay: Popular Prakashan, 1991.

_____ (ed.), *Dr B. R. Ambedkar—Emancipator of the Oppressed*, Bombay: Popular Prakashan, 1993.

Shantabai Kamble and Baby Kamble, *Parole de femme intouchable*, Paris: Côté-femmes éditions, 1991.

D. Keer, *Mahatma Jotirao Phooley—Father of Indian Social Revolution*, Bombay: Popular Prakashan, 1974.

R. Kothari (ed.), *Caste in Indian Politics*, New Delhi: Orient Longman, 1970.

R. K. Kshirsagar, *Dalit Movement in India and its leaders*, New Delhi: MD Publications, 1994.

W. N. Kuber, *B. R. Ambedkar*, New Delhi: Govt. of India, 1978.

_____, *The Life of Dr Ambedkar*, Hyderabad: Babasaheb Dr Ambedkar Memorial Society, 1979.

Shyam Lal and K. S. Saxena (eds), *Ambedkar and Nation-Building*, Jaipur: Rawat, 1998.

J. M. Mahar (ed.), *The Untouchables in Contemporary India*, Tucson, AZ: University of Arizona Press, 1972.

David Morris, *The Emergence of an Industrial Labor Force in India: A study of the Bombay Cotton Mills, 1854–1947*, Berkeley/Los Angeles: University of California Press, 1965.

D. R. Nagaraj, *The Flaming Feet: A Study of the Dalit Movement*, Bangalore: South Forum Press, 1993.

R. O'Hanlon, *Caste, Conflict and Ideology: Mahatma Jotirao Phule and Low Caste Protest in Nineteenth-Century Western India*, Cambridge University Press, 1985.

G. Omvedt, *Cultural Revolt in a Colonial Society: the Non-Brahmin Movement in Western India*, Poona: Scientific Socialist Education Trust, 1976.

_____, *Dalits and the Democratic Revolution-Dr Ambedkar and the Dalit movement in Colonial India*, New Delhi: Sage, 1994.

P. Parmeswaran, *Narayan Guru - The Prophet of Renaissance*, New Delhi: Suruchi Sahitya, 1979.

G. M. Pawar, *Vitthal Ramji Shinde*, New Delhi: National Book Trust, 1990.

J. Phule, *Slavery: Collected works of Mahatma Jotirao Phule, vol. 1*, Bombay: Govt. of Maharashtra, 1991.

_____, *Collected works of Mahatma Jotirao Phule, vol. 2*, Bombay: Govt. of Maharashtra, 1991.

T. Pillai-Vetschera, *The Mahars*, New Delhi: Intercultural Publications, 1994.

G. Poitevin, *The Voice and the Will: Subaltern Agency: Forums and Motives*, New Delhi: Manohar/CSH, 2002.

G. R. Pradhan, *Untouchable Workers of Bombay City*, Bombay: Karnataka Publishing House, 1938.

Pyarelal, *The Epic Fast*, Ahmedabad: Mohanlal Maganlal Bhatt, 1932.

Kanshi Ram, *Bahujan Samaj ke lye asha ki kiran*, New Delhi: Bahujan Publications, 1992 (Hindi).

B. Shiva Rao (ed.), *The Framing of India's Constitution, vol. 2*, New Delhi: Indian Institute of Public Administration, 1967.

B. Ray (ed.), *Gandhi's Campaign against Untouchability, 1933–34 : An accountfrom the Raj's secret official reports*, New Delhi: Gandhi Peace Foundation, 1996.

A. Robertson, *The Mahar Folk*, Calcutta: YMCA Publishing House, 1938.

B. A. V. Sharma and K. M. Reddy (eds), *Reservation Policy in India*, New Delhi: Light and Light Publishers, 1982.

Shikare, *Dr Ambedkar*, Poona: Jayant and Co, 1963.

A. Shourie, *Worshipping False Gods: Ambedkar and the Facts which have been Erased*, New Delhi: ASA, 1997.

K. C. Yadav, (ed.), *From Periphery to Centre Stage. Ambedkar, Ambedkarism and Dalit Future*, Delhi: Manohar, 2000.

E. Zelliot, *From Untouchable to Dalit. Essays on the Ambedkar Movement*, Delhi: Manohar, 1992.

C. Articles and Chapters in Books

S. Bandyopadhyay, 'Transfer of power and the crisis of Dalit politics in India, 1945–47', *Modern Asian Studies*, 34 (4), 2000.

M. G. Bhagat, "The Untouchable classes of Maharashtra', *Journal of the University of Bombay*, 4 (1), July 1935.

S. Cohen, 'The Untouchable Soldier: Caste, Politics and the Indian Army', *Journal of Asian Studies*, 28 (3), 1969.

P. Constable, 'Early Dalit Literature and Culture in late nineteenth-and early twentieth-century Western India', *Modern Asian Studies*, 31 (2), 1997.

J. V. Deshpande, 'Behind Dalit Anger', *EPW*, Aug. 16, 1997.

S. M. Gaikwad, 'Ambedkar and Indian nationalism', *EPW*, March 7, 1998.

O. Herrenschmidt,""L'inégalité graduée" ou la pire des inégalités. L'analyse de la société hindoue par Ambedkar', *Archives europeennes de sociologie*, 37 (1997).

C. Jaffrelot, 'The Bahujan Samaj Party in North India, No longer just a Dalit party?', *Comparative Studies of South Asia, Africa and the Middle East*, 18 (1) 1998.

P. Kumar, 'Dalits and the BSP in Uttar Pradesh-issues and challenges', *Economic and Political Weekly*, April 3, 1999.

R.J. Miller, "They will not die Hindus": the Buddhist conversion of Mahar ex-untouchables', *Asian Survey*, 2 (9), Sept. 1967.

Sukumar Muralidharan, 'New writings on Ambedkar', *Seminar*, 425, Jan. 1995.

K R. Narayanan, 'En souvenir d'Ambedkar', *Les Temps modernes*, July 1993.

G. Omvedt, 'Development of the Maharashtrian Class structures, 1818 to 1931', *EPW*, Special Number, Aug. 1973.

S. Palshikar, 'Gandhi-Ambedkar Interface... When shall the Twain Meet?', *EPW*, 3 August 1996.

_____, 'Gandhi and Ambedkar', *EPW*, July 26, 1997.

A. C. Pranjpi, 'The 'Becoming' of Dr Ambedkar: A Socio-psychological Study', in M. L. Ranga (ed.), *B. R. Ambedkar: Life, Work and Relevance*, Delhi: Manohar, 2000.

Anupama Rao, 'Arguing against Inclusion', *EPW*, Feb. 22, 1997.

V. Rodrigues, 'Making a Tradition Critical: Ambedkar's Reading of Buddhism' in P. Robb (ed.), *Dalit Movements and the Meanings of Labour in India*, Delhi: Oxford University Press, 1993.

G. M. Tartakov, 'Ambedkar Statues', Dalit International Newsletter, vol. 3, no. 2, June 1998.

R. Tucker, 'The Early Setting of the non-Brahmin movement in Maharashtra', *Indian Historical Review*, July. 1980-Jan. 1981, vol. 2, nos 1-2.

Vidhu Verma, 'Colonialism and Liberation: Ambedkar's Quest for Distributive Justice', *EPW*, Sept. 25, 1999.

M. Yasin, 'Hindu Code Bill and Dr Ambedkar', Towards Secular India, 2 (1), Jan-March 1996.

D. Unpublished Sources

B. R. Ambedkar private papers, Nehru Memorial and Museum Library, New Delhi (section of microfilms)

E. Zelliot, 'Dr Ambedkar and the Mahar Movement, unpubl. PhD thesis, University of Pennsylvania, 1969.

H. S. Verma and N. Verma, 'Dr Ambedkar and the framing of the Indian Constitution', paper presented to the colloquium 'Contribution of Dr B. R. Ambedkar to Law and Constitution of India', Lucknow, April 15, 1997.

R. I. Duncan, "Levels': the Communication of Programmes and Sectional Strategies in Indian Politics, with reference to the Bharatiya Kranti Dal and the Republican Party of India in Uttar Pradesh State and Aligarh district (UP)', unpubl. PhD thesis, University of Sussex, 1979.